யாக்கை

யாக்கை

கே.ஜே. அசோக்குமார் (பி. 1975)

தஞ்சை மாவட்டம் கும்பகோணத்தில் பிறந்தவர்; தற்போது வசிப்பது தஞ்சாவூரில். தனியார் ஐடி துறையில் பணி.

இதுவரை இரு சிறுகதைத் தொகுப்புகளும், இரு நாவல்களும் வெளியாகியுள்ளன.

மின்னஞ்சல்: kuppa.ashok@gmail.com

கே.ஜே. அசோக்குமார்

யாக்கை

காலச்சுவடு பதிப்பகம்

● அன்பார்ந்த வாசகருக்கு,

வணக்கம்.

காலச்சுவடு நூலை வாங்கியமைக்கு நன்றி.

நூலின் உள்ளடக்கம், உருவாக்கம், அட்டைப்படம் இன்ன பிற அம்சங்கள் பற்றிய உங்கள் கருத்துகளையும் ஆலோசனைகளையும் காலச்சுவடு வரவேற்கிறது. தகவல், எழுத்து, வாக்கியப் பிழைகள் தென்பட்டால் அவசியம் தெரிவித்து உதவுங்கள். நூல் தயாரிப்பில் கடும் குறைபாடு இருப்பின் மாற்றுப் பிரதி உங்களுக்குக் கிடைக்கக் காலச்சுவடு ஏற்பாடு செய்யும்.

மின்னஞ்சல்: publisher@kalachuvadu.com

காலச்சுவடு நாகர்கோவில் அலுவலகத்திற்குக் கடிதம் அனுப்பலாம்.

தங்கள்
எஸ்.ஆர். சுந்தரம் (கண்ணன்)
பதிப்பாளர் — நிர்வாக இயக்குநர்

யாக்கை ◆ நாவல் ◆ கே.ஜே. அசோக்குமார் ◆ © கே.ஜே. அசோக்குமார் ◆ முதல் பதிப்பு: டிசம்பர் 2024 ◆ வெளியீடு: காலச்சுவடு பப்ளிகேஷன்ஸ் (பி) லிட்,, 669, கே.பி. சாலை, நாகர்கோவில் 629001

காலச்சுவடு பதிப்பக வெளியீடு: 1316

yaakkai ◆ Novel ◆ K.J. Ashok Kumar ◆ © Ashok Kumar K J ◆ Language: Tamil ◆ First Edition: December 2024 ◆ Size: Demy 1x 8 ◆ Paper: 18.6 kg maplitho ◆ Pages: 328

Published by Kalachuvadu Publications Pvt. Ltd.,669 K.P. Road, Nagercoil 629001, India ◆ Phone: 91-4652-278525 ◆ e-mail: publications@kalachuvadu.com ◆ Printed at Clicto Print, Jaleel Towers, 42 KB Dasan Road, Teynampet Chennai 600018

ISBN: 978-93-6110-902-7

12/2024/S.No.1316, kcp 5419, 18.6 (1) rss

பிரியமாயிருந்த அப்பாவுக்கு

முன்னுரை

சொல்ல நிறைய இருப்பதனால்தான் நாவல் எழுதத் தொடங்கினேன். ஆனால் போதாமையை மேலும் கூட்டிவிட்டது இந்நாவலின் விரிவு. யோசித்துப் பார்க்கும்போது யாக்கை இதுவரை குலையாத என் மனஅடுக்குகளை மாற்றியமைத்து விட்டது என்று சொல்லலாம். இந்த நாவலின் வழியே கண்டடைந்தவற்றை மற்றொரு புனைவில் எழுத வேண்டும்.

வாழ்க்கையிலிருந்து புனைவுகளாக ஆக்கும் முயற்சிகள் ஆற்றுநீரிலிருந்து மணலைச் சலித்து அள்ளும் செய்கைபோல இருந்தது. யாக்கையை எங்கே தொடங்கி எங்கே முடிப்பது என்பதை நான் தீர்மானிக்கவில்லை, ஆழ்மனம்தான் தீர்மானித்தது. நான் வெறும் கருவி என்று சொல்லலாம். அப்படியும் சொல்லிவிட முடியாது. சில அணுக்கங்கள் எனக்கு ஏற்பட என் பிரக்ஞையும் தன் பங்கிற்குக் கொஞ்சம் செய்திருக்கிறது. மீளாத பல புனைவுத் தருக்கங்களை என் ஆழ்தூக்கத்தில் அறிந்திருக்கலாம். கனவுகளில் கண்டடைந்திருக்கலாம். மறந்தவற்றில் நானும் ஒளிந்திருக்கலாம். எப்படியானாலும் சொல்ல வந்ததை என்னையும் அறியாமல் சொல்லி யிருக்கிறேன். நான் பார்த்த வாழ்க்கைதான் இதில் இருக்கிறது. சில உண்மைகள், சில பொய்கள், சில அச்சு அசலாக நானறியாதவை.

நான் தடுமாறிய இடங்கள் என்றிருந்தால் என்னை எழுதவிடாமல் தடுத்த என் நனவுகள்தாம் காரணம். என் ஆழ்மனம் ஒரு நாய்போல அன்பைப் பொழிந்து தன் உடல்மொழியால் நனவுகளை வெற்றி கொண்டது. நிகழ வேண்டியவை நிகழ்ந்து முடிந்து என்னை விட்டு விலகியவை யாக்கையின் கூறுகள்.

நானடைந்தவை எனக்கானவை மட்டுமே என நினைக்க முடியாமல்போனதற்கு இப்பிரபஞ்சத்தின் அழியாத விதிகளில் ஒன்றுதான் காரணம். இவ்விதிகளைப் பின்பற்றி நாவலின் தொடர்ச்சியை எழுதிவிட வேண்டுமென யோசித்திருக்கிறேன். அதற்கும் பிரஞ்சமே உதவ முடியும்.

சுந்தர ராமசாமி, அசோகமித்திரன், தி. ஜானகிராமன், தல்ஸ்தோய், தஸ்தயேவ்ஸ்கி போன்றோரும் என் புனைவுலகத் தாக்கத்தின் உந்துசக்திகள். இன்று புனைவுலகில் நேரடியாகவும் மறைமுகமாகவும் வழிகாட்டியாக இருப்பவர் ஜெயமோகன். இத்தருணத்தில் அவரை நன்றியோடு நினைத்துக்கொள்கிறேன்.

என் புனைவுலகிற்கு என் அப்பா தன்னையும் அறியாமல் வழிசெய்திருக்கிறார். அவரைக் கவனித்து வளர்ந்தவன் நான். தீராத லௌகீக ஆசைகளுடன் வாழ்ந்தார். அவற்றில் ஒன்றைக்கூட அவர் பெறவில்லை. என்னை எந்த வகையிலும் அழுத்தம் கொடுத்து எதையும் செய்யச் சொன்னவரில்லை. அது அவரது இயல்பிற்கு எதிராக இருந்தது. அதுவே நான் புனைவெழுத்தாளனாக ஆவதற்கு முக்கியக் காரணமாக அமைந்துவிட்டது என நினைத்துக்கொள்வேன். இத்தருணத்தில் இந்நாவலை அவருக்குக் காணிக்கையாக்குவது சரியாக இருக்கும். கோடானுகோடி நன்றிகளுடன் அவருக்குக் காணிக்கை யாக்குவதில் பெருமைகொள்கிறேன்.

பிரதியின் முதல் பகுதிகளைத் திருத்தம் செய்துதந்த *சொல்வனம்* மைத்ரேயனுக்கு என் நன்றி. முழுமையாக வாசித்துத் திருத்தங்களைச் சொன்ன எழுத்தாளர் விஜயகுமார் செம்மங் கரைக்கும் கவிஞர் கலித்தேவன் என்கிற வீ. கலியபெருமாளுக்கும் நன்றி. என் இரண்டாவது நாவலை வெளியிடும் காலச்சுவடிற்கு என் நன்றி. திருத்தங்கள் செய்து கொடுத்த எஸ். செந்தில்குமார், ஆதவ், அட்டைப்படத்தை அழகுற வடிவமைத்த சி. அரிசங்கர் ஆகியோருக்கும் நன்றி.

என் முயற்சிகளுக்கு உறுதுணையாக நிற்கும் என் குடும்பத்தாருக்கு நன்றி. குறிப்பாக அம்மா சுதந்திராதேவி, மனைவி ஸ்ரீதேவி, பிள்ளைகள் ஹரிணி, நந்தன் ஆகியோருக்கு என்றும் அன்பு.

தஞ்சாவூர்　　　　　　　　　　　　**கே.ஜே. அசோக்குமார்**
1.11.24

1

குண்டு பல்பு மட்டும் எரிந்த, சிறு அசைவுமின்றி அமைதியாக இருந்த இருண்ட அறை. தேஜுவின் கொலுசுகளின் ஓசையும் வானதியின் குறட்டைஒலியும் மட்டுமே இருந்த அறையில் வெளிவாசல் கதவை தட்டும் ஓசை கேட்டதும் இடவலமாக ஆடியது போலிருந்தது. பயத்தில் எழுந்து நிற்க எண்ணினாள் பத்மா. அந்த எண்ணம் ஆழ்மனதில் எங்கோ தொடர்பற்று சிதறிக்கிடந்தது. அசைக்கும் எண்ணத்திற்கு எதிராகக் கால்கள் அமைதியாகக் கிடந்தன. கால்களை அசைக்கும் முயற்சியில் அறையும் ஆடியது, அதை நிற்கவைக்க கைகளால் கட்டிலை இறுக அழுத்திப் பிடித்து கண்களை மூடினாள்.

கண்களில் புதுப்புது சித்திரங்கள் மேலும் கீழுமாகத் தெரிய பதறி "கண்ணு" என்று சத்தமாக அழைத்தாள் பத்மா. கோயில் மணிபோல இருட்டறையில் எதிரொலித்து அடங்கியது. கட்டிலுக்குக் கீழே படுத்திருந்த வானதி ஒரே அழைப்பில் சட்டென எழுந்தமர்ந்தாள்.

"என்னம்மா, என்னம்மா" என்றாள். குரலில் பதற்றம் இருந்தது. திக்குத் தெரியாமல் வேறுஎங்கோ பார்த்துப் பேசினாள். கண்களை இன்னும் சரியாக அவள் திறந்திருக்கவில்லை. "யாரோ யாரோ கதவ, வந்து..." இருட்டில் தன்னைத் தேடுவது பத்மா விற்குப் புரிந்தது. "என்ன என்ன, என்னம்மா", "யாரோ கதவ தட்றாங்கம்மா", "கதவ தட்றாங்களா", தன் முன்பிருந்த யோசனைகளை மறந்து, தூக்கத்தை இழந்த விழிகளுடன் இருட்டை வெறித்தாள் வானதி. அவரசமாக எழுந்து நின்றாள். பத்மாவின் பக்கத்தில் இருந்த அலாரம் மணியைப் பார்த்தாள். பெரிய முள் இரண்டில் இருந்தது. சின்னமுள் கிடைக்கவில்லை. சின்ன முள் பெரிய முள்ளின் அடியில் இருந்தது. "இந்த நேரத்தில் யாராக

இருக்கும், பாஸ்கரா, அவரா இருந்தா நேத்தே போன் பண்ணி யிருப்பாரே" என்று கூறியபடியே சென்றாள்.

வானதியின் குரலில் இருந்த அவசரத்தால் பத்மாவிற்கு மேலும் பதற்றமாக இருந்தது. மீண்டும் இறுக கட்டிலை பிடித்துக்கொண்டாள். யாரோ தன்னைவந்து தாக்கக்கூடும் என்று தோன்றியது. அல்லது தன் நகைகளையும் பணத்தையும் எடுத்துச் செல்லக்கூடும், அல்லது தனக்காக வெளியே காத்துக் கொண்டிருப்பவன் தன் உடலில் இருக்கும் உயிரை எடுத்துகொண்டு ஓடிவிடக்கூடும். நெஞ்சுக்கூடு குளிரால் வலிஎடுத்தது. மையத்தை நோக்கி சுழலும் நீர்சுழிபோல நெஞ்சைச் சுழற்றியது. "வானதி சீக்கிரம்வாம்மா" என்று மெல்ல அழைத்தாள்.

அவள் கதவைத் திறக்கும் சத்தம் ஒலி பூனையின் அழைப்புபோல கேட்டது. சற்று நேரத்திற்கெல்லாம் படால் படால் என்று அறைந்து மூடும் ஒலிகள் கேட்டன. வானதியின் கொலுசு ஒலி பெருகிக் கிட்டத்தில் வந்ததும் "என்னம்மா நினைச்சுகிட்டு இருக்க, வெளியில யாருமேயில்ல, எதையாவது நினைச்சுகிட்டு எழுப்பிகிட்ட இரு. பேசாம படு இப்ப, மணி ரெண்டு ஆவுது, நா படுக்கிறதா வேண்டாமா, இதுக்கு மேல எழுப்புன அவ்வளவுதான்", பத்மா பயந்து அவளையே நோக்கிக் கொண்டிருந்தாள். "கண்ண மூடும்மா" என்றாள்.

தரையில் நான்கு பக்க தலையணை அணையுடன் கூடிய சிறிய மெத்தையில் தேஜா தூங்கிக்கொண்டிருந்தாள். அவள் குண்டுக்கால்கள் தூக்கத்தில் ஆடின, கொலுசின் ஓசை சின்ன சிணுங்கல்களாக ஒலித்தது. விளக்கை அணைத்துவிட்டுக் கீழே கிடந்த சுருங்கிய பாயை நேராக்கிவிட்டுப் படுத்தாள் வானதி.

முப்பதாண்டுகளுக்கு மேலான பாய், எப்போதோ அதன் இடைநூல் நைந்துவிட்டது. அவசரத்திற்கு வானதி அதை எடுத்துப் போட்டுப் படுத்திருக்கிறாள். முட்செடிகள்போல பாய் கோரைகள் குத்தும். பாயைத் தூக்கும்போதெல்லாம் அதிலிருந்து சில குச்சிகள் விழுந்தன. கோரைகள் சிறுசிறு துண்டுகளாகி உதிர்ந்துக்கொண்டிருக்கும்.

பாயைத் தன்னுடலோடு ஒப்பிட்டுக்கொண்டாள் பத்மா. பாயை அரித்த பூச்சியைப் போல தன்னையும் பூச்சிகள் அரித்துவிட்டன. தன் எலும்புகளில் பலமில்லை. கால்கள் எழுந்து நிற்கும் பலத்தை இழந்துவிட்டன. கட்டிலில் அமர்ந்தாலும் குனிந்துதான் அமரமுடிகிறது. ஆச்சரியம்தான். தினம் மரணத்தை நோக்கிய வாழ்க்கை. தினம் அது நிகழ்ந்து விடுமென நினைக்கும் வாழ்க்கை. இன்னும் ஒரு நாள் தள்ளிப்

போயிருக்கிறது என்று ஒவ்வொரு நாளும் நினைப்பது அவளுக்கும் ஆச்சரியமாக இருந்தது.

வெளிச்சக் கீற்றுகள் தோன்ற தொடங்கியிருந்தன. விடிந்து விட்டால் தேவலாம் என்று தோன்றியது. விடிந்ததும் எப்போதும் இருக்கும் பரபரப்பு வாழ்க்கை வேண்டும். முன்பு சலித்துக் கொண்ட காலை முதல் இரவுவரை ஒன்றையே நோக்கி வாழும் வாழ்க்கை வேண்டும். தேவைப்படும்போதெல்லாம் சலித்து அமர வேண்டும்.

கமலாக்கா குரல் அவள் இன்னும் தூக்கத்தில் இருக்கிறாள் என்ற ஒலியோடு, "எமனீஸ்வரனுக்கு ஒரு அர்ச்சனையைப் போட்டுவைமா. இன்னிக்கு வெள்ளிக்கிழமை வேற". "சரிக்கா, சொல்றேன்" வானதி பதிலளிக்கிறாள்.

இயற்கையான மனித மரணம் எளிய சூத்திரங்களால் நெய்யப்பட்டிருக்கிறது. அவர்களுக்குத் தேவைப்படும் இந்த மரணம் தங்கள் துன்பத்தை நீக்குவதாக நினைக்கிறார்கள்.

சென்னையிலிருந்து தஞ்சை வந்து மூன்று மாதங்கள் கடந்துவிட்டன. அங்கே கைவிட்டப்பின் இங்குத் தொடர்ந்து இங்கும் கைவிடப்பட்டுவிட்டது.

மெல்ல ஊரும் சுவைப்போல நாவில் ஊறிவந்தது, வாசனை அதனை மேலும் மேலும் இழுத்துச்சென்றது. தன் நாவில் எழும் ஒரு சொல்போல சுவையும் எழுந்தாடியது. நினைவுகள் மேலே எழுந்து வந்தபோது கையை யாரோ பற்றி இழுப்பது தெரிந்தது. கை தன்னை விட்டு தனியே செல்வதைக் கவனித்தாள். "வானதி கையை யாரோ புடிச்சு இழுக்குறாங்க" அவள் காதில் விழவில்லை போலும் அவள் தன்னைக் கவனித்துக்கொண்டு நின்றிருப்பதைக் கண்டு மேலும் சத்தமாக, "பாருடி, அந்த நீலா என் கைய புடிச்சு இழுக்குறா, அவள போகச்சொல்லுடி"

"நீ இப்ப சும்மா இருக்கியா என்ன, நீயே கைய இழுத்துக் கிட்டு கைய இழுக்கிறதா சொல்லுவியா" நகர்ந்து சென்று விட்டிருந்தாள், கை தன்னிச்சையாகக் கீழே வந்தது. அவள் நின்ற இடம் வெற்றிடமாக இருளில் அறை காட்சியளித்தது.

எல்லா நிலைகளிலும் ஒரு மனிதன் தனக்குத் தேவையானதைப் பெறமுடியவதில்லை. காலத்தின் முன் அவன் கைகட்டி நிற்க வேண்டியிருக்கிறது. இப்போது எழவேண்டுமென்றால் முடியவில்லை. இடையில் யாரோ பெரிய இரும்புகுண்டை கட்டிவைத்துவிட்டார்கள். இந்தக் கால்கள் ஏன் அசைவதில்லை என்ற குழப்பம் நாளும் தொடர்ந்தது. இன்று மாப்பிள்ளை ஊரிலிருந்து வருகிறார்

அவரிடம் எப்படியாவது என்னைக் குணப்படுத்தி எழுந்து உட்கார வைக்க சொல்ல வேண்டும். வானதியிடம் சொல்லி பயனில்லை. வானதி தன்னை எப்போதும் மதிப்பதில்லை. அவமதிப்புசெய்து அவள் உள்ளூர சிரிப்பது போல அவள் முகம் ஆவதை நினைத்தால் வெறுப்பாக இருக்கிறது. இரண்டாவது மகள் சுருதியும் அவளைக் கண்டுக்கொள்வதேயில்லை. கணவன் சுப்ரமணியன் விட்டுச் சென்றதிலிருந்து இருவரும் தன் மேலான பயம் குறைந்துவிட்டது. ஏன் அப்படி அப்பா இல்லாது வளரும் பிள்ளைகள் பயந்த சுபாவம் கொண்டவர்களாக இருப்பார்கள். ஆனால் பெண்பிள்ளை அப்படியில்லை போலும், இருவரும் பிடிவாதம், வீம்பு போன்ற குணங்களைக் கொண்டவர்களாக ஆகிவிட்டார்கள்.

வானதி திடீரென்று கத்திக்கொண்டிருந்தாள். அவள் குரல் அலறல்போலக் கேட்டு அடங்கியது. மீண்டும் அதே குரல் கேட்டபோது அவள் வாந்தி எடுக்கிறாள் என்று தோன்றியது. கமலாக்கா கூடத்திலிருந்து ஓடிவந்தாள். அவள் தலையைப் பிடித்துக்கொள்ள மேலும் வயிற்றில் இருந்த உணவுகூட பீரிட்டுக்கொண்டு வெளியேறியது.

“நல்லா எடு பாப்பா, நா புடுச்சுக்கிறேன்”. ஏதோ விழுங்க முயற்சிப்பதுபோல வாயைத் திறந்து திறந்து மூடிக்கொண் டிருந்தாள் வானதி.

“நேத்து பரோட்டோதான் சாப்பிட்டேன், அதுவும் சரியா சாப்பிடல பின்ன ஏன் வாந்தியா வருது”

“பின்ன, சரியா தூக்கமில்ல, அம்மாவோட இருந்து இருந்து அதுவே ஓமட்டிக்கிட்டுதான் வரும்”

அவர்களின் பேச்சுகளில் இயல்பான தினசரி நடவடிக்கை களாகச் சில புதிய விஷயங்கள் மாறிவிட்டதை காண முடிந்தது.

கூடத்தின் இரு சுவரோரமாகக் கால்களைக் குறுக்கி அமர்ந்தாள் வானதி. தரையில் சிந்திய வாந்தியை விளக்கமாறு கொண்டு கூட்டி தள்ளி குப்பைத் தொட்டியில் போட்டாள் கமலாக்கா. கொஞ்சம் பினாயில் தெளித்து மாப்பு போட்டுத் தேய்த்தாள்.

“விடுங்கக்கா நா துடைக்கிறேன், உங்க தூக்கத்த வேறு கெடுத்துட்டேன்”.

“பரவாயில்லை விடு, கொஞ்ச நேரம் படு வானதி, அப்புறம் டீய போடறேன். கொஞ்சம் தலைவலி குறையும்”.

வானம் கண்ணாடி சில்லுகளாகச் சிதறிக் கிடந்தது. கூடத்தில் மேல் ஜன்னல் வழியாக விழுந்தவை மஞ்சள் நிறத்துடன் இருந்தது. கொல்லையில் செஞ்சிவப்பு நிறத்தில் இருந்தது. கைகளை ஊன்றி மெல்ல எழுந்தமர்ந்துகொண்டாள் பத்மா. அவர்கள் யாரும் தன்னை கவனிக்கவில்லை என்பது சற்று ஆறுதலாக இருந்தது.

எழுந்து நடக்கத் தோன்றியது. கால்களில் சின்ன சக்கரத்தைக் கட்டிவிட்டால் நன்றாக இருக்கும். எங்கும் சென்று வந்துவிடமுடியும். இருட்டில் அவள் கால்கள் நத்தையின் ஊர்தல்போல ஆடிச்சென்றன. எங்கு நடந்துசென்றாலும் எல்லோருடைய தூங்கும் உடல்களும் கண் முன்னே வந்தபடி இருந்தன. எல்லா இயக்கமும் நின்று தான் மட்டும் இயங்கும் சினிமா காட்சிபோல தெரிந்தது. இருளில் ஒருவரின் தூக்கத்தை அறியமுடிவதில்லை. அதுவே வெளிச்சத்தில் அவரை ஆழ்மனதோடு உரையாடலில் இருப்பவரைக் காண்பது போன்றது. கூடத்தில் கமலாக்கா, உள்ளறையில் வானதியுடன் தேஜா, கொஞ்சம் தள்ளி மதியக்கா.

முதலிரண்டு நாட்களில் இருந்த இறுக்கம் போய் அவர்களிடையே திருவிழாவின் களிப்பு வந்துவிட்டது. கல்யாண வீடுகளில் நடக்கும் சேட்டைகள் தொடங்கிவிட்டனவோ என எண்ணத் தொடங்கினாள். இறுக்கத்தை வெல்ல வேடிக்கை தேவையாக இருக்கிறது. கமலாக்கா மதியக்காவைக் கிண்டல் அடிக்க ஆரம்பித்தால் மதியம்வரை சிரிப்பலைகள் தொடரும். மதியக்கா தன் திருமண நாளில் நடந்த வேடிக்கைகளைச் சொல்ல ஆரம்பித்தால் மதியத்திலிருந்து மாலைவரை அதுவே சென்றுகொண்டிருக்கும். இருவரும் சேர்ந்து இரவுவரை புதிய வேடிக்கைகளைத் தொடர்வார்கள். அடுப்படி வெளிச்சத்தில் இருந்தது. அங்கு இருவரும் சிரித்துப் பேசிக்கொண்டிருந்தார்கள். மெல்ல திரும்பி தன் கட்டிலுக்குச் சென்றாள். மீண்டும் கட்டிலில் படுத்ததும் கால்கள் முழுவதும் செயலிழந்தது மரக்கட்டைப்போல கிடந்தன.

மதியக்கா எழத் தொடங்கிவிட்டாள். எழுகிறாள் என்றால் உடலிலிருந்து அபானவாயு வெளியேறும் பெரிய ஓசை கேட்கும். ஆரம்பத்தில் எல்லோரும் மௌனமாகச் சிரித்துக் கொண்டார்கள், பின்னர் அதில் கேலி பொருளாக மாறிவிட்டது.

மதியக்கா பத்மாவைவிடப் பெரியவள். பத்மாவின் அம்மாவின் தங்கை. இளவயதில் கணவனை இழந்தவள். தன் பெருத்த உடலை வைத்துக்கொண்டு எப்படி நடக்கிறாள்

என்று தோன்றும். எந்நேரமும் சோறு, தண்ணீர் என்று அலையும் அவளது வாய். வாயிலேயே சுவாசிக்கிறாள் என தோன்றும். வாயின் ஓரங்களில் எச்சிலின் துளி வெள்ளையாக நின்றிருக்கும். அருவருக்கும் அவளது உதடசைவுகள் குறித்து எந்த ப்பிரக்ஞையும் அவளுக்கு இருந்ததில்லை. நெளிந்த உதடுகளும் பெரிய பற்களும் அவளைப் பெரும் பசிக்காரி என்று காட்டின.

“மதியக்கா, டீ உங்களுக்குப் போடவா.”

“போடும்மா, இதோ ஒன்னுக்குப் போயிட்டு வந்துடறேன்.”

அவள் கழிவறையை உபயோகிக்கும் அலட்சியம், ஆரம்பத்தில் எரிச்சலூட்டியது. நாகரீக செய்கைகளற்றதாக அது மாறினாலும் இனிய தொடர்புகளை அது கொண்டிருந்தது. தொடைகளின் உள்பகுதியையும் புட்டத்தையும் தேய்த்தபடி வந்தாள். அவள் அணிந்திருந்த பாவாடை மேலுள்ள ஈரத்தை உறுஞ்சுவதாக இருந்தது.

“ஏம்மா இவ்வளவு சீக்கிரம் எழுந்துட்ட, சரி உட்காரும்மா நா போடறேன்.”

சக்கரையை ஒரு ஸ்பூன் அள்ளி வாயில் போட்டிருப்பாள். தனக்கு வரும் ஆப்பிள், ஆரஞ்ச் போன்றவைகளைப் பாதி தின்பது அவள்தான். தான் எழுந்து நடந்தது, வானதி வாந்தி எடுத்தது எதுவும் அவளுக்குத் தெரியவில்லை. கைகளை ஆட்டி உடலைக் குலுக்கி அவள் செய்த சேட்டைகள் சிரிப்பை வரவழைத்தன.

வானதி நகர்ந்துகொள்ள மதியக்கா அடுப்படியை எடுத்துக் கொண்டாள். கைகளின் எளிய அலைதலில் பக்குவமடைந்த கைகள் என்பது தெரிந்தது. சில நொடிகளில் அடுப்படி ஒரு ஒழுங்கிற்கு வந்துவிட்டது.

“உன் அம்மா இருக்காளே சரியான ராங்கிகாரி, அவள வெச்சுகிட்டு ஒரு வேலையும் செய்ய முடியாது. சின்ன புள்ளைல நானும் அவளும் சாந்தாஅக்கா விட்டுக்கு முட்ட வாங்க போயிருந்தோம். அங்க கோழிய வெட்றத்துக்கா கத்தியோட நின்ன ராமு மாமாவப் பார்த்தோன்ன அவர் கையதட்டி உட்டு, கோழிய புடுங்கிகிட்டு ஓடிவந்துட்டா. தெரு முச்சூடும் ஓட்றா, தெருவே அவள தொறத்துது, கோழிய குடுடி, கோழிய குடுடின்னு, கோழிய கொல்லக் கூடாதுன்னு அதக் கட்டிப்புடிச்சுகிட்டு அழுவ, கொடுடீன்னு புடிச்சு இழுக்க, ஒரே ரகளதான். பாக்கத்தான் இப்படி இருக்கா, ரொம்ப பாசக்காரிடி அவ.”

எல்லோரும் தன்னைப் பற்றிய நினைவுகளில் மூழ்குவது பத்மாவிற்கு வேடிக்கையாக இருந்தது. கவனிக்கவில்லை என்ற உணர்ச்சி அவர்களுக்கு உற்சாகம் அளிக்கிறது. சின்ன நினைவுகளிலும் துயரத்தை மறைக்கும் வேடிக்கை இருக்கிறது. பத்மாவின் முந்தைய சின்ன செய்கையும்கூட ஒருவகை கேளிக்கையாகவும் பொருள் பொதிந்தவையாகவும் இருந்தன அவர்களுக்கு.

தானில்லாமல் சுருதியின் திருமணம் எப்படி நடக்கும், தேஜுவின் பூப்படையும் நிகழ்ச்சி எப்படி நடக்கும். தானில்லாமல் மழைக்காலத்தை நிறைக்கும் கனவுகளை எப்படி வெல்வது. எதன் பொருட்டு இந்த உலகத்துப் பொருட்களைச் சேகரிப்பது. எது எப்படியானாலும் உயிர் வாழ்தல் இனி சாத்தியமில்லை. இன்னும் சில மாதங்களில், அல்லது சில நாட்களில் அது நடக்கும்.

நினைவுகளை மற்றவர்களிடம் சொல்வதில் இருக்கும் நிலையாமை எண்ணி கலங்குவதைத் தவிர வேறுவழியில்லை.

2

ஆட்டோ காலையே வந்துவிட்டிருந்தது. பத்மாவிற்கு மூச்சுத் திணறல் லேசாக உண்டான போது போன் செய்து ஆட்டோ ஜெயகுமார் அண்ணனை அழைத்திருந்தாள் வானதி. கமலாக்காவும், மதியக்காவும் அவர்களது செய்கைகள் இயல்பான உலகமாக மாற்றம் கொண்டபோதே பத்மா கவனித்துக் குறித்துக் கொண்டாள். இருவரும் தங்கள் சாதாரண தினசரி வாழ்க்கையை விட்டிருந்தார்கள். பத்மாவைச் சுற்றி இருக்கும் கற்பாறைகள் சூழலும் சனிகிரகம் போன்ற உலகத்திற்கு வந்துவிட்டார்கள். பத்மாவால் கால்களை அழுத்தி வைக்க முடிய வில்லை. ஏதோ நீரில் மேல் நடப்பவள் போல் தத்தளித்தாள். ஆட்டோவில் கால்வைத்துவிட்டு மேலே உடலைக்கொண்டு செல்ல முடியவில்லை. அவள் பின்பக்கத்தை இருவரும் அழுத்தித் தள்ளினார்கள். "அவ கையப் புடி, அப்படியே திருப்பு, கால ஆட்ராளா பாத்தியா, அவள காலால அணைச்சுப் புடிச்சுக, இந்தா கரெக்டா வந்துட்டாபாரு", என்று அவளை ஆட்டோவில் ஏற்றினார்கள்.

பத்மா இந்தக் கணத்தை முதலிலேயே அறிந்திருந்தது போலிருந்தாள். ஒவ்வொரு நிமிடத்தையும் கனவில் கண்டவள் போல் அமைதியான முகத்துடன் பின்தொடர்ந்தாள். பத்மாவின் சேலை பின்பக்கம் நழுவியிருந்தது. முதல் சுற்று சேலை கீழே இருக்க இரண்டாம் மூன்றாம் சுற்றுகள் மேலே ஏறி அவள் தன்னை மறந்தவள் என்று காட்டின. நைட்டியைக் கழற்றிவிட்டுச் சேலையைச் சுற்றியிருந்தார்கள் கமலாக்காவும், மதியக்காவும்.

மதியக்கா, "இவள மேல ஏத்துறத்துக்கு நாம இன்னொரு வாட்டி திங்கணும் போலருக்கே"

என்றாள். கமலாக்கா சற்று அதிகமாகவே குலுங்கி குலுங்கிச் சிரித்தாள். பத்மா எதுவும் பேசவில்லை, கண்களில் ஒருவித சோகத்துடன் வண்டியிலிருந்து ரோட்டைப் பார்த்துக் கொண்டிருந்தாள். அவளது பார்வைக்குத் தகுந்தாற்போல சாலை இடவலமாகப் பாய்ந்து பின்நோக்கி ஓடிக்கொண்டிருந்தது.

"அம்மா, சரியா உட்காரமுடியுதா?" என்றாள் வானதி. எதிரில் இருந்த சிறிய பலகையில் அமர்ந்திருந்தாள்.

"வாயமூடிக்கிட்டுக் கொஞ்ச நேரம் சும்மா இரு" என்றாள்.

கரகரத்த தொண்டையோடு தூரத்திலிருந்து பேசுவதுபோல் அவள் குரல் ஒலித்தது. பத்மா தன் உதட்டின் ஓரத்தில் வைத்திருந்து பின் இன்று தாமதமாக வெளிப்பட்டிருக்கும் வார்த்தைகள் தாம் என சமாதானமடைந்தாள்.

முன்பு இருந்தது போன்ற கலகலப்பாக இருக்க முடியாது. தனக்கென்று இருந்த தனி உலகம், தனியான வாழ்க்கை இன்று இல்லை. யாரையாவது நம்பி இருக்க வேண்டிய நிலை. ஒன்று மகளை அல்லது சுற்றியிருக்கும் நட்புகளை, உறவுகளை. சுயமாகத் தன்னைக் கவனித்துக்கொள்ள முடியாதவள், சுயமாகச் சிந்திக்கவும் முடியாது என்றுதான் தோன்றியது. சிந்தனை அறுபடல்களில் ஒன்று கோபம். இயலாமை, சுயசார்பின்மை, சுயமரியாதை என்று தோன்றும் ஒவ்வொன்றும் கோபம்தான். இனி அறிந்ததெல்லாம் கோபம்தான். எல்லா உணர்ச்சிகளும் சிறிய கோபத்துடன் வெளிப்படும் என்பதை அவள் உறுதியாக நம்பினாள். கடந்த நான்கு மாதங்களாக அதுதான் நடக்கிறது.

ஆட்டோ பெரிய பாலத்தில் ஏறிக்கொண்டிருந்தது. வண்டிக்காரத் தெருவில் புதியதாகக் கட்டப்பட்ட பாலம். குலுங்களில்லாமல் நேராகச் செல்வது அதிசயம். மதியக்கா, "ஏன் பாப்பா, இந்தப் பாலத்த எப்ப போட்டாங்க" என்றாள். "கொஞ்ச நாள் இருக்கும் அக்கா" என்றாள். ஆட்டோ அண்ணன் ஜெயக்குமார், "இத கட்றத்துக்குள்ள போதும்போதும்னு ஆச்சு மா". "ஏன் அண்ணே" என்றாள் சாந்தியக்கா, "நிதி ஒதுக்க பிரச்சனை, நிலம்வாங்க பிரச்சனை, எல்லாத்துலயும் பர்மிசன் வாங்கி கட்டறதுக்குள்ள தாவு தீந்துபோச்சு, தொறக்குறத்து அத்தன பிகு பண்ணானுவோ பாருங்க."

பேச்சு வளர்ந்து வேறுவேறு இடங்களுக்குச் சென்றது. மூவரும் பேசும் தன்னைப் பற்றிய விஷயங்களைச் சற்று நேரம் மறந்திருக்கதான். பத்மா மெல்ல தன்னுள் ஆழ்கிறாள். சுற்றி யிருக்கும் மனிதர்களின் பேச்சுகளில் தனக்குச் சம்பந்தமற்றவை என நினைப்பதுபோல. அவள் தலை லேசாக ஆடிக்கொண் டிருந்தது. நான்கு மாதங்களுக்கு முன்னால் பத்மாவின்

செய்கைகளில் இருந்த துடுக்கு, சிறுகுழந்தையின் துடுக்குதான். உடல் பற்றிய அக்கறையற்றத் துடுக்கு. எதுவும் நிகழ்ந்துவிடாது என்கிற அலட்சியம். எதையும் சமாளிக்க முடியும் என்கிற தன்னம்பிக்கை.

அந்த நாள் நினைவில் இருக்கிறது. தேஜாவின் பிறந்தநாள் தினத்தை நினைவுறுத்தி வேடிக்கையாகப் பேசிக்கொண்டிருந்த நாள். தேஜாவின் பிறந்தநாளுக்கு இரு நாட்களுக்குப் பின்னால் அது நிகழ்ந்தது. இன்றும் தெளிவாக நினைவில் இருப்பதற்கு, அன்று அவள் துடித்து அழுத, இதற்கு முன் நிகழா தினம். தன்னை மறந்து அழுதாள். தன் உடலில் தோன்றிய வலிக்குப் பொறுத்துக்கொள்ள முடியாத அவள் எதிர்வினை எப்போதும் போன்றதாக அல்லாமல் இருந்தது.

"அம்மா இங்க பாரு உனக்கு ஒன்னுமில்ல, எதுக்கு அழுது ஆர்ப்பாட்டம் பண்ற, டாக்டர்க்கிட்ட காட்டி சரியாக்கிடு வோம், கொஞ்ச பொறுத்துக்கிட்டு இரேன்"

பக்கத்தில் அண்ணன் நின்றிருந்தார். அவர் கைகளை உதறிக் கொண்டிருந்தார். சொற்களைத் தேடும் பாவனையில் இருந்தது அவர் முகம். மிகுந்த கலகத்தில் இருப்பது போன்றிருந்தார். அவர் அப்படி இதுவரை தன் தங்கையைப் பார்த்தவர் அல்ல. "இரு வண்டியிலே கூட்டிகிட்டுப் போறேன் இப்ப எதாவது மாத்திரைய சாப்பிட்டுக்கோ", என்றார். தரையில் படுத்து உருண்டபோது வலி அவளைச் சுழலவைக்கிறது என தோன்றியது.

இருநாளில் மருத்துவ அறிக்கை வந்தது. பல்வேறு மருத்துவ சொற்களுடன் கூடிய ரிப்போர்ட் புரியாததற்காகவே எழுதப்பட்டிருக்கிறது. மருத்துவர்களுக்கு மட்டுமே புரியும் சொற்கள், செவிலியர்களுக்கும் மருத்துவ உதவியாளர்களுக்கும் புரியாமல் இருக்கிறது. அப்படியே புரிந்தாலும் சொல்லப் போவ தில்லை. ஆனால் ஆங்கில சொற்களில் சிறிய இடைவெளியில் தான் விஷயத்தைத் திணித்து வைத்திருக்கிறார்கள்.

நண்பர்கள், உறவினர்கள் சொல்லும் வார்த்தைகள் ஒன்று போலவே இருந்தன. "அதெல்லாம் பயப்படுற மாதிரி எதுவும் இருக்காதுமா, டாக்டர்ங்க எதையாவது சொல்லுவாங்க, எல்லா சரியாயிடும், இது மனோபாஸ் வர்ற நேரம் ஒண்ணும் இருக்காது."

ஏதோ இருக்கிறது என்பது போன்ற வார்த்தைகள். சாத்தியக்கூறுகள், மறுக்கிற, திடமான, நேர்மறையான என்கிற சொற்களைத் தாண்டி அவள் கண்டடைந்தது உயிரைப் பிரிக்கும் பாலோபியன் கேன்சர் வியாதி என்று. அறிக்கையில்

கே.ஜெ. அசோக்குமார்

‘மலிக்னன்சி’ என்கிற வார்த்தையை அவள் புரிந்துகொள்ள பல்வேறு வழிகளில் தேடவேண்டியிருந்தது. தனியார் மருத்துவ மனையின் கெடுபுடிகள்கூடப் பொய்யானவை என தோன்றியன. சுற்றியிருந்த ஊழியர்களின் ஒத்திகையில்லா நடிப்பு உறுதி செய்தது. பத்மா மெதுவாக நடைபயிலும் வாத்துபோல நடந்து வர அவள் காலடியோசைப் பெரிய ஹாலில் எதிரொலிப்பது கேட்டது.கமலாக்காவும் மதியக்காவும் பத்மாவின் இருகைகளைப் பிடித்திருந்தார்கள். பத்மாவின் தலை குனிந்திருந்தாள். வரவேற்பறை வந்ததும், அந்தப் பெண் புன்னகைத்தாள். அவள் நினைவில் வைத்திருக்கிறாள் என்கிற அறிகுறி அவள் முகத்தில் சரியாக வெளிப்படவில்லை. ஆனால் நினைவில் வைத்திருக்கிறேன் என்பதுபோல சிரித்தாள்.

“டாக்டர் சாந்தா பார்த்திபனை தானே பார்க்க வந்திருக்கீங்க” என்றாள்.

“ஆமாம் பாப்பா” என்றாள் மதியக்கா.

அவள் ஆட்களை வைத்துக் கணக்கிடுகிறாள். இந்த வயது பெண்கள் அவரைத்தான் பார்க்க முடியும். இளவயது, வயிற்றைத் தள்ளிக்கொண்டு வருபவர்களை டாக்டர் மீனாவா என்று கேட்டிருப்பாள். பத்மாவிற்குப் பதினைந்து நாட்களுக்கு ஒரு முறை செய்ய வேண்டிய ரெகுலர் செக்கப். உள்ளே அழைத்துச் செல்லவே சிறிது நேரமாகும். டாக்டர் வந்திருப்பார் என்று நிச்சயமில்லை. வந்திருந்தாலும் முதலில் வரும் நோயாளிகளைப் பார்த்துவிட்டுத்தான் பார்ப்பார். நீண்டநேரம் பார்ப்பதும் உடனே அனுப்பிவிடுவதும் டாக்டரின் மனநிலையைப் பொருத்தது.

வெளியே அமர்ந்திருக்கும் வேளையில், கமலாக்காவும் மதியக்காவும் அதிசயமாக அமைதியாக இருந்தார்கள். நடுவில் புள்ளிகளுடன் பல்வேறு ஆங்கில எழுத்துக்களை வரிசையாக அடுக்கிவைத்திருந்த கிடைமட்ட பலகையில் டாக்டர் சாந்தா என்கிற பெயர் சிறியதாக முதலில் இருந்தது. மூச்சுக் காற்று நின்றுவிடுமளவிற்குப் பொறுமையாக இருந்தாள், அது மீறும்போதெல்லாம் நீண்ட பெருமூச்சு வெளியாக அறை வாசலைப் பார்த்துக்கொண்டிருந்தாள் பத்மா. முகம் வீங்கிக் கொண்டே செல்கிறது. கொஞ்சம் கொஞ்சமாகப் புத்தபிச்சுவின் முகம்போல மாறிவருகிறது. நோயின் அறிகுறியாக இருக்கும் என நினைக்கும்போதே பதற்றமாக இருந்தது பத்மாவிற்கு.

உள்ளிருந்து இருவர் வெளிவர, அடுத்து பத்மாவை அழைத்துக்கொண்டு வானதி உள்ளே சென்றாள். பளீரென்ற அறை. மூடப்பட்ட கண்ணாடி ஜன்னல்களிலிருந்து வெளிச்சம்

பீறிட்டு வருகிறது. எந்த உணர்ச்சியுமின்றி மருத்துவர் நோக்குகிறார். அவர் முகத்தில் தெரியும் அமைதி, விலகி நிற்கும் அலட்சியம்தான். பேசாமல் திரும்பிவிடலாம் என தோன்றியது. எதையும் சொல்லாமல் மருந்துகளை மட்டும் எழுதி அனுப்பும் மருத்துவர் இந்த முறையும் அதைதான் செய்யப்போகிறார். ரிப்போர்டுகளை ஆழ்ந்து வாசிப்பது போன்றிருந்தது அவர் முகம். அவரைப் பார்ப்பது அவருக்குத் தெரிந்திருக்கும். "மேலேறி படுங்க" என்றதும் பத்மா முகம் அஷ்டகோணலாகியது. திரும்பி வானதியைப் பார்த்து கண்களும் உதடும் கெஞ்சலாக ஏதோ சொன்னாள். வானதி குனிந்து "என்னம்மா சொல்ற" என்றாள். அவர் "கைவெச்சு பார்க்குறது வயத்தெல்லாம் ஒரு வாரம் வலிக்குது" என்றாள்.

"அதுக்காகப் பார்க்காம இருக்க முடியுமா?" கண்களைச் சந்தித்த வேகத்தில் திரும்பிக்கொண்டாள் வானதி.

மேலேறி படுத்ததும் உலகம் தன்னுள் மையம் கொண்டது போல உணர்ந்தாள். யாரோ தன்னை அழைப்பதுபோல திடுக்கிட்டாள். அது அம்மாவின் குரல்போல இருந்தது, அம்மாவின் பெயர் என்ன குமுதவள்ளி. பெயருக்குத் தகுந்தாற் போல உருண்டையான முகம். எப்போது சிரித்தபடி இருப்பாள். அவள் இறக்கும்போது பத்மாவிற்குப் பத்துவயது. சித்தி வரும்வரை அவள் முகம் எப்போது கனவில் வந்துகொண்டிருந்தது.

மற்றொரு பெயர் வாழ்வில் இருக்கிறது. எப்போதும் சூரிய ஒளியில் வருவதுபோன்ற கண்களைச் சுருக்கும் கண்களைக் கொண்டவன். மிக நெருக்கமாக அறிந்த ஆண் மகன். பக்கத்தில் நிற்கும்போது பத்மாவின் கண்களை நேராக நோக்காத கூச்சம்கொள்ளும் உதட்டசைவுகளை வெளிப்படுத்துபவன். அவன் சுப்ரமணியன். எத்தனை அழகிய முகம் அவனுக்கு. அவனை மீண்டும் எப்போது காணப்போகிறேன். எழுந்து பீறிடும் நீருற்று போன்ற உற்சாகம் கொண்டவன். சொற்களால் விவரிக்க முடியாத அகஅழகைக் கொண்டவன். ஏன் அவனைக் கைவிட்டேன். இன்னும் இறுக்கமாக அவன் கைகளைப் பிடித்திருக்க வேண்டும். ரேஷ்மியின் மீதான கோபம் தேவை யற்றது என தோன்றுகிறது. தேவையற்றக் குழப்பம் உண்டாகி விட்டது. இன்னும் சற்று இந்த உடலையும் உயிரையும் அவனிடம் ஒப்படைத்திருக்கலாம். உலகத்து நியதிகளில் ஒன்றை கைவிட்டது தவறு என்று எண்ணினாள். "சுப்பு என்னையப் பார்க்க எப்ப வருவ"

மருத்துவர் எழுப்பும்போது தான் தூங்கிவிட்டதை அறிந்து திடுக்கிட்டு கண்களைத் திறந்தாள் பத்மா.

3

இருண்ட குகையின் மேல்கூரையில் வெளிச்சம் அடியாழத்து நீர்போல தெரிந்தது. ஒவ்வொரு சமயமும் அதைக் கண்டு சற்று ஆறுதல் கொள்கிறாள். மனஆழத்தில் தோன்றும் அசைவு களை ஒத்திருப்பதை அவள் சமயங்களில் உணர்ந்திருக்கிறாள். கனவுகளில் குழந்தையைக் கைப்பிடித்து அழைத்துச் செல்வது போலிருக்கும். அங்கு நிற்கும் சமயங்களில் எவ்வளவு தூரம் வந்திருக்கிறோம் என்பதை அவள் பாதங்களின் தப்படிகளை உள்முகமாகக் கணக்கிட்டு வைத்திருப்பதை அறிந்திருக்கிறாள். அந்த நாட்களில்தான் அவன் முகம் குடத்தின் மேல்பகுதி யின் பரந்த வாய்போன்றிருக்கிறது. தலையைச் சிலுப்பி முகத்தில் விழும் கற்றை முடிகளை வலப்பக்கத்தில் தள்ளிவிடும் அழகை ரசித்தாள்.

மிக இளம்பருவத்து நினைவு அது. அதில் அவள் மட்டுமே குடியிருக்கும் சிறுஅறைகள் பல கொண்ட வீடு. ஒவ்வொரு அறையும் மற்றொரு அறையின் தொடக்கமாகக் கதவுகளற்ற நிலப்படி. பன்னிரண்டு வயதிருக்கும் அல்லது அதனினும் குறைந்த வயதுதான் இருக்கும். சிறிய பூக்கள் பலவண்ணங்களில் நிறைந்த பாவாடையை அணிந்திருந்தாள். மேலிருக்கும் சட்டை வயிறு வரைதான் இருந்தது. அவளும் சரோஜாவும் சேர்ந்து தட்டாமலை சுற்றுவார்கள். தனியே சிலவேளைகளில் குடை சுற்றி அமரும்போது பெரிய பூவில் அமர்ந்த சரஸ்வதி நினைவிற்கு வரும்.

சரோஜா ஒருநாள் வீட்டில் அமர்ந்து விட்டாள். பிடிக்காத வீடு பிடித்துவிட்டதுபோல அவள் வீட்டிலிருந்து வெளியே வருவதில்லை. "ஏம்மா சரோஜா வர மாட்றா" என்று அம்மா விடம் கேட்டபோது, சலித்துக்கொண்டாள். "அவ பெரிய மனுஷியாயிட்டான்னு சொல்றேன்ல"

என்றாள். மிகச்சிறிய உருவங்கொண்ட குண்டுப்பெண் எப்படி பெரியவளாக ஒரேநாளில் ஆனாள் என அதிசயித்தாள். அம்மா அளவிற்குப் பெரியவளாகிவிட்டிருப்பாள் என நினைத்தாள்.

ஓடிவந்து முற்றத்து முனை உத்திரத்தை எகிறிப் பிடித்தாள். கால்கள் அந்தரத்தில் ஆடி இடவலமாக ஊஞ்சலில் வேகத்தில் ஆட்டினாள். இரண்டுக்கு இரண்டு அடி கொண்ட தூண் அகலம் கொண்ட உத்திரத்தை அவள் பிடித்திருந்தாள். மேல்பகுதி தூசியாக இருந்தது அந்த இடத்தில் பல்பொடி, மூக்கு டப்பி, சுண்ணாம்பு டப்பி, பாக்கு டப்பா, பாக்கு வெட்டி என்று பலதும் இருக்கும். எதுவும் அவள் கைகளுக்கு எட்டக் கூடாது என்று தள்ளியே வைக்கப்பட்டிருந்தது. மூன்று அண்ணன்கள் மட்டும் அவர்களின் உயரம் காரணமாக எளிதாக எடுக்க அனுமதிக்கப்பட்டிருந்தார்கள். அவள் தொட நினைக்கும் போதெல்லாம் அப்பா சத்தமிட்டார். “பொம்பள பிள்ளை அதெல்லாம் தொடக் கூடாது.”

சில நாட்களாகத் தூண் அவள் கைகளுக்கு எட்டுகிறது. ஆனால் என்ன இருக்கிறதென எடுத்துப் பார்க்க பயம். ஊஞ்சல்போல ஆடிக்கொண்டிருந்தாள். சிலவேளைகளில் ஆடி தொம்மென்று முற்றத்தில் குதித்தாள்.

“ஏண்டி குதிக்குற, பொட்டபுள்ள செய்யிற வேலையாடி இது” என்று சத்தமிட்டபடி வந்தாள் அம்மா. பத்மா பயந்து நடித்து ஓடி வாசலில்போய் நின்றாள். அவள் கைகளில் இருந்த அழுக்கைத் தன் பாவாடையில் துடைத்துக்கொண்டு, கீழுதட்டை மடித்து நாக்கால் ஒலியெழுப்பி அம்மாவிற்குப் பழிப்புக் காட்டினாள். “எரும எரும” என்று திட்டுவிட்டு உள்ளே சென்றுவிட்டாள் குமுதவள்ளி.

வெளியே நின்று குதித்துக்கொண்டிருந்தாள். அவள் பாவாடை அந்தக் குதியலுக்கு தகுந்து மேலும் கீழும் ஆடியது. சிவப்புப் பூப்போட்ட பச்சையும் மஞ்சளும் வண்ணங்கள் கொண்ட பாவாடை குதிக்க குதிக்க முட்டியில் நீரின் தளும்பல்கள்போல ஆடிக்கொண்டிருப்பதைக் கண்டு மேலும் குதித்தாள். சாக்கடையில் கால்வைக்காமல் தாண்டி திண்ணையில் கையை ஊன்றி அழகாக ஏறி அமர்ந்தாள். கால்கள் ஆடிக்கொண்டிருந்தன. மூச்சிறைத்தது. வேர்வை துளிகள் கன்னங்களில் வழிய தூரத்தில் செல்லும் கனகத்தைக் கத்தி அழைக்க நினைத்தாள். அழைக்கவில்லை.

அம்மாவிற்குத் தெரியாத ரகசிய சொல் ஒன்று தனக்குத் தெரியுமென்று நினைத்தாள். அந்தரங்கமான சொல். அச்சொல் தனக்கு மிகவும் பிடித்துப்போனதை நினைக்க மகிழ்வாக

இருந்தது. அம்மாவிடமும் தோழிகளிடமும் மறைத்து வைப்பதில் இருக்கும் ஆனந்தம் கண்களில் வழிவதாகத் தோன்றியது. நினைக்கும் தோறும் கண்கள் பெரிதாகி ஆச்சரியம் கொண்டது. சொல்லாத விவாதிக்காத வார்த்தைகளின் அர்த்தம் பன்மடங்குப் பெருகி விஸ்வரூபம் கொள்கிறது.

கால்களின் ஓட்டத்தைத் தடைசெய்ய முடியவில்லை அவளால். ஓடி ஓடி களைத்து மீளும்போதெல்லாம் அவள் அறிந்தது தன் ஆழ்மனதின் ஏக்கங்களைத்தான். காற்று புகுந்து பெருத்த ஈரமான சட்டையில் அவள் உடலின் தகிப்பை உணர்ந்தாள். சரோஜா வீட்டிற்கு ஓடினாள். உயர்ந்த படிகள், குறுகிய நிலைப்படியில் நுழைந்தபோது தன் மனதின் ஓரத்து ஆசையில் ஒன்று துளிவிட்டதாக நினைத்தாள். அந்நிலைப்படி செதுக்களில் உள்முகமாகக் குறுகியபடி செல்லும் சிறுசிறு படிகளின் அழகில் லயத்து நின்றாள். பழுப்பில் பளபளத்த நிலைப்படியில் இருந்த படி செதுக்கல்களை விரல் வைத்து எண்ணத் தொடங்கினாள்.

பழைய காலத்து நிலைப்படி என்று அதனை எண்ணினாள். எட்டுச் செதுக்கல்கள் வந்தன. எட்டும் வேறுவேறு வடிவங்கள். மேலே அரைவட்டத்தில் பூக்களின் விரிவைப் போன்று செதுக்கப்பட்ட அழகிய பெரிய தாமரை. தாமரையின் நடுவே சிறு பறவை அல்லது பெரிய வண்டு. அதன் அர்த்தங்கள் அவள் மனதில் வேறு மாதிரி தோன்றியது. பூவைச் சுற்றி கொடிகள் ஒரே தாளகதியில் சுற்றி வந்திருந்தன. எட்டாத உயரத்தில் இருந்த அதன் மேடுபள்ளங்களைத் தொட்டுணர கைகளை உயர்த்தினாள். "ஏ பத்மா என்னடி பண்ற வாடி இங்க" என்று அதட்டல் குரல் கேட்க கைகளைக் கீழே விட்டுப் பாவாடையைத் தூக்கிப் பிடித்துக்கொண்டு உள்ளே ஓடினாள். சரோஜாவின் அம்மா கையில் பெரிய பாத்திரத்துடன் சொறுகிய சேலையுமாக இருந்தாள்.

"உங்கம்மா என்னடி பண்றா, மாசமா இருக்காளா", மற்றவர்கள் குழந்தைகளிடம் கேட்க தயக்கம் காட்டும் முகம் கொண்டவர்கள் போலல்லாமல் சரோஜாவின் அம்மா நேரடியாகக் கேட்டாள். "ஆ, தெரியலையே" என்று கைகளை விரித்தாள். "போடி" என்று உள்ளே நடையைக் கட்டினாள். நடுவில் இருந்த முற்றம் அதிக வெளிச்சத்தை உமிழ்ந்தும் சுற்றிலும் உள்திண்ணைகள் சற்று இருண்டிருந்தன. வலது உள்திண்ணையில் நடக்கத் தொடங்க, அவள் பின்னாலேயே அழகிய சதுர வட்டத்திற்குள்ளிருக்கும் முக்கோண டைல்ஸ்கள் பதிக்கப்பட வழுக்கும் நடையில் கால்களைத் தேய்த்துக் கொண்டே அவள் பின்னால் ஓடி "சரோஜா எங்க இருக்கா"

என்று ஆர்வத்துடன் கேட்டாள். "ஆமாம் அவ இருக்கா, அதோ அந்த மேலாண்ட ரூமுகிட்ட இருக்கா பாரு" என்றாள்.

மேல்முனையின் உள்திண்ணையில் ஒரு புள்ளியாகத் தெரிந்தாள். அழகிய வெள்ளைப் பற்கள் தெரிய அவள் பத்மாவைப் பார்த்துச் சிரித்துக்கொண்டிருந்தாள். நேராக ஓடி திரும்பி கொலுசின் அதிர்வுகளோடு அவள் அருகில் போய் நின்றாள். ஆர்வமும் களிப்புமாக அவளைக் கூர்ந்து கவனித்தாள். பின்னப்பட்ட பச்சைத் தென்னை ஓலைகள் சுற்றியிருக்க, ஒரு குவளையில் தண்ணீரும் ஒரு குவளையில் கஞ்சியும் இருக்க, கோடாக அவள் முன் உலக்கையும் இருந்தது. உற்று நோக்குதலால் மெல்ல தலைகுனிந்துக்கொண்டாள் சரோஜா.

"ஏ... ஏம்புள்ள விளையாட வர மாட்டேங்குற" என்றாள்.

நடுவாகெடுத்த முடியை ஒத்தை ஜடையாகப் பின்னியிருந்தாள். நெற்றியின் நடுவில் அழகிய குங்கும உருண்டை. உப்பிய கன்னங்களில் மொழுமொழுப்பு. கண்களில் தாழ தன்னை நோக்கும் அழகு என்று பார்க்கப் பாந்தமாக இருந்தாள் சரோஜா.

"நா பெரிய மனுசி ஆயிட்டேன்ல அதாம் விளையாட கூடாதாம்"

அழகிய கண்களை அவள் கவனித்துக்கொண்டிருந்தாள். சின்ன இடைவெளியிலும் அவள் கண்கள் அலைபாய்வது விளையாட்டின் ஒரு பகுதியாகத் தோன்றியது. அவளுடன் சேர்ந்து தானும் அந்த ஆட்டதை ஆட வேண்டும் என நினைத்தாள். வீட்டிற்குச் சென்று கண்களுக்கு மையும், உதட்டு சாந்தும், காதுகளுக்கு முத்து தோடும், கைகளுக்கு மூன்று மூன்று முத்து வளையல்களும் குலுங்கி எழுப்பு ஓசைக்குக் கொலுசும் அணிந்து வெளிவர வேண்டும். அழகிய பச்சை, மஞ்சள் பூப்பட்டைப் போட்ட பெரிய பாவடையும் அணிந்து தட்டாமலை சுற்ற வேண்டும். அப்போது சரோஜா தன்னிடம் வந்து ரகசியமாக "யே புள்ள, எனக்கும் ஒரு நா கொடு புள்ள" என்று கேட்பாள்.

ஒற்றைச்சொல் ஒன்று அவள் காதில் ஒலித்துக்கொண்டிருந்தது. கூ என்று அழைப்பைப் போல ஒலிக்கும் குயிலின் ஓசை எங்கோ தூரத்தில் கேட்டது. திரும்பி உள்திண்ணையில் ஓடி, கீழே விளக்கிக் கவிழ்ந்து வைத்திருந்த பாத்திரங்களைத் தாண்டி, எட்டு உள்மடிப்புகளைக் கொண்ட கதவைத் தாண்டி வெளித்திண்ணையில் அமர்ந்திருந்த பாட்டியின் காதில் ஓவென்று கத்திவிட்டுத் தெருவில் இறங்கி ஓடினாள்.

தெருக்கள் சமநிலையை அடைந்திருந்தன. ஒவ்வொரு சதுரமாக எடுத்து அமைக்கப்பட்டிப்பது போன்றிருந்தன வீடுகள். வீடுகளின் திண்ணைத் தூண்கள் வீட்டின் அகலத்தைப் பொருத்து அதன் கனம் கூடி குறைந்திருந்தது. குண்டு தாத்தாவிற்கு எத்துப்பல்லு பாட்டி முதுகில் எண்ணெய் தேய்த்துவிட்டுக் கொண்டிருந்தாள். அவரது கருத்த உடம்பை எண்ணெய் மினுமினுப்புக் கூட்டியிருந்தது. அந்தப் பாட்டி "ஏ குட்டி வாடி இங்க" என்றாள். தெருவில் குதித்தோடிய அவளுக்கு உடலை நிறுத்த முடியவில்லை. "என்ன" என்று சத்தமாகக் கேட்டுக்கொண்டே ஓடினாள். "இங்க வாடி" என்ற பாட்டியின் குரலுக்கு அவள் திரும்பவில்லை.

தெருமுனையில் கிட்டிப்புள்ளு விளையாடும் சிறுவர்கள் குழுமியிருந்தார்கள். இடைவெளியில் அவர்கள் நின்றிருந்தார்கள். நடுவில் ஒருவன் குந்திய கால்களுக்கிடையில் ஏதோ செய்வதுபோல அமர்ந்திருந்தான். அவன் தன்னை மறைத்து எதிராளிகளை ஏமாற்றுகிறான் என ஊகித்தாள். சட்டென எழுந்து கிந்த கால்களுக்கிடையே இருந்து பறந்தது பிள்ளு. அதன் வேகம் கண்ணிமைப்பின் வேகம். யாரும் எதிர்பாராததுபோல் இடப்பக்கமாகச் சென்றது. தூரத்தில் ஒருவன் இருகைகளில் நுழைத்த கழற்றிய தன் சட்டையில் பாய்ந்து சரியாகப் பிடித்தான். மடியில் அழுத்திப்பிடித்த சட்டையிலிருந்து கையை எடுத்துப் பிள்ளைத் தூக்கிக் காட்டினான். ஆரவாரம் தெரு முழுவதும் கேட்டது. துள்ளல்கள், வெடிசிரிப்புகள் என பொழிந்தது. கிந்தியவன் "டே அடுத்தமுற உங்கள வெச்சுகிறன் டா" என்றான்.

முத்துராசு கிட்டியை எடுத்துக்கொண்டு அடுத்த விளையாட்டை ஆட வர, பத்மா "ஏ நா ஆடுறேன் என்கூட விளையாட தயாரா" என்றாள். "ஏ எங்க பக்கம் ஒராளு குறையுது, பத்மாவ சேத்துகிறோம். இந்தா புள்ள நீ ஆடுபாப்போம்". முதலில் ஆடிய இருவர் சொற்ப எண்களில் தோற்றுவிட்டதால், சின்ன மாறுதலுக்காக அவளைச் சேர்த்துக்கொள்ள ஒப்புக்கொண்டான் முத்துராசு.

ஒரு பொட்டபுள்ள விளையாடுவது எதிரணியினருக்கும் கிளுகிளுப்பாக இருந்தது. அவளது நீளப்பாவடையை மறைத்து அமர்ந்து சட்டென கிந்தினாள். பிள்ளு வேறுபக்கம் போனது. கிட்டியைக் கீழே வைத்துவிட்டு மணலை அள்ளி மேலே தெளித்துப் பிள்ளால் அடித்துவிடக் கூடாது என மந்திரித்தாள். ஒருவன் தூக்கிவீச சம்மர் செட் அடிப்பதுபோல டைவ் அடித்து வந்த பிள்ளு சரியாகக் கிட்டியைத் தொடாமல் தாண்டிச் சென்றது. முத்துராசு செட்டிற்கு ஒரே மகிழ்ச்சி. "ஆடு புள்ள

ஆடு புள்ள" என்றார்கள். உற்சாகமாகப் பிள்ளை உள்ளகையில் பிடித்துத் தூக்கிவிட்டுக் கிட்டியால் பலங்கொண்ட மட்டும் அடித்தாள். மீண்டும் பறந்தது பிள்ளு. பறந்து வரும் பிள்ளைத் திருப்பி அடித்தாள்.

உற்சாகம் கரைமீற குதித்தார்கள் முத்துராசு டீம் ஆட்கள். தட்டித் தூக்கிவிட்டுத் திரும்பி அடிக்கப் பறந்தது பிள்ளு. கனகராசு டீமால் பிடிக்க முடியாமல் பிள்ளுபின்னாலேயே ஓடினார்கள். இம்முறை கிட்டியால் இருமுறை அந்தரத்தில் தட்டி நிறுத்தி ஓங்கி அடித்தாள். நின்றிருந்த கனகராசு டீம் ஆட்களின் தலைக்கு மேலே பறந்து வடிவாய்க்கால்வரை போய் விழுந்தது.

"போதும்புள்ள, இதுக்கு மேலயா இந்தத் தோத்தாங்குளி பயலுவோ அடிப்பானுக, இங்கேந்தே கணக்கு வைக்கிறோம்டா" என்றான் முத்துராசு. கிட்டிக்கும் பிள்ளுக்குக் கணக்கு சொல்ல ஆரம்பிக்க, மூச்சு இறைத்தபடி நின்றிருந்தாள் பத்மா.

"ஏ பத்மா, இங்க வா" என்று கணக்குப்பிள்ளை மகள் வந்து அழைத்தாள்.

ஈரமான வாய்க்கால் நடையில் கால்கள் அமுங்க ஓடி கிட்டவந்து "என்னா" என்றாள். "உங்கம்மா மயக்கம் போட்டு விழுந்துட்டாங்கடி" என்றாள்.

4

“இந்தக் குப்புராம் பாகவதர் சீக்கிரம் வர கூடாதா, ஏன் இவ்வளவு தாமசம் பண்ணாரு, அவருக்குச் சொல்ல யாராவது போனீங்களா இல்லையா” என்றாள் லக்ஷ்மி பாட்டி.

“இருங்க இருங்க, இதோ வந்துடுவாரு, அவருக்கு வேல இருக்கும் இல்லையா? எப்படியும் அவருக்குச் சேதி போயிடும் வந்துடுவாரு” என்றார்கள்.

அம்மாவை அருகில் சென்று பார்த்தாள் பத்மா. பெரிய இடையும் உயர்ந்த மார்புமாக கல்சிற்பம் போலிருந்தாள். அவள் கண்களைத் திறந்து “ஏய் எங்கடி போன” என கேட்பாள் என நினைத்தாள். “ஏ புள்ள பத்து, இந்தப் பக்கம் வாடி அம்மா மயக்கமா கிடக்கால்ல”. அவளது ரத்தப்போக்கை நிறுத்த என்ன செய்ய முடியுமோ அதை செய்துவிட்டாள் லக்ஷ்மி பாட்டி.

வேகமாக வந்து சேர்ந்தார் குப்புராம். எழுபதுக்கு மேலிருக்கும் வயது, உடல் நடுக்கமற்று வேகமாக நடந்துவந்தார். அவசரமாக குமுத வள்ளியின் கையைப் பிடித்துப் பார்த்தார். ஆழ்ந்து யோசிப்பது போலிருக்கும் கண்களுக்குப்பின் “எத்தன மாசம்” என்றார் “மூனு நாளு மாச மிருக்கும்” என்றாள்.

கண்களைச் சோதித்துவிட்டு, “முத்துபிள்ளை கர்ப்பம்மா, இத என்ன பண்றது, ஏற்கெனவே ஒரு முறை வந்திருக்கு, எதாவது ஆஸ்பத்திரியில சேர்க்கலாம், கொஞ்ச நாள் ஒய்வுல இருந்தா சரியாயிடும்” என்று சொல்லி சில சூரணங்களைச் சொல்லிவிட்டுச் சென்றார்.

அம்மா நாலு மணிநேரம் கழித்துக் கண் திறக்கும்வரை பத்மாவிற்குச் சாப்பிட எதுவும்

கிடைக்கவில்லை. லக்ஷ்மி பாட்டி கஷாயம் ஒரு டம்ளர் கொடுத்தாள்.

குமுதவள்ளி கண் திறந்தபோது சுற்றி அமர்ந்திருந்த வர்களைப் பார்த்து முகம் சுளித்தாள். தன்மீது குவியும் கவனம் அவளைச் சங்கடத்திற்குள்ளாகியது. லக்ஷ்மி பாட்டியோடு பாமா சித்தி, சுதா பாட்டி, பெரிய கீதா மாமி என்று அம்மாவையே சூழ்ந்து நின்றுகொண்டிருக்கும் மக்களுக்கிடையே பத்மா இருந்தாள். அவர்கள் விரும்புவது தன் மரணத்தைத் தான் என ஏனோ யோசித்தாள். சிரிப்பும் அழுகையும் கலந்த கதையாடல்கள். ஒவ்வொருவருக்கும் ஒரு கதை இருந்தது. தன் கர்ப்ப அனுபவத்தைப் பற்றி, தனக்குத் தெரிந்த மற்றொருவரைப் பற்றி.

கால்களைக் கீழே முற்றத்தில் வைத்து அமர்ந்தாள். முற்றத்து உத்திரத்தைப் பிடித்து நின்ற அவள் கணவன் ராஜாராம் என்ன “குமுதா இப்ப தேவலாமா” என்றார். வேட்கை கொண்ட மிருகத்தின் முகம் போன்றிருந்து அவளது முகம். ஏனோ அவர் மேல் கோபமாக வந்தது. லேசாகத் தூக்கித் தலையசைத்தாள். ஒரு சொல்கூடப் பேசாத அவளை, லக்ஷ்மி பாட்டி கையைப் பிடித்துக் கொல்லைக்கு அழைத்துச்சென்றாள்.

மறுவீடுவரும் புதுப்பெண்போல மெல்ல நடந்துச் சென்றாள் குமுதவள்ளி. எழுந்து நின்றதும், நடப்பதும் அவளுக்கே ஆச்சரியமாக இருந்தது. கிணற்றடியில் அவள் நின்றபோது எதிர்சாரியில் இருந்து அடித்த காற்றை அவள் நாசி உணரும் சமயத்தில் ஒன்றைக் கண்டாள், அது தன் உடலில் குருதி வாசனை கலந்திருப்பதை. குருதியின் வாசனை அதிகரிக்க தலை பலமாகச் சுழல்வதாக உணர்ந்தாள். காட்சிகள் வேகமாக மாறி, தன் கால்களை யாரோ பிடித்து இழுப்பது போன்று தடுமாறி கீழே விழும் உடலைக் கைகளால் தரையில் தடுத்து நிறுத்த அடிவயிற்று சுழலால் தூக்கி வீசப்பட்டாள். அவள் அலறலை அவளே கேட்க முடியவில்லை. துணி துவைக்கும் கல் தலையில் முட்ட சிதறி விழுந்தாள்.

தலையைப் பிடித்துப் பார்த்தாள் இடதுபக்கம் லேசாக வீங்கியிருந்தது. விரலை மேல்பக்கம் வைத்தாலே விண்ணென வலித்தது. காலையில் குளிக்க வந்தபோது உதிரம் பிரிந்தது நினைவிற்கு வந்தது. மாலையானபோதுதான் நினைவிற்கு வந்தது. மஞ்சள் வேப்பிலை கலந்த சூடுநீரை அவள் தலையில் ஊற்றினாள் லக்ஷ்மி பாட்டி. சட்டென வேறுலகைப் பார்த்து விட்ட பரவசம். உடலெல்லாம் தகிக்கும் வெப்பத்தை சுடுநீர் எப்படி சமன் செய்கிறது என யோசித்தாள்.

முதல் பெண் பத்மாவதியும் இரண்டாம் பெண் பத்மினியும் இரண்டாண்டு இடைவெளியில் பிறந்தவர்கள். முதல் பெண் பதிமூன்று வயதாகும்போது அவளுக்கு இருந்த பிரச்சினை தெரிந்தது. தலைகுளிக்கும்போதெல்லாம் இருமி வீட்டை இரண்டாக்கும் அவளுக்குக் காசநோய். மெலிந்து இறகு நீக்கின பறவை போலாளாள். பதினைந்து வயது நிரம்புவதற்குள்ளேயே இருமியே இறந்தாள். அடுத்தாண்டே பத்மினி தேள் கடித்து இறந்தாள். கறுத்த தேள் கூரையிலிருந்து படுத்திருந்த அவள் காலடியில் விழுந்து அவளைக் கடித்துவைத்தது. வலியைப் பொறுக்க முடியாமல் உள்நாக்கு புழுபோல துடிக்க அவள் கதறியது இன்றும் நினைவில் இருக்கிறது. எத்தனை சமாதானங்களும் அவளுக்குப் போதவில்லை.

மூன்றாம் பெண் காமாட்சியும், நாலாவது பெண் வடிவும் அடுத்தடுத்து இறந்தார்கள். தண்ணீரில் வழுக்கும் சிறு பூப்போல அவள் நினைவுகளிலிருந்து ஓடிக்கொண்டிருந்தது. அதைத்தான் லக்ஷ்மி பாட்டி “பெண் பாவத்தாலயோ என்னவோ நாலு மரணத்தை என் கண்ணால் பாத்துவிட்டேன்” என கண்ணீர் உகந்தாள்.

“ஏன் பாட்டி, பத்மாவுக்கு ஏதாவது ஆயிடுமா, அப்படி யான நா உயிரோட இருக்க மாட்டேன். பாத்துக்க”

“எதாவது பேசிக்கிட்டு இருக்காதம்மா, அதெல்லாம் ஒண்ணும் ஆகாது. அப்படியெல்லாம் கடவுள் நம்மள கைவிட்டுட மாட்டாரு”

பின்மதிய வெய்யில் அவளை மேலும் களைப்படைய வைத்தது. கண்களை இமைக்கக் கூடாது எனும் வைராக்கியத் துடன் நேர் பார்வையில் தன் மனதை நிலைநிறுத்தினாள். பத்மாவென்று முதல் பெண்ணின் பெயரையே அவளுக்கு வைத்திருக்கிறாள். பிறந்தபோது எடையற்று மடிக்கப்பட்ட கருத்த நூல்கண்டு போன்றிருந்தாள். தொப்புள் கொடி அறுக்க இடந்தராமல் அவள் கால்கள் நீரில் துவளும் மீன்போல அலைந்தன. யானையின் துதிக்கை தொடுகைபோல குமுதாவின் வலதுகை நீண்டு சிசுவைத் தொட வந்தது. அதைச் செல்லமாகத் தட்டி “இருடி வரேன்” என்றாள் லட்சுமி பாட்டி. ரத்தகுழம்பில் நனைந்த சதைத் துணுக்காக இருந்தது சிசு. அதன் உதட்டில் சிவப்பாக ரத்தத் துளிகள் ஒட்டியிருக்க அதைக் கண்டு பரவசம் கொண்டாள் குமுதா. அந்த உதட்டில் தன் முலைக்காம்பைத் திணிக்க தன் அகம் துடித்ததை அறிந்தாள்.

குழந்தையைக் கழுவி எடுப்பதை அவள் அகம் பின் தொடர்ந்தபடி இருந்தது. ஒவ்வொரு குழந்தை பேற்றின்போதும்

அவள் அறிந்த ஒன்று. அவள் குழந்தையை யாரோ தூக்கி செல்வதாக நினைத்துத் திடுக்கிடுவது. இம்முறையும் அதுவே மனம் முழுதும் நிறைந்திருந்தது. லட்சுமி பாட்டி குழந்தையை அருகே கொண்டுவந்து கொடுத்ததும் அதைத் தூக்கி தன் முகத்தருகே வைத்துக் கனிந்த கண்களுடன் நோக்கினாள். அவளுக்குத் தன் இறந்த மூத்த குழந்தையின் பெயரையே வைக்க எண்ணினாள். பத்மா என்று சொன்னதுமே அவள் அகம் மலர்ந்து சிசுவின் வாசனையை நாசியில் உணர்ந்தாள்.

சிசு வளரும் தோறும் அவள் உளமும் வளர்ந்தபடி இருந்தது. அவள் அறிந்த உலகம் விரிந்து புரண்டு வேறு உலகை அடைந்தது. காடுகள் மலைகள் தோன்றியதும் காட்டாறு தோன்றியது. உள்ளத்தின் பெருக்கு அவள் அறிந்த மற்றொரு மனதைக் கொண்டிருந்தது. மகன்கள் அவள் உலகத்தை எந்த வகையில் தொடவில்லை. அவள் உள்ளத்தை, தான் வாழ்ந்த வாழ்வை மீண்டும் வாழவே பத்மா வந்தாள் என எண்ணினாள்.

பத்மா விரல்களின் நெளிப்பில் இருந்த உயிர்ப்பு அவள் உள்ளத்தின் ஆழ்மனதின் அடியாளத்து ஆடியைத் தொட்டது. அவ்வாடியின் கீறல்களில் பத்மாவின் விரல் ரேகைகள் இருந்தன. நடுஇரவில் திடுக்கிட்டு விழித்தவள் சிணுங்கும் சிசுவை அள்ளி உடலோடு அணைத்துக்கொண்டாள். உடலோடு இணையும் சிசுவைத் தன்னுடல் என எண்ணினாள். தன்னுடல் அறியா எதுவும் அவளுடலில் இல்லை என எண்ணினாள். உப்பிய அவள் கன்னங்களை அழுந்தி முத்தமிட்டாள். முத்தத்தால் சிசுவின் உடல் சிணுங்கியது. உதடுகளில் பாலொழுகக் கண்களைத் திறந்து நோக்கிவிட்டு முலைக்காம்பைத் தன் சிறுகையால் பிடித்து வாய்வைத்து உறிஞ்சியது.

குமுதாவின் உடல் சிலிர்த்தது. தன் உடல் பாகங்கள் எல்லாம் சிசுவின் விரல் தொடுகையால் பெருத்துவிட்டதாக எண்ணினாள். பெருத்த தன் உடலை வேறுஇடத்திற்குப் பெயர்க்க உள்ளம் துடிப்பது நினைத்துச் சிரித்தாள். கால்கள் அவள் முலையை அழுத்தும்போது தன் முலைகளைவிட மென்மையானது கால்கள் என உணர்ந்தாள். போதும் இனி தன்னுடல் கடைசியாக வெளித்தள்ளும் உயிர் இதுவே இருக்கட்டும் என எண்ணிக்கொண்டாள்.

இருட்டில் பத்மாவை மிக சிறிய சிசுவாகவும் பகலில் பெரிய பெண்ணாகவும் எண்ணினாள். காலையில் எழும்போது பெரிய பெண்ணாகிவிட்டதாக நினைத்து அவளை அனைத்து உச்சி முகர்ந்தாள். பாவாடை தடுக்க அவள் தவழும் அழகை நாள் முழுவதும் ரசித்தாள். நடையில் இருளில் அவள் ஓடிவரும்போது அவள் பாதங்கள் குடத்தின் அசைவு ஒலிபோல உணர்ந்தாள்.

பத்மா சிறுகைகளை விரித்துக் கண்களைப் பெரிதாக்கித் தன் உளமறிந்த பொருளை விவரிக்கையில் அது தன் மனம் அறியாது தன் ஆழ்மனம் மட்டுமே அறிந்தது என எண்ணினாள். அம்மா என்று அழைத்தபோது மேல்கூரையின் சட்டங்களில் அது எதிரொளித்தது. சட்டங்கள் தன் கைகளை விரித்து அவளை அணைக்க எண்ணியதாக நினைத்தாள். அள்ளி அணைத்துக் கொண்டாள். தன் நெஞ்சுக்கூட்டில் மிக நெருக்கமாக வைத்த போது எந்த எதிர்ப்புமின்று தன்னை ஒப்புக் கொடுத்ததாக நினைத்தாள். சிசுவின் கண்கள் ஒளி மங்கி மிகுந்த அதுரத்துடன் நோக்கியது அவளை.

இன்று கீழே விழும்போது முதலில் நினைத்தது பத்மாவைதான். கால்களைப் பிடித்துவிடாமல் சுற்றப்பட்டுப் பின் நினைவிற்கு வந்த முதல் கணமே அவள் நினைவில் பத்மாதான் இருந்தாள். பத்தூ என்று அழைத்தாள் அவள் குரல் பனி படர்ந்த மலை முகட்டில் பட்டு எதிரொலித்தது. அவள் தன்னையே அழைப்பது போன்றிருந்தது. தன் உள்ளத்தை யாரோ கீறுவதுபோல அது ரணமாக வலித்தது. பத்மா கண்டுக்கொள்ளாமல் புதை மணலில் கால்களைத் தூக்கி வைத்து நடந்துச் செல்கிறாள். தான் அழைப்பது அவள் காதுகளில் எட்டியும் திசை திரும்பாமல் செல்வது துணுக்குறச் செய்தது. திடீரென புதைகுழியில் அவள் கால்கள் மாட்ட நெஞ்சளவு புதைந்துவிட்டிருந்தாள். அலறி திரும்பி அம்மா வென அப்போதுதான் அழைத்தாள்.

தான் அழைத்தபோது திரும்பாதது குறித்துக் குறைபட நேரமில்லை இதுவென என்று அவசரமாக எழுந்து ஓடினாள். கால்களை இழுக்கும் கயிற்றைச் சபித்து உதறி முன்னேற தடுக்கி விழுந்தாள். அவள் மேல் தன் கைகளை வைத்து வெளியே எகிறி குதித்தாள் பத்மா. அவள் உதடுகள் துடிக்கப் பயத்தில் அலறி ஆவென அலறினாள். உள்நாக்கு அவள் கண்களுக்குத் தெரிந்தது. லேசாகச் சிரித்து, “சீ கழுத அந்தப் பக்கம் போடி” என்று அடிக்கக் கைத் தூக்கினாள். ஆனால் அவள் கை வெளியே வரவில்லை.

தன்மேல் ஏறித்தாண்டி ஓடியதைக் கண்டாள். தூரத்தில் அவள் கண்கள் பதைப்புடன் நின்று தன்னை நோக்குகிறாள். தனக்குப் பிடித்தமான சிறிய சிவப்புப் பூக்கள் போட்ட பச்சைப் பாவாடையும் மேல் சட்டையும் அணிந்து நின்று பார்க்கிறாள். அவள் மெல்லிய உதடுகளை ஈரப்படுத்திக்கொண்டு அம்மா என்று அழைக்கிறாள். அவள் கண்கள் மணலில் மூழ்கிய பின் இருள் சூழ்ந்தது.

❍ ❍ ❍

அம்மா இறந்துவிட்டதாக யாரோ கூறக்கேட்டு எழுந்தாள் பத்மா. இறப்பு என்பது என்ன என்று அவள் அறிந்திருக்கவில்லை. வேறு ஒரு இடத்திற்குச் சென்றுவிடுதல் என நினைத்தாள், திரும்பி வர முடியாது என்பது மட்டும் அவளுக்குச் சற்று நினைக்கக் கடினமாக இருந்தது. அம்மா ஏன் திடீரென சென்றுவிட்டாள். வெளியூருக்குப் பெட்டிப்படுக்கையை எடுத்துச் செல்லும் அப்பாபோல அவளும் சென்றிருப்பாளா? போயிட்டு வரேன் பத்துக்குட்டி என்று அப்பா சொன்னது போல சொல்லவில்லையே அம்மா.

அம்மாவிற்கு எப்போதும் அவசரம், எதையாவது செய்ய வேண்டியது பின் ஓட வேண்டியது. மரங்களில் கூடுகளில் இருக்கும் பறவைபோல அமைதியாக ஒரு திசையைப் பார்த்து எவ்வளவு அழகாக அமர்ந்திருப்பாள். கூப்பிட்டதும் திரும்பி சிரிப்பாளே! இனி திரும்பி வர மாட்டாள் என்றால், சின்னக் குழந்தையாக இருக்கும்போது செத்துபோன அக்கா மாதிரி அவளும் திரும்பி வர மாட்டாளா. கண்களைக் கசக்கிக்கொண்டு வந்து முற்றத்தில் இருக்கும் அம்மாவைப் பார்த்தாள். மாலை அணிந்து முகத்தில் மஞ்சள் பூசி குங்குமம் இட்டுப் படுத்திருந்தாள் அம்மா.

கே.ஜே. அசோக்குமார்

5

இரு பக்கம் கண்ணாடி தடுப்புளுள்ள அறைகளின் வரிசையில் அலுவலக நடை நீண்டிருந்தது. தரை அழகாக மெழுகிட்ட பளபளப்பில் நடப்பவர்களின் நிழல்கள் கருமை யில்லாமல் அவர்களின் நிறத்திலேயே இருந்தது. சுப்ரமணியன் அமர்ந்திருந்த இடத்திலிருந்து வாசலைப் பார்க்க முடியும். வாசலுக்கு நேரே இருந்த நாற்காலியில் அமர்ந்திருந்தான். ஒவ்வொரு சமயமும் கதவு திறக்கும்போது மனம் அதிர்ச்சியிலோ களிப்பிலோ ஏதோ ஒன்றில் துடிப்புடன் அதைக் கவனித்தது.

ஏதோ ஒரு கிளர்ச்சி மனதில் அசைந்துக் கொண்டிருந்தது. சொல்ல முடியாத காதலின் தருணம்போல, இனிமையில் நிறைந்திருந்தது. வாசனை மிகுந்த பூவை நுகருவதுபோல அலுவலகம் முழுவதும் நிரம்பியிருந்தது நறுமணம். அவன் அணிந்திருந்த பேண்ட், சட்டை, ஷூ போன்றவைப் பழைய மோஸ்தரில் இருப்பதாக அலுவலகத்திற்கு உள்ளே வந்தபின்தான் தோன்றியது. கால்களை உள்ளே இழுத்துக் கொண்டு ஒடுக்கமாக அமர்ந்திருந்தான். இருபது நபர்கள் இருக்கலாம். சரிசமமாகப் பெண்கள். அவர்களின் உடைகள் தெளிக்கப்பட்ட வண்ணங் களின் கலவையாகத் தெரிந்தது. ஒரே சமயத்தில் பெண்களை மிக அருகில் பார்ப்பது இப்போதுதான். அவர்களின் உதடு சுழிப்புகளில் தெரியும் அந்தரங்கப் புள்ளியில் லயத்திருந்தான். அந்த உதட்டுச் சுழிப்புகள் சற்று மேலோட்டமானவை என தோன்றியது.

பெண்கள் அதீதமான உடலசைவுகளால் தங்களை வெளிகாட்டிக்கொள்கிறார்கள். வேண்டு மென்றே கண்களில் ஒருவித பாவனையை உருவாக்க நினைக்கிறார்கள். அது தன்னை நோக்கித்தான் என்றும் அப்படி இல்லாமலும்

இருக்குமென தோன்றியது. வந்ததும் எழுத்துத் தேர்வு எழுதும் போது தோன்றாத பல விஷயங்கள் மனதில் அலைமோதிக் கொண்டிருந்தது. நீண்ட பெருமூச்சு ஒன்றை இழுத்து விடுவது தன் பதற்றத்தைக் குறிக்கிறது என நினைத்தான். அவன் அருகில் ஒரு நடுவயதுக்காரர் ஒருவர் அமர்ந்திருந்தார். அவன் திரும்பியபோது சிநேகமாகச் சிரித்தது சகமனிதர்களைக் கையாளும் அவரது அனுபவ அறிவைக் காட்டியது.

தன் வயதை மறைக்கும் நிதானமின்மை எதுவும் அவரிடமில்லை. “ரிட்டன் டெஸ்ட் நல்லா எழுதினீங்களா” என்றார். “ம், பரவாயில்லை” என்றான். கண்களை உறுத்தாத மரியாதையுடன் நடத்தியது அவரிடம் அணுக்கத்தை ஏற்படுத்தியது. சகவயதில் இருக்கும் ஆட்கள் செய்யும் முட்டாள்தனமான பாதுகாப்பு உணர்ச்சிகள் எதுவுமில்லை அவரிடம். அவன் அமைதியாக இருப்பதைக் கண்டு அவரே பேச ஆரம்பித்தார். “ரிட்டன் டெஸ்ட் நல்லா எழுதியிருந்தா உங்களுக்கு வேல கிடைச்ச மாதிரிதான், எப்ப முடிச்சிங்க” என்றார். அவர் படிப்பைப் பற்றி கேட்கிறார் என ஊகித்து “இந்த வருஷம்தான்” என்றான். “நா முடிச்சு இருபத்து ஐந்து வருஷம் ஆச்சு”, லேசாக அதிர்வுடன் திரும்பி அவர் வயதைக் கணக்கிட்டான். அவன் கணக்கிடுவது அவருக்குத் தெரிந்தவர்போல “ஒரு பிரைவேட்ல அக்கவுண்ட்ஸ் ஆபிசரா இருந்தேன். கொஞ்ச நாளுமுன்னாடிதான் அத மூடினாங்க, இடையில கொஞ்ச காலம் சும்மா இருந்துட்டுத் திரும்பி இங்க அப்ளை பண்ணியிருக்கேன்”. அவர் வேலை செய்ததற்கும் இந்த வேலைக்குச் சம்பந்தம் இல்லை என தெரிந்தது.

ஆனாலும் பேச்சின் சுவாரஸ்யம் கொண்டவர் என தெரிந்தது. எல்லாவற்றையும் மற்றவர்களுக்குக் கடத்தும் ஆசையும் கொண்டவர். பொதுவாக இம்மாதிரி மனிதர்கள் வீட்டில், அல்லது வேலை செய்யும் இடங்களில் பேச அனுமதி மறுக்கப்பட்டவர்களாக இருப்பார்கள் என முன்பு யோசித்திருக்கிறான்.

சின்னச் சின்ன பதில்களால்கூட அவர் மகிழ்ந்துவிட்டார் என்று தோன்றியது. எல்லாவற்றிற்கும் நீண்ட பதில்களை அளித்து அயர்ச்சியை உண்டாக்கினார். அவர் வயதில் நான் அப்படி ஆகிவிடக் கூடாது. எல்லோருக்கும் பொருள்படும் நல்வார்த்தைகளை மட்டுமே பேச வேண்டும். தேவையற்ற ஒரு வார்த்தையும் அதில் இருக்க கூடாது என்று யோசித்துக் கொண்டிருந்தான்.

வேறுவேறு அறைகளில் நேர்க்காணல்களுக்கு அழைக்கப் பட்டுக் கேள்விகளால் நனைக்கப்பட்டு வெளியே அனுப்பப்

பட்டான் சுப்ரமணியன். அதுவரை இருந்த குளிர்ச்சியின் நடுக்கம் வெளியே இருந்த வெயிலில் சட்டென காணாமல் போனது. நகரப் பேருந்து சினிமா காட்சிகளில் வருவதுபோல் பறந்தேதான் வந்தது. வண்டி மாறிமாறி அவன் அறைக்கு வந்தபோது வியர்வையில் தொப்பலாக நனைந்திருந்தான். குகையின் மற்றொரு வடிவம்போல அந்த அறை இருந்தது. மேன்சன் எனப்படும் சிறு அறைகள்கொண்ட இரண்டு மாடிக் கட்டிடம். சென்னையின் ஒரு பகுதியில் வளர்ந்துவிட்ட பேச்சுலர்களின் இடம். சென்னை வருவதற்கு முன்பே இந்தப் பகுதியைப் பற்றி அறிந்திருந்தான். காற்றுபுகாத அறைகளில் எப்படி இருக்கிறார்கள் என்று வெளியிலிருந்து பார்க்கும்போது மட்டும்தான் உணர முடியும். விஸ்தாரமான அறையிலிருக்கும் அமைதியும் நிதானமும் இம்மாதிரியான இந்த அறைகளில் இருப்பதில்லை. மூன்று நபர்களுக்குத் தேவையான ஒற்றைக் கட்டில்கள் மூன்று பக்கமும், வாசல் ஒரு பக்கமும் கொண்ட சிறிய அறை. படுக்க, அமர, மட்டுமே பயன்படும் அறை. இந்த அறைகள்தாம் பரபரப்பான வாழ்க்கைச் சூழலுக்கு ஏற்றதாக இருந்தது.

இரவு படுத்துத் தூங்கி மறுநாள் காலை எழுந்து குளித்துத் தயாராகி வெளியேறினால் அந்த அறை எதற்குப் பயன்படப் போகிறது. காலை ஆறிலிருந்து ஒன்பதுவரையும் மாலை ஏழிலிருந்து பத்துவரையும் பரபரப்பில் இருக்கும் மேன்சன்கள். சுப்ரமணியன் சில நேரங்களில் காலை ஒன்பதுமுதல் மேன்சனில் இருக்க வேண்டியிருக்கும் அடர்ந்த காட்டில் சில்வண்டுகளின் ஓசையோடு பதுங்கு குழியில் ஒளிந்திருப்பது போன்று உணர்ந்திருக்கிறான். மனது அந்நேரங்களில் பதைபதைக்கும் வேலையில்லாமல் சும்மா இருப்பது போன்ற கொடுமை ஆண் மகனுக்கு ஏற்படக் கூடாது. ஏதோ ஒரு வேலையைத் தேடிக் கொள்வது அப்படி தேடும் முயற்சியில் இருப்பது போன்றவை தான் உயிர்ப்புடன் வைத்திருக்கும். மாலையில் அவன் துறை சார்ந்த ஆட்களை அதே மேன்சனிலோ அல்லது வேறு மேன்சனிலோ சந்தித்துச் செய்திகளைக் கேட்டறிவது ஒரு கலை. சினிமா, மெடிக்கல், இன்சூரன்ஸ், ஐ.டி. போன்ற துறைகளைச் சேர்ந்த ஆட்கள் ஒரே இடத்தில் இருந்தார்கள். எல்லோரும் ஆரம்பநிலை ஆட்கள். கொஞ்சம் பணமும், வல்லுனராக ஆனபின் அவர்கள் இங்கே இருக்கப்போவதில்லை.

காலை ஏழு மணிக்கு மேன்சனுக்குக் கொண்டுவந்து கொடுக்கும் விலை குறைந்த சின்ன சைஸ் இட்லியைத் தின்று விட்டுக் கீழே இருந்த அஞ்சல் பெட்டியில் தன் பெயரில் ஒரு கடிதம் இருப்பதைக் கண்டு எடுத்துக்கொண்டு மேலே வந்தான்.

கடிதங்கள் தன் பெயரில் வருவதில் முன்பிருந்த பரவசம் இப்போதில்லை. வேலைக்கான நேர்முகத் தேர்வு எழுத்துத் தேர்விற்கான அழைப்பிலிருந்து வேலை கிடைத்துவிடும் என்று சொல்லிவிட முடியாது. பல நேரங்களில் இந்த அழைப்புகள் கூடக் கண்துடைப்புதானோ என தோன்றும். அன்று வந்திருந்தது ஒரு நேர்முகத் தேர்விற்கான அழைப்புதான். கடிதத்தை ஒரு பையில் போட்டுக் கட்டிலிற்கு அடியில் தள்ளினான்.

சுவர் அலமாரியில் வைத்திருந்த புத்தக அடுக்குகளிலிருந்து கொத்தாகப் புத்தகங்களை எடுத்து கட்டிலில் போட்டுக் கொண்டான். அவனுக்குத் தேவையானதை எடுத்து வாசித்துக் கொள்ள ஏதுவாக இருக்கும். அறை நண்பன் ஒருவன் "இந்தப் புத்தகங்கள் படிக்கிறதால உனக்கு என்ன ஆகும்" என்று கேட்ட கேள்வியை நினைத்துச் சிரித்துக்கொண்டான். ரமணர், ஜெ. கிருஷ்ணமூர்த்தி, அசோகமித்திரன், ஜெயகாந்தன், சுந்தர ராமசாமி, அலன் பீஸ், ஜார்ஜ் குர்ஜிப், பௌலோ கொய்லோ போன்றோரின் புத்தகங்கள் அதிகம் இருந்தன. கேட்டவனுக்கு அதிலிருக்கும் உள்ளடக்கம் பற்றி எதுவும் விளங்கப்போவ தில்லை.

அப்போதைய மனநிலையில் எதையும் வாசிக்கப் பிடிக்க வில்லை. கட்டிலில் படுத்து காற்றாடி சுற்றுவதைப் பார்த்துக் கொண்டிருந்தான். பொருளற்ற சிந்தனைகள், சிந்தனைகளில் தொடக்கமும் முடியும் இல்லாத சிந்தனைகள். பகல் கனவுகளைப் பற்றிய யோசனைகள்தாம். நல்ல வேலை, அழகிய உடை, பெரிய வீடு, அழகிய மனைவி. முடிவில்லாத யோசனைகள். பெண் என்றதும் அவள் உடல்தான் நினைவிற்கு வந்தது. லட்சிய பெண்ணிற்கான உடல் அமைப்புகள் அவளுக்கு இருக்கும், சற்று சரிந்த இடை, அழகிய கண்கள், உதட்டில் மாறாத அழைப்பு, வளவளப்பான முலைகள். சட்டென எழுந்தமர்ந்தான். சை என்று ஓசை எழுப்பித் தலையை உதறினான். பக்கத்தில் இருந்த கேன் தண்ணீரைப் பிடித்துப் பொறுமையாகக் குடித்தான்.

வெளியே வந்து நீளமான நடையில் நின்றான். இரு பக்கங்களில் இடைவெளிகளில் மூடிய பூட்டிட்ட வாய்களை கொண்ட மனித முகங்கள்போல வரிசையாக அறை கதவுகள். கடைசியில் கழிவறையும் குளியலறையும். ஏதோ பாட்டைப் பாடியபடி அங்கே ஒருவன் குளித்துக்கொண்டிருக்கிறான். அந்த ஓசை மெல்லிய ரேடியோவின் கரகரப்புபோல எங்கோ கேட்டது.

நடையில் இந்தப் பக்கம் இருந்த பொதுவான பால்கனியில் நின்று சாலையைப் பார்த்தான். மிகுந்த ஓசையோடு மனிதர்கள்

அங்குமிங்கும் சென்றுகொண்டிருந்தார்கள். மணல் ஜல்லி ஏற்றி வந்திருந்த சிறு லாரி ஒன்று திணறிக்கொண்டிருந்தது. யாரோ யாரையோ விளிப்பதும், திட்டுவதும் கேட்டது. பத்து மணிக்கான உலகம் தன்னை வேறுமாதிரியாக மாற்றிக்கொள்ளும். மனிதர்கள் கொஞ்சம் பரபரப்பின்றி இருப்பார்கள்.

கருப்புப் பை, சிவப்பு நிற கவுன், பெரிய ஹீல்ஸ் அணிந்த பெண் நடுவே நடந்துச் செல்ல எல்லா ஆண்களும் அவளையே கொஞ்சவும் வெட்கமின்றி கவனித்தார்கள். சட்டென முகத்தைத் திருப்பிக்கொண்டான். நல்ல வேலை கிடைக்கும்வரை பெண்ணை நினைக்கக் கூடாது என நினைத்தான். பெண் ஒரு போதை பொருள்தான், அவளைத் தன் நல்சிந்தனைகளைக் கெடுக்கும் பிசாசு, பேய் என்று யோசித்து வைத்திருக்கிறான். குறிப்பாக அவளது மார்பை நினைக்கக் கூடாது. நீரில் மிதக்கும் பொருள்போல அவைகள் அர்த்தமாகின்றன. சிறுததும்பல் களைக் காணும் சுகம் வேறு மாதிரியானது. அவற்றின் பொருன்மை பெண்களுக்கும் பிடித்திருக்கிறது.

அவன் மனம் சோம்பியிருந்தது. வெளியேற வேண்டும், இந்த மேன்சன் பகுதியிலிருந்து வெளியேற வேண்டும், இங்கே இருக்கும் ஒவ்வொரு நாளும் தன் நாட்களை வீணடிக்கும் நாட்கள்தாம். அப்பாவின் பணத்தில் இங்கே இருப்பது உடலை கூசச்செய்கிறது. நல்ல வேலையில் இருக்கும் சில மனிதர்களும் இங்கே இருக்கிறார்கள். அவர்களின் நோக்கங்கள் வேறு. பணம் சேமிக்க, அலுவலக அருகாமை என்று சில காரணங்கள் இருக்கும்.

உள்ளே ஓடி கட்டிலின் அடியில் பையில் இருந்த கடிதத்தைப் பிரித்துத் தேதியைப் பார்த்தான். நாளைக்குத் தான் நேர்முகத்தேர்வு, அந்த இடம் பக்கத்தில்தான். உள்ளே மீண்டும் வைத்துவிட்டுச், சட்டையையும் பேண்டையும் அணிந்துகொண்டான். கீழே பூமி இன்னும் சூடாக இருந்தது. செருப்புகளின் இடைவெளி மேல்பாதங்களை வெப்பம் தாக்கியது. நம் உடலின் நிழல் நம்மேலேயே படுவதால் சுடுவதில்லை. ஆனால் மேல் பாதங்கள் திறந்திருக்கின்றன. தலையைத் தொட்டுப்பார்த்தான். வெப்பத்தை வெளிப்படுத்தும் கொள்கலன் போல் இருந்தது. வேகமாக ஓடி வள்ளிக்குச் சென்றான். பதினோரு மணிக்கே திறந்துவிடுவான். கேட்கும் வரை சோறை அள்ளிவழங்குவான். சுமாராகத் தான் இருக்கும். ஆனால் கூட்டமின்றி பொறுமையாகச் சாப்பிட முடியும்.

வத்தக்குழம்பு, சாம்பார், மோர்க்குழம்பு, ரசம், மோர் என்று மாறுபட்ட வரிசையில்தான் தின்பான். உணவை

அள்ளி விழுங்க பொறுமையின்றி வேகமாகத் தின்றான். பெட்டியில் வரிசையாக ஒழுங்காக அடுக்கப்படும் உடைகள் போலில்லாமல் அள்ளி சொருகி அமுக்கியதுபோல உள்ளே இறங்கின உணவுகள். பேச்சுலர் வாழ்க்கையில் வேகமாகத் திங்க எல்லோரும் கற்றிருப்பார்கள். அடுத்த ஐந்து நிமிடங்களில் வேறு ஒருவர் அந்த இடத்தில் அமர காத்திருப்பார். சூடான உணவு அவன் வயிற்றை முழுமையாக நிறைந்திருந்தது. சூடான உணவு இருக்கும் பானை என்று வயிற்றைக் கற்பனைசெய்து கொண்டான். இந்த உணவுதான் மாலைவரை வயிற்றில் நிறைத்து மீண்டும் பசியெடுக்காமல் காக்க வேண்டும். கிண்ணத்தில் மோரை வாங்கிக் குடித்துவிட்டு வெளியேறினான்.

மேகங்கள் சூரியனை லேசாக மறைத்திருந்தன. நடக்க முடியவில்லை, சிறிது விந்தலுடன் நடந்தான். உணவு நெஞ்சு வரை வந்துவிட்டுத் திரும்பிச் சென்றது. ஏப்பம் வந்தது சற்று சமநிலை கொண்டான். இந்து பள்ளியின் பக்கத்துத் தெரு வழியாகப் புகுந்து அடுத்த பெரிய சாலைக்கு வந்தான். மனிதர்கள் ஓட்டமும் நடையுமாக எங்கோ சென்றுகொண்டிருந்தார்கள். அவர்களின் திசையும் நோக்கமும் யாருக்கும் விளங்கப் போவ தில்லை. ஏன் ஓடுகிறார்கள், யாருக்காக ஓடுகிறார்கள் என்று யாருக்கும் தெரியவில்லை.

கார்கள், பேருந்துகள், இரு சக்கர வாகனங்கள், புழுதியைக் கிளப்பியபடி சென்றன. ஒன்றை ஒன்று முந்தும் வேகமும் அவசரமும் இருந்தது. முன்னே செல்பவர் சற்று சுணங்கினால் போதும், பின்னே வருபவர் அந்த இடைவெளியைப் பயன் படுத்திக்கொள்வார். நகர பேருந்து நின்றதும் தானியங்கள் உதிர்வதுபோல பெருங்கூட்டம் அதிலிருந்து வெளியே வந்தது. மீண்டும் அதே அளவு மக்கள் கூட்டம் உள்ளே ஏறியது. உதிர்வது போல இறங்குவது எளிதுதான். ஏறும்போது அப்படி திணிக்க முடியவில்லை. பாவம் மனிதர்கள். அதற்குள் தலை தெரிந்த நடத்துனர் முகச்சுழிப்புடன் கத்தினார். நேரமாகும் அவசரம்போல இரு விசிலைக் கொடுத்தார். வண்டி ஒரு முறை குழுங்கிவிட்டு இரண்டடி முன்னே சென்றது. சிலர் தொத்திக் கொள்ள, சிலர் வெளியே விழ, வேகமெடுத்தது வண்டி.

வலப்பக்கம் திரும்பியதும் வெயிலின் தாக்கம் அதிகம் தெரிந்தது. கீழே பல பொருட்கள் கிடந்தன, கந்தல் துணிகள் எல்லா பக்கங்களிலும் விரவிக்கிடந்தன. பல நாள் மண்ணில் கிடந்து மட்கும் துணிகள். பிளாஸ்டிக் பொருட்கள், ஒற்றை செருப்புகள், பான் பராக் போன்ற போதை வஸ்துகளின் பிளாஸ்டிக் காகிதங்கள் காற்றில் சுற்றிக்கொண்டிருந்தன.

கொஞ்சம் தள்ளியதும் பழைய பாணி கட்டிடம் ஒன்று. அதன் வளைவளைவான பெரிய சுவற்றில் தூசிகள் தங்கி யிருப்பது துள்ளியமாகத் தெரிந்தன. பல்வேறு போஸ்டர்கள் ஒட்டி கிழிக்கப்பட்ட சுவடுகளுடன் இருக்கும் பெரிய சிலேட் போன்று இருந்த சுவற்றில் அன்றைய புதுப்படம் ஒட்டி யிருந்தார்கள். எப்போதோ என்றோ வெளியான மலையாளப் படம், நாயகியும் நாயகர்களும் அறிந்த முகமாக இருந்தார்கள். ஒரு பெண் மாராப்பு விலகிச் சற்று விரக்தியில் காமப் பார்வையில் நோக்கிக்கொண்டிருக்க, அவள் மாரை மறைத்துக் காட்சிகள், நேரம் போன்றவை கொண்ட சிறிய செவ்வக போஸ்டர் சாய்வாக அதன் மேல் ஒட்டப்பட்டிருந்தது.

ஒட்டியவரின் கலைத் திறனைப் பாராட்ட வேண்டும். இளம் மனங்களுக்கு அந்த மறைவு ஒரு கிளுகிளுப்பு அளிக்கும் அதன் பின்னாலிருக்கும் திரண்ட முலைகளை அவன் கற்பனை செய்ய முடியும். கற்பனை, இளைஞனைத் தான் இளைஞன் என்று உணர்த்துகிறது. பகற்கனவுகளில் இருக்கும் அந்தச் சுகம் பிரிதொன்றில் இல்லை. அதை அடையும்வரை அந்த இனிமை மனம் முழுவதும் நிறைந்திருக்கும் என்று அறிவான்.

அவசரமாக ஓடி 'சிறு விளக்கு எரிந்து' ஆரம்பித்துவிட்டது என்கிற சமிக்ஞை கொண்ட டிக்கெட் கவுண்டரில் உள்நுழைந்து நின்றிருந்த பத்துப் பேரில் ஒருவனாக ஐக்கியமானான். அவன் ஆழ்மனம் அறிந்திருந்த ஒன்று சரியான நேரத்தை எண்ணி மனமகிழ்ந்தான். அவன் சாப்பிட்ட வேகம், ஓடி வந்த வேகம் அனைத்தும் இதற்குதான் என்று அவன் மெல்ல தன் மனதைச் சமாதானப்படுத்தினான்.

சிகரெட், பீடி புகையின் நாற்றம் நாசி வழி உள்ளே சென்று தலையைத் தாக்கியது. மயங்கிவிடலாம் என்று தோன்றியது. கூடவே குமட்டலெடுக்கும் உறை சாராயத்தின் நாற்றமும் கஞ்சாவின் நாற்றமும் இருந்தது. மனிதர்கள் நேர்மாறான வர்களாகத் தெரிந்தார்கள். அவர்கள் எந்நேரமும் ஏதோ ஒரு கொலை சிந்தனையில் இருப்பது போன்ற முகங்களைப் பெற்றிருந்தார்கள். பக்கத்தில் நின்றிருந்த மனிதன் "எதாவது காசிருக்கா, ஒரு உறை ஏத்த குறையுது, இருக்காடா" என்றான். அதிர்ந்த சுப்ரமணியன், சுதாரித்து "போயா அங்கிட்டு" என்றான். முறைத்துவிட்டு அதே வேகத்தில் காதுகள்வரை வளரும் சிரிப்பு ஒன்றை உதிர்த்துவிட்டுத் திரும்பி நின்றுகொண்டான் அந்த மனிதன்.

டிக்கெட்டுகளைக் கொடுத்ததும் நீர் ஓடி மறைவதுபோல சடுதியில் கூட்டம் கரைந்தது. உள்ளே வெளிச்சமும் இருளும்

கலந்து உருட்டிய பெரிய மாவு உருண்டை போன்றிருந்தது கொட்டகைக் கூடம். தேடி அமர்ந்த சிறிது நேரத்தில் திரையில் தோன்றின வெளிச்ச பிம்பங்கள். அவற்றிற்கு ஒலிகள் வராமல் இங்குமங்கும் நடந்துகொண்டிருந்தார்கள். பல்வேறு தொண்டை கரகரப்பிற்குப் பிறகு ஒலி துல்லியம் பெற்று தெரிந்தது. எங்கோ விளக்கு ஒன்று அணைய திரையிலிருந்த சூரிய வெளிச்சங்களின் கீற்று மாறி தெளிவடைந்தது.

ஏதேதோ காட்சிகள் மாறி ஒரு உணவு மேஜையில் அமர்ந்து சில ஆண்களும் பெண்களும் உணவருந்துகிறார்கள். அவர்களுக்குள் ஏதோ சம்பாசனை நடைபெறுகிறது. தீவிரமான ஒன்று என புரிந்துக்கொள்ள பெண்ணின் குளோசப் காட்சிகள் உதவின. சட்டென திரை அகலம் குறைந்து வேறு ஒரு படுக்கை யறை வேறு ஒரு ஆண் வேறு ஒரு பெண். சல்லாபத்தில் ஈடுபடுவது போன்று தோன்றினாலும் தன்னிச்சையான உடல் அசைவுகளால் அவர்கள் கடினமான ஏதோ ஒரு வேலையில் தனித்தனியே ஈடுபடுவது போன்றிருந்தது. தனித்தனி துண்டுகளாக முகங்களின் அசைவுகள்கூட எதிர்பார்த்த விளைவுகளை உண்டுபண்ணுகின்றன. அவன் ஆண்மையை அக்காட்சிகள் சீண்டுகின்றன. காற்று நிரம்பிய குறியால் உடல் முழுவதும் பரவசம் பரவியது.

மேலிருந்து பார்க்கும் கோணத்தில் அவள் மேல் அவன் படுத்திருப்பது தெரிந்தது. சேர்க்கை எதுவும் நிகழ்ந்ததாகத் தெரியவில்லை. ஆனால் அவர்களின் முகசுழிப்புகள் அதைக் குறித்துதான். சட்டென வேறு காட்சி வேறு ஆட்கள், வேறு சூழல், அதே போன்ற செய்கைகள். கண்களை மூடிக்கொண்டான். பல்வேறு சேர்க்கை ஒலிகள் காதுகளைக் கீறுவதுபோல ஒலித்தன, உண்மையில் அவ்வாறுதான் நிகழுமா என்று தோன்றியது. கண்களில் எரிச்சல், காதுகள் அடைபட, அன்றைய நாளில் முக்கிய நிகழ்வுகள் ஏதுமற்று ஒரு சொல்கூட முன்னோக்கி செல்லாமல் வீணாகக் கழிந்தது என நினைத்தான். சட்டென எழுந்து இருட்டில் அமர்ந்திருந்தவர்களின் கால்களை மிதித்த படியே அவசரமாக வெளியேறினான்.

6

எதை தன் வாழ்க்கையின் லட்சியமாகக் கொள்வது என்பதில் குழப்பமாக இருந்தது சுப்ரமணியனுக்கு. எல்லாப் பகற்கனவுகளை நம்புவது மடத்தனம் என்று அறிந்திருந்தான். அந்நாள்கள் உற்சாகமானவையாக இருந்தன. பெரிய நிறுவனத்தில் ஆரம்பநிலை வேலை. பயிற்சி பெறுபவர் என்கிற அடைமொழியுடன் வேலையின் பெயர் இருந்தது. ஆறு மாதத்திற்குக் குறைந்த சம்பளம், பின் நிலையான உத்திரவாதமான வருமானம், கூடவே அரசு பிடித்தங்களும், காப்பீட்டுப் பிடித்தங்களும் இருக்கும். இதுவரை செய்த எடுபிடி வேலைகளிலிருந்து விலகி நிரந்தர வேலைக்கு வருகிறான். இதற்கு முன் சென்ற தற்காலிக அலுவலக வேலையைவிட முழுமையான வேலை என்பதில் மனம் நிறைந்து உற்சாகமும் தன்னம்பிக்கையும் அமைந்தது.

அவன் எதிர்ப்பார்த்ததைவிடப் பெரிய அலுவலகம். அதன் கிளைகள் பலநாடுகளில் இருந்தன. பல தொழிலாளர்கள் பல முதலாளிகள் கொண்ட பெரிய நெட்வொர்க். அதன் பெரிய முதலாளி கண்ணுக்குத் தெரியாமல் எங்கோ வாழ்கிறார். ஒப்பந்த சேவை வேலையை அடிப்படையாகக்கொண்டு இந்தியாவில் பல பெரிய நகரங்களில் காலூன்றி படித்த இளைஞர் களுக்கு நல்ல கௌரவமும் பணமும் அளிக்கிறது. ஆனால் வெளிநாட்டு முதலாளிகள் மிகக் குறைந்த கூலியில் வேலை முடிவது குறித்து மகிழ்ந்திருக்கிறார்கள்.

குளிரூட்டப்பட்ட பெரிய கூடத்தில் நுழைந்ததும் நாசியை அடைப்பது போலிருந்தது அதன் குளிர்ச்சி. நடுநெஞ்சில் ஒரு சிறுஅழுத்தமும் இருந்ததை மிக மெதுவாக உணர்ந்தான். குளிர் பிரதேசத்தின் அடர்த்தியைப் போன்றிருந்தது

அந்தக் குளிர். இன்னும் கனமான உடையை அணிந்து வந்திருக்க வேண்டும். புது வேலையாட்கள் அறிமுகம் நடந்து அவர்களுக் கான இடம் கொடுக்கப்பட்டது. சுப்ரமணியன் தனக்குப் பிடித்த ஓரமாக அமைந்த ஓர் இடத்தைத் தேர்வு செய்தான். அவனுக்கு ஒரு கணினி, வேறு சில எழுதுபொருட்கள் சில நோட்டுப் புத்தகங்கள் கொடுக்கப்பட்டன.

புது நண்பர்களை உருவாக்கிக்கொள்வதில் அனைவருக்கும் ஆவல் இருந்தது. சக ஊழியர்களை வேறு சில நேர்காணல்களில் பார்த்தது போன்றிருந்தது. பெண்கள் முகங்களில் சிறு அதிகாரமும் கீழ்படிதலும் ஒரு சேர இருந்தது. சில பெண்கள் தங்களில் துணையை இப்போதே தேடும் அவசரத்தில் இருந்தார்கள். பதின்மூன்று பெண்களில் ஒருத்தி, “ஹாய் உங்க பேரு சுப்ரம். . . மண்யன் தானே” என்றாள் உருண்டையான முகமும் பெரிய கண்களையும் கொண்ட அவள் தன் பெயரைக் கூறியிருந்தாள், ஆனால் நினைவில் பதியவில்லை.

அடுத்த நாள் ராமச்சந்திரன் என்கிற பெயர் மிகச் சரியாக நினைவிற்கு வந்தது. வேறு ஒரு நேர்காணலில் பார்த்த நடுவயது மனிதர். காது ஓரத்தில் முழுவதும் வெள்ளை முடிகள். மேல்பகுதிகளில் தாராளமாகப் பரவியிருந்தன வெள்ளை முடிகள். அவசரமான மனிதர் போல் அவர் பரபரப்பாக இருந்தார். பழைய பாணி கால்சிராயும், வெள்ளை நிறப் பழைய பாணி டெர்ரிகாட்டன் சட்டையும் அணிந்திருந்தார். பூனை நிறக் கண்களில் அதிக உற்சாகமும் நிறைவும் பொழிந்தன. இயல்பாகவே அவர் தன்னுடன் மற்றவர்கள் பழக அனுமதிப்பது போலிருந்தது. எல்லோரிடமும் நேரடியாக எந்த அதிகார தோரணையில்லாமல் அவரால் பேச முடிந்தது. சற்று யோசித்தால் அது நல்ல உத்தி என நினைத்தான் சுப்ரமணியன்.

மகேஷ், பிரவீன் போன்றவர்கள் இயல்பாக இல்லாதது அவர்களின் குரல்களில் தெரிந்தது. தேர்ந்த குரலாகப் பழக்கி யிருக்கும் தோரணை. அவர்களிடமிருந்து சற்று விலகியே இருந்தான். விலகியிருந்தாலும் முற்றிலும் விலக முடியாது என தோன்றியது. இருவரும் ஒரே வகை பாவனையை வெளிப்படுத்தினார்கள். இந்த மேனேஜ்மெண்ட் நம்மை நசுக்குகிறது எனக் கிண்டலாக அவர்கள் கூறும்போதும் சற்று அதிர்ச்சியடைந்தான் சுப்ரமணியன். அலுவலகப் பொதுச் சொற்கள் புழக்கமாவதும் அவை சார்ந்த வேடிக்கைக் கதைகள், நம்பிக்கைகள், துரோகங்கள் செய்திகளாகத் தங்களுக்குள் பகிர்வதும் இயல்பாகவே நிகழ்ந்தது.

வெயில் ஏறி, வெப்பம் கூடி பின் குறைந்து நாள் மாறுவதை இப்போதெல்லாம் கவனிக்க முடிவதில்லை. காலையும்

மதியமும் மட்டுமே வெளியே வந்து உணவகத்திற்குச் சென்றார்கள். அப்போது நண்பர்களுக்கிடையேயான பேச்சுகள் இனிமையானதாக அமைந்துவிடும். உள்ளே இருப்பது மனத்தை இறுக்கம் கொள்ள வைக்கிறது என நினைத்தான்.

கணினி முன் அமர்ந்ததும் மிகுந்த தன்னம்பிக்கையும் தைரியமும் கூடிவிடுகிறது. பெருமிதமான இந்தச் செய்கைகள் தாம் தன்னம்பிக்கைக்குக் காரணம் என தோன்றியது. தன் வயதொத்த தன் சகஊழியர்களுடன் தன்னை ஒப்பிட்டுக் கொள்ளாமல் இருக்க முடியவில்லை. முடிகளை இழந்த சபரியும், உயரம் குறைந்த சண்முகமும், ஒல்லியான பத்மலட்சுமியும், கருத்த சுனிதாவும், வயதான ராமச்சந்திரனும் தனக்குப் போட்டி யாளர்கள் என்பதை ஏற்றுக்கொள்ளகூடியதாக இருப்பதை உணர்ந்தான். ஆறு நபர்கள் கொண்ட குழுக்கள் எட்டு இருந்தன. ஒவ்வொன்றிற்கும் உதவி மேலாளர் இருந்தார்.

பெண்டுலத்தின் இயல்பான நகர்வுபோலதான் நாட்கள் நகர்ந்தன. காலை, மாலை, இரவு என்கிற தொடர் நிகழ்ச்சி பிசிறில்லாமல் நகர்வது நத்தையின் வழுக்கல்போல இருந்தது. நாள்களை எண்ணிக்கொள்ள முடியவில்லை. பொருட்கள் நிறைந்த அழகிய வண்ண பெட்டிப்போல நிறைந்திருந்தது மனம். உதவி மேலாளர் தன்னைப் பிரத்யேகமாகக் கவனிக்கிறார் தன் வேலையை மெச்சுகிறார் என்று நினைக்கும் போதெல்லாம் குதித்தது மனம். கூடவே சக வேலை நண்பர்களிடம் அது வெறுப்பை உண்டுபண்ணுகிறது என்பதையும் அறிந்துக் மகிழ்ந்திருந்தான்.

சாத்தியமானதையெல்லாம் செய்துவிட வேண்டும் என்கிற வேட்கை நிறைந்த நாள்கள். செய்வதை மனமகிழ்வோடு செய்ய வேண்டும் என தோன்றியது. ராமசந்திரனிடம் பேசும் போதெல்லாம் சின்ன உதறல்கள் ஏற்படுவதைத் தவிர்க்க முடியவில்லை. ஒரே நாளில் பல இடங்களுக்குச் சென்றுவிட்ட உணர்வு. அவர் சொல்லும் பெண்களின் உலகம் மிக உவப்பான தாக இருந்தது. பெண்ணைக் கேலிப் பொருளாக்காமல் பேசினார். பெண்ணின் அங்கங்களைத் தாண்டி பெண் புரிதலை எப்படிக் கூறிடுவது என்று உணர்ந்திருந்தார். அவரது அனுபவம் காரணமாக இருக்க வேண்டும். ஒவ்வொரு சொல்லையும் முன்பே அறிந்திருந்த பொருளில் அவர் பேசுவது அவன் அறியாத ஒன்று. சுப்ரமணியன் எளிதில் அவருடன் நட்பானான். இருவருக்குமிடையே இருந்த நட்பு மற்றவர்களுக்கும் அவர்களுடன் சேரும் உற்சாகத்தை ஊட்டியது. கேண்டீன் உணவு நேரம் நல்ல கூடுகையாக அமைய ஆரம்பித்தது.

“எப்படியும் ஒரு பெண்ணைத் தவிர்க்க முடியாதா?”

“அப்படி ஏன் நினைக்கணும், பெண்ணைத் தவிர்த்து எதுவும் சாதிக்க முடியாது. நம்ம அலுவலகத்திலேயே எத்தனைப் பெண்கள் இருந்தாலும் உங்களுக்குப் பிடிச்ச ஒரு பெண் இருக்கும்தானே? அவள் ஏதோ ஒரு வகையில உங்களுக்கானவள் என்று நினைக்க ஆரம்பிச்சிருப்பீங்க இல்லையா?”

சற்று அதிர்ந்து, “அது, அதே பெண்ண எல்லோரும் அப்படி நினைப்பாங்க இல்லையா” என்றான்.

“இருக்கலாம், ஆனா அந்தப் பெண்ணு திரும்பி யார நினைக்கிறாளோ அவனுக்குதான் அவள்”

பத்மலட்சுமி அவன் கண்களுக்கு மிக அருகில் வந்தாள். அவள் கண்களில் மெல்லிய மையின் தீற்றல் அவனுக்குத் தெரிந்தது. அவளின் பிரத்யேக கவனம் அதில் தெரிவது அவனுக்குச் சிறு அதிர்வை ஏற்படுத்தியது. உதடுகள் புத்தம் புதியவனவாக இருப்பது அவள் மேல் நம்பிக்கையூட்டியது. உதடுகளின் உள்ளே சிறுகருமைகூட இல்லாமல் செஞ்நிறமாக புதியவனவாக இருப்பது அவள் இளமையைக் கூறியது.

அவள் கணினியில் பிரச்சினை வரும்போது அவளுக்கு உதவி செய்ய ஒரே நேரத்தில் அந்தக் குழுவில் இருந்த நாலுபேரும் வேறு குழுவில் இருந்தவர்களும் வந்தார்கள். அவள் தன் மெல்லிய புன்னகையின் பேதைமையால் எல்லோரையும் வசிகரித்தாள். அப்பேதைமைக்கு முழுமையாக அடிமையாகிப்போனார்கள். அவள் கண்களை அவன் பக்கம் திருப்பும்போதெல்லாம் உடல் குளிர்ந்து நடுங்கினான் சுப்ரமணியன். அவள் உடலைச் சுற்றி ஓர் அலை எப்போதும் இருந்தது. அவ்வலையின் அதிர்வு மிக மெல்லியது, ஆனாலும் அது அவனை அதனுள் இழுத்துக் கொண்டிருந்தது. மிக எளிதாக அதில் அவன் விழுந்துவிடக் கூடும் என நினைத்திருந்தான். அதை வரவேற்கவும் செய்தான். அவள் உடையைச் சரிசெய்வதை முகம் திருப்பாமல் அவன் உள்ளம் பார்த்தது. அந்தத் திருத்தங்கள் தனியாக ஒன்றை அவனுள் செலுத்திக்கொண்டிருந்தது. அதேபோல அவன் கைகளால் தலைமுடியைக் கோதி சரிசெய்யும் உடல்மொழி மிக இயல்பாகத் தன்னிடம் வந்துவிட்டதை அறிந்திருந்தான். தன் தலைமுடி கோதலை அவள் எதிர்நோக்கியிருக்கிறாள் என்று உணரும் சமயம் உடலில் ரசாயன மாற்றங்கள் நிகழ்வதைக் கண்டுகொண்டான்.

பத்மலஷ்மியை நினைக்காமல் நாள் கடந்துசெல்வதில்லை. நாள்கள் விரைவாகச் செல்வதைத் தடுக்க பத்மா என்கிற அவளது பெயரை உச்சரித்துக்கொண்டிருந்தான். அலுவலகத்தின் பரபரப்பு நேரத்திலும் அவள் அவன் பெயரை

மிகுந்த ஆர்வத்துடன் அழைத்தாள். அவன் பெயரில் இருந்த 'ப்'பையும் 'ன்'னையும் சிறு அழுத்த இடைவெளி கொடுத்து எந்த களங்கமும் பெயருக்கு ஏற்படாவண்ணம் அழைத்தாள். அந்த இடைவெளி சிறு பாம்பின் ஓசைபோல அவனுக்குக் கேட்டது.

அது எப்படி நிகழ்ந்தது என்று அவனால் கணிக்க முடியவில்லை. சபரி, சண்முகம், மணிகண்டன் அவளை நெருங்க நினைக்கும்போது அவன் அமைதியாகத் தூரத்தில்தான் நின்றிருந்தான். அது அவனுக்குப் பூதக்கண்ணாடியின் பிம்பம் போல பெரிதும் சிறிதுமாகத் தெரிந்துகொண்டிருந்தது. புலியின் அழகிய நடைபோல அவள் அவனை நெருங்கிவந்தாள். காலடி போல் ஒவ்வொரு சொல்லாகச் சொல்லிச் சென்றாள். மிக இளம்பருவத்துக் காதலே இனிமையைத் தன்னோடு கொண்டிருப்பது.

"சுப்ரம்...மணியன், நீங்க இன்னிக்கு நான் எடிட் பண்ணத செக் பண்ணித் தருவீங்களா? ப்ளீஸ்."

இல்லை என்று சொல்ல முடியாத கேள்விகள் எப்போதும் அவளுக்குத் தெரிந்திருந்தன. அவளது பேதைமை அவன் உள்ளத்தில் உற்சாகத்தை அளித்தது. பேதைமையை வெல்லும் ஆற்றலை ஆண்மை என அறிந்துகொண்டான்.

உற்சாக மிகுதியால் அவள் எதையும் சொல்வதில்லை எனப் புரியும்போது அது ஒரு நல்அழைப்பு என்று புரிந்தது. ஒவ்வொரு சொல்லாக செயலாக அவனைச் செய்விக்க அவளுக்கும் தெரிந்திருந்தது. ஆறு பேர் கொண்ட எட்டுக் குழுக்கள் வெவ்வேறு படிநிலைகள் கொண்ட குழுக்கள். அந்தக் குழுக்களோடு அவளுக்குத் தொடர்புகொள்ள முடியாது. அந்த ஐந்து பேரில்தான் அவள் தனக்கான ஆணைத் தேர்ந்தெடுக்க வேண்டும். மிக இளமையும், வசீகரமும் வேலையில் தீவிரமும் கொண்டவன் சுப்ரமணியன்தான். இது இயல்பானது என்று நினைக்கும்போதே அவள் தன்னைப் பயன்படுத்திக்கொள்ளும் விதமாக இருப்பதாகவும் தோன்றியது.

அவள் மிகுந்த தன்னம்பிக்கை கொண்டவளாகத் தெரிந்தாள். காதோரம் மயிற்கற்றைகளை விரல்களால் ஒதுக்கி கண்களைத் திருப்பும் அழகில் அவனறியாது மனம் காதல் கொண்டது. அவனுடன் அவள் பேசும் சமயங்களில் மட்டும் அது அவளிடம் பீறீட்டெழுகிறது. அவன் அதைக் கவனித்துத் தன்னில் குறித்துக்கொள்ள அதன் புதிய வடிவத்தை வேறு ஒருநாள் கண்டான்.

ஒவ்வொரு நாளும் புதிதாக உருக்கொண்டாள். புதிய உடைகள், புதிய அழகு சாதனங்கள் அவனுக்காக அணிந்தாள்.

அவனுக்காக கேண்டீனில் காலை உணவை உண்ண காத்திருந்தாள். அது அவனை அவளிடம் மிக நெருக்கமாக உணரச்செய்தது. தனியே அமர்ந்திருக்கும் காத்திருப்பின் சித்திரம் அவன் மனத்தை இரவெல்லாம் அலைகழித்தது. டேபிளின் முனையை அவள் விரல்கள் சின்னதாக மீட்டியபடி யிருக்கும் அவன் வரும்வரை. அவளிடம் விரைவில் சொல்லிவிட வேண்டும் என மனம் பதைபதைத்தது. அவள் மனத்தில் கொண்டிருக்கும் பொறுமை அவன் செல்ல வேண்டிய தூரத்தை உணர்த்திக்கொண்டேயிருந்தது.

7

நட்பு வட்டம் சின்னதாக உருவாவதில் ஒரு இயல்பான நோக்கமிருந்தது. ஒருவர் மற்றவரை தங்களுக்குள் இழுத்துக்கொள்ளும் முயற்சியாகத் தான் அதைப்பார்க்க வேண்டும். நட்பின் ஆழம் நாம் எதிர்பாராத் தன்மையில் எழுந்து வருவது. அங்கே சின்னதாக ஒரு விரிசல் ஏற்பட்டாலும் மொத்தமும் சீட்டுக் கட்டாகச் சிதறிவிடும்.

அலுவலக நட்புகள் வேறுமாதிரியானவை தாம். குழுமனப்பான்மையில் உருவாகிறவை. ராமசந்திரனும் மாதேஷும் நட்பாக இருக்க முடிவது புதிய வாழ்வில் மட்டுமே நிகழக்கூடியது. ராமசந்திரனின் வயது ஐம்பதிற்கு மேல், ஆனால் மாதேஷ் இருபதுகளில் இருப்பவன். இருவரும் ஒரே மாதிரியான பேச்சுகளைத்தாம் பேசிக் கொண்டிருப்பார்கள். அவர்கள் பேசுவது இன்றைய அரசியல் முடிவுறாத ஊழல்களின் வளர்ச்சி பற்றிதான். யாருக்கு எவ்வளவு பங்கு என்ற தீராத ஆசையில் வெளிப்படும் புலம்பல்கள்தாம்.

நட்பு தகவல்களைச் சேகரிக்கும் கலைவடிவம். எவ்வளவு நட்பு என்பது அவர் கொடுக்கும் தகவல்களைப் பொறுத்து மாறுபடுவது. அலுவலகம் என்பது பெரிய எறும்புப் புற்று என நினைத்துக்கொள்வான் சுப்ரமணியன். எறும்பு தன் உணர்வுக் கொம்புகளை ஒன்றுடன் ஒன்று வைத்துத் தகவல்களைப் பரிமாறிக்கொள்வது போல தினமும் அலுவலக நட்புகளில் நிகழ வேண்டும். அது நிகழாதபோது ஒருவரை அக்கூட்டத்திலிருந்து விலக்குவதாகப் பொருள் கொள்ளப்படும். உடனே உணர்வுக்கொம்புகளில் தகவல் பரிமாறி மேலும் விரிசலாகிவிடும். பெண் பணியாளர்களில் ஒரிருவரைத் தவிர மற்றவர்கள் இந்த அதிகாரப் போட்டிக்கு வருவதேயில்லை.

பெண்களுக்கு அலுவலகம் வீடு மாதிரியான இடம் என்ற எண்ணமிருப்பதாக நினைத்தான் சுப்ரமணியன்.

சம்பிரதாய நட்புகளைப் புரிந்துக்கொள்ள சில காலமாகியது. இந்தச் சம்பிரதாய நட்புகளைத் தாண்டி இருவர் அவனுக்கு அணுக்கமான நட்பானார்கள். ஒன்று ராமச்சந்திரன் மற்றொன்று பத்மலெக்ஷ்மி. இருவரும் ஊசலில் இருக்கும் இரு துருவங்கள். ராமச்சந்திரன் வழியாக பத்மாவையும் பத்மாவின் வழியாக ராமச்சந்திரனையும் அறிந்துகொண்டான்.

வானத்து மேகங்கள் பூத்தூவல்போன்றிருந்த ஒரு மாலை நேரத்தில் டேபிளும் சேரும் அமைந்த நவீன பாணிச் சாலைஓரக் கடை ஒன்றில் அமர்ந்திருந்த சுப்ரமணியன் ராமச்சந்திரனிடம் "இருபது வயசுவரைக்கும் இந்தப் பொண்ணுங்களை எனக்குப் புடிச்சதில்ல, ரொம்ப ஓவரா அலட்டிக்கிறாங்கன்னு நினைச்சு பேசவே மாட்டேன். ஆனா இப்ப அப்படி இல்ல, அந்த அல்டாப்பே நமக்குத்தான்னு தெரியுது, இது ஏன்."

பல அலுவலகங்களைச் சேர்ந்த பணியாளர்கள் சுற்றிக் கொண்டிருந்தார்கள். அவர்களுக்குக் கேட்டுவிடக்கூடும் என பயந்தான் சுப்ரமணியன். டீயை குடித்துவிட்டுப் புறங்கையால் வாயைத் துடைத்து ராமு பலமாகச் சிரித்தார்.

"இதெல்லாம் லவ் வரும்போதுதான் கவனிக்கத் தோணும். சென்னைல இதெல்லாம் கம்மி, நா டெல்லியில இருந்தப்ப, வெளிப்படையாவே பொண்ணுங்க மனதுல இருக்கிறத வெளிப்படுத்துறமாதிரி தங்களை அறியாமலே நடந்துக்குவாங்க, சின்ன சமிக்ஞை போதும் ஆண்கள மடக்குறதுக்கு."

"ம்ச் நா அதச் சொல்லல, இப்ப இங்க சுபா மாதிரி ஆள சொல்றீங்க, நா சொல்றது மற்றவங்கள"

"எல்லா ஒண்ணுதான். நா முன்னாடி வேலப் பாத்த ஒரு சின்ன கம்பெனியில, ஒரு பொம்பளைக்குப் பேரு டவுன் பஸ், எங்க கூப்பிட்டாலும் வரும்"

அவன் மனதில் பயம் தோன்றியது. பத்மாவும் அப்படி தானா? அவள் தனக்கு மட்டும்தான் என நினைத்திருந்தான். மனக்கண்ணில் இருக்கும் அவள் முகத்தை எளிதாக ஒரு பேப்பரில் வரைந்துவிட முடியும். அவள் எப்போதும் தன்னைப் பின்தொடர்ந்துகொண்டிருக்கிறாள். மிக அருகில் அவள் முகம் இருக்கிறது. அவள் முகமன்றி வேறு முகம் அவன் அகத்தில் இல்லை. முன் பற்கள் இரண்டில் ஒன்று சற்று மேலேறியிருக்கும். அவள் அவனிடம் மட்டுமே அழுத்திச் சிரிக்கிறாள். கன்னகதுப்புகள் விரிய பக்கவாட்டுப் பற்களும்

சிவந்த ஈறுகளும் தெரிய சிரிப்பாள். அவள் தலை தூக்கும்போது மூக்குத் துளைகளில் சிவந்த நாசியெலும்பு தெரியும். சிறிய காதுகள், கழுத்துச் சற்று வெளுத்து மடிப்புகளுடன் பாம்பின் படத்தை நினைவுபடுத்தும். ஏன் அவள் கழுத்துச் சற்று நீண்டிருக்கிறது. இமைகளை மூடிடும்போது கண்களின் அலைவு அதன் மேலே தெரியும். சில நேரங்களில் அவள் அழகிதானா அல்லது அப்படி நினைத்துக்கொள்கிறோமா என நினைப்பான். அப்படி நினைத்த அடுத்த கணமே அவளுக்குத் தெரிந்து விடுகிறது. அவன் கண்கள் வழியே அதை அவள் கண்டுகொண்டு விடுகிறாள். உடனே காதோர முடிக்கற்றைகளைக் காதுகளுக்குப் பின் சொருகி, கண்களைத் தாழ்த்தி, உதடுகளை அழுத்திச் சிரிப்பொன்றை உதிர்த்து விளையாட்டுகளைச் செய்து அவனை வசீகரிக்க அவளுக்குத் தெரிந்துவிடுகிறது.

“நா பத்மாவ கல்யாணம் கட்டிகலாம்னு இருக்கேன்”

“இது உங்க முடிவா. இல்ல அந்தப் பொன்னு எடுத்த முடிவோட உங்க முடிவா ?”

உண்மையில் அவர் சொல்வது சரியென்றே தோன்றியது. அவள் எடுத்த முடிவின் தொடர்ச்சியாக மட்டுமே தன் முடிவும் இருக்கிறது.

“காதல் பண்ணும் நாள்கள் மிக மகிழ்வான நாள்கள், நீங்க நினைச்சாலும் அதை மாத்திக்க முடியாது. எவ்வளவு பெரிய சோகமும் லவ் நாள்களில் ஒண்ணுமே இல்லை. உங்களுக்கு அவளைப் பிடிச்சிருக்குங்கிறது, உடல்ரீதியானது மட்டும்தான். ஆனா நீங்க அதை உங்க உள்ளத்தோட ஓசைன்னு நினைச்சுக்கிறீங்க. மனம் ஒரு சின்னக் கருவிதான். உங்க சந்தோசத்தைக் காட்டுற மெஷின். அதோட முள்ளு மேலேயே இருக்குன்னு உங்க மனசு சொல்லுது. அவ்வளவுதான்”

“அப்ப நா அவளோட நட்பு மட்டும் வெச்சுகலாம்னு சொல்றீங்களா”

“அப்படி இல்ல, எனக்குத் தெரிஞ்சு வெறும் நாடகம்தான் வாழ்க்கை. அந்த நாடகத்துல பங்கேற்கிறது தனிப்பட்டவர்களின் விருப்புதான். அதாவது ரொம்ப எக்சைட் ஆகிக்காதிங்கன்னு சொல்லவர்றேன். இது சாதாரண பயலோஜிகள் நிகழ்வுதான் அததாண்டி நீங்க யோசிக்கிறதெல்லாம் உங்க ஹார்மோன் செய்ற வேல”

அவர் எதைச் சொல்லும்போதும் ஷேக்ஸ்பியரின் மேற்கோள்கள் இருக்கும். அதன் வழியாகவே அவர் வாழ்க்கையை அமைத்துக்கொண்டிருப்பாரோ என

நினைத்தான். அவர் படித்த நாடகங்கள் வாழ்வில் எப்போது நிகழும் சம்பவங்கள்தாம்.

ராமச்சந்திரன் அடர்வனத்தில் குடியிருக்கும் குயில்போல. அதற்குத் தெரியும் எந்த மிருகத்தின் ஓசை எங்கு ஒலிக்கிறது. யார் யாரை அழைக்கிறார்கள் என்பது. வனத்தின் கருமையும் வெளுப்பும் ஒன்றல்ல, அதன் நிறபேதம் மட்டுமே அதைச் சொல்லிவிடுவதில்லை. அதையும் தாண்டி அதனுள் சில சூழ்ச்சிகள் உண்டு என்பதை அறிந்திருக்கிறது குயில். கேள்விகள் அளிக்கும் முன்பே அவருக்கும் பதில்கள் தெரிந்திருக்கின்றன. கேள்விகளை எதிர்கொள்ள அவர் தயங்கியதில்லை. திருமணம் வாழ்வின் பெரிய திருப்பமில்லை என்பது அவரது எண்ணமாக இருந்தது.

நிகழ்வுகளின் வேகம் கைமீறிச் சென்றுகொண்டிருப்ப தாக நினைத்தான். சுற்றி மனிதர்கள் இருந்தாலும் பத்மாவை மையத்தில் வைத்து அவளை நோக்கி மட்டுமே காட்சிக் கோணங்கள் இருந்தன. எந்தக் கோணத்திலும் அவள் இருந்தாள். அவள் உடலின் இருப்பு ஒருவித வாசனையை அவனுள் செலுத்தியது. நுகர்ந்த காளை மாடு பசு மாட்டின் பின்னே செல்வதுபோல அவள் பின்னே சென்றான்.

“சுப்பு, உன் பிறந்தநாளுக்கு, நா உனக்கு ஒண்ணு வாங்கி யிருக்கேன் என்னன்னு சொல்லு பார்க்கலாம்”

“எதாவது ஒரு புத்தகம்”

“இல்ல, உனக்கு வாழ்நாள்ல மறக்க முடியாத ஒரு பொருளா இருக்கும்”

மறக்க முடியாத பொருள் என்றதுமே அது அவள்தான் என நினைத்தான். “அது நீ தான்”, “சீ பே, அய்யோ நா இல்ல, வேற ஒரு பொருள்”.

அவள் கண்கள் வெட்கிச் சிவந்தன. உதடுகளை அழுத்தித் தன்னை நிலைகொள்ள வைக்க முயற்சிக்கிறாள் எனத் தோன்றியது. நானா இப்படி பேசுகிறேன், நான் பேசும் சாதாரணமான வார்த்தைகள் தாம், ஆனால் அவளுக்கு அது பெரிய ஆச்சரியங்களையும் கிளர்ச்சிகளையும் தருக்கிறது என நினைத்துப் பெருமிதம் கொண்டான்.

“சரி சொல்லு”

இன்னும் அவளை வெட்கப்பட வைக்க வேண்டும், அவள் கன்னங்கள் சிவக்க வைக்க வேண்டும், சிவந்த உதட்டில் எச்சிலின் ஈரத்தைக் காண வேண்டும்.

“உன்னைத் தவிர எனக்குப் பெரிய பரிசு என்ன கிடைக்கப் போகுது?”

“அய்யோ, அது வேறு ஒரு பொருள்” வெட்கி சிவந்தன அவள் கன்னங்களும் உதடும்.

அவள் கொடுத்தது உயர்தரமான ஒரு பேனா. “பேனாவில் எழுதும்போதெல்லாம் என்னை நினைக்க வேண்டும். நீதான் நிறைய படிக்கிற எழுதுற” என்றாள். ஆனால் விலை உயர்ந்த பேனா என்பதாலேயே அதில் எழுதாமல் இருந்தான்.

உண்மையில் பேனா சாதாரண பொருளாகத்தான் தோன்றியிருக்க வேண்டும். ஆனால் அவள் கொடுத்ததும் விலை உயர்ந்ததுமாகிய பேனாவின் காரணமாக அவளை நினைத்துக்கொண்டேயிருந்தான். அதை எங்கும் வைக்க முடியவில்லை. எங்கு வைத்தாலும் தொலைந்துவிடும் என தோன்றியது. தொலைந்துவிடும் என்று தோன்றுவதே அது தனக்கு முக்கியமானது என்கிற எண்ணத்தோடு சேர்ந்தது என நினைத்தான். ஆனால் அதைப் பாதுகாக்க நாளெல்லாம் அதை நினைத்துக்கொண்டிருப்பது ஒரு வகை அடிமைத்தனம்போல தோன்றியது. மற்றவர்கள் அறிந்தால் தன்னை ஒருவகையில் கேலியாக நினைக்கக்கூடும்.

சட்டைப் பையில் வைத்துச் சென்றால் காணாமல் போகக்கூடும் அதே போல் வீட்டில் வைத்தால் மறதியால் காணாமல் போககூடும், நாளெல்லாம் நினைவிலிருந்த பேனா ஒரு சமயம் மறந்துபோனது. தீடீரென நினைவில் வர அதைத் தொலைத்துவிட்டதாக நினைத்தான். மனம் பதற்றத்துடன் அதை எதிர்கொள்ளும்போதே அப்படிதான் அது நிகழுமென்று ஆழ்மனம் அறிந்தது.

அறிதலில் கூடவே அறியாமையும் வளர்கிறது போலும், பத்மா இதைப் பெரிதாக எடுத்துக்கொள்வாள் என நினைத்த போதே இது பெரிய தூண்டில் என அறியாமலிருந்தான்.

ஒரு நாள் ஞாயிற்றுக் கிழமை மாலை அவள் தங்கியிருந்த வேலை செய்யும் பெண்களுக்கான விடுதியிலிருந்து பக்கத்தி லிருந்த உணவகத்திற்கு வந்து அவனை போனில் அழைத்தாள். அவன் வந்ததும் அவனுக்குப் பிடித்த ஸ்காட் ஐஸ்கீரிமை ஆர்டர் செய்தாள். சாப்பிடும்போது விடாமல் அவனைப் பார்த்தபடி இருந்தாள். “என்ன” என்று கேட்டான்.

“சொல்லு சுப்பு” என்றாள்.

அவளது சின்ன சிணுங்கல் அவனுக்குக் கூச்சத்தைத் தந்தது. "எத, ஏன் சொல்லணும், அது உனக்குத் தெரியும், எல்லாத்தையும் சொல்லிக்கிட்டே இருக்க முடியுமா" என்றான்.

"ம்... சொல்லு" என்று அவள் அழப்போவது போல் முகம் காட்ட, "எனக்கும் வெட்கமா இருக்கும்ல, சரி. ம்."

"சொல்லு"

"ம். இன்னொரு நாள் சொல்றேனே"

"நீ இங்க ஐஸ்கீரிம் சாப்பிடவா வந்தே"

"அதான் சொல்றேன்ல"

"நீ சொல்லலேண்ணா நா போறேன்"

"சரி ம். ஐ லவ் யூ, என்னைய கல்யாணம் பண்ணிக்கிறியா?"

கண்களைத் தாழ்த்தி தலையை 45 டிகிரி வலமாகச் சாய்த்து உதடுகள் விரிய பற்கள் தெரியாமல் சிரித்தாள். "எஸ்".

அவள் உடல் எடை கூடிவிட்டது போலிருந்தது. உதடுகளின் சுருக்கங்கள் அதிகரித்தது. அவள் அவனை விழுங்கி தன் உள்ளம்வரை கொண்டு சென்றுவிட்டாள் என்று தோன்றியது. இனி எக்காலத்திலும் இவளைப் பிரியப்போவதில்லை என நினைத்தான்.

8

சில விஷயங்கள் உடனே நிகழ்ந்து விடுகின்றன. எந்த பரபரப்புமின்றி நிகழும் நிகழ்வு அழகிய நினைவாக மாறிவிடுகிறதோ என அவன் நினைத்தான். பத்மாவிடம் காதலைச் சொன்ன தினத்திலிருந்து நாள்கள் செல்ல மறுத்து ஒவ்வொரு மணித்துளியும் அவன் நினைவுகளில் இருந்தன. அவளது ஒவ்வொரு வார்த்தையும், அழகிய உதட்டுச் சுழிப்புகளும் நினைவில் வந்து மறைந்தன. அவளைச் சந்திக்கும் அடுத்த சந்திப்பு வரை வந்தது. அவளது நெற்றியின் முன்மயிர் கற்றையில் சிறு சுழிப்பு இருந்தது அவன் தன் மனதில் எப்போதோ குடிகொண்டுவிட்டதை நினைத்துக்கொண்டிருந்தான். சுழிப்பை மறைக்க அந்த இடத்தில்தான் அவள் வகிடு எடுக்க வேண்டி யிருந்தது.

இருசக்கர நிறுத்தத்தில் புதிதாக வாங்கியிருந்த மோட்டார் பைக்கில் சரியான வேகத்தில் மேலே ஏறினான். பைக்குகள் பரந்தவெளியெங்கும் பல வரிசைகளில் இருந்தன. வண்டியை அணைத்து விட்டபின்னும் அதன் வேகத்தில் ஓடிக்கொண் டிருந்தது. அவன் விரும்பும் நிழலிடம்வரை ஓட விட்டான். வண்டியை நிறுத்திவிட்டு பத்மாவின் வண்டி இருக்கும் இடத்தைப் பார்த்தான். அவள் இன்னும் வந்திருக்கவில்லை. அவள் வரும்வரை அங்கேயே இருக்கலாமா என யோசித்தான். இப்போது முந்தைய பரபரப்புகள் இல்லாமல் அமைதியாகத் தன்னை வைத்துக்கொள்ள முடிகிறது.

அலுவலகம் பெரிய வனமாக மாறியிருந்தது. முன்பு வெப்பமாக இருந்த பகுதி இப்போது சற்று குளிர்ந்திருக்கிறது என நினைத்தான். வனம் என்று நினைக்கும்போதே அதில் விழையும் மலர்கள், அதன் வாசம் பல காததூரம் வருவதாக இருந்தது.

ஒவ்வொரு வாசமும் இனிய நுகர்வுக்கு உகந்திருந்தது. ஏன் அவளை நினைக்கும்தோறும் உடல் பூரிப்படைகிறது. அவள் இருக்குமிடத்தை அவன் மனம் முன்பே அறிந்துகொள்கிறது. அவளை அவன் அறிவதுபோல அவளும் அவனைவிட அதிகமே அவனை அறிந்திருக்கிறாள். பதற்றமற்று அவள் தன்னைக் காண்பது அவனைப் பதறவைக்கத்தான் என நினைத்தான். ஒவ்வொரு வார்த்தையாகச் சொல்லி அவன் ஆர்வத்தைத் தூண்ட அவளுக்குத் தெரிந்திருக்கிறது. நின்று யோசித்து ஒரு முடிவிற்கு வர அவள் தன்னைத் தயார்படுத்திக்கொண்டுதான் அவனை அணுகுகிறாள்.

அவனால் அவள் அலைக்கழிப்பைத் தாங்க முடிவதில்லை. தன்னிடம் சொல்லாமல் எங்கும் ஓட முடியாது என ஒவ்வொரு நிமிடத்தையும் அவனுக்கு அளித்திருக்கிறாள். தூரத்தில் சிவப்பு ஸ்கூட்டியில் ஒரு பெண் அழகாக வருவது அவள் தானா என பார்த்தான். அவளைப் போன்ற பெண்ணாகத்தான் இருக்கும். அவள் ஒரு பக்க சாய்வுடன் பயந்த உடல்மொழியுடன் வண்டி ஓட்டிவருவாள். வருவது அவள்தான். ஏதோ ஒரு சிந்தனையால் அவள் முகம் மாறியிருந்தது வேறு ஒருத்தியாகத் தெரிந்தாள். கண்கள் இடுக்கிய அவள் முகத்தைப் பார்க்கும்போது சற்று விகாரமாகத் தெரிந்தாள். சில்வண்டுகளின் ஓசைபோல அவள் அணிந்திருந்த நகைகள் வண்டியின் குலுங்கலில் ஓசையிட்டன. காதில் பெரிய தொங்கட்டான்கள், அவள் முகத்தைச் சிறிதாக்கின. கழுத்தில் சில நகைகள். வலதுகை மணிகட்டில் கொத்தாக ஏதோ ஒன்று அணிந்திருந்தாள். அவளைப் பார்த்ததும் தவறாக மருந்தை உண்டதுபோல பயம் மனத்தில் குடிகொண்டது. அவள் கண்கள் அவனை நோக்கியபின் அதில் சிநேகபாவம் குடிகொண்டது. அக்கண்கள் இன்னொரு உலகத்திலிருந்து வெளிவந்தவை போலிருந்தன.

தவறு செய்துவிட்டோமா என யோசித்தான். பயத்தில் விரல்களைப் பிசைவது அவனுக்குத் தெரிந்தது. கைகளை பேண்ட் பாக்கெட்டில் விட்டுக்கொண்டு அவள் வருவதை நிதானமாகக் கவனித்தான். மெல்லிய சிரிப்பு அவள் உதட்டில், அவனை அவள் கவனித்துவிட்டாள். வண்டியைச் சரியாக அவளால் நிறுத்த முடியவில்லை. பலமுறை அதைத் திரும்பி வேறுதிசைக்கு மாற்ற முயற்சிக்கிறாள். அவள் கைக்கு அது பழக்கப்பட இன்னும் நேரமாகும். வண்டியை நிறுத்திவிட்டு அவன் இருக்கும் திசைக்கு வந்தாள்.

“உனக்காகத்தான் வெயிட்டிங், நீ வந்தத பார்த்தேன்”

“முன்னாடியே வந்துட்டியா, முகமெல்லாம் வேர்வையா இருக்கு”

"ஆமா வெயில்ல"

அவள் மிகச் சரியாகக் கணித்துவிடுகிறாள். அவனது செயல்களை போக்குகளை அவள் எளிதாக அறிந்திருக்கிறாள். அவன் என்ன செய்யபோகிறான் என்பதும் அவளுக்குத் தெரிந்திருந்தது. அவன் தன் பையை எடுத்துக்கொண்டதும், அவன் வண்டியின் மேலிருந்த அவன் தலைக்கவசத்தை எடுத்துக்கொண்டாள்.

அவன் வாங்க போக, "நான் எடுத்துவரேன்" என் முன் நடந்தாள். தூரத்தில் வரும்போது தெரிந்த அவளது முகத்தை நினைத்தான். பின் வேகமாக அந்நினைவைக் களைத்து, "நமக்கு முக்கியமா வர வேண்டிய டாக்குமெண்ட்ரி ஒண்ணு இன்னிக்கு வரயிருக்கு" என்றான்.

அலுவலக விசயத்தைத் தவிர மற்றவைகளை அவனுக்குப் பேச தெரியாது என அவள் ஊகித்ததுச் சரியாக இருந்தது. "நீ ஷூவ பாலிஸ் பண்ணிப்போடு, பாரு ஒரு மாதிரியா இருக்கு" என்றாள். அவன் கவனித்து "மண்ணுல வரம்ல அப்படிதான் இருக்கும்."

அவள் தலைகவசத்தைக் குழந்தையை வைத்திருக்கும் லாவகத்துடன் தன் வயிற்றுடன் அணைத்து வைத்திருந்தாள். மெதுவாகத் திரும்பி அவனை அவள் பார்க்கும் தோரணை மிக அழகாக, செயற்கையாகத் தெரிந்தது. ஓரடி அவனுக்குப் பின்னேதான் வந்தாள். தன்னை அவள் அவனுள் சுருக்கிக் கொண்டதை ஆழமாக விரும்பினான். அவர்கள் படிகளில் ஏறும்போது மேலே நின்றிருக்கும் அலுவலக நண்பர்கள் இமைக்காமல் பார்த்துக்கொண்டிருந்தார்கள். சங்கடமாக இருந்தாலும் சின்ன பெருமை மனதில் எழுந்தது. பொறாமை கொள்ளும் மனிதர்களின் முகங்களைப் பார்க்க எத்துணை ஆவல் நமக்கு. பொறாமையைத் தூண்டுவதுதான் மனித வாழ்வின் பெரிய மகிழ்வே.

"சுப்பு என்ன லேட்டு" என்றான் மகேஷ். சின்ன விஷமம் அவன் கண்களில் இருந்தது. பத்மா தலை குனிந்தே அமைதி யாகச் சென்றாள். "பின்ன சீக்கிரம் வந்து வேல செஞ்சாமட்டும் பெரிய இன்கிரிமெண்ட் கிடைச்சுடுமா" என்று சிரித்தான். சுப்ரமணியன் அவர்களோடு நின்றுகொண்டான். அவள் திரும்பி சுப்புவைப் பார்த்து மென்மையான ஒரு தலையசைப்புடன் சென்றாள். சிறிய அழகிய கவிதை போல் அவனுள் விரிந்தது. "நல்லா பேச கத்துக்கிட்டாருப்பா" என்றான் மாணிக்கம். சற்று உரத்த சிரிப்பலைகள் பறந்து திரிந்தன.

தன்னைக் கட்டுப்படுத்திக்கொள்ளும் நிதானம் இயல்பாக அந்த நேரத்தில் குடிகொண்டது. அவர்கள் முன் தன்னைப் பலமானவனாகக் காட்டிக்கொள்ள அதிகம் பிரயத்தனப் பட்டான். அவர்களுக்கு ஒரு சின்ன இடம் கிடைத்தால் போதும் தன்னை அவர்களில் ஒருவனாகச் சேர்த்து விடுவார்கள். அவர்களிடமிருந்து தன்னை விலகிக்கொள்ள சிறு உடல்மொழியை வெளிப்படுத்த அவர்கள் அதைக் கவனித்ததாகத் தெரியவில்லை.

பெண்ணைக் கையாளத் தெரிந்தபோதே இதையும் செய்ய வேண்டியது என நினைத்தான். அக்குழுவின் தலைவனாகத் தன்னை உருவகிக்க ஒரு பெண் தேவைப்படுகிறாள். பெண்ணை வெற்றிக்கொண்டவனால் மட்டுமே மற்ற ஆண்களையும் வெற்றிக்கொள்ள முடிகிறது. மற்ற ஆண்களில் நான் சிறந்தவன் என நிரூபிக்க ஒரு பெண் அவனை ஏற்றுக்கொள்வதில் இருக்கிறது.

அவளைத் தன்பின்னே நடத்தி வருவதிலும், அவள் பேதமையில் கனவு ஒன்று ஒளிந்திருப்பதையும் காண மனம் உவகை கொண்டது. அவளுக்கு எதையும் உண்மை என்று நினைக்கும் ஒரு மனம் இருக்கிறது, அம்மனதிலேயே அவள் ஒளிர்ந்துகொண்டிருக்கிறாள்.

புறாக்கூண்டுகள் போன்ற அமைப்பில் இருந்த சின்ன அலமாரியில் தலைகவசத்தை வைத்துவிட்டு அவனைத் திரும்பி பார்த்து ஒரு சிறு புன்னகையை வெளிப்படுத்தியபடி கடந்துசென்றாள். அவன் இருக்கும் இடத்திலிருந்து மூன்று தடுப்புகளுக்குத் தள்ளி அவளது இடம், இங்கிருந்து பார்த்தபோது அவள் வேர்வையினால் அடைந்த களைப்புடன் காற்றைத் தன் வாயில் வேகமாக உள்நுழைத்து வெளியேற்றியது ஏதோ அழகிய அவஸ்தையில் இருப்பவள் போன்று தெரிந்தாள்.

அவன் முன்னிருந்த கணினியைத் தொட்டு வணங்கி உயிர்பித்தான். எப்போது செய்வதுதான். மிக இயல்பாக அவனுள் அது குடியிருக்கிறது. அவள் என்ன செய்கிறாள் என்று திரும்பிப் பார்த்து அந்த நனவை மனதுள் நிகழ்ந்ததுமே அவன் அகம் வேகமாக உள்சென்றுவிட்டது. காலை ஒன்பது மணி என்பது மறைந்து தன் இளமை பருவத்தையும் இளம் வயது தாயின் முகமும் மிக அருகில் தெரிந்தது. தன் தாயின் முகம் நீண்டு ஒடுக்கமாக அதிக கண்ணியத்துடன் சிரித்தபடி இருப்பதைக் கண்டான். அந்த முகம் அச்சு அசலாக பத்மா விடமும் இருப்பதை உணர்ந்து சற்று அதிர்ந்து தலைகுனிந்து கீபோர்டைப் பார்த்தபடி அமர்ந்திருந்தான். பத்மா ஒரு

சிறு அரைகல்லின் கண்மூடிய சிற்பம்போல தெரிந்தாள். அவளுக்கு இம்மாதிரியான சங்கடங்களும் மகிழ்ச்சிகளும் மனதில் இருக்குமா என சந்தேகித்தான். ஏனெனில் அவள் பேசும் அனைத்தும் தினப்படி செய்திகளும் நடைமுறை சிக்கல்களை மட்டுமே கொண்டதாக இருக்கிறது. அவளுக்குத் தெரிந்ததெல்லாம் காலையில் ஏன் சாலை நிரம்பிவழிகிறது? ஏன் வெப்பம் அதிகமாக இருக்கிறது? மழை ஏன் வீட்டிற்குப் போகும்போது பெய்கிறது? இப்படியானதாகவே இருக்கும்.

அது அவனுக்கு மெல்லிய நகைப்பை அளித்தது. அவளுள் செல்ல அவனுக்கு இம்மாதிரியான எளிய வழிகள் எளிதில் கிடைத்தன. ஆனால் பேசும்போது மிகுந்த தன்னம்பிக்கை தரும் பல விஷயங்களை அவளால் பேச முடிகிறது. அவளை மிக விரைவாகத் திருமணம் செய்துகொள்ள வேண்டும் என்கிற ஆவல் எழும்போதெல்லாம் பயமும் கூடவே வந்தது. அன்றைய வேலைகளைப் பற்றிய செய்திகள் அவனுக்கு மின்னஞ்சலில் வந்திருந்தது. அவற்றில் பாதிகூட இன்று செய்ய முடியுமா என யோசிக்கும்போது அணிகளில் சிறுஓசை கேட்டுத் திரும்பினான். பிங்க் வண்ண சுடிதார் அணிந்து அவள் இடை திரும்பும்போது அவன் முகத்திற்கருகே இருந்தது. சற்று பெரிய இடை அவள் உயரத்திற்கு அதிகம் என நினைத்தான். அவள் வேண்டுமென்றே தன் அருகில் நின்று அவனைக் கவனிக்க வைக்க வேண்டும் என்கிற நினைப்பு இருப்பதை அறிந்தான்.

“பூட்டிங்க்ல ஏதோ பிரச்சின இருக்கு சுப்பு, கொஞ்சம் பாத்துச் சொல்லேன்.”

அவள் உதட்டுச் சிரிப்பில் காலை நேரத்து மயக்கம் இருந்தது. சற்று நேரத்தில் “டீ எப்ப வரும்” என்பாள். அடுத்து என்ன என்பதைப் பற்றி யோசித்துக்கொண்டேயிருப்பாள் என்று தோன்றும்.

வேகமாக எழுந்து அவள் மேஜைக்குச் சென்றான். அங்கே சரவணனும் வந்திருந்தான். அவனுக்கு அங்கே நடப்பதைப் பற்றி ஏதோ தெரிந்திருந்தது. “பூட்டிங் பிரச்சினையா பத்மா எனக்கும்தான், இப்பதான் பழைய டீலிக்கை எல்லாம் டெலிட் பண்ணிட்டு ரிபூட் பண்ணேன் சரியாயிடுச்சு.”

ஆனால் பத்மா பெரியதாக அவளைக் கண்டுக்கொண்டதாகத் தெரியவில்லை. சிறு பூச்சியின் கால்களின் நெளிவு போல விரல்களை ஆட்டி யோசிப்பதுபோல செய்து “என்ன பண்ணலாம் சுப்பு” என்றாள். சரவணனுக்குச் சிறு ஏமாற்றமாக இருந்திருக்கும். அதை வெளிக்காட்டாமல் அவனே முன்வந்து அவள் கீபோர்டில் கைவைத்துச் சரிசெய்ய முயற்சித்தான்.

அவள் லாவகமாகக் கீழே கணினியில் இருந்த சுவிட்சை மீண்டும் நிறுத்தி ஆன் செய்துவிட்டு "இரு இன்னொரு முறை பண்றேன்" என்று அவனிடம் சொல்லிவிட்டு முன் இருந்த நாற்காலியைத் தள்ளி சுப்பு அமர இடம் செய்து கொடுத்தாள். "சரி பன்னு" என்று போய்விட்டான் சரவணன். சுப்ரமணியன் அமர்ந்து பார்க்கும்போது ஒரு கை மேஜையிலும் ஒரு கை சேரிலும் வைத்துக் குனிந்து பார்த்துக்கொண்டிருந்தாள்.

அவனால் மட்டுமே இதைச் சரி செய்ய முடியும் என்கிற திடமான எண்ணம் அவளுக்கு. எதையும் அவன் தான் செய்ய வேண்டும் என்று நினைக்கிறாள். உண்மையில் அவள் தன்னைத்தான் விரும்புகிறாளா அல்லது தன் திறமைகளை விரும்புகிறாளா? தன் உடல் மீதான பார்வை என்பதைத் தாண்டி அவள் அறிய விரும்புவது தன் உள்ளத்தைத் தான் என அவன் யோசிக்கும்போதே அப்படி இருக்குமா? என்று பயந்தான்.

செவிமடல்களில் மெல்லிய காற்று உரசல்கள்போல அவள் இருந்தாள் அவனுள். அவள் எப்போதும் தன்னையே நினைத்துக் கொண்டிருக்கிறாள் என்கிற எண்ணத்தை அவனுள் செலுத்த அவள் அதிகம் பிரயாசைகொள்கிறாள் என்று நினைத்தான்.

மதிய நேரத்தில் அவள் அவனுக்காகக் காத்திருக்கிறாள். அவன் வந்தால்தான் மதிய உணவையே உட்கொள்வாள். மதிய உணவு என்பதே அவளுக்கு அவனது அருகாமைதான் நினைவிற்கு வரும். அவன் இல்லாதுபோன ஒரு மதியம் அவள் நினைவில் இருக்கிறது. அலுவலகத்தின் மாற்றத்தால் ஒருநாள் அவன் வேறு இடத்திற்கு அவனை வேலை செய்ய பணித்திருந்தார்கள். அன்று அவள் மட்டுமே தனியே உணவு உட்கொண்டது ஒவ்வொரு சமயமும் நினைவிற்கு வரும்.

கொஞ்சம் கொஞ்சமாகத் தன்னை அவள் சிறை பிடிக்கிறாள் என நினைத்தான் சுப்ரமணியம். இனிய சிறைதான், சிறையின் வலிமை அதை உடைத்தெரிய முடியாதபோது தான் தெரிகிறது. ஆனால் அது பழகிவிட்டிருக்கிறது என நினைத்தான்.

9

காலையில் சூரிய ஒளியில் அலுவலகம் சென்றால் மாலை இருள் கவியும் நேரத்தில் வெளியேறுவதை அவன் ஒரு நாள் என்று பொருள் கொண்டான். ஆனால் இன்று அப்படி அல்ல, மாற்றாக ஒரு பெரிய நந்தவனத்தைக் கண்டவன் போலானான். ஒவ்வொரு நாளும் புதிய வண்ணத்துப் பூச்சிகளைக் காணும் பரவசம் மனதில் இருந்தது. பத்மா என்பதை எவ்வகையில் எழுதினால் அழகு என்று யோசிக்கும்போதே அவள் இனிய நறுமணத்துடன் அவன் எதிரில் வந்துவிடுகிறாள். அல்லது தான் அவளிடம் செல்கிறேமா என யோசித்தான். கனத்த இருளில் இருக்கும் வெண்ணிரும்பு சிறு பளபளப்புடன் இருப்பதுபோல அவள் அவன் உள்ளத்தில் இருந்தாள். என்ன யோசனை என்று அவள் கேட்கும்போது உன்னைப்பற்றிதான் என்று சிரித்தான். காதல் மொழிகள் இலகுவாகக் கைவருவது அவனுக்கு ஆச்சரியமாக இருந்தது. அவள் உடல் சிறுகோடுகளால் பிரிக்கப்பட்டிருக்கிறது என நினைத்தான். அவளது விரல்கள் ஆச்சரியமூட்டும் விதமாகத் தனித்துப் பரவியிருப்பதை அழகு என நினைத்திருந்தான். அவள் உடலின் மேல் எந்த ஆசையும் இல்லை. ஆனால் உடலால் அவள் ஆனவள் அல்ல என்று நினைக்கும்போதே அவள் உடல் வெம்மையின் வாசனை அவள் உடல்தான் என்ற நினைவைத் தூண்டுகிறது.

அவள் அணிந்திருந்த துப்பட்டா விலகும் போது இளமுலை மூடி வைக்கப்பட்ட பூப்பந்து போல தெரிந்தது. வேகமாகத் தன் கண்களை வேறுபக்கம் திரும்பிக் கவனித்தான். அலுவலகம் பரந்து விரிந்திருந்தது. மனிதக் கூட்டத்தில் சிக்கிய காளைமாடு போன்றிருந்தான். அவன் பார்ப்பது எல்லாமே சிறு மனிதர்களும் சிறிய பொருட்களும்

தாம். அவன் உயரதிகாரி அவனிடம் வந்து இன்றைய வேலைகளை ஒப்படைத்ததைப் பிரித்துத் தன் குழுவினருக்குக் கொடுக்க வேண்டும். குழுவின் தலைவனான அவனுக்கு அதிலிருந்த அதிகாரம் தன் பிரிய காதலியின் சிறு புன்னகை மகிழ்விற்குத்தான் என நினைத்திருந்தான்.

பரத்தும், முருகனும் அவன் செய்கைகளைக் கண்டு லேசாக முகம் சுளித்தனர். பரமசிவமும் கண்ணனும் அவனின் காதல் விளையாட்டில் அதிக ஈடுபாடு காட்டினர். தினம் என்ன முன்னேற்றம் உள்ளது என்பதை அறிய காத்திருந்தனர். "ஒரு நாள் அவள எங்கயாவது பார்க்குக்குக் கூட்டிக்கிட்டுப் போயி மஜா பண்ணு, இல்ல பீச்சுக்குப் போ. அதான் சவுகரியம்" என்றான் கண்ணன். முதலில் தூக்கிவாரிப்போட்டது.

அவள்தான் அதை அவனுக்கு முதலில் சொன்னாள். "நாம பீச்சுக்குப்போய் பேசுவோம், எனக்குச் சுண்டல் சாப்பிட பிடிக்கும் வாங்கித் தருவியா" என்றாள். அவன் பைக்கில் அவள் பின்னால் அமர்ந்தபோது காற்று எதிர்திசையில் வீசுவது போன்றிருந்தது. மெல்லிய மனம் அவளின் நெருக்கத்தால் உண்டானது, வண்டியிலிருந்து இறங்கி அவள் கையைப்பற்றி அழைத்துச்சென்றான். மென்விரல்களில் இருக்கும் பிசுபிசுப்பு அவளுடன் மேலும் நெருக்கத்தை உண்டு பண்ணியது. அவளிடம் அவன் அதிக தைரியமும் உரிமையும் எடுத்துக்கொள்வது அவனுக்குப் புரிந்தது.

காற்று கடலின் மேல்பரப்பிலிருந்து மணல் வீச்சுபோல அதிவேகமாக வந்தது. அதன் வாசத்தில் மீனின் மணமும், பாசிகளின் மணமும் சேர்ந்து வருவதாக நினைத்தான். காற்று அவள் சிகையைக் கலைத்துக் கண்களை மூடவைப்பது அவள் தனித்த இருப்புகளில் தெரியும் முகத்தைக் காட்டியது. அவள் உதடுகளில் இனிப்புடன் கலந்த உப்புசுவை இருக்கும் என நினைத்தான். அவள் உதடுகளைக் கவனிப்பதை அவள் அறிந்து "என்ன?" என்றாள். அதிர்ந்து தூரவானத்தைப் பார்ப்பதுபோல "உப்பும் இனிப்பு கலந்தா எப்படி இருக்கும்?" என்றான். கண்களை லேசாக மூடி, உதடுகளை விரித்து நா ஈரப்படுத்த "அதைச் சுவைச்சாதான் தெரியும்" என்றாள். இருவர் கண்களும் சந்திக்க, அவன் இயல்பாக அவள் பின்கழுத்தில் கை வைத்து இழுத்து உதட்டில் முத்தமிட்டான். அவசரமாக அவன் உதட்டை ஈரப்படுத்தினான். "நீ சரியா சுவைக்கல" என்று கண்களைக் கீழே தாழ்த்திக்கொண்டாள்.

நான்கு இதழ்கள் எப்போது ஒன்றிணைந்தன என இருவரும் அறிந்திருக்க முடியாது. காலம் தன் வேகத்தை முற்றிலுமாக

நிறுத்தியிருக்க சுவையின் ஆழம் அவன் வயிற்றை நிறைத்தது. எச்சில் சுவை இனிய மதுவைப் போன்றது என அப்போதுதான் தெரிந்தது. அவள் கண்களை மூடி பதறியதுபோல செய்ததும் தான் விலகினான். அதை அவள் வேண்டுமென்றே செய்கிறாள், தன் பேதைமை கொண்டு அவனுக்கு மேலும் ஊக்கமளிக்கிறாள் என நினைத்தபோதே அதிலிருக்கும் அழகை நினைத்துச் சிரித்தான்.

அவன் முன் தன் அறியாமையைக் காட்ட அவள் அதிக முனைப்புகொள்கிறாள் என அறிந்து, “நல்ல சுவை, வயிறு நிறைஞ்சிடுச்சி” என்றான்.

“அப்ப இன்னைக்கு நைட்டு சாப்பிடாத”

“இல்ல திரும்பியும் பசிக்கும்”

“அய்யோ, நா வீட்டுக்குப் போயிடுவேன்பா”

“இன்னிக்கு நைட்டு உன்னதான் சாப்பிடுவேன்”

நீரில் மூழ்கி வெளிவந்த கண்களைக் கொண்டவள்போல அவனைப் பார்த்தாள். வெட்கமும் சிரிப்புமாக இருந்த முகத்தின் கன்னத்தில் முத்தமிட்டான்.

“ம், போதும், கல்யாணத்துக்குப் பின்னாடி வேணும்” என்றாள்.

அதிர்ந்து வானத்தின் மையம் எதுவென்று பார்ப்பவன் போல மேலேயே பார்த்தான். திருமணம் என்கிற வார்த்தை பூரிப்பும் அதிர்ச்சியுமாக இருந்தது. திருமணம் என்பது தூரத்து நகரம்போல அவனுக்கு இருந்தது. அதை அடைய வேண்டி மேற்கொள்ளும் பயணம் தன் வாழ்வின் ஒரு பகுதியைத் தின்றுவிடும் என நினைத்திருந்தான். அவன் விரும்பும் தூரத்தில் தான் அது தற்போது இருக்கிறது. அழகிய மனைவியாகப் போகிறவள் அருகில் இருக்கிறாள். சிறிய இடையும் சிறிய மார்பகங்களையும், அழகிய கண்களையும் கூரிய நாசியும், விரிந்த உதடுகளையும் கொண்டவள். தன்மீது அளவற்ற அன்பும் கொண்டவள் என்கிற வார்த்தைகள் எல்லாம் புத்தம் புதியனவாக இருந்தன.

அவள் வேறுமாதிரி நிதானத்துடன் இருந்தாள். அன்னை யாக மாறும் தருணம் அவளுக்கு. அவசரமற்றுத் தன்னைச் சேர்ந்தவனை அரவணைக்கும் அழகு அவளுள் இருந்தது. “பனியில சுத்தாம, பத்திரமா ரூமுக்குப் போயி சாப்பிட்டுத் தூங்கு” என்றாள். அவள் தங்கியிருக்கும் பெண்கள் விடுதி பகுதிக்குச் செல்லும் பஸ்ஸில் ஏற்றி அனுப்பினான்.

அந்நாட்களில் இருந்த சிந்தனைகள் மனதில் பாதையில் எதிரில் வரும் யானை போன்று அவன் முன் நின்றிருந்தன. வேறு சிந்தனைகள் மனதில் இருந்ததில்லை. வேறு ஒன்றை யோசிக்கும்போதே அது எளியவர்களுக்கானது என்று யோசித்திருந்தான். தன்னையும் பத்மாவையும் தவிர பிற எண்ணங்கள் வருவதை அவன் விரும்பவில்லை. சுடரில் மையம் மஞ்சளாக ஆடாமல் இருப்பது அதைக் குறித்த தெளிவுடன் இருந்தான். அங்கு யாரும் அவனையன்றி வர முடியாது என நினைத்திருந்தான். அவனிருக்குமிடத்தில் அவளைத் தவிர பிறர் வருவதை விரும்புவதில்லை. ஒவ்வொரு புதன்கிழமை நடக்கும் அவனது அலுவலக டீம் சந்திப்புகளில் பத்மாவுடன் கலந்து கொண்டது மட்டுமே நினைவிருக்கும். மற்றயவைகள் காற்றில் கலந்த புகைபோல ஆயின.

காட்டை நிறைக்கும் வாசம்போல மனம் முழுதும் அந்நினைவுகள். தூங்கி எழுந்த மதிய வேளையில் பத்மாவின் சித்தப்பா ஒருவர் அவனைத் தேடி வந்திருந்தார். அவனிருந்த மேன்சன் வராண்டாவில் இருந்த பெஞ்சில் அவர் அமர்ந்திருந்ததைக் கண்டு வழிதவறி வீட்டினுள் நுழைந்து விட்ட குரங்கைப் போல பயங்கொண்டான். தனக்கும் பத்மாவிற்கும் இடையே இருந்த நட்பை அவர் அறிந்திருந்தார் என்பதை முதலில் அவனால் ஏற்றுக்கொள்ள முடியவில்லை. எப்படி அவர் அறிந்திருப்பார் என்று நினைத்தான்.

“பத்மா சொல்லுச்சு, அவ ரொம்ப பாசமா வளர்ந்த பொன்னு, என்ன ஏதுன்னு சொல்லத் தெரியலன்னாலும், சொன்னத வெச்சு நாங்களே ஒரு முடிவுக்கு வந்திருக்கோம். அவளுக்கு வேற இடத்துல மாப்பிள பார்க்கிறத சொல்லிப் பார்த்தோம் அவ பிடிவாதமா இருக்கா, அண்ணன், பாப்பா வோட அப்பா, கூப்பிட்டுச் சொன்னாரு, என்ன பண்ணலாம் சொல்லுங்க, அதாவது உங்க அபிப்ராயம் என்ன அத சொல்லுங்க.”

பத்மா தன்னிடம் பேசுவதை மற்றவர்களிடம் பகிர்ந்துக் கொள்கிறாள் என்பதை நம்ப முடியவில்லை. சித்தப்பாவிற்கு இருந்த ஆர்வம் ஏதோ புதிய வகை மீனைச் சந்தையில் பார்ப்பது போன்ற கண்களோடு இருந்தார். “இல்ல எனக்கு உடனே என்ன சொல்றதுன்னு தெரியல, எங்க அப்பா அம்மா கிட்ட பேசிக்கிட்டுச் சொல்றேன்.” புத்திசாலித்தனமாகச் சொல்லி விட்டதாகத் தோன்றியது.

அடுத்த நாள் பத்மாவை அலுவலகத்தில் பார்த்தபோது நடந்தவைகளை அவள் முன்கூட்டியே அறிந்திருக்கிறேன்

என்கிற முகபாவனையைப் பார்ப்பது துணுக்குற வைப்பதாக இருந்தது. அவளின் செய்கைகள் மிகவும் அர்த்தம் பொதிந்ததாக அமைந்திருப்பதை அப்போதுதான் கவனிக்கத் தொடங்கினான்.

“ஏன் உடனே உங்க வீட்டுல சொல்லிட்ட, கொஞ்ச நாளாகட்டுமே, எங்க குடும்பத்துல இன்னும் பேசவேயில்லை. அதற்கு நேரம் இது இல்லன்னு தோணுது, ஏன்னா எங்க அக்கா வுக்கு இப்பதான் கல்யாணம் ஆச்சு, தங்கச்சிக்கு இனிமேதான் நடக்கணும்.”

அவள் அவசரமாக எதையும் சொல்வதுபோல தெரிய வில்லை. பூனையின் அசைவுகள் போல மெல்ல இருந்தது. “நாம் சொல்லி வெச்சுடுவோம், ரெண்டு குடும்பத்துலயும் சரிவரும் போது கல்யாணம் வெச்சுக்கலாம்” என்றாள். சொல்ல வரும் எதுவும் இரண்டு அர்த்தங்கள் கொண்டிருப்பதாக அப்போது தான் உணர்ந்தான்.

திருமணம் என்ற வார்த்தையைப் பேசவே அம்மாவிடம் கூச்சமாக இருந்தது. மதிய நேரத்தில் மெல்லச் சொல்லிவிட வேண்டும் என நினைத்திருந்தான். அம்மாவைக் கண்டதும் அதன் உள்ளர்த்தங்கள் மாறி பரிமாறிய உணவில் வந்துவிட்ட சிறுபுழுபோல உணர்ந்தான்.

“என்னடா?”

அம்மாவிற்கு அவனது தயக்கங்கள் புதிய உடல்மொழி களால் தெரிகின்றன. அதுவும் இந்த வயதில் என்ன உடல்மொழியைப் பெறுவேன் என்பதும் தெரிந்திருக்கிறது. உடல் சார்ந்த எந்த விஷயத்தையும் அம்மாவிடம் பேச முடியுமா என்று தோன்றியது.

“என்னடா...” என்று நிறுத்தி நீளமாகக் கேட்டாள்.

“எங்க ஆபீஸ்ல... ம் வேற ஊருக்கு மாத்தலாமான்னு கேட்கிறாங்க” என்றான். அது பொய்யென அவன் மனம் அறிந்த கணம்முதல் எப்படி மனதை மறைப்பது என்று தவித்தான்.

“நாங்கூட ஏதோ பொண்ணு விஷயமா சொல்லப் போறீயோன்னு நினைச்சேன்,” கீழே தாழ்ந்திருந்த கண்கள் உயிர்பெற்று நிமிர்ந்தன.

பதறி, “அதுவும்தான்” என்றான்.

சொன்னதும் சற்று ஆசுவாசமாக இருந்தது. “அப்பவே நினைச்சேன். கொஞ்சம் சம்பாரிக்க ஆரம்பிச்சதும் வர்ற திமிர பாத்தியா, சம்பாதிச்சு ஏதாவது சேத்திருக்கியா

இல்ல என்கிட்டயோ இல்ல அக்காக்கிட்டையோ எதாவது கொடுத்திருக்கியா, அதுக்குள்ள உனக்கு லவ்வு, இல்ல".

எதையும் கேட்டுப் பழக்கப்படாத அவனால் இதைத் கொடுக்காதவரை அவன் எடுக்கப்போவதில்லை என நினைத்திருந்தான். பத்மாவின் வெளிப்படையான செய்கையால் தான் தங்களுக்குள் இருக்கும் உறவு வெளிப்பட்டதாக நினைத்தான்.

"இல்லம்மா சும்மா சொன்னேன்" என்று அந்த இடம் விட்டு நகர்ந்தான்.

சட்டென சூழல் இனிமையாகிவிட்டதாகவும், இறுக்க மற்று இருப்பதாகவும் நினைத்தான். அம்மாவைப் புதிதாகப் பார்ப்பதுபோலிருந்தது. எப்போதும் எதிர்க்கும் அக்கா ஏற்றுக் கொண்டுவிட்டதையும், எப்போதும் சாதகமாகப் பேசும் அம்மா எதிர்ப்பதையும் காண அவனுக்கு ஆச்சரியமாக இருந்தது. சின்னச்சின்ன அசைவுகளில் அம்மா கோபமுற்றிருக்கிறாள் என்று காட்டினாள். டொப் என்று டம்ளர் ஒலியும், தங்கை காயத்திரியிடம் காட்டும் அலட்சியமும் அவனுக்குப் புரிந்தது. "நீயும் உங்கண்ணன் மாதிரி இருக்காத" என்று அவள் செய்யும் சின்ன தவறுகளைச் சுட்டிக்காட்டினாள்.

அக்கா அந்தக் கோபத்தில் புகுந்து சிரிப்புகளை வெளியிடு வதும், காயத்திரி அம்மாவிற்கு எதிராக வேண்டுமென்றே சில விஷயங்களைச் செய்து மேலும் உசுப்பேத்துவதுமாக இருந்தாள். வீடு நிறைவு கொள்ளத் தொடங்கியதை நினைத்து அகமகிழ்ந்தான் சுப்ரமணியன்.

10

பத்மலெட்சுமியை அவசரமாகத் திருமணம் செய்துகொண்டது போலிருந்தது. கனவு வளர்ந்து முற்றுவதற்கு முன் விழிப்பு வந்தது போல் திகைத்து நின்றான். அந்தக் கனவைக் எப்போதோ பத்மா கடந்து சென்றுவிட்டாள். அவளுக்கு நாள் கணக்கு மிகத் துல்லியமாக நினைவில் இருக்கிறது. அதைக் கொண்டு அவள் சொல்வதைப் பார்க்கும்போது அவளுக்குத் தெரிந்த உறவுகள் எல்லோருக்கும் தனக்குமான உறவைத் துல்லியமாகச் சொல்லி விடுகிறாள். சொன்னது சரிதான் என்பது குறித்த நம்பிக்கையை அவள் எப்போது கைவிடுவதில்லை.

சிதறிய சூரிய துண்டுபோல ஜொலிக்கும் வைர மூக்குத்தி அவள் அழகிய நீண்ட நாசியை அலங்கரித்தது. நாசியின் கீழும் மேலுதட்டிலும் இருந்த புல்லாக்கு அவள் முகத்தை மேலும் அழகுறச்செய்தது. புருவத்தின் மேல் மினுக்கும் புள்ளிகள் அவள் கண்களைப் பெரிதாக்கியிருந்தன. காதுகளில் பெரிய ஜிமிக்கியும், நெற்றியில் நெற்றி சுட்டியும். உச்சியில் சூரிய சந்திரரை வைத்து நின்றிருந்தாள்.

அவன் பஞ்சகச்சம் அணிந்த வெற்றுடம்புடன் ஒரு சிறு துண்டை தோள்வழி சென்றது. அழகிய நடையில் வந்த அவள் அவனைக் கண்டு மென்மையாகச் சிரித்தாள். உதட்டு ஓரங்களில் அரிதாரத்தையும் மீறி விழுந்த கோடுகள் அதனுள் இருக்கும் அவள் முகத்தைக் காட்டின.

பெரிய மனித கூட்டத்தில் அவர்கள் இருவரும் காட்சி பொருளாக இருந்தார்கள். அவன் இந்நிகழ்வை எப்படி கடப்பது என்று யோசித்துக் கொண்டிருந்தான். அவன் மனம் மட்டும் சில

விஷயங்களைக் குறித்து யோசித்துக்கொண்டிருப்பது ஏன் என்று புரியாமல் தவித்துக்கொண்டிருந்தான். சீக்கிரம் இந்தச் சடங்குகள் நிறைவுற வேண்டும் என நினைத்தான். ஆனால் பத்மா ஒவ்வொரு விநாடியும் தனக்கானது என்பதை அவனிடம் காட்டிக்கொண்டிருந்தாள். நான் உன்னைவிடத் தேர்ந்தவள் என்பதைக் காட்டும் முனைப்புடன் செய்ய அவை தன்னைக் கேலிப் பொருளாக மாற்றியதை ரசித்துக்கொண்டிருந்தான்.

அந்த உளவியல் சீக்கிரமே பிடிப்பட்டது. அவனும் அதில் இயல்பாகக் கலந்துகொண்டான். மண்டபத்தின் மையத்தில் ஓமகுண்ட ஒளியில் அவன் அவளுடன் குளிப்பது போன்றிருந்தது. அம்மாவும் சின்னம்மாவும் சித்தப்பாவும் பெரியப்பாவும் பெரியம்மாவும் அத்தையும் மாமாவும் என்று அவனிடம் எதையோ சொல்கிறார்கள். என்ன என்று யோசிப்பதற்குள் அடுத்தவர் வேறு ஒன்றைச் சொல்லிச் செல்கிறார்கள். பத்மாவின் உறவுப் பெண்கள் அவனிடம் மட்டும் கேலியாகப் பேசுகிறார்கள். அவனை இனிய சிக்கலில் மாட்டிவிடும் அத்தருணத்தை ரசிக்கிறார்கள்.

பல்வேறு சடங்குகள் முடிவற்று நீண்டன. சடங்குகளின் இடையே மருதாணியிட்ட குலுங்கும் வளையல்கள் கொண்ட அவளது அழகிய கை பாம்பு தீண்ட வருவதுபோல அவனிடம் உறவாடியது. அக்கைகளில் இருந்த அணுக்கத்தை அவன் இதற்குமுன் கண்டதில்லை. இரவு மீண்டும் ஒரு சடங்கு இருந்தது. முகத்தில் வண்ணங்கள் பூசி, அழகைத் திருஷ்டி கழிக்கப்படுவது. அனைத்திலும் ஆண்மகனாகத் தன்னை விலகிக்கொள்வதை ரசித்தார்கள். பெண்களுக்கு அச்சடங்குகளில் இருக்கும் பயிற்சியும் மகிழ்ச்சியும்தான் அவர்களைப் பெண்களாக உணரச்செய்கிறது என நினைத்தான்.

இரவில் தனியறைக்கு அவன் சென்றபோது இதுவரை தொடர்ந்த சடங்குகளின் நீளத்தை அப்போதுதான் உணர்ந்தான். அனைத்தும் இதற்குத்தான் என யோசித்தபோது சற்றதிர்ந்து அவளை நோக்கினான். அவள் சிரித்து அவன் கைகளைப் பற்றி நின்றாள். ஆண் பெண்மைகொள்வதும் பெண் ஆண்மை கொள்வதும் உண்டு என தோன்றியது.

"நீங்க பெண் பிள்ளை மாதிரி இருக்கீங்க" என்று சொல்லி சிரித்தாள். அவள் சிரிப்பு தன்னை அவளுடன் கலந்துவிடத் துடிக்கும் தண்ணீர் போன்றிருந்தது. பத்மாவின் உடையை மீறி அவள் உடல் அழகிய கோடுகளாக நீண்டு சென்றது. முடிவுறா அக்கோடு இணைவது ஓர் இடத்தில்தான். அவன் அவள் தோளைத் தொட்டதும் அவளது கண்கள் மாறுபடுவதைக்

கண்டு காதருகில் சென்று "என்ன பண்ற" என்றான். உடலைச் சிறிதாகக் குறுக்கிக் கலகலக்கும் வளையல் ஒலியுடன் கையைத் தூக்கி அவன் கன்னத்தைக் கிள்ளினாள். அவள் உதடுகள் நீள்வட்டமாக மடிந்து உள்செல்ல தலையசைத்தது, யானையின் தலையசைப்பு போலிருந்தது.

உடல் ஒரு பெரிய பாரமாக இல்லாமல் இலகுவான சிறு இறகுபோல ஆகும் தருணம். உடல் தன்னை உணரா, தன் மையத்தை அளித்த தருணம். நிகழ்வுகளில் உடலுக்கு எந்த சம்பந்தமும் இல்லை என நினைக்கத் தோன்றியபோதுதான் ஆண் மகன் என்று உணரத் தொடங்கினான். ஆண் என்கிற சொல்லில் இருப்பதாகப் பட்ட பெருமைக்கு என்ன காரணம் என புரியத் தொடங்கியது. நதியின் கரையோரத்து முடிவுறா சிறுஅலைகள்போல வாழ்க்கை அதையே தொடர்கிறது.

"பத்தரையிலேந்து பன்னிரண்டுக்குள்ள நல்ல நேரமாம், அதுக்குள்ள எதாவது தொடங்கிவைக்க சொன்னாங்க, மாமாவோட சித்திப் பொன்னு இருக்காங்கல்ல, அவங்கள அக்கான்னுதான் கூப்பிடுவேன், அவங்கதான் சொன்னாங்க"

அவள் கூறுவதைக் கேட்கச் சற்று நகைப்பாக இருந்தது. தொடக்கம் முடிவு பற்றிய முன் தீர்மானங்கள் உறவுகளிடையே இருக்கின்றன. அவளும் அதையே எதிர்நோக்குகிறாள் என்று அறிய அவனுக்கு அதிக நேரம் ஆகிவிடவில்லை. பறவையின் சிறுகண்கள்போல பேதமையுடன் அவனை நோக்கினாள். அவன் ஆழ்மனம் மட்டும் அவளது அணிகலன்களின் மூலம் எழும் ஓசைகள் பிறருக்குக் கேட்டுவிடும் என பதபதைத்தது.

அவள் நகைகளைக் களைய அவன் உதவிசெய்ய வேண்டி யிருந்தது. "இதபாருங்க இதுதான் வங்கி" என கைகளிலிருந்து எடுத்துக்கொடுத்தாள். "இத எடுங்களேன்" என்று கழுத்தில் சிறுசிறு வளையங்களாக இருந்த நகையைக் காட்டினாள். அதை விடுவிக்கும்போது அவன் கட்டிய தாலி மங்கள் கயிற்றுடன் திரிதிரியாக இருந்தது. அதைத் தொட்டதும் "அத எடுக்கக் கூடாது மத்ததெல்லாம் எடுங்க" என்றாள். சேலை ஜாக்கெட்டுடன் இருந்த ஊக்கை எடுத்ததும், அப்பாடா என்று முன்பக்கத்திலிருந்து மாராப்பை எடுத்தாள். நேர்கோட்டில் பயணிக்கும் வாகனம்போல அவன் மனம் எந்த சலனமுமின்றி இருந்தது.

வெறிகொண்ட விலங்கின் வேகம்போல எதுவும் நிகழ்ந்து விடவில்லை. பொருட்களின் பெருமதிப்பறிந்து கவனமாகக் கையாளும் லாவகம் இருந்தது. அவளை அணைத்ததுமே மனிதனின் ஆதிநினைவுகளின் ஒரு துளி அவனுள்ளும்

விழுந்ததை உணர்ந்தான். அவள் தன்னை இலகுவாக அவனிடம் ஆட்படுவதைத் தன் அகமனதின் ஒரு பகுதிதான் என உணர்ந்தான்.

காலையில் எழுந்ததும் அவனுக்குத் தன் மீதான கவனம் பெரிய பாரமாக இருக்கவில்லை. மிகுந்த பெருமித தருணங்கள் தன்னைச் சூழ்ந்திருப்பதாக நினைத்தான். ஒவ்வொன்றையும் தன் மேனி தாங்குவதாக நினைத்தான். தன்னைச் சூழ்ந்திருக்கும் பொழுதுகள் தம்மையன்றி வேறு இல்லை என தோன்றியது. தனக்கான தனியறை அனைவரும் அறிந்த நிகழ்வுகளையும் அந்நிகழ்வுகளை மனதில் ஓட்டி களிக்கும் ஆனந்தத்தையும் அளித்தார்கள்.

அவன் காலை உணவை உண்டுவிட்டு மீண்டும் தூங்கச் சென்றான். அவள் வேலைகளையும் கூடவே கேலிகளையும் கேட்டுச் சிரித்து மகிழ்ந்து மதிய உணவை அவனுடன் உண்டு விட்டு வெளியே கோயில்களையோ அல்லது வேறு வீட்டின் விருந்திற்கோ கலந்துக்கொண்டு இரவு அவர்களின் புணர்ச்சிகான நேரத்தை ஒதுக்கினார்கள். உடல் தன்னை ஒரு முடிவுறாத பெருக்கத்தின் முதலடியாக நினைத்துக்கொள்கிறது. மேலும் மேலும் வளர்த்தெடுக்கிறது.

பத்மா பெரிய டம்ளரில் காபி கொண்டுவந்தாள். வளையல்களின் குலுங்கல் ஓசை வீடு முழுவதும் எதிரொலித்தது. வீட்டின் எந்த மூலையில் அவள் இருக்கிறாள் என்பதை மனம் அறிந்துகொண்டேயிருந்தது.

“இன்னிக்கு நாம எங்க ஊருக்குப் போறோம், அங்க எங்க நாலு மாமா, அத்தைங்க அவங்க பசங்களெல்லாம் இருப்பாங்க, நேத்து முத்தானேத்தைக்கு ஒங்க சைடு முடிஞ்சுபோச்சு” என்று சிரித்தாள்.

எதுவும் சொல்லாமல் அவளையே கவனித்துக்கொண் டிருந்தான். சுட்டுவிரலால் அவள் கன்னத்தை வருடி, முதுகில் ஒரு கோடு இழுத்தான். அவள் ஊர்வன வகையின் உடல் நெளிந்து வளைந்து, “ம். . . சும்மா இருங்க, கிளம்புங்க சீக்கிரம்”. பேச்சு சுவாரஸ்யத்தில் அப்படி செய்ததை அவள் தனதாக்கிக் கொள்கிறாள் என நினைத்தான். அவனும் அவ்வகை ஊடலில் கலந்துகொள்ள வேண்டியிருந்தது.

“இரு நா உனக்கு ஒரு நல்ல முத்தம் கொடுக்கிறேன்”

“அய்யோ, இன்னும் பல்லே விலக்கல நீங்க” என்று எழுந்து ஓடினாள்.

அலங்கரிக்கப்பட்ட கட்டிலில் பூத்தோரணங்கள் அவன் அசைவிற்குத் தகுந்தபடி ஆடியபடி இருந்தன. நேரம் எப்போது நீண்டு சென்றுகொண்டிருந்தது. ஒவ்வொரு நாளும் அவன் நினைப்பதைவிட அகவயமாக அதிக நேரம் பயணத்தில் இருந்தது. ஆனால் அதை உணர முடியாமல் புறவடிவங்களின் சேர்க்கை நீண்டுகொண்டிருந்தன.

அவளுள் பொதிந்திருக்கும் பேதைமைதான் தன்னை ஈர்த்துக்கொண்டிருப்பதாக நினைத்தான். அவள் முடிவுறாத இன்பத்தை அளிப்பவள், முடிவற்று தன்னை உள்ளிழுப்பவள். பெருங்கடலென அவளைத் தேடியடைய வேண்டியிருக்கிறது. தேடுதலில் அவன் தன்னை இழந்துகொண்டேயிருக்கிறான்.

மீண்டும் வளையல் ஓசை சுவர்களில் பட்டுத் தெறித்தபடி அவனை நோக்கி வந்தது. “ஏங்க, சின்ன மாமா வந்திருக்காங்க, சீக்கிரம் வறீங்களா?” என்று தலை நீட்டி கூறினாள்.

“ம், இதோ வந்துட்டேன்”

எழுந்து குளித்து உடைமாற்றி வெளியே வந்தபோது அவளது மாமா பெரிய உருவமாக அமர்ந்திருந்தார்.

சிறிய மாமாவின் அக்கறையான பேச்சு அவனுக்கு ஆர்வத்தைத் தூண்டின. அவரைத் திருமணத்தில் பார்த்தது நினைவில் எழுந்தது. ஒவ்வொரு நிமிடத்தையும் வேலைகளால் நிறைத்தவர். சுறுசுறுப்பான தன் பேச்சுகளாலும் செயல்களாலும் அனைவரையும் கவர்ந்தவர்.

“என்ன மாப்பிள்ள, தூங்கிட்டு இருந்தீங்களோ”

“ஆமாங்க மாமா, நேத்து வேற வெளியில சுத்துனோமா அதான்”

“இன்னிக்கு நம்மூர்லதான் விருந்து”

என்று பேசிக்கொண்டிருந்தவரின் உருவ ஒற்றுமை சாமியப்பாவைப் போன்றிருந்தது. சாமியப்பாவைச் சற்று இளையவராகக் கற்பனை செய்தால் சின்ன மாமா என்னும் மோகன்தாஸ் மாமாதான். சாமியப்பா நினைவு வந்ததும் உடல் லேசாக அதிர்ந்தது. சில காலங்களுக்கு முன்னால் பார்த்தது, எப்படி அவர் நினைவு இப்போது வந்தது.

உருவ ஒற்றுமை, பேச்சு, சுறுசுறுப்பான செயல் என்று சிலவற்றைச் சொல்லலாம். கனத்த சாரீரத்தில் ஆடும் உடல் படிமங்கள் நம் சிந்தனையைத் தூண்டுகிறது.

ஒழுங்கற்ற வாழ்க்கை முறை சிறு அதிர்ச்சியையும் அதன்மீது கவர்ச்சியையும் உண்டாக்குகிறது. இப்போது என்ன செய்து கொண்டிருப்பார். ஒருவேளை இறந்திருக்கலாம். அல்லது அவருக்கென்று இருக்கும் நண்பர்கள் கூட்டத்தோடு குதூகலித்துக்கொண்டிருக்கலாம். பெரிய நண்பர்கள் வட்டத்தைக் கொண்ட அவருக்குச் சின்ன விஷயங்களில் ஆர்வம் எப்போதும் இருப்பதில்லை. வேலை, பணம் சேர்த்தல், பொறுப்புகளைச் சுமத்தல் போன்றவைகளை, குறிப்பாகத் திருமணம், உறவுகளை அவர் முற்றும் வெறுத்தார் என நினைக்கத் தோன்றுகிறது. விரைவில் அவரைத் தேடி சந்திக்க வேண்டும் என நினைத்துக்கொண்டான்.

11

காலையில் சூரியன் உதிக்கும் நேரம் என்ன என்பதை அவள் அறிந்திருக்கவில்லை என நினைத்தான் சுப்ரமணியன். அடர்ந்த மலை உச்சியில் சூரிய உதயத்தைப் பார்க்க ஆவல் கொண்டவன் காலையில் எப்போதும் போல ஐந்து மணிக்கு அந்தக் குளிரில் எழுந்திருந்தான். தேராதூன் குளிரை இதுவரை கண்டதில்லை அவன். கண்ணாடி கதவுகளைத் திறந்து பால்கனிக்கு வந்த போது நீலநிற இருட்டில் ஊர் உறங்கிக்கொண் டிருந்தது. மெல்லியதாக ஈரக்காற்று முகத்தில் அறைந்தது. உடலைச் சுற்றிய பாம்புபோல உடலில் குளிர் நெளிந்துக்கொண்டிருந்தது. அவசரமாக கோட் ஒன்றை அணித்துக்கொண்டான். தெளிந்த நீரில் மண்ணைக் காணவிழையும் அகம் கொண்டு குளிருக்குப் பயந்து கைபிடிகளில் கைகளை வைக்காமல் கோட் பாக்கெட்டில் வைத்துக் கொண்டு நின்றான். முதலில் மலை முகடுகள் கத்தியின் கூர்மைபோல ஒளிர்ந்தன. மரங்கள் ஒளிபெற துடிக்க புகைவிலகல்போல பூமி தெளிவடைந்தது. வீட்டுக்கூரைகள் ஒவ்வொன்றாக ஒளிபெற்றன.

காட்சிகளைத் தன்னுள் விழுங்கிக்கொள்ளும் அவசரமின்றி நிதானமாகப் பார்த்தான். செம்பழுப்பு நிறம் மெல்ல மஞ்சள் நிறமடைந்தது. மேகங்களின் அடர்த்தி ஒளியில் தெளிவு பெற்றது. பத்மா இன்னும் உறங்கிக்கொண்டிருக்கிறாள். அவள் உடலின் வெம்மை இப்போது அறையை நிறைத்திருக்கும் என நினைத்தான். ஒருவேளை மணம் கொண்ட மலர்போல அவள் எழுந்துக் கொள்ளக்கூடும். காலடிகளை எடுத்துவைத்து தன்னை அணுகக்கூடும். மலையின் சிகரத்தை அவள் கண்கள் நோக்கும்போது கட்டித்தழுவி

ஒருடலாக மாறக்கூடும் என நினைத்தான். பால்கனி கதவை விலக்கி உள்ளே சென்றபோது அதே நிலையில் உறங்கிக்கொண்டிருந்தாள்.

உறங்குவதில் அழகைப் பெற்றிருக்கிறாள். எல்லா நேரங்களிலும் அவள் உறங்குவது உண்பதுமாக இருக்கிறாள். உறங்கும் நேரம் உண்ணும் நேரம் என்கிற பிரிவுகள் இல்லாததை நினைத்து ஆச்சரியம் கொண்டான். உறக்கமும் உணவும் அச்சிறு உடலுக்கு அதிக தேவையிருப்பதுபோல காமமும் எல்லையற்றிருக்கிறது. மிகுந்த காமத்தை உறக்கத்தின் ஒரு பகுதியாகத்தான் நினைக்கிறாள். காமத்தில் திளைப்பதைக் கண்டடையும் எந்த புற அறிதல்களும் அவளிடத்தில் இல்லை.

அவள் சிணுங்கி கை கால்களை இழுத்து இசைக்கருவியை முறுக்குவதுபோல திருகினாள். "பத்து, எழுந்திருக்கிறியா கீழே போவோமா" என்றான். அவசரமாகத் தலைதூக்கி மணி பார்த்து, கண்கள் சுருங்க "போ" என்று சொல்லிவிட்டுப் போர்வையைப் போர்த்திக்கொண்டு தூங்கினாள். தூக்கத்தி னால் அவள் உதடுகள் கரு மையைத் தடவியதுபோல கருத்திருந்தன. சின்ன சலிப்பு மேலிட முகத்தை வேறுபக்கம் திருப்பிக்கொண்டான்.

கதவை வெளிப்பக்கம் தாளிட்டு, சாவியைப் பாக்கெட்டில் இட்டுக்கொண்டு விடுதியிலிருந்து வெளியே நடந்தான். நீண்ட கழிகளைச் சேர்த்துக் கட்டி அதை மூவர் தூக்கிச்சென்று கொண்டிருந்தார்கள். அதன் பாரத்தால் மூவரின் உடலும் ஆடியாடி சென்றது. தலையில் மப்ளரில் முண்டாசு கட்டிய மனிதர் பீடி குடித்தபடி அவனைக் கடந்துசென்றார். நெற்றி வகிட்டில் இளஞ்சிவப்பு குங்குமம் வைத்த பெண் தலையை மறைக்க முக்காடிட்டுக்கொண்டு கையில் புகையிலையை வைத்துத் தேய்த்துக்கொண்டிருந்தாள். உள்ளங்கையின் நடுவில் கொண்டுவந்து சிறு உருண்டையாக்கி முன்பக்க உள்உதட்டில் அழகாக நிறுத்தினாள். கைகளை உதறி அவசரமாக ஏதோ வேலையாகச் சென்றுவிட்டாள். சூரியன் மீண்டும் தன்னை மேகங்களுக்குள் மூடிக்கொண்டது. மெல்லிய கதிர்களை வேகமாக உள்ளிழுத்துக்கொண்டன மேகங்கள்.

கரும்பாறைகள் கொண்ட மலைப்பாதையில் நடந்துக் கொண்டிருந்தான். சமவெளிக்கு வந்ததும் கீழே பள்ளத்தில் நல்ல வெளிச்சத்துடன் வீடுகளும் மரங்களும் தெரிந்தன. பாதை ஒன்றில் சில மனிதர்களின் நடமாட்டம் துல்லியமாகத் தெரிந்தது. சில இடங்களில் காய்கறி தோட்டத்தில் ஆட்கள் ஏதோ செய்து கொண்டிருந்தார்கள். சர்ச் ஒன்று செவ்வகவடிவில்

பின்பக்கத்தைவிட முன்பக்கம் உயரமாக இருந்தது. புல்மேய கிளம்பியிருந்த செம்மறியாடுகளின் கூட்டம் மெல்லிய நீர் விலகலின் அலைகள்போல ஓடின. சிறுமேட்டில் அவை ஏறும்போது சிறு தயக்கம் தெரிந்தன. பின் ஒவ்வொன்றாக வேகம் கொண்டன.

தன்னையுமறியாமல் பத்மாவை மறக்க நினைப்பது மூடிய கண்களில் காட்சிபோல தெரிந்தது. மூன்று மாதம் மூன்று நாள்கள்போல இருக்கிறது. ஒவ்வொரு நாளும் அவளன்றி நகர்வதில்லை. அவளைத் தொடர்ந்து அறிவதாலேயே அவ்வெறுப்பு நிகழ்கிறதா என யோசித்தான். ஒவ்வொரு நாளும் தங்களுக்குள் எதையோ தேடுவதுபோல ஒருவரை ஒருவர் கட்டியணைத்துக்கொள்கிறார்கள். புணர்ச்சியின் பல்வேறு நிலைகள் இன்பத்தையும், சுகத்தையும் அளிக்கின்றன. கூடாத நாள்களில் சோகம் அப்பிக்கொள்ள சோர்ந்தடங்கும் சிங்கம் போல துயில்கிறார்கள். பத்மா சோர்ந்தடங்குதலை விரும்புவதேயில்லை. காற்றடைத்த பலூனாக அவள் தன்னை உருவகிக்கிறாளா என யோசித்தான் சுப்பிரமணியன். சலிப்பும் அலுப்பும் மெல்ல தலைதூக்கும் நேரமெல்லாம் தன்னை வருத்தும் செயல் ஒன்றைச் செய்ய மனம் தூண்டிக் கொண்டேயிருந்தது. அறிந்த மலர்களின் வாசம் தன் நாசியில் ஊதுபத்தி புகைநூலாக உள் நுழைவதை வேகமாக மறுத்துத் தலையசைப்பது போன்றிருந்தது. உயர்ந்த சுகங்கள் கசப்பை அளிப்பது குறித்த நினைவுகளன்றி மனதில் வேறு எதுவுமில்லை. பத்மாவின் பார்வை அந்த நாளின் துயரமான தன்னிரக்கத்தைத் தூண்டிவிடுகிறது.

காலத்தை முழுவதும் அறிந்த முனிவனின் சோகத்தை அடைந்தவனானான். அவள் விழிகளில் தெரியும் ஏளனம் அவனை வதைப்பதாக நினைத்தான். அவள் சிரிக்கும்போதெல்லாம் அவனும் சிரிக்க வேண்டியிருந்தது. கண்களில் தெரியும் ஏளனத்தைத் தான் எதிர்கொள்ள முடியவில்லை. கைகள் அசைவின்றி இருப்பது போன்றிருந்தது. கிழக்கு நோக்கி நடக்க முடியவில்லை. சூரியனின் கதிர்கள் முகத்தில் அறைந்து சூடாக்கின. தெற்கு வடக்கான பாதைகளை நோக்கி நடந்தான். நடக்க நடக்க சிந்தனைகள் குவிந்து ஒற்றைச் சரடாயின.

பத்மாவை மனதளவில் நெருக்கமாக்கிக்கொள்ள முடிந்ததில்லை என்பதை ஒவ்வொரு நாளும் உணர்ந்தபடி இருந்தான். அவள் மனநெருக்கத்தை ஒவ்வொரு சமயமும் விலகலுடனே நிகழ்கிறது. அதுகுறித்த அச்சமும் மனதில் இருந்து கொண்டிருக்கிறது.

மீண்டும் விடுதிக்குச் செல்வதற்கு மனம் வரவில்லை. மனம் முழுவதும் தனிமையை நினைத்தபடி இருக்கும் ஏக்கம் மட்டுமே இருந்தது. அவளுடன் இருப்பது ஒருவகையில் நெருக்கடியாகவா, இரைச்சலான இடத்தில் இருப்பது போன்றதா என யோசித்தான். ஒரு கடையில் அமர்ந்து அருந்தும் தேநீரின் சூடு அவன் குளிர்ந்த நாவை மென்மையாக வருடுவது சுகமாக இருந்தது. நினைவுகளைச் சற்று நேரம் தள்ளி வைக்க உதவியது.

கூடவே அவள் என்னவள் என்கிற எண்ணம் அவன் ஆழ்மனதைத் தொந்தரவு செய்தபடி இருந்தது. வேறு ஒரு ஆணை அவள் உடல்சேர்க்கைக்காகத் தேர்வுசெய்யக்கூடும் என்கிற எண்ணம் பலமாக ஆக்கிரமித்தபடி இருந்தது. இது தன் ஆதிகாலத்து எண்ணம்தான் என்று அவன் தன்னைச் சமாதானப்படுத்திக் கொண்டிருந்தாலும் அவளது ஒவ்வொரு செய்கையைக் கவனிக்கும்போது அதிருப்தில் உழல்வதாகவும் அதன்பொருட்டு வேறு ஒரு திடமான ஆணை அழைக்க இருப்பதாக எண்ணம் வந்ததும், தலையை அவசரமாக வேறுபக்கம் திரும்பி நோக்கினான். விடுதி நோக்கி வேகமாக நடந்தான்.

அவள் எந்த சத்தத்தையும் கேட்டுவிடக் கூடாது என்று மிகமென்மையாக ஒவ்வொரு காலடியாக எடுத்துவைத்து உள்ளே சென்றான். அந்தச் செய்கை அந்நியமாக அவனை உணரச்செய்தது. அவள் உறங்கிய இடத்தில் குழிவுகளும், மணலில் நாய் படுத்து எழுந்தது போன்று, மெத்தையின் மேல் கசங்கல்கள் இருந்தன.

குளியலறையில் விழும் நீரின் ஓசை சிறு மழையின் ஓசை போன்றிருந்தது. அவளின் அகன்ற இடையை ஷவர் நீர் தாண்டி விழுவதாக நினைத்தான். அவன் ஓசையைக் கேட்டதும் கதவைத் தலைமட்டும் தெரிய "எங்க போய்ட" என்றாள். அதிர்ந்து திரும்பி "டீ குடிக்க" என்றதும், "காலைல குளிக்காம வெளியில போகக் கூடாது தெரியாதா" என்றாள். நேற்றைய உடல்சேர்க்கையைச் சொல்கிறாள் என புரிய சற்று நேரமானது. அவள் சொல்வது தற்போது முக்கியமற்றது என்பது நினைவிற்கு வர மின்னல் வெட்டாகத் தன் மனதில் எழும் எண்ணத்தால், "போடி, கழுத" என்றான். "என்னது, போடா" என்று கோபம் கொண்டு கதவை அடித்துச் சாத்தினாள். மோதிய வேகத்தில் மீண்டும் திறந்து நின்றது அதில் அவள் நிர்வாணம் பளீரென்று தெரிந்தது.

அவன் உடைகளைக் களைந்து உள்நுழைந்து அதே வேகத்தில் கட்டியணைத்தான். "நான் கழுத தான் உனக்கு" என்று சிணுங்கினாள். "பெண் கழுதை, அதுவும் அழகிய பெண்

கழுதை". அவள் தலையைப் பின்னோக்கி சாய்த்திருந்தாள். அவன் அவள் உதட்டைப் பலாசுளையை உறிஞ்சுவதுபோல கடித்து உறிஞ்சினான். அவள் அதே வேகத்தில் தன் நாக்கை அவன் வாயில் நுழைத்தாள். பல்வேறு ஓசைகளினால் இரு விலங்குகள் சண்டையிடுவது போன்றிருந்தது. மேல்விளக்கின் வெளிச்சத்தில் நனைந்த தலைமயிரில் வெண்மண்டை தெரிந்தது. வயிற்றில் மார்பின் பெருக்கத்தால் அதன் நிழல் கருமையாக இருந்தது. முனைகூராக நீண்டிருந்த காம்பில் நீர் சொட்டிக் கொண்டிருந்தது.

கட்டியணைப்பு, முத்தம் நிகழ்விற்குப்பின் அவளைப் புணரத் தொடங்கினான். சூடான நீர் அவர்களின் மேனியில் மழையென விழுந்துகொண்டிருந்தது. அழகிய சிணுங்களுடன் அவள் இன்னும் இன்னும் என்றாள். அவனது வேகம் அவனுக்கே சற்று ஆச்சரியமாக இருந்தது. சீக்கிரம் முடிக்க வேண்டும் என நினைக்கும்போது அவள் அதை விரும்புவதில்லை என நிதானமானான். உடல்கள் ஒன்றை ஒன்று முறுக்கிக்கொண்டன. அங்கங்கள் ஒன்றின் இடத்தில் ஒன்று சரியாகப் பொருத்திக் கொண்டன. குழிவிடத்தில் மேடும் வளைவில் மற்றொரு வளைவு என்று பொருந்தி ஒற்றைச் சுவராக மாறின. பரிணாம வளர்ச்சியில் மேடு, பள்ளம், வளைவுகள் சரியான திருகுகளாக மாறிவிட்டன. ஒருவாறு அவன் நிதானமடையும்போது அவளது சிறுஒலியில் வேகம் கொண்டான். வேகம் நிதானம் மாறிமாறி நிகழ்ந்தது. உடல்களின் ஓசைகள் தனித்து ஒலித்தன. அவை அகத்தின் ஓசையோடு இணைவதாக நினைத்தான். அவள் தன்னைப் பெயர்த்து அவனை மூட நினைத்தாள். கணநேரம் எண்ண வேகத்துடன் உடல் வேகம் கூடியது. அவள் பெருமூச்சு வெளிவந்து பின் அது தன்னை ஆசுவாசப்படுத்துவதாகத் தோன்றியது. பரபரப்பில் இருந்த அவன் மனம் கடைசியில் அமைதியடைந்தது.

காலை அகோரப் பசியில் சொற்கள் எழவில்லை. இருவருக்குமிடையே ஆழ்ந்த அமைதி நிகழ இரு பாம்புகள்போல கட்டியணைத்துக்கொண்டு அமர்ந்திருந்தனர். குளிருக்கு உடல் மற்றொரு உடலைத் தேடுகிறது என நினைத்தான். அவர்கள் சொல்லியிருந்த உணவுகளை வெயிட்டர் கதவைத் தட்டி உள்ளே எடுத்து வந்தான். உணவுகளை உண்ணத் தொடங்கியதும் பசியின் அளவு தெரிந்தது. நா சாப்பிட்டு அப்படியே தூங்கப்போறேன் என்றாள்.

பச்சை வண்ண நைட்டியில் அவள் உடல் மறைந்திருந்தது. கன்னக்கதுப்புகள் சிவந்து கண்கள் வெளிர மென்மையாகச்

சிரித்தாள். இவ்வளவு உணவுகளைக் காலிசெய்ய முடியும் என அவன் நினைத்திருக்க மாட்டான். அவள்தான் முன்பே யோசித்து ஆர்டர் செய்திருந்தாள். உண்ண உண்ண இருவர் வயிற்றிலும் இடமிருந்தது.

"சரி தூங்கு" பசியின் மிச்சம் இன்னும் உடலில் இருந்தது.

"நீ"

"நா ஒருவேள வெளியில போகலாம்"

"ம்ம் தூங்கு இங்கேயே"

அவள் தூங்க தொடங்கியபோது மணி பதினொன்று ஆகியிருந்தது. டேராடூன் குளிர் தன்னை எந்தவகையிலும் பாதிக்கவில்லை என நினைத்துக்கொண்டான். அவள் புருவங்களில் மத்தியில் சுருக்கங்கள் பதிலில்லா கேள்விகளுடன் தூங்குகிறாள் என தோன்றியது. அவள் எப்போதும் அவனைத் தன் கையிலில் வைத்திருக்க வேண்டுமென தன் உடலுடன் அவனை வைத்திருக்கிறாள். நிற்கும்போது, நடக்கும்போது, தூங்கும்போது அவள் அவனை அணைத்திருக்கிறாள். தூக்கத்தினுடே "ம்ம் டீ குடிக்க வெளியே போகக் கூடாது" என்றாள்.

கே.ஜே. அசோக்குமார்

12

எதைக் குறித்தும் அவன் அகம் உவகை கொள்ள முடியவில்லை. முடிவுறாத ஏக்கம் அவன் மனதில் இருந்துகொண்டிருந்தது. அழகிய பெண், கைநிறைய பணம், உயர்பதவி என்று எல்லாம் இருந்ததும், இதுவரை காணாத ஒன்றை நினைத்து அவன் மனம் ஏங்கிக்கொண்டிருந்தது. பெண், பணம், பதவி அளிக்காத சுகம் வேறு எதில் இருக்குமென யோசித்தான், இந்த உலகில் அதற்கு இடமிருக்கிறது என நினைத்தபடி இருந்தான். திருமணமான ஒரு வார விருந்தில் அவ்வளவாக அவன் மனம் லயிக்கவில்லை. எப்போதும் எதையோ எண்ணிக்கொண்டிருந்தான். வளையல்கள் குலுங்க வாசனையுடன் பத்மா அவன் அருகில் வந்து “என்ன ஒரே சிந்தனை” என்று கேட்டாள். அவன் சிரித்து “உன்னைப்பத்திதான், உன் அழகப்பத்திதான்” என்றான். வெட்கத்தால் சிரித்து அவசரமாக விலகி ஓடினாள்.

ஆழ்ந்த உறக்கத்தில் இருப்பது போலிருந்தது மனம். மனம் கொள்ளும் உவகையை உடலால் வெற்றிகொள்ள முடிவதில்லை. அதேவேளையில் உடலின் உந்துதல்களை மனம் அறிந்திருக்கவில்லை என்றே நினைத்தான். அவளின் ஆழ்மனத் தேவைகளை அவன் உடல் அறிந்திருந்தது. ஒவ்வொரு முறையும் சேர்க்கையின் முடிவின் போது அவள் சலிப்புற்றாள். அவள் நிறைகிறாள் என்று எண்ணும்போது அது போதவில்லை எனும் துடிப்பு அவள் முகத்தில் தெரிந்தது.

அவன் விருப்பத்திற்கு அவள் வந்தவளாகத் தெரிந்தாள். நாட்கள் செல்லச் செல்ல அவள் விருப்பங்கள் தேவைகள் பெருகியபடி சென்றன. செல்லும் திசையறியாத அம்புபோல அவள் பாய்ந்து செல்பவளாக இருந்தாள். அதிக உணவு உண்பவனின் மனதில் வேறு சிந்தனைகள்

இருக்காது என்ற நினைப்புபோல அவள் தொடர்ந்து சலிப்புடன் இருப்பதாக நினைத்தான். ஆனால் அவள் ஒவ்வொரு நாளையும் கூடலின் நினைவுகளைப் பெருக்கிக்கொண்டே சென்றாள். அவள் உடல் குளிர்ந்திருந்தது. அந்தக் குளிர்ச்சி அவன் உடலை அடைந்து அவனும் குளிர்ந்தாள், அவள் குளிர்ச்சி விலகிக் கொதிப்படைகிறாள்.

அவளுடன் இருந்த நாட்களில் அவன் நிலைத்த ஒரே சிந்தனை கொண்டிருப்பதை உணர்ந்தபடி இருந்தான். வேறு சிந்தனைகள் எண்ணங்கள் ஊறுவதை அவள் விரும்பவில்லை. இருவர் பற்றிய செய்திகள் இல்லாமல் வேறு நினைப்புகளைப் பற்றி பேசினால் பதறி அதை விடுத்து வேறு ஒன்றைப் பேசினாள். விலகிச் செல்வதை அவள் விரும்பவில்லை என்பதை அவள் முகம் காட்டிக்கொண்டிருந்தது. விலகும் எண்ணத்திற்காக ஏங்கியபடி இருந்தான். அவன் விலகிவிடக்கூடும் என்கிற பயத்தில் இருப்பவள்போல அவனுடன் நெருக்கத்திலேயே இருந்தாள். காதலித்த காலத்தில் அவள் அழைத்த சுப்பு என்கிற வார்த்தையை மாற்றி "ஏங்க, சுப்பிரமணி, மணி" என்று பலவாறு அழைத்தாள். முதலில் அது ஒரு சொல் என்றே தெரியவில்லை. அதுகூட அவளது சிணுங்கல்களில் ஒன்று என்றே நினைத்தான்.

கண்ணிமைகள் துடிக்க பத்மா ஆழ்தூக்கத்தில் இருந்த ஒரு காலைப் பொழுதில் எழுந்து வீட்டிலிருந்து வெளியேறினான். ஓசையிடாமல் வீட்டைப் பூட்டிவிட்டு வசித்துவந்த பிளாட்டி லிருந்து வெளியே வந்தபோது வீட்டிலும் அலுவலகத்திலும் இருந்த இறுக்கங்கள் குறைந்து இலகுவாக மாறிவிட்டதை உணர்ந்தான். வீடு இறுக்கத்தில் குளிர் சாதனப் பெட்டியைப் போல் இருந்தது. வெளியே வெயில் பென்சிலால் தீட்டப்பட்ட சாய்கோடுகள்போல விழுந்துகிடந்தன. மரங்களின் இடையே துல்லியமாகப் பாய்ந்தோடியது. ஆறு மணி இருக்கலாம். ஆனால் காலைப் பொழுது அதற்கு முந்தையது போன்று தோன்றியது. தேநீர் கடைகளில் இருந்த ஆட்கள் அவனைக் கூர்ந்து நோக்குவது போல உணர்ந்தான்.

ஒவ்வொருவராக அவனிடமிருந்து விலகிச்செல்ல அவனுக்காகத் தேநீர் வந்தபோது மிகுந்த சூடான பொருளாக அது தெரிந்தது. பல மாதங்களுக்குப் பின் மீண்டும் வெளியே வந்து மக்களோடு கலக்கிறான். மனிதர்கள் அனைவரும் புதியவர்களாகத் தெரிந்தார்கள். நின்று அவனிடம் பேச ஆசைகொள்வதும், பின் மனம் மாறி செல்வது போலவும் தோன்றியது. நிதானமாக அவன் தேநீர் குடித்தாலும் அவசரமாகக் குடித்துவிட வேண்டும் என பதறியது அவன் மனம் அறிந்திருந்தது. அவன் பக்கத்தில் பத்மா வந்து நின்றிருக்கிறாள்

என்று ஏனோ நினைத்துத் திரும்பிப் பார்த்தான். உடலில் சில இடங்களில் வலியிருப்பது போலவும் அதைக் குறித்து யோசிக்க நேரம் வந்துவிட்டது போலவும் இருந்தது. உடலை வளைத்து வலிகளை நீக்க வேண்டும். ஆனால் உடலில் வலி மனதிலிருந்து வந்திருக்கிறது. மனது தூய்மையை இழந்து கலங்கியிருக்கிறது.

நீண்ட நாட்களாக நிலத்தில் கால் பதிக்காத ஒவ்வாமை உணர்வு. மெல்ல நடந்தபோது இலகுவாகியிருந்தான். ஒரு காலத்தில் தேநீர்தான் அவன் உணவாக இருந்தது. அலுவலக அவசரத்தில் காலை நேர உணவு அதுமட்டும்தான். எப்போ தாவது காலை உணவுண்ணும்போது உள்ளே செல்லாமல் தொண்டையில் அடைப்பதுபோல உணர்ந்திருக்கிறான்.

சேரி மக்களின் சாலையோர தூக்கம். அவர்கள் இன்னும் விழிக்கவில்லை. கடைக்காரர்கள் திறக்க வரும்வரை தூங்க முடியும். கிழிந்த துணிகளும் பாய்களும் பரவலாகக் கிடந்தன. சிலர் எழுந்து சென்றுவிட்டிருக்கிறார்கள். சில இடங்களில் அவர்கள் கூடவே நாய்களும் படுத்திருந்தன, மாடு ஒன்று குறுக்காக மெதுவாகச் சென்றுகொண்டிருந்தது. அதைச் சிலர் தட்டி விரட்டியும்கூட மெதுவாகவே சென்றது. பல வீடுகள் நிறைந்த கூட்டு அமைப்பு வீடுகள். பெரிய கேட்டைத் திறந்து உள்ளே சென்று படிகளில் மெதுவாக ஏறினான். அவ்விடங்களில் வெளிச்சம் நன்கு பரவியிருந்தது. முதல் தளத்தில் இருந்த வீட்டில் பூட்டைத் திறந்து உள்ளே சென்றான்.

ஜன்னல்கள் எதுவும் திறக்கப்படாமல் மின்விசிறி நிறுத்தப் பட்டு நேராகப் பார்வையுடன் பத்மா அமர்ந்திருந்தாள். காலையில் அவள் எழுவதை இதுவரை பார்த்ததில்லை என தோன்றியது. அவள் அவனைப் பார்க்கக்கூட இல்லை. ஜன்னலைத் திறந்து, “என்ன ஒரு மாதிரியா இருக்க” என்றான். அக்கேள்வி அவனுக்கு அபத்தமாக இருந்தது. கேட்காமல் இருந்திருக்கலாம்.

திரும்பியபோது அவள் முகத்தில் தெரிந்தது இதற்கு முன் அவன் கண்டிராத பாவம். தூக்கத்திலிருந்து விழிக்கும் விலங்கின் பாவனை. தூக்கி எழுவதில் இருக்கும் அசிங்கம் சாலையில் சிதறிய எச்சில்போல இருந்தது. தலையை உலுக்கிக்கொண்டான். உதடுகளில் மெல்ல சிரித்து இலகுவாகி, “என்கிட்ட கேட்டிருந்தா நா காபி போட்டுக் கொடுத்திருக்க மாட்டேனா” என்றாள்.

“இல்ல, முழிப்பு வந்துடுச்சு, நீ நல்லாத் தூங்குற, உன்னய ஏன் தொல்லப்படுத்தணும்னுதான்”

“அப்படியெல்லாம் பாக்காத, என்னய எழுப்பு, சரியா?”

சொல்லி முடித்து அவள் எழுந்து அவசரமாகக் குளியலறை உள்ளே சென்றாள். முகங்கழுவி, தலைமுடியை நீவி, உடைகளைச் சரிசெய்து வெளியே வந்தபோது அவளது இப்போதைய முகம் வந்திருந்தது. மழைநீரில் நனைந்த மலர்போலிருந்தாள். சட்டெனக் குளிர்ந்திருந்த அவள் முகத்தில் பழைய புன்னகை வந்ததும், மனம் திடுக்கிட்டு எழுந்தது. அவள் நடிக்கிறாள் என்கிற உண்மையை மனம் ஏற்க மறுத்தது. அவள் அருகே வந்து தலையை அவன் மார்பில் வைத்து அணைத்துக்கொண்டாள். சிறு அசைவுகளுடன் கூடிய அமர்ந்திருக்கும் மாட்டின் உருவம் போல மனம் அமைதிகொண்டது.

அவளை அணைத்துக்கொண்டான். சின்னச் சிணுங்கல் களை அவள் உதிர்த்தபடி இருந்தாள். அவளுக்கு அதன் அர்த்தம் தெரிந்திருந்தது. ஒவ்வொரு சிணுங்கலுக்கு ஓர் அர்த்தம் இருந்தது. கொடைமிளகாய் போன்றிருந்த சிறு நாசியால் அவன் கழுத்தில் தேய்த்தாள். நாவால் கீழ் தாடையைத் தேய்க்க தாடியின் சொரசொரப்பில் சிலிர்த்து அவன் தாடையைக் கடித்தாள். அவன் சிரிப்பிலிருந்து வெளிவந்து காதில் உரசி மூச்சை வெளியிட அவள் சட்டென உடல் குறுகி அவனை இறுக அணைத்துக்கொண்டாள். அவள் விரும்பும் ஒன்றை அவன் செய்தான் என்பதோ அல்லது அவள் தன்னை அதன் பொருட்டு இயக்குகிறாள் என்றோ நினைத்தான். அவள் முகத்தைத் தூக்கி பார்த்தபோது உதடுகள் பிளந்து சிவந்த பகுதிகளின் இடையே கருமை கோடுகள் தெரிந்தன. அந்தக் கோடுகளை இதுவரை பார்த்ததில்லை. நல்ல வெளிச்சத்தில் மேலிருந்து பார்ப்பதனால் உள்ளிருக்கும் அக்கோடுகள் தெரிந்தன.

அணைத்திருந்த கைகளை விடுத்து வளைந்து உடலோடு தன் இரு பக்கமும் தொங்கவிட்டாள். தன்னை இறுக அணைத்துத் தூக்கச் சொல்கிறாள். ம் என்கிற அழுத்தமான குரல் உந்துதலுக்கு அதுதான் அர்த்தம். ஒரு கை முதுகையும் ஒரு கை இடையையும் அணைத்து குழந்தையைத் தூக்குவதுபோல தூக்கி கட்டிலில் கிடத்தினான். அவள் அணிந்திருந்த நைட்டி எளிதாக விலகி யிருந்தது. அவன் அணிந்திருந்த கைலியும் விலக அவளை அணைத்துச் சாய்த்தான். ஃபேன் திறந்திருந்த அவள் கண்களில் வேகமாகச் சுழல்வது தெரிந்தது. கண்களில் தெரிந்த போதை மயக்கம் திறந்த உதட்டின் வழியே வெளியேறிக்கொண்டிருந்தது. அவனுக்குப் பழக்கமான முலைகளை அழுத்திப் பிடித்திருந்தான். கால்களுக்கிடையே அவனை வரவிட்டு கைகளால் அவன் தலையைப் பிடித்திருந்தாள். பல பிதற்றல் ஒலிகள் ஒலிக்க இடையே உள்ள வா என்னும் வார்த்தை கேட்டது. அவனைச் சூடேற்றியது.

அவன் இயக்கம் எச்சிந்தனையுமற்ற வெளியில் நடப்பதை அறிந்தான். பொருளற்ற வெளியில் வீசப்பட்டவன்போல அவனுடல் துடித்து நழுவி ஓடியது. இருண்ட வெளியில் அவன் மட்டுமே தவழ்ந்தபடி இருந்தான். அவனால் அவன் உடலின் ஓட்டத்தை நிறுத்த முடியவில்லை. ஒவ்வொன்றாக நிகழ்ந்து கொண்டிருக்கும்போதே அவள் அவனைக் கவனிக்கிறாள் என்று அதிர்ந்து பார்த்தான். மீண்டும் கண்களைப் பாதி மூடி அவன் இயக்கத்தைப் பாராட்டுவதுபோல உதடுகளை விரித்தாள். சிறுஇளிப்பு மேலும் வெறிகொண்டது அவனுக்கு. சிறுபுல்லின் பெருஅசைவுபோல பொருளற்று இருந்தது காமம் அவனுக்கு. அவன் நினைத்த பெருவெடிப்பு எதுவும் நிகழ்வதில்லை என்பதை ஒவ்வொரு சமயமும் உணர்ந்தபடி இருந்தான்.

முடிவுறும்போது மெல்ல இயல்புநிலைக்கு வந்தான். அவள் அவன் கண்களை முத்தமிட்டபடி உதடுகளால் முகத்தைத் தேய்த்துக்கொண்டிருந்தாள். முனகும் ஒலி நின்று, "டீ குடிச்சிட்டு நீ அங்கேயே இருந்திருக்கலாம்" என்றாள்.

13

இளம் துறவின் மனநிலையில் இருந்ததாக அப்போது பத்மா நினைத்தாள். பத்மா பூப்பெய்திய போது சித்தி சலித்துக்கொண்டாள். "இவ ஒருத்தி போடி" என்று முகம் சுளித்தாள். ஆனால் அது எப்போதும் அவள் செய்யும் செய்கைபோல இருந்தது. அதன் உண்மை அர்த்தம் புரியவில்லை. உறவினர்களையெல்லாம் அழைத்திருந்தாள் சித்தி. மஞ்சள் தண்ணீரை அவள் தலையில் விட்டபோது பக்கத்து வீட்டு இரண்டு வயது சிறுவன் நானும் குளிப்பேன் என்று அவளுடன் சேர்ந்து மழை நினைப்பில் குளித்தான். பெண்கள் எல்லாம் சிரித்து இது பெண்களில் இடம் ஆண்களெல்லாம் அந்தப் பக்கம் போங்க என்று கூற சிரிப்பலைப் பரவியது.

பெண்கள் உலகம்தான் எனக்கு, ஆண்கள் எளிதில் நுழைந்துவிட முடியாது என அப்போது அறிந்துகொண்டாள். நுழைவு என்பது எளிதான செயல்தான், அது அவள் அனுமதிக்கும்வரை. வயது ஏறஏற ஆண்களைத் தரம்பிரிக்கக் கற்றுக் கொண்டாள். சின்னச் சின்ன ஆசைகளுக்காக ஆண்கள் பயன்படும் முறைபடுத்தப்பட்ட ஒரு சிறிய வளர்ப்பு விலங்கு என்று அறிந்துகொண்டாள்.

எல்லோரும் சொல்வதுபோல் முதன்முதலில் ஓர் ஆண் அவளைத் தொட்டபோது பயந்து ஒதுங்கவில்லை. அதிலிருக்கும் மென்சாயலைத் தன் கனவுகளில் கண்டதாக உணர்ந்தாள். எடுப்பதற்கல்ல, கொடுப்பதற்கு என அறியும் ஒரு செயல் காமம் என புரிந்தது. உடல் பெரிய பாரம் அதைத் தூக்கிச் செல்லும் கனரக வாகனம் நாம் என தன் சகப் பள்ளி தோழிகளின் பேச்சுகளில் என்றும் ஒலிப்பதாக நினைத்தாள். சித்தி சொன்ன எச்சரிக்கைகளில் பல தேவையற்றவை என எண்ண தொடங்கினாள். கூட்டதில் பிரியும் ஒரு வெள்ளாடு போல தன் தனித்திறமைகளைத்

துள்ளல்களாலும் வேகத்தாலும் வெளிப்படுத்துவதுப் போல அவள் வெளிப்படுத்தினாள்.

இயல்பாக மாறிவரும் பருவகாலங்களைத் தன் பருவத்துடன் இணைந்திருப்பதை அறிந்தாள். அதிகம் அவள் தன்னை ஒரு இலக்காக எண்ணிக்கொள்ள ஆரம்பித்தாள். இலக்கு என்பது எய்யப்படும் அம்பின் முன் நிற்பது, அதைத் தாங்கும் வலிமை தன்னுள் கொண்டிருப்பது. அதிக அம்புகள் தைக்கப்படுவதை மற்ற தோழிகளுடன் ஒப்பிட்டுப் பெருமை கொண்டாள் சில சமயங்களில் பொறாமைகொண்டாள்.

பள்ளி படிப்பில் அவள் பின்னால் இரு இளைஞர்கள் தினமும் அவள் வீடுவரை வந்து வழியனுப்பினார்கள். சைக்கிளை அவள் தள்ளிக்கொண்டு செல்லும்போது அவர்களும் தங்கள் சைக்கிளைத் தள்ளிக்கொண்டு செல்வார்கள். பேச்சுகளில் நம்பிக்கையற்றவர்கள் போல் கண்களால் மட்டுமே பேசினார்கள். அதுகூட எப்போதாவதுதான், அவளது இருப்பே அவர்களுக்குப் போதுமானதாக இருந்தது. அவள் பின்னே பேசிவரும் பேச்சுகளில் அவள் பெயரை உச்சரிக்காத வேறு ஒரு பெயரில் தன்னைப்பற்றி பேசிக்கொள்வதை அறிந்துக்கொண்டாள். பெயருக்குச் சமமான தாமரை, மலர், பூ என்று சொல்லிக் கொண்டார்கள்.

அவள் அகம் வளரும்போதே அவள் உடலும் வளர்ந்தது. உடலளவில் இந்த மாற்றத்தை அவள் அகம் எதிர்கொண்டே யிருந்தது. சித்தி, பக்கத்து வீட்டுப் பெரிய அக்கா பேசும் பேச்சுகளில் உடல் குறித்த செய்தி மட்டுமே அதிகம் இருந்தது. ஏன் என்று அவள் அதை நினைக்கும்தோறும் அதன் மர்மங்கள் அதிகமாவதை அறிந்தாள். வெறும் உடல் மட்டுமே போதாது அதில் சில சங்கதிகள் இருக்க வேண்டும், அது ஆணை கவரும்படி இருக்க வேண்டும் குறிப்பாகத் திருமணமாகப் போகும் பெண் கணவனைக் கவர வேண்டும். அவனைத் தன் உடலாலும் உள்ளத்தாலும் தன் கட்டுப்பாட்டில் வைத்திருக்கத் தெரிந்திருக்க வேண்டும். மாமியார் நாத்தனார் போன்றவர்களையும் சமாளிக்கத் தெரிந்திருக்க வேண்டும் என்கிற நீண்ட கால இலக்கு, பணி இருந்தது. அவளது சித்தி, பத்மாவைத் திட்டும்போது அவளின் சின்ன ஒழுங்கின்மைக்கும் அவள் மாமியாரிடம் பதிலளிக்கத் தான் வர வேண்டியிருக்கும் என்று குறிப்பிட்டாள். சில வேளைகளில் சிரித்தும் சில வேளைகளில் அதிக கவலை யோடும் இதைக் கூறினாள்.

உண்மையில் அவள் உடல் உடல்சேர்க்கைக்கும் பிள்ளை பேற்றிற்கும் காத்திருக்கிறது என தோன்றியது. டாக்டர் படிக்கும்

தனது லட்சிய கனவு எங்கே என அவள் நினைக்க மறந்திருந்தாள். ஒரு வேளை தன்னை வேறு ஒரு வேலைக்கு உட்படுத்திக் கொண்டால் என்ன என எண்ணினாள். கூட்டத்தில் நடுவே இருக்கும் பெரிய மரத்தைப் போன்று அவள் நின்றிருக்க அவள் உள்ளம் மட்டும் மனிதனாகச் சிந்தித்துக்கொண்டிருந்தது. எங்கும் அவள் எதிர்கொண்டது உடலின் தன்மையைத்தான். அவளுக்குத் தெரிந்திருந்தது எல்லாவகையான இலட்சியங்களும் தன் திருமணத்தை நோக்கிதான் என்று. சுபாவின் காதல்களைப் பார்க்கும்போது அவள் இன்னும் தன்னைவிட முன்னே நிற்கிறாள் என தோன்றியது. சுபா தன் அப்பாவின் மளிகை கடையில் வேலை செய்த கோபால் என்கிற சாமான் எடுத்துத் தரும் வேலையாளோடு ஓடிப்போனது அவளது உடலின் மீதான தீராத மோகம்தான் என எண்ணிக்கொண்டாள்.

பள்ளியில் இருந்த கட்டுப்பாடுகள் விலகியதும் கல்லூரி செல்கையில் தன்னை அதிகம் தைரியம்கொண்டவளாக மாற்றிக்கொண்டாள். ஆண்களை எளிதாக வீழ்த்த முடியும் என்ற நம்பிக்கை வந்ததும் அவள் குரலில் தயக்கங்கள் மறைந்து ஒரு தெளிவு வந்தது. அந்தத் தைரியம் அவர்களைச் சற்று அதிர்ச்சிக்குள்ளாக்குகிறது. அவன் தனக்கானவன் என எண்ணத் தலைப்பட்டதும் அக்கனவுகளில் அவன் அழகிய வடிவமும் நாணமும் கொண்டவனாகத் தெரிந்தான். மீசையில் நீளத்தில் உதட்டின் ஓரங்கள் ஒட்டியிருந்தன. சொல்லாத வார்த்தைகளை அவன் சொல்லும் முன்னே அவள் அறிந்திருந்தாள். அவள் எண்ணிய திருத்தங்களோடு அவன் கூறிய வார்த்தைகள் இருந்தன.

தினேஷ் என்கிற பெயரும் அவன் உயரமும், பயந்த உடல்மொழியும் அவளுக்குப் பிடித்திருந்தது. “ஹலோ நீங்க கனகலஷ்மியதான் பாப்பீங்களா, அவள மட்டும்தான் பிடிக்குமா” என்ற கேள்வி அவனை நிலைகுலைய வைத்தது. பொதுவாக அம்மாதிரியான கேள்விகளுக்குப் பின் ஆண்கள் தைரியம் பெற்றுவிடுவார்கள். ஆனால் அவன் தைரியம் பெறவில்லை, அதனாலேயே அவனைப் பிடித்திருந்தது. அவள் சொற்களுக்கு அவன் கட்டுப்பட்டு எல்லா வேலைகளையும் செய்தான். அது ஒரு விளையாட்டு என்று முடியும் போது சற்று வெறுப்புற்றாள். ஆண்கள் பெண்ணைச் சுலபமாக்கிக் கொள்ளும்வரை இருக்கும் மென்மை பின் மறைந்துவிடுகிறது. பெண்ணை ஒரு பண்டமாற்றுப் பொருளாக மட்டுமே அதன் பின் காணுகிறார்கள் என்கிற எண்ணம் வந்ததுமே ஆண்களை வெறுக்கத் தொடங்கினாள்.

கல்லூரி முடித்து முதல் வேலை வரும்வரை அவ்வெண்ணமே இருந்தது. பெண்தன்மையும் சிரித்த முகமும் அசராத உழைப்பும், எல்லா விஷயங்களைப் பற்றி தெரிந்திருக்கும் ஞானமும் கொண்ட சுப்ரமணியனைக் காணும் வரை. அவனைப் பெயர் சொல்லி அழைக்கையில் வெட்கம் கொண்டாள். எல்லா ஆண்களைவிடவும் ஏதோ விஷேசம் கொண்டவனாகவும் அதை வெளிக்காட்டிப் பெண்களை மயக்கும் எண்ணமற்றவனாகவும் இருந்தது அவளுக்குப் பிடித்திருந்தது. நெற்றிமுடிகளைக் கைகளால் பின் தள்ளும் லாவகம், சுறுசுறுப்பான முகமலர்ச்சி எங்கே பெற்றிருப்பான் என யோசித்துக்கொண்டிருந்தாள். குளிர்ந்த நீரின் தன்மைபோன்ற எல்லோரையும் அனுசரிக்கும் அரவணைப்பு, பொறுப்புகளை ஏற்றுக்கொள்ளும் பக்குவம் அவனை அவன் துறைக்குத் தலைவனாக்கியதாக நினைத்தாள். எதுவும் அவனுக்குத் தெரிந்திருக்கும் என்ற எண்ணம் கொண்டிருந்தாள். அவன் அருகாமையை எப்போதும் விரும்பினாள்.

வாசமுள்ள மலர்களைத் தேனீக்கள் தேடிவருவது போல சக நண்பர்கள் ஆண்களும் பெண்களுமாக அவனை விரும்பினார்கள். எப்போதும் அவன் கூடவே யாராவது இருந்தார்கள். அனுரேகா அவன் பின்னேயே சுற்றிக்கொண் டிருந்தாள். மிக விரைவாகத் தன்னைப் புத்திசாலியான பெண்ணாகவும், அழகிய மங்கையாகவும் உருமாற்றம்செய்து கொண்டாள். சுப்பு விரும்பும் எதையும் உடனே செய்ய தலைப் பட்டாள். கண்களாலும் உதடுகளாலும் அவள் விரும்புவதை அவனுக்கு உணர்த்திக்கொண்டேயிருந்தாள்.

பத்மா விரும்பும் காலம் கனவுகளால் சூழ்ந்திருந்தது. சொற்களற்ற வெளியில் அவளும் அவனும் வாழ்ந்தார்கள். அவள் சிறந்த குடும்பப் பெண்ணாக இருந்தாள். ஒரு கையில் பழங்கள் இருந்த கூடையும் மறுகையில் சின்ன குழந்தையைக் கைப்பிடித்து அழைத்துக்கொண்டு இடையில் ஒரு சிறுகுழந்தை யும் உப்பிய வயிற்றில் ஒரு குழந்தையுமாக நடந்துவந்தாள். கலைந்த சிகையும் கண்களில் நிறைவும் கொண்டவளாகத் தெரிந்தாள். சுப்ரமணியன் காட்டில் இருக்கும் வேடன் போல உடையணிந்து கையில் அன்றைக்கான உணவுடன் அவள் முன்னே சென்றுகொண்டிருந்தான். ஏதோ கார்டூன் படத்தின் காட்சியது. அத்தனைத் துல்லியமும் லாவகமும் கொண்டிருந்தன அக்காட்சிகள்.

அவன் என்ன செய்யப்போகிறான். என் மேல் வன்முறையைச் செலுத்துவானா? அல்லது எனக்கு சேவகம்

செய்வானா? அவன் மீதான என் பிரியங்கள் அவனுக்குப் புரிந்திருக்கும். இயல்பிலேயே நான் அவனைச் சார்ந்திருப்பது அவனது நன்மைக்காகத்தான்.

சுப்புவிற்காகத் தன் உள்ளத்தைத் திறந்து வைத்தாள். எப்போதும் அவன் அதில் இருக்க ஆசைகொண்டாள். உள்ளம் எனும்போதே அது உடலையும் குறிக்கிறது. உள்ளத்துச் சிடுசிடுப்பை உடல் எளிதில் தீர்த்துவிடுகிறது. "என்ன இன்னிக்கு ஒரே ஜாலியா இருக்க, கனகா வேற உன்கிட்ட ரொம்ப வழியுறா", "ஹாஹா அதெல்லாம் இல்ல" என்று அவன் சிரித்து மழுப்பினான். அவன் சிரிக்கும்போது இருக்கும் ஈர்ப்புஅலை தனக்கு மட்டுமே வேண்டும். அந்த வட்டத்துள் தானும் அவனும் மட்டுமே இருக்க வேண்டும் என நினைத்தாள். வேறு ஒரு பெண் அதில் நுழைவதை அவள் வெறுத்தாள்.

மழை பெய்து ஓய்ந்திருந்தது. திடீரென்ற காலமாற்றத்தால் அலுவலகம் இருட்டுவிட்டது போலிருந்தது. கண்ணாடி கதவு களுக்கு வெளியே மழை இந்த நகரத்தை அழிக்கப்போவது போல் கொட்டித் தீர்த்திருந்தது. எல்லோர் முகத்திலும் கருமை பூசியது போல அச்சம். அந்த அச்சம் எதாவது நிகழ வேண்டும் என்று ஆசை கொண்டிருந்தது. திரை சீலைகளை விலக்கி ஓசையற்ற நிகழ்வுகளைக் கவனித்துக்கொண்டிருந்தார்கள். வேலையில் கவனமற்று இருக்க ஒரு வாய்ப்புபோல இருந்தது.

மாலை வேலை முடிந்து அவள் சுப்ரமணியனுடன் லிப்ட்டில் வரும்போது இருட்டு இடி மின்னல்களின் பயங்களுடன் மின்சாரம் நிற்க லிப்ட்டும் பாதிவழியில் நின்று விட்டது. லிப்ட்டில் இருவர் மட்டுமே இருந்தார்கள். வீல் என்கிற சத்தம் அவள் வாயிலிருந்து வெளிப்பட சட்டென சுப்புவைக் கட்டிக்கொண்டாள்.

"பயப்படாதே இரு நா இங்கதான் இருக்கேன்" ஆறுதல் கூறினான். ஆனால் சரியாக நான்கு நிமிடங்கள் அந்த லிப்ட் அங்கேயே நின்றிருந்தது. அதுவரை அவனது அருகாமையில் இருந்தாள். அவள் எதிர்ப்பார்த்த அச்சம் அதுவா என நினைத்துக்கொண்டாள். அவன் வியர்வையும் அவன் மூச்சு வெளிப்படுவதில் இருக்கும் ஆண் தன்மையும் ஆழமாக அவளுள் பதிந்துவிட்டிருந்தது. இனிமேல் அவனைத் தன் வாழ்கையி லிருந்து பிரிக்க முடியாது என்று நினைத்தாள்.

சிறுமுத்துக்களைச் சேகரிக்கும் சிறுமியின் அகம்போல அப்போது இருந்தாகத் தோன்றியது. அவள் தந்தையின் வடிவம் அவன். தந்தைக்குத் தெரியும் தன் மகளுக்கு எது பிடிக்கும்

கே.ஜே. அசோக்குமார்

என்று எதை கொடுக்க வேண்டும், எதை விலக்க வேண்டும் என்கிற அறிவுடன் இருப்பது போலதான் அவனும் இருக்கிறான். அவன் கைகளில் மணிக்கட்டிலிருந்த அடர்ந்த முடிகள் அவன் ஆண்மையைச் சொல்வதுபோலிருந்தது.

“ஏன் சுப்பு நாம நடுவுல மாட்டிக்கிட்டோமா “

“இல்ல, பயப்படாதே, கரெண்ட் பிளக்சுவேஷனால நடுவுல ஸ்டக்காயிடுச்சு, கரெண்ட் சீரான உடனே சரியாயிடும். இது எப்போதும் நடக்கிறதுதான்,”

“மாட்டிக்கிட்டா என்ன பண்றது.”

“அதெல்லாம் மாட்ட மாட்டோம், செக்கியூரிட்டி இருக்காங்க அவங்க சரியாக்கிடுவாங்க”

“அவங்களெல்லாம் போயிருந்தா”

“நான் இதத் தொறந்துருவேன் ஏதாவது ஒரு தளத்துல இறங்கிடலாம்”.

“பிளோருக்கு நடுவுல நின்னு இருந்தா”

“அப்பயும் பயப்பட தேவையில்லை. ரெண்டு பேரும் குதிச்சோம்னா கொஞ்சம் கீழே போகும் அப்ப இறங்கிடலாம்.”

எத்தனை புத்திசாலியானவன், உலகம் அறிந்தவன், புத்தகங்களை வாசிப்பவன் தொழிற்நுட்பங்களைக் கைகொள்பவன் என்னை அரவணைக்கும் பெரிய மனிதன் இவன், எங்கும் அவனது துணையோடு சென்றுவிட முடியும் என்கிற தைரியம் வந்தது. கூடவே அதீத அறிவாற்றலால் தன்னை அவன் பிரியக்கூடும் என எண்ணிக் கவலைகொண்டாள்.

14

மிக இளம் வயது முதல் அகம் அறிந்தது அவனைத்தான் என நினைத்தாள். உள்ளத்து ஓசைகளில் இருக்கும் தாளத்தை அவள் தன் கண்களின் லயப்பில் கண்டுகொண்டாள். சொற்கவற்ற பொழுதுகள் எளிதில் சாலையைக் கடக்காத நத்தையின் கூர்மையுடன் இருந்தாள். எல்லா காலங்களிலும் அவள் தன்னை உணர்த்தும் ஓர் உடல்வெளி இருப்பதை உணர்ந்தாள். சுப்புவைக் கண்டதும் அவள் பலவாறாகப் பெருக்கிக்கொண்ட அமிபாவாக எண்ணத் தொடங்கினாள். தன்னுள் அவனை அடக்கும் முயற்சிகளில் பல துணுக்குள் ஒருங்கிணைந்து ஒன்றையே உருவாக்கும் ஒரு செல்லாக ஆகிப்போனாள். அவனைத் தன்னுள் அடக்க இதுவரை அவள் அறிந்த அத்துனை ஆக்கங்களும் அவளுக்கு உதவின. திருமணம் என்னும் நிகழ்வு தன் மனபரப்பில் முன்பே நிகழ்த்துக் கலையாக இருப்பதை அறிந்தாள்.

சுப்ரமணியன் ஒருமுறை இருமினால் பதறியது அவள் அகம். என்னவோ என்று ஓடிவந்து அவன் முதுகைத் தடவிக்கொடுத்தாள். "ஒண்ணுமில்ல. . ." என்று லேசான அலுப்புடன் கூறினான் சுப்ரமணியன். இருந்தும் அவளுக்கு அதில் சுகமிருந்தது. அப்படி அலுப்பதில் இருக்கும் வெளிப்படைதன்மை அவன் தனக்கானவன் என்றறிந்திருந்தாள். சூடாறும் காபியை அவன் உதடுகள் அறியாதவரை மனம் பதைத்தபடி இருந்தது. அந்தச் சூடு சரியாக இருக்க வேண்டுமே என மனம் ஏங்கியது. குறையாக அவன் கண்கள் தன்னை நோக்கும் என நினைத்துப் பயந்தாள். ஆனால் அவன் எதையும் ஒரு பொருட்டாக நினைக்கவில்லை. சூடு கம்மியாக இருந்தால் சட்டென குடித்து வைத்துவிட்டுக் கிளம்பினான். அவன் அவசரம் அவனுக்கு முக்கியம் என்பது போல.

அவன் ஷூ எடுத்து பாலீஷ் செய்யாமல் அணிய முற்பட்டான். "இருங்க, துடைச்சு தரேன்" என்று பிடுங்கி அவன் உரசியபடி நின்றுகொண்டாள். அவனை விலகாத ஓர் இடைவெளி அவளுக்கு வேண்டியிருந்தது. பின் குனிந்தமர்ந்து துடைக்கத் துணி தேட அங்குமிங்கும் நோக்கி கிடைக்காமல் தன் மேல் இருந்த ஷாலால் துடைத்து அவன் காலுக்குப் பக்கத்தில் வைத்தாள்.

"சரி போதும் கொண்டா" என்று அணிந்துகொண்டான். அவர்களைக் கவனிக்காமல் வேறு ஏதோ செய்வது போல் சித்தி சற்று தொலைவில் நின்று வாயில் வைத்துச் சிரித்துக் கொண்டிருந்தாள்.

அவன் அலுவலகம் கிளம்பும் அவசரத்தில் நேரத்தைச் சரியாகப் பார்ப்பதில்லை, நேரக் கட்டுப்பாடுடன் இருப்பதில்லை என்று தோன்றியது. இதற்கு முன் நான் இப்படிதான் கிளம்பிக் கொண்டிருந்தேன் என்று அவன் சொன்னபின்னும் அவளுக்கு அவனது நேரக்கட்டுப்பாடுச் சரியாக இருக்க வேண்டும் என அவசரப்பட்டாள். அவன் அலுவலகம் செல்ல எத்தனிக்கும் பத்து நிமிடமும் தன் உள்ளம் அவனிடம் இருப்பதாகத் தோன்றியது. அவன் விலகியதும் தன் உலகிற்கு வந்தாள். தன்னை மறந்து பாடல்களைக் கேட்டபடி மதிய உணவுகளைத் தயாரிக்க ஆரம்பித்தாள்.

ஊருக்கு வந்திருந்த சித்தியின் கதைகள் இப்போது அவளுக்குத் தேவையாக இருந்தன. என்றுமில்லாது, இதற்கு முன்பு ஆர்வமற்ற செய்திகள், புதிய செய்திகளாக அவள் சித்தியிடம் தேடி பெற்றுக்கொண்டாள். ராஜி மாமி எப்படி ஓடிப்போனாள், மல்லிகா எப்படி வேறு ஆடவனிடம் சென்றாள், பாலுசாமி எப்படி சாமியாராக மாறினார் போன்ற கதைகள் அன்றைய தினத்தின் முக்கிய செய்திகளாக ஆயின.

பாலுசாமியை அவளுக்கு நன்கு தெரியும். கூட்டநெரிசலில் கூட அவரை அவளால் அடையாளம் காண முடியும். சிறுமியின் கண்களில் அந்த வழுக்கைத் தலை எப்போது தெரிந்துவிடுகிறது. கோலிகுண்டு போன்ற கண்கள், பெரிய மூக்கு. வெள்ளையும் கருப்பும் கொண்ட புற்கள்போல நீண்ட மீசை முடிகள். அவர் பேசும்போது உயர்ந்து தாழ்ந்து ஆடி நிற்கும் அழகை அவள் ரசித்துக்கொண்டிருப்பாள். உதடுகளின் உள்ளே அவரது வரிசை மாறாத வெள்ளைப் பற்கள் அவளுக்கு மிகப் பிடிக்கும்.

தட்டையான உருவம் கொண்ட உயரம் குறைந்த பழுப்பு வண்ண சேலைகளை அதிகம் கட்டும் ராஜம் மாமிதான் அவர் மனைவி. நிற்க முடியாதவள்போல தள்ளாடும் கால்கள்.

வேகமாகச் செல்வதுபோல சரசரக்கும் புடவையுடன் அவள் இங்குமங்கும் சென்றுகொண்டிருப்பாள். எப்போதும் சிரித்த முகத்துடன் பேச்சுக்கலையைத் தெரிந்தவளாக இருக்கும் ராஜம் மாமியின் முகம் ஒருமுறை சோகமும் அழுகையுமாக ஆனது. சேலையின் பக்கவாட்டு முந்தானையால் முகத்தில் வழியும் கண்ணீரைத் துடைத்துக்கொண்டிருந்தாள். அப்போது நீல வண்ண ஜாக்கெட்டில் சரிந்த முலையின் வடிவம் தெரிந்தது. அவளது தடித்த உருவத்திற்கு அது சிறுசு என்று நினைத்தாள். அவள் அழும் காரணத்தை சாந்தா மாமி கூறிக்கொண்டிருந்தாள். "அவ புருஷன் விட்டுட்டுப் போயிட்டானாம். ஆமா, இப்படி என்னேரமும் போட்டு நச்சரிசா மனுஷன் என்னதான் செய்வான்."

பத்மாவிற்கு ஆச்சரியமாக இருந்தது. சாமியார் உடை யணிந்து அவர் செல்லும் சித்திரத்திற்குப் பின்னே அவர் சாப்பாட்டிற்கு என்ன செய்வார் என்று தோன்றியது. வீட்டில் நல்ல சாப்பாடு கிடைக்கும்போது ஏன் சாமியாராகி இரந்து உண்ண வேண்டும் என நினைத்தாள். பெரிய இருட்டு அறையில் அவள் முடங்கிவிட வேண்டியிருக்கும். அவளுக்கு இனி சோறு தட்டில் வைத்து உள்ளே தள்ளுவார்கள். பாவம் அவளுக்குப் பிள்ளைகள் வேறு இல்லை. அவளது உடல் மெலிந்து குச்சியாகி விடுவாள் என்று பவானி அக்கா கூறினாள்.

அழகு குறிப்புகளைப் பற்றி கொஞ்சம் தள்ளிவைத்து விட்டுக் கணவனோடு நாத்தனாரையும் மாமியாரையும் சமாளிப்பதைப் பற்றிய சிந்தனைகள் வளர்வது அவளுக்குப் பிடித்திருந்தன.

சுப்ரமணியனின் செய்கைகள்மீது அவளுக்கு அதிருப்திகள் வருவதை விரும்பவில்லை. ஒவ்வொரு விஷயத்தையும் அவனிடம் உடனே பேசி அவன் கருத்தைத் தனக்குச் சாதக மாக்கிக் கொண்டாள். அவன் கண் அசைவுகளிலிருக்கும் உள்ளர்த்தங்கள் பிடிபட்டன. ஏன், எதற்கு எப்படி என்று செய்கைகளுக்கு அவள் தனியே அர்த்தம் தெரிந்துவைத்துக் கொண்டாள். சளைக்காத அன்பை அவன் மேல் பொழிவது அவளுக்கும் வேடிக்கையாக இருந்தது.

"ஏன் சுப்பு இன்னைக்குச் சரியா சாப்பிட மாட்டேங்கிறே"

"எப்பையும் போலத்தான் சாப்பிடறேன்"

"நீ சாப்பிடறது எனக்குத் தெரியாதா"

"சரி எப்போ நீ வேலைக்கு வர்ற எண்ணம், அதை ஆபிசில் சொல்லணுமே"

அவள் முகம் சிறுத்து நின்றது. "உடனே சொல்ல முடியுமா?"

"என்ன அப்படி தாமதம்"

"ம்ம்ம்... எல்லா உனக்குத் தெளிவாகச் சொல்லணும், தள்ளிய போயிருக்கான்னு பார்த்துதான் சொல்ல முடியும்"

அவன் உதடுகள் விரிந்து சிறுபுன்னகையாவதைக் குனிந்து ரசித்தாள். "சித்திகூட ஆச்சரியப்பட்டாங்க நீங்க பலே ஆள்தான்னு"

பதறி தலைத் தூக்கிப் பார்த்தான். "என்ன சொல்ற, இதெல்லாமா சித்திக்கிட்ட சொல்லுவ"

"எல்லாம் பேசுவோம்தானே"

அவனை வெட்கப்பட வைப்பதும் தன் அகத்தின் வழியே அவனை நிறுவ நினைக்கும் முயற்சிதான் என நினைத்தாள். தன்னுள் அவன் ஆழ்வதும் அறிவதும் அவளுக்குப் பிடித்திருந்தது. ஆனால் அதில் ஒரு பயம் இருப்பதையும் அறிந்திருந்தாள். அவளை விலக்கியறியும் எதுவும் அவளுக்கு உகந்ததாக இல்லை என்பதை உணர்ந்திருந்தாள். மிக விரைவாக அதைக் களைக்கும் எண்ணத்துடன் அவன் முன் நின்றாள்.

வயிற்றில் சிசு வந்ததும் அவளே அவனிடமிருந்து விலகிக் கொண்டுவிட்டதைக் கண்டு பயங்கொண்டாள். அவன் வாசிப்பதும், சிந்திப்பதும், செயல்படுவதும் முற்றிலும் தனக்கு எதிரானது என்ற எண்ணம் வரவர உருக்கொண்டதும் வயிற்றின் சிசுவைப் பற்றிய எண்ணத்தை அவன் மனதில் முழுமையாக உள்ளிருக்க வைத்தாள்.

"சுப்பு, பாப்பா ஆணா பெண்ணா சொல்லு"

"எனக்கென்னவோ பையன்னு தோனுது"

"இல்ல பொண்ணுதான், ஏன்னா பொண்ணு பொறந்தா தான் அப்பா பொறுப்பா இருப்பாராம், அப்பதான் அவ கல்யாணத்து நகை சேக்கணும்ல"

அவன் கண்களை உருட்டி சிந்திப்பதை ரசித்தாள். "ஏன் சுப்பு பயமா இருக்கா, நீ ஒண்ணும் பயப்படாதே, தானா பொறுப்பு உனக்கு வந்துடும்". அவனைத் தன் கட்டுக்குள் கொண்டுவந்துவிட்ட திருப்தி ஏற்பட்டது. அவன் சிந்தனை முழுவதும் குடும்பத்தின் மீதுயர்வது நல்லது என்று நினைத்தாள்.

"தினம் ஒரு பிரச்சின பத்து, இந்த வேலையை விட்டுட்டுப் புதுசா ஒரு கம்பெனி ஆரம்பிச்சிடலாம்னு இருக்கேன்"

"பேசாம இரு சுப்பு, உனக்கு என்ன, ஒரு நாலு நாள் லீவ போடு பாத்துக்கலாம். வேற கம்பெனியா இல்ல?"

"இன்னும் எதுவும் முடிவெடுக்கல, சும்மா ஒரு புரொப்போசல்"

ஆணின் சிந்தனைகள் எப்போதும் பெண்ணிற்குப் பயங்கொள்ளவைப்பவை என்று நினைத்தாள். உலக வழக்கிலிருந்து மீறி எதாவது புதிய செய்தி அவன் சொல்ல தலைப்படும் போது அவசரமாக மறுத்துரைத்தாள். அதீத அன்பினால் அதை மீண்டும் யோசிக்கவிடாமல் செய்தாள்.

"நல்லா இருக்கு உன் புரொப்போசல்"

15

வேகமாக ஓடும் தோற்றம் கொண்ட மேகங்கள் ஒரு சுற்று சுற்றி அதே இடத்திற்கு வந்து விடுமென நினைத்தான் சுப்ரமணியன். பரணி சொன்னதும் கிட்டத்தட்ட அதே வார்த்தைகள் தாம். தண்ணீர் தொட்டியில் மேல் சிலாம்பில் படுத்து வானத்தைப் பார்க்கும்போது மட்டும் சிறுபூச்சிகள் போன்று நிறைய புள்ளிகள் அலைந்து கொண்டிருக்கும். அவை வானத்தில் இருந்தே வந்தவை என நினைத்திருந்தான். சுப்ரமணியன் பாதி ராத்திரியில் இந்தப் புள்ளிகள் மானைப்போல துள்ளி வருவதைக் கனவில் கண்டிருக்கிறான். பரணி எழுந்து "அந்த மேகத்தப் பார்த்தியா அது செத்துப்போன எங்க பெரிய அப்பத்தான்னு எங்க அம்மா சொல்லிச்சு" என்றான். அவன் சுட்டிய மேகம் பிடரியில் பறக்கும் மயிர்களைக்கொண்ட வெள்ளைக் குதிரை போன்றிருந்தது.

சற்று பயம் ஏற்பட்டது. நினைத்ததைவிட உலகம் பெரிய நிலப்பரப்பையும் வானத்தையும் கொண்டிருக்கிறது. அந்த வானம் வரைக்கும் இருக்குமா என்று கேட்கும் பரணியின் வார்த்தையில் அவன் உத்தேசிப்பது ஒரு குறிப்பிட்ட எல்லையைத்தான் என நினைத்தான். உண்மையில் அது நாம் நினைப்பதைவிடப் பலமடங்கு உயரம் கொண்டது என யோசித்திருந்தான். அவன் படித்த அறிவியல் புத்தகங்களில் சொல்லப்பட்டவை இன்னும் ஆச்சரியமளித்தது. பரணியிடம் இதைச் சொல்ல முடியாது. அவன் ஒத்துக்கொள்வதில்லை. அவனுக்கு இருக்கும் முன் தீர்மானங்கள் வேறு மனிதர்கள் அவனுக்குப் புகட்டியவை. அதை அவன் மாற்றிக்கொள்வதேயில்லை.

"டே அங்க பாருடா ஒரு பிளைட்டுப் போவுது" என்றான் பரணி.

அவன் காட்டிய இடத்தில் உண்மையில் மிகச்சிறிய விமானம் பறந்து சென்றுகொண்டிருந்தது. மிக உயரத்தில் சிறு புள்ளிபோல அது போவதும் அதன் பின்னால் சிறுகோடுகள் செல்வதும் அதை உறுதி செய்தன.

அவன் பக்கத்தில் இருந்த கிரி, "டே அது நம்ம முத்தண்ணனோடதுடா" என்றான். பின்னாடி ஒரு கோடு போவுதே அது என்ன என்றான் பரணி, "அதுவா அதாம் அவரு கோமணம்" என்றான். பலமாகச் சிரிப்பலைகள் எழுந்தன. பரணி, கிரி, முருகேசு, முல்லை எல்லோரும் நீண்ட நேரம் சிரித்தார்கள். அந்தச் சிரிப்பில் இருக்கும் உள்ளர்த்தம் சுப்ரமணியனுக்குச் சரியாக விளங்கவில்லை என்றாலும் அதை அவனும் ரசித்துச் சிரித்து வைத்தான்.

முத்து அண்ணன் வெளியில் கட்டில் போட்டு தூங்கும் போது வேட்டி விலகிவிட கழுதைக்கு இருப்பது போன்றிருப்ப தாக பெண்களின் கேலிப் பேச்சுகள் எழ சுற்றி நின்று சிறுவர்கள் சிறுமிகள் சிரித்து மகிழ்ந்தனர். பரணி கழுதையின் குறியைப் பிடித்து இழுத்து அதனிடம் உதை வாங்கியிருக்கிறான். பெரிய காளை மாட்டின் விரைகளைப் பின்பக்கமாகத் தட்டிவிட்டு ஓடிவிடுவான். முத்தண்ணனின் குறியைத் தட்டிவிட்டு ஓட அவரும் கழுதை மாதிரி உதைத்ததாகக் கூறினான்.

பரணியும் கிரியும் பேசும்போது ஆண் பெண் குறிகளைப் பற்றிதான் திட்டிக்கொள்வார்கள். வசைச்சொற்களாக இல்லாமல் அது பேச்சு என்று நாம் நினைப்பதற்குக் காரணம் கடைசியில் சிரித்துக்கொள்வதிலிருந்து புரிந்துக்கொண்டான். சாதாரணப் பேச்சுகள் சில நேரம் வேகம் கொண்டுவிடும். சின்ன மனஸ்தாபம் ஏதும் வரும்போது பரணி அவனிடம் "உங்கூட்டு பூட்டு எங்கூட்டுச் சாவிடா" என்பான். கிரி அவன் முதுகில் ஏறி அமர்ந்து அவன் தலையில் தாக்கி அடிப்பான். "டே நானா சண்டைக்குப் போவ மாட்டேன், ஆனா வந்த சண்டையை விட மாட்டேன்" என்பான், "போடா உங்கம்மா ஓட்ட". பரணி சிரித்தபடி கூறினாலும் இருவரும் ஆக்ரோஷமாகச் சண்டையிட்டுக்கொண்டார்கள். உடல் முழுவதும் மண்ணாக ஆனபின்னும் சண்டை தொடர்ந்தது.

குளத்தின் கரையில் அமர்ந்திருந்தபோதுதான் சண்டை தொடங்கியது. ஒரு கட்டத்தில் இருவரும் படிக்கட்டுகளில் உருண்டு தண்ணீரில் விழுந்ததும் சண்டை நின்றது. பின் இருவரும் மகிழ்வாக நீச்சல் அடிக்கத் தொடங்கினார்கள். தண்ணீருக்குள் மூழ்கி கிரியின் காலைச் சுரண்டினான் பரணி. வாயில் தண்ணீரால் பீய்த்து அடித்துவிட்டுத் தப்பித்து ஓடினான் கிரி.

கே.ஜெ. அசோக்குமார்

இருவரும் சண்டையிடுவதும் மகிழ்ச்சிக்காகத்தான் என நினைத்தான் சுப்ரமணியன். தரையில் கால்கள் தேய வந்த பரணியின் அப்பா வந்து, "வாடா மேல" என்று சத்தமிட்டார். "அம்மா ஏதோ ஜாமன் வாங்கியாற சொல்லுதுடா" என்றார். அதைக் கண்டுக்கொள்ளாத பரணி "போடா" என்று சொல்லி ஒரு வார்த்தையைச் சொன்னான். அது ஆண் குறியின் மற்றொரு வார்த்தை. கீழே கிடந்த கல்லை எடுத்து அவனை நோக்கி எறிந்தார். சட்டென அவன் தலை நீரில் முழ்கி மறைந்தது. நீர்கோழிபோல வேறுஒரு இடத்தில் தலைத் தூக்கிப் பார்த்தான். மீண்டும் அவர் அவனை வைது மேலே வரச் சொன்னார். சுற்றி கூடிநின்று களிப்புடன் மக்கள் வேடிக்கைப் பார்த்தார்கள். பரணி எதிர் கரையில் ஏறி அந்தப் பக்கம் ஓடினான்.

பரணி பெரிய கனவுலகைத் தன்னகத்தே கொண்டவன், பெரிய புல்வெளி நிலப்பரப்பில் தவழும் கரிய குதிரையின் அகம் கொண்டவன். ஓடும்வேகம் அவனே அறியாதது. வயதிற்கு மீறிய சொற்களால் மனிதர்களைத் திணறடிப்பவன். தீராத பசி கொண்டவன்போல உணவு, பெண், காமம், போன்றவைகளைப் பேசிக்கொண்டிருப்பவன்.

"டேய் சொருவல் அடிச்சு காட்டுடா" என்றான் சுப்ரமணியன். "தண்ணீ நிறைய இருக்கும்போதுதான்டா அடிக்க முடியும் இப்ப பாரு வேற டைவு அடிக்கிறேன்" என்று காக்கி டிராயரை அரைஞான் கொடியால் கட்டிக்கொண்டு தயாரானான். சின்ன பாலத்தில் மேல் ஏறி நின்று மூக்கைப் பிடித்தபடி மயங்கி தரையில் வீழ்வதுபோல தண்ணீரை நோக்கித் தன்னை வீழ்த்தினான். தண்ணீர் மீண்டும் தெறித்துப் பாலத்தில் விழுந்து மேல் பகுதியை நனைத்தது.

சுப்ரமணியன் தண்ணீருக்குப் பயந்து வெளியே நின்றிருந்தான். அவன் கால்கள் தண்ணீர் நனைத்தாலும் அணிந்திருந்த கால்சிராயில் தண்ணீர் பட்டு நனைந்திருந்தது. பின் வேர்கள் அடர்ந்த அத்தி மரத்தின் அடியில் ஏறி நின்று பரணியின் செய்கைகளைப் பார்த்துக்கொண்டிருந்தான்.

கிரியும் முருகேசுவும் ஒல்லியான கால்களுடன் நீரில் குதித்து விளையாடிக் கொண்டிருந்தார்கள். பின் பக்கமாக வந்த பரணி, "டே அந்தத் தோப்புக்குப் போலாமாடா, இவனுங்க ரெண்டு பேர் கிட்டயும் சொல்லாம போவோம் வா" என்றான். அவன் காட்டிய திசை அக்கரையில் இருந்தது. அங்கே செழித்த அழகிய மரங்கள் அடர்பச்சையில் மா கொய்யா மரங்கள் தெரிந்தன. யாரையோ அழைப்பது போன்று மயில் அகவும் ஒலியும் கேட்டது.

“அங்க யாராவது தோட்டக்காரன் இருப்பான்” என்றான் சுப்பிரமணியன்.

“பாத்துக்கலாம் வா” என்று அவனைத் தள்ளிக்கொண்டு சென்றான்.

நதியில் இறங்கியபோது அதன் அகலம் அதிகரித்தது போன்றிருந்தது. எதிர்க்கரையின் தூரம் அதிகரித்திருந்தது. நீர் கண்களுக்குப் பக்கத்தில் வந்ததும் அதன் வேகமும் அதிகரித்தது. அங்கிருந்து பாலம் மிக உயரத்தில் தெரிந்தது. வானத்துப் பறவைகள் சருகுகள்போல காற்றில் பறந்தன. சரியான நீச்சல் தெரியாத சுப்ரமணியனைத் தோளில் கைவத்து அழைத்துச் சென்றான். கழுத்துவரை தான் தண்ணீர் கால்களைக்கொண்டு நடக்க முடிந்தது. இருந்தாலும் நீச்சல் பழகுவதைப்போல கைகளால் நீரை தள்ளியபடிவந்தான்.

தீவு போன்றிருந்தது அக்கரை. புழக்கமின்மையால் கன்னித்தன்மையோடு இருந்தது. அழகிய வனம், கரையிலிருந்து அரை கிலோமீட்டர்வரை மணல். பின் காடுகள் வளர்வது அதன் அடர்த்தியில் தெரிந்தது. சூழல் மாறாதத் தன்மையால் காலம் நடக்கவில்லை என தோற்றம் கொண்டிருந்தது. இனிய குளிர் காற்றில் மலர்களின் வாசம் இருந்தது. உச்சிவெயிலிலும் உடல் சூடாகவில்லை.

செத்தைகளில் கால்வைக்க அவை நொறுங்கும் ஒலி நீரில் விழும் பொருட்கள்போல கேட்டது. ஒலிகளால் நிரம்பியிருந்தது வனம். காற்றின் ஒலியில் மரங்கள் சிலிர்த்துக்கொண்டன. வேறு மொழிகளில் பேசும் பல பறவைகளின் பேச்சுகள் ஊடாடிக் கொண்டிருந்தன. மனம் முழுவதும் லௌகீக ஆசைகள்கொண்ட மனிதன் இங்கு வந்ததும் அவற்றை இழக்கக் கூடும்.

“டேய் பரணி இங்க யாரும் வர மாட்டாங்களாடா,” குரலைத் தாழ்த்திக் கேட்டான். “ஆமா யாரும் வர மாட்டாங்க, இது ஒரு சின்ன தீவு மாதிரிடா அந்தப் பக்கமும் ஒரு ஆறு போவுது அதோ அந்த இடத்துல வந்து ஜாயிண்டாயிடுது.” அவன் காட்டிய இடத்தின் மேலே வெண்வெளிச்சப் பரப்பு ஒன்று இருந்தது.

பரணி துள்ளலில் ஒருவித போதை தெரிந்தது. யாரும் தன்னை வழி மறிக்காத தன்மையால் சூழலை விழுங்கும் துடிப்புடன் இருந்தான். அவன் யாரையோ எதிர்பார்க்கிறான் என தோன்றியது. அவனது கண்கள் அலைதலில் அவன் எதிர்நோக்கும் ஏதோ ஒன்று இருக்கிறது. அணிந்திருந்த டிராயரை முன்பக்கம் இழுத்து முடிச்சிட்டுக்கொண்டான்.

சட்டையின் பின்பக்கம் அவன் வியர்வையால் நைந்திருந்தது. "டே மாப்ள வாடா," என்ற அழைப்பு குரல் கேட்கத் திடுக்கிட்டுத் திசை நோக்கிப் பார்த்தான் சுப்ரமணியன். வேட்டியும் மேலே பனியனும் மட்டும் அணிந்த அந்த ஆண் அவர்களை அழைத்தது. "டே வாடா" என்று ஓடினான் பரணி. கிட்டே வந்தபோது அவன் பதினெட்டு வயது இருக்கும் பையன் என்று தெரிந்தது.

அவனைப் பள்ளியில் பார்த்திருக்கிறான். ஆசிரியர்களிடம் பலசமயம் அடிவாங்கி வாசலில் நின்றிருக்கும் சித்திரமே அவனைப் பார்த்ததும் நினைவில் வந்தது. அவர்களைவிட ஆறு வயது பெரியவன் இப்போது பெரிய ஆண் போன்றிருக்கிறான். சுப்ரமணியனைக் கண்டதும் சிறிது முகசுளிப்புடன் "யார்ரா இது" என்றான் பரணியிடம். "இவம் நம்ம பிரண்டுதான், சும்மா கூட்டியாந்தேன்."

"டே இவம் பேரு மாரி, கலியபெருமாளண்ணன் கடையில தான் வேல பார்க்குறான்" என்றான் பரணி. அதை ரசிக்க வில்லை என்பது மாரியின் முகத்தில் தெரிந்தது, தன்னையும் தன் வேலையையும் குறைத்துக் கூறுகிறான் என்று அவன் எண்ணுகிறான். மாரியின் உடல் நேராக இல்லை, நெளிந்த பாத்திரம் போன்று சற்று வளைந்தே நின்றான். அவன் கண்கள் ஒரு மாதிரி ஆழ்ந்து நோக்குவது போலிருந்தது. அவன் உதடுகள் வரண்டு பல்லியின் உடற்செல்கள் போலிருந்தன. உடலில் ஒருவித கவிச்சிவாடை அடித்தது. அவன் எண்ணும் எண்ணம் செயலாக நடைபெறும்வரை அதைவிட மாட்டான் என தோன்றியது.

பரணிமீது மாரி கை வைத்தபடியே பேசினான். அவன் வைத்திருந்த கை அவன் இடையை அல்லது தொடையைத் தொட்டிருந்தது. ஒரு மரத்தின் கீழ் வேர்கள் முண்டுகளாக இருந்த இடத்தில் இருவரும் நெருக்கமாக அமர்ந்திருந்தார்கள். அந்த இடம் மட்டும் சுத்தம் செய்யப்பட்டுத் தூய்மையாக இருந்தது.

மாரி, "டேய் நீ போயி அங்குட்டு வெளையாடு" என்று சுப்ரமணியிடம் கண்கள் சுழற்றி கூறினான். சுப்ரமணியன் அங்கிருப்பதை அவன் விரும்பவில்லை. சுப்ரமணியன் விலகிச் சற்று தூரம் சென்றதும் அவர்களின் செய்கையில் சில மாற்றம் உடனே நிகழ்வதை அவன் அகம் அறிந்தது.

மெல்ல பரணியைப் படுக்க வைத்து மாரி அவன் டிராயரை நெகிழ்த்தினான். விலகியதும் பல்லி போன்று அவனது குறி சிறுவிடைப்புடன் எழுந்து நின்றது. அதை ஐந்து விரல்களாலும் உருவி வருடினான். மேலும் அது துடித்தது. அதை எங்கோ

பார்த்திருக்கிறான் என தோன்றியது சுப்ரமணியனுக்கு. ஆம் மலைக்கோயில் ஒன்றிக்கு சென்றபோது குரங்குகளின் கூட்டத்தைக் கண்டான் அதில் ஒரு குரங்கு தன் நீளகுறியைப் பிற பெண் குரங்குகளுக்குக் காட்டிக்கொண்டிருந்தது. பெண் குரங்குகள் பல்லைக் காட்டி இளித்து கோபத்தைக் காட்டி ஓடின. சில அதே இளிப்பைக் காட்டி மகிழ்ச்சியோடு அதனிடம் வந்தன.

அவன் அருகில் படுத்த மாரி வேட்டியைத் தளர்த்தி தன் குறியை வெளியே எடுத்தான். பருத்த காய் போன்றிருந்தது. விரலால் பின்னோக்கி செலுத்தியதும் முனையில் தோல் நீங்க சிவந்த பழத்தை ஒத்த சிவப்புடன் இருந்தது முனை. பரணியைத் தன் பக்கம் இழுத்து அவன் குறியில் தன் சிவந்த குறியை வைத்தான். வெண்ணிறமாக இருந்த பரணியின் இடையைத் தடவியபடி இருந்தான் மாரி. கண்கள் சொக்க தூக்கத்தில் விழிப்பவன் போலிருந்தான் மாரி. பரணி சிரித்த முகத்துடன் அவனைப் பார்த்துக்கொண்டிருந்தான். மாரி சிணுங்குவது பரணிக்கு வேடிக்கையாக இருந்தது.

சுப்ரமணியன் விலகிச் சற்று தூரத்தில் இருந்த மற்றொரு மரத்தின் அடியில் அமர்ந்துகொண்டான். வேர் முண்டுகளின் அகலம் அது மிக வயதடைந்த மரம் என்று தோன்றியது. அதன் மேல் படுக்க இடமிருந்தது. ஒரு கையை தலைக்குக் கொடுத்து நேராகக் கால்களை நீட்டிப் படுத்தான். வானத்து மேகங்கள் மெல்ல நகர்வது உச்சிவெய்யிலின் வெப்பத்தால் இருக்கும் என நினைத்தான். கண்கள் சொக்கின. பசியுடன் இருந்த அவன் மெல்ல தூங்கிப்போனான். அவனை நோக்கி முகத்தை நுகரவரும் நாய் போல கனவுகள் சட்டென வந்தன. பல மனிதர்கள் சூழ்ந்து அவனைப் பார்ப்பது போலிருந்தது மாறி அவன் எதையோ உண்டு கொண்டிருந்தான். அவனுக்குப் பிடித்த பால்கோவாவாக இருக்க வேண்டும் என நினைத்தான். அன்று ஒரு நாள் புதிதாகத் திருமணமான சித்தப்பா வாங்கிவந்த கடலைமிட்டாய்தான் அது என நினைத்தான். கடலை அவனுக்குப் பிடிக்கவேயில்லை. கசப்புடன் இருக்கும் அது இனிப்புடன் சேர்ந்து இனிப்பை கெடுத்துவிடுகிறது. நெற்றியில் குங்குமமும் கைகளில் கண்ணாடி வளையல்கள் குலுங்கும் ஓசையுடன் சித்தி, பழுப்பு வண்ண சரசரக்கும் பட்டுப் புடவையுடன் வந்து அவனிடமிருந்த மிட்டாயைப் பிடுங்கித் தின்றாள்.

சித்தி கொடு என்று அவன் பின்தொடர்ந்து செல்லும் போது சித்தப்பாவும் சித்தியும் ஓடி ஒரு அறைக்குள் புகுந்து கொண்டார்கள். கதவைத் தட்டினான். உள்ளிருந்து

சத்தமேயில்லை. கதவைப் பலமாக ஆட்டினான். கோபத்தில் வேண்டுமட்டும் வேகமாகப் ஆட்டினான். கதவு உடைந்துவிடும் என தோன்றுமளவிற்கு ஆடி நின்றது. எட்டி உதைத்தான் மூன்றாவது உதையில் திறந்தது. சித்தி கிழே படுத்திருக்க சித்தப்பா அவள் மேல் படுத்திருந்தார். இருவருக்கும் உடையில்லை. அவர்கள் வேகமாக எதையோ செய்துகொண்டிருக்கும் பாவனையின் அசைவுகள் இருந்தன

திடுக்கிட்டு எழுந்தமர்ந்தான் சுப்ரமணியன். வெயில் இன்னும் உக்கிரமாக இருந்தது.

16

தன் உருவம் பெரிய தலையும் வயிறும் கொண்டு வீட்டை நிறைப்பதைக் கண்டு பதறி எழுந்தமர்ந்தான் சுப்ரமணியன். விழித்த கண்களில் வீடு சிறியதாகவே தெரிந்தது. சின்னச் சின்ன பொருட்களாக வீட்டிலுள்ளவைகள் தெரிய, மனிதர்கள் பெரிய உருவங்களாகத் தெரிந்தார்கள். உண்மையில் பிரமை என்று நினைத்துக் கண்களை இறுக்கி மூடினான். மூடிய கண்களினுள் வீட்டிலிருந்தவர்கள் அப்படியே கருத்து சீலிங்கை இடிக்கும் உயரத்தில் வளர்ந்தவர்களாகத் தெரிந்தார்கள்.

சில நிமிடங்கள் ஆனபின்னே கண்களைத் திறக்க முடிந்தது. அக்காவைப் பார்த்தபோது உடையற்று அருவருப்பூட்டும் அம்மணமாகப் பெரிய உருவமாகத் தெரிந்தாள். இரு கைகளைக் கொண்டு முகத்தைப் பொத்தி சுவரைப் பார்த்து அமர்ந்துகொண்டான். உடல் திரவ நிலையை அடைந்துவிட்டது போலிருந்தது. வளைந்து நெளிய முன்னேயிருந்த மேஜை ஆடியது. மேலே இருந்த புத்தகங்கள் சிதறி கீழே விழுவது அவன் காதுகளில் கேட்டது.

“டேய் மூஞ்சு காட்டுடா” என்று தலையில் தட்டித் திருப்பினாள் கோமதி. அவள் கை பட்டதும் பதறி திரும்பி அவளைப் பார்த்தான். நடு வகிடெடுத்துப் பள்ளம் விழுந்த தலைபோல சாதாரணமாகத் தெரிந்தாள்.

“என்னடா”

“ஒண்ணுமில்ல” என்று கீழே விழுந்த புத்தகங்களை எடுக்க டேபிளின் அடியில் போனான். வீட்டில் இருந்த மனிதர்களான அப்பா அம்மா, அக்கா, தங்கை, அப்பாபாட்டி என்று அனைவரும் அந்தக் கூடத்தில் இல்லை என உறுதி செய்துகொண்டபின் வெளியே வந்தான். உடல் ஜுரம் வந்ததுபோல் கொதித்துக்கொண்டிருந்தது.

பதினான்கு வயது முதல் இக்குடும்பத்திலிருந்து விலக்கி வைக்கப்பட்டதாகத் தோன்றியது. அவன் வார்த்தைகளுக்கு வீட்டில் அப்போதிருந்துதான் மதிப்பில்லை. குடும்பத்தின் எந்த முக்கிய விஷயமும் அவனிடத்தில் வராமல் அம்மா பார்த்துக் கொண்டாள். அவள் உதடுகளும் கண்களும் அந்த மறைப்பை வெளிக்காட்டின. அப்பா அவனிடம் பேசுவதை முழுமையாகக் குறைத்துக்கொண்டார். பக்கத்து வீட்டு மஞ்சு பூப்பெய்திய செய்தியை அவன் முன்னால் அம்மா பேசுவதைத் தவிர்த்தாள். அம்மாவிடமோ அக்காவிடமோ அதுகுறித்துத் தைரியமாகக் கேட்டுவிட வேண்டும் என நினைத்தான். ஆனால் கேட்க முடியவில்லை.

விலகிவைக்கப்படுவதை, தள்ளிவைக்கப்படுவதை மெல்லப் புரிந்துக்கொண்டான். இந்த வாழ்க்கைத் தத்துவத்துடன் விலகல் தொடர்பு கொண்டிருந்தது. ஒரு பெண் பூப்பெய்தும்போது அந்தக் குடும்பத்தின் ஒரு முழு அங்கத்தினராகிறாள். மெல்ல அவளை உள்ளே இழுக்கிறார்கள். உடலைப் பாம்பு விழுங்குவது போல உள்ளிழுக்கப்படுகிறாள். பாம்பு அவளை உள்ளே விழுங்க அவளும் சற்று தன்னைத் தளர்த்திக்கொண்டு உள்செல்ல வேண்டும். அது ஆணுக்குச் சாத்தியமில்லை. ஆணாகப் பிறந்தவன் எப்போது குடும்பத்து உறுப்பினனாக ஆக முடியாது. குழந்தை, சிறுவன் என்று வளர்ந்து நின்றுவிட வேண்டும். அப்பாவிடம் அக்கா தன்னுடல் பற்றிய பார்வையைச் சொல்ல முடிகிறது. சுப்ரமணியத்திடம் கண்ணியமான விலகலை எதிர்பார்க்கிறார் என்பது அவரது முகமே காட்டி விடுகிறது. அம்மா, அக்கா, அத்தை, அத்தையின் பெண் எல்லோரும் தனியான அவர்கள் உலகத்தில் நெளிந்தார்கள்.

அம்மா தன்னை காணும்போது மட்டும் பயம்கொள்வ தாகவும், அக்கா கோமதியிடம் நெகிழ்ந்த மனதுடன் இருப்ப தாகவும் தோன்றியது. அப்படியிருக்க வாய்ப்பில்லை என கதிர் சொன்ன பின்னும், நினைக்கும்போதெல்லாம் தூக்கத்தை உதறும் நடுஇரவு இருட்டுபோல தான் நினைத்தது உண்மை என புலப்பட்டது. பகற்கனவுகளில் மனம் திளைத்தபோதெல்லாம் அது உண்மைதான் என தோன்றியது. இந்த உலகில் உடல் ஒன்றே ஸ்தூலமானது என நினைத்தான். எல்லாமே நேரடியான ஒற்றைத்தன்மை கொண்ட அர்த்தத்துடன் இருப்பதாக சுப்ரமணியனுக்குத் தோன்றியது.

நேராக இருந்த தெருவில் அவன் வீடு மட்டும் சற்று திரும்பி கோணம் மாறி தெரிந்தது. வீட்டிலுள்ளவர்கள் அவனை வெறுக்காமல் வெறுத்து ஒதுக்குவது போல் வெளிஉலகம் இல்லை. வெளிஉலகம் மிகுந்த உற்சாகம் ததும்புமிடமாகத்

தோன்றுவது ஏன் என்று புரியவில்லை. வெளியே சென்றால் தேடும் மனிதர்கள் போன்று வீட்டில் யாரும் இல்லை. வீட்டில் எப்போதும் யாராவது ஒருவர் அவனைக் குறித்து அவதூறு ஒன்றைச் சொல்ல மிகுந்த பிரயாசை எடுத்துக்கொள்வதை அறிந்துகொண்டதிலிருந்து அவன் வீட்டிலிருப்பதைத் தவிர்த்தான்.

மாமா வீட்டுப் புதுமனை புகுவிழா, முதல் நாள் இரவே அவன் அங்கு செல்ல வேண்டியிருந்தது. அவன் தனியே செல்வது குறித்தக் கவலை அம்மா முகத்தில் தெரியவில்லை. "போடா சீக்கிரம், போ" என்றாள். போ என்று ஒற்றை வார்த்தை தூங்கும் மாமா வீட்டு இருண்ட தனியறையில்கூட ஒலித்துக் கொண்டேயிருந்தது. இதற்கு முன்புவரை இருந்த பயம் விலகி விட்டது. இப்போது அவன் தனித்துச் செல்வதைக் குறித்து ஏன் கவலை இல்லை அவளுக்கு. உடல் உதறலோடு அவன் அகத்தை நோக்கிக்கொண்டிருப்பதாகத் தோன்றியது. ஒவ்வொரு நாளும் வளரும் நிணம்போல மனத்தை ஆக்கிரமிக்கிறது உடல் பற்றிய எண்ணங்கள். உடலை எதிர்த்துத் தன்னை அவன் வெளிக்காட்டிக்கொள்ள எத்தனிக்கும்போது அவன் ஒரு சாதாரண மனிதன் என்பதை மறந்துவிடுகிறான். ஒவ்வொரு சொல்லாக நீர் சொட்டுவதுபோல சொட்டி தன் உடலை நிறைக்கிறது அம்மாவின் வார்த்தைகள். அத்தோடு அக்காவும் தங்கையும் அவனைச் சூழ்ந்து நிற்கும் நரிபோல அவனைப் பயங்கொள்ள வைத்தார்கள்.

அவன் அறியாத ஒரு பொருளில் இந்த உலகம் தன்னைக் காட்டிக்கொண்டிருக்கிறது. இந்த உலகை எப்படி புரிந்து கொள்வது என்பது தன் பதினேழு வயது புத்திக்குத் தெரிய வில்லை. ஆனால் உலக செய்கைகள் எல்லாம் ஒரே அச்சில் சுழல்கிறது போல் இருக்கிறது. உடல் என்றும் மற்றொரு உடலை உருவாக்குகிறது. உருவாக்க மற்றொரு உடல்தான் தேவையாக இருக்கிறது. உடல்களின் தேவையும் அதைத்தான் விரும்புகிறது.

வெளியே சிறு மரங்களின் அசைவு பகலையும் மதியத்தையும் இணைத்துக்கொண்டிருந்தது. தூங்கி எழ வேண்டும்போல இருந்தது. அல்லது தூங்கி வேறு ஒரு உலகத்தில் எழ வேண்டும். சைக்கிளை எடுத்து வைத்துத் துடைக்க ஆரம்பித்தான். எண்ணங்களற்ற திறந்தவெளி தன்னுள் இருப்பதாகத் தோன்றியது. துடைப்புத் துணியை ஹாண்டில் பாரில் போட்டு விட்டு மீண்டும் உள்ளே சென்று தன் மேஜையில் அமர்ந்து கொண்டான்.

உடலால் சிந்திப்பது ஒன்றே தன் முழுநாள் கனவாக இருக்கிறதா என எண்ணினான். உடல் ஒரு பெரும் ஆயுதம்.

தன் உடலையே அது தாக்குகிறது. உடலால் மனமும் மனத்தால் உடலும் முழுமை கொள்கின்றன. உடலை மனம்தான் காக்கிறது, அதேபோல் மனத்தை உடல்தான் வெற்றிகொள்கிறது. உடலுக்குத் தெரிந்த ஒன்று மனத்திற்கும் தெரிந்திருக்கிறது. ஆனால் அதை மிக தாமதமாகக் கண்டடைவதுபோல மனம் கண்டடைந்து உவகைகொள்கிறது. உடலை ஏன் வெல்ல வேண்டும் என்கிற குழப்பம் மனத்திற்கு இருந்துக்கொண்டே யிருக்கிறது.

திடமான உடல்தான் திடமான மனத்தை உருவாக்குகிறது என நினைக்கும் தோறும் மனம் அதை வெறுக்கிறது என்றே யோசித்தான். உடலின் தினவை கைக்கொள்ளும் போதெல்லாம் மனம் அடித்துக்கொள்வதைப் பதற்றத்துடன் கவனித்தான். உடலுக்குத் தன் மீதான பாரத்தை மனம்தான் ஏற்றுகிறது என நினைத்தான். வீடு ஒரு இருண்ட நிலவியலைக் கொண்டிருக்கிறது என மனம் தேவையற்று நினைப்பதை உடலின் வழியாகவே உணர்ந்தான்.

"சுப்ரமணீஇ. . . எங்கடா இருக்க" ஒரு குரல் அது பக்கத்து வீட்டு ராணியக்காவின் கரகரப்பு குரல். "வயசுப்பையன் வீட்டிலேயேவா இருப்ப, போய் எனக்குக் கொஞ்சம் வெங்காயமும் கருவேப்பலையும் வாங்கிட்டு வா" என்றாள். அம்மா அவளிடம் எதுவும் சொல்வதில்லை. அவளைக் கண்டு பயப்படும் உடல்மொழியுடன் அம்மா "என்ன ராணி என்ன சமையலு" என்றாள்.

ராணியின் உடல் அகன்று நீண்டிருந்தது. அகலம் என்பதே ஒருவகை பொய்தோற்றம்தான். அவள் அணிந்திருக்கும் உடையால் அப்படி அகன்று தெரிகிறாள். வேண்டுமென்றே செய்யப்பட்டவை. அதில் அவள் அப்பட்டமாக வெற்றி பெற்றிருக்கிறாள். குழம்பு, ரச வகைகளைச் சொல்லிக் கொண்டிருந்தவள் திரும்பி "போய்ட்டு வாடா கண்ணா" என்றாள் அவனை நோக்கி. அவன் அவளைத் தொடர்ந்து நோக்குவதை அவள் கண்டுவிட்டதன் உடல்மொழி. "போறேன் போறேன்" என்று எழுந்து சட்டை அணிந்துகொண்டு அவள் கொடுத்த பையை வாங்கிக்கொண்டு கிளம்பினான்.

ராணிக்கு அவன் உடல்மொழியின் வேகம் தெரியும். அதை அவள் தன் குறியீடாகக்கொண்டு தன் மயக்கத்தை அவன் மேல் செலுத்துகிறாள். "டேய் என்னடா சோகமா இருக்க, அம்மா திட்டுனாங்களா" என்று அவன் தலையைக் கோதி சரி செய்தாள்.

ராணியின் உடலில் ஒருவித வாசனை அடித்தது அதிக மெனக்கெடல்களுடன் தன்னை மற்றவர்களுக்குக் காட்டிக்

கொண்டிருக்கிறாள். உடைகள் விலகுவது அவள் எதிர்பார்த்த படி நிகழ்ந்து அவன் பார்க்கும்போது அதைச் சரி செய்தாள். அதில் இருக்கும் செய்தி அவனுக்கு மட்டுமே அறியக்கூடியதாக அமைந்திருந்தது. சின்ன அசைவுகளுடன் அவள் கண்கள் அவன் மேல் விழுந்து துடித்து நின்றன. அவன் அதை அலட்சியப்படுத்தும்போது அவன்மீது மேலும் அன்பைப் பொழிந்து அவனை அடக்கித் தன்வழி கொண்டாள்.

காய்கறிகளை வாங்கி வந்ததும் “ஏ சுப்பு புள்ள ஃபேன் சரியா சுத்த மாட்டேங்குது என்னான்னு வந்து பாரு” என்றாள். அவன் யோசிக்கும் பாவனையில் இருந்தபோது “சுப்புஅம்மா அவன கொஞ்சம் அனுப்புங்க” என்றாள். “டேய் போயிட்டு வாடா” என்றாள். அம்மாவிற்கு அவள் நோக்கம் தெரிந்திருக்குமா என்று பயந்தான். போனபோது கோக்காலி தயாராக விசிறிக்குக் கீழே இருந்தது. அவன் ஏறியபோது பக்கத்தில் நின்றுகொண்டாள். கொறடாவைக் கேட்க கீழே பார்க்கும்போது அவள் முலைகளின் இடைபள்ளம் தெரிந்தது. அதைத் தெரிவிக்கும் செயல் வேண்டுமென்றே செய்யப்பட்டது. வயர் மேல் இருந்த டேப் நெகிழ்ந்திருந்ததால் சரியாக மின்சாரம் தொடர்புகொள்ளவில்லை. மீண்டும் சரியாக இணைத்துவிட்டு இறங்கும்போது அவனை உரசி நின்றாள். அவன் அவசரமாக விலகிவிடக் கூடாது என்று இடையே சுவற்றில் ஒரு கை வைத்து வழிமறித்துக்கொண்டாள். என்ன ஏது என்று புரிய சற்று தாமதமானது, அவளது அருகாமை அவனுக்கு ஒருவகை மூச்சு திணறல் போலிருந்தது. பயத்துடனும் அருவருப்புடனும் அவன் உடனே கையைத் தட்டிவிட்டு வேகமாக அவள் வீட்டிலிருந்து வெளியேறினான். அவள் சிரித்தது அவன் முதுகிற்குப் பின்னே குத்தியது.

17

பட்டப் படிப்பை முடித்தபோது மாமா லாரி புக்கிங் அலுவலகத்தில் வேலைக்குச் சேர்த்து விட்டார். கும்பேஸ்வரன் வடக்குவீதியில் அந்த அலுவலகம் இருந்தது. அந்தத் தெரு முழுவதும் பலவகை அலுவலகங்கள். லாரி புக்கிங்குகள், குடோன்கள், எசன்ஸ் பேக்டரி, பெருங்காய கம்பெனி வாசனைகள் சேர்ந்து கலவையான வாசனையாக அடித்தது. லாரிகளின் உறுமல்கள் ஒரு பக்கம், சரக்குகளை ஓரிடத்திற்கு இடமாற்றம் செய்யும் ஆட்களின் கூச்சல்கள் ஒரு பக்கமும் இருந்தது.

புக்கிங் அலுவலகத்தில் கணக்குகளைக் கவனிக்கும் வேலை என்று பெயர். ஆனால் தேவைப் படும்போது எல்லா வேலைகளையும் செய்ய வேண்டும். முதலாளிகளுக்கும் வேலையாட் களுக்கும் இருந்த இடைவெளி நிலவுக்கும் பூமிக்குமான இடைவெளி போன்றிருந்தது. அவர்களைக் காலையில் பார்க்கும்போது சலாம் வைக்க வேண்டும், வெளியே செல்லும்போது போய்வருகிறேன் என்று சொல்ல வேண்டும் அல்லது தலையசைக்க வேண்டும். பணிவை உடல்மொழியில் காட்டாதவரை அவன் கர்வி என அறியப்படுவான். சுப்ரமணியனுக்கு அது புரிய சில நாட்கள் ஆயின.

முதல் மாடி அறையில் எதிரெதிரே நான்கு டேபிள் நாற்காலிகள், டைப்ரைட்டர் டேபிளிலும் கம்யூட்டர் டேபிளிலும் இருந்தது. கடிதங்களை அடிக்க டைப்ரைட்டரும் பெரிய விஷயங்களை அனுப்ப கணினியும் பயன்பட்டன. கணினியில் அமர்வது அனுபவமுள்ள நீண்டநாள் வேலை செய்தவனாக இருக்க முடியும். அங்கே வேலை

செய்த ஓரிரண்டு நபர்களைத் தவிர மற்றவர்கள் புதியவர்கள். இருபத்திரண்டு வயதிற்குட்பட்டவர்கள். இருவர் தவிர, மற்றவர்கள் ஆறு மாதங்கள் வேலை செய்தாலே அதிகம். மாதவனும் சாமியப்பாவும் மட்டும் முப்பது ஆண்டுகளாக வேலை செய்கிறார்கள்.

நாற்பத்தி ஐந்து வயதுகொண்ட சாமியப்பா வளைந்த கால்களைக் கொண்டவர். வெளிப்பக்கமாக வளைந்திருக்கும் கால்களுடன் அவர் நடந்துவருவது நண்டின் அழகிய நடைபோன்றிருக்கும். தூக்கி கட்டிய வேட்டியில் அவரது கால்கள் கருத்துச் சொறிந்த இடங்களில் வெள்ளை கோடுகள் இருக்கும். சாமியப்பாவிற்கும் மாதவனுக்கும் எப்போதும் எட்டாம் பொருத்தம்தான். இருவரும் எதையாவது ஒருவரை ஒருவர் சொல்லிக்கொண்டிருப்பார்கள். சிரிப்பான கிண்டல்களில் அவர்களின் நீண்ட கால நட்பைப் புரிந்துகொள்ள முடியும்.

மாதவன் ஒல்லியான உடல்வாகுடன் நீண்டு ஒட்டடைக் குச்சியின் அழகுடன் இருப்பார். பேண்ட் பழையபாணி பெல்ஸ்பேண்ட்டும், மேல்சட்டையின் மேல்பட்டன்கள் திறப்புடன் விசித்திரமாகத் தோன்றமளிப்பார்.

சாமியப்பா ஆபீஸ்பாய் மாதிரி எல்லா வேலைகளையும் செய்பவர். மாதவன் மேனேஜர் மாதிரி எல்லோரையும் வேலை வாங்குபவர். சாமியப்பாவிற்கு எங்கே என்ன நடக்கிறது என்கிற விஷயத்தை இன்னும் அறியாதவர் போன்றிருப்பார். அந்தச் சிறுநிறுவனத்தில் எங்கே புக் செய்யப்படுகிறது, எங்கே லோடு ஏற்றப்படுகிறது, எங்கே லோடு இறக்கப்படுகிறது போன்றவைகள் தெரியும். எந்த சீட்டை எழுத வேண்டும் எங்கே கொடுக்க வேண்டும் போன்றவைகளை சுப்ரமணியனுக்குச் சொல்லிக் கொடுத்தவர் சாமியப்பா. புதியவர்களுக்கு மாதவன் எதையும் உடனே சொல்லிக் கொடுப்பதில்லை என்பதையும், சாமியப்பா அந்தக் கௌரவத்தைப் பற்றி பெரிதாக அலட்டிக்கொள்ளாதவர் என்பதையும் அறிந்தான். ஆகவே அவரிடம் மிகுந்த நட்புடன் இருந்தான். அவர் சொல்வதை உடனே கேட்டு அதன்படியே செய்தான். மாதவனின் சில கோப சீண்டல்களுக்கு ஆளாக வேண்டியிருந்தது. அவர் கோபமாகப் பேசும்போது எச்சில் தெறிந்து விழுவதை அவன் விரும்பவில்லை. அப்படி எச்சில் தெறித்துவிழுவதை மற்றவர்களின் சங்கடங்களை ஒருபொருட்டாகவும் நினைப்பவனில்லை என்பதால் மாதவனிடமிருந்து விலகியே இருந்தான். கருத்த குட்டையான சாமியப்பாவை அதனாலேயே பிடித்திருந்தது.

வெள்ளிக் கிழமைகளில் மேலேயுள்ள சாமிப்படங்களுக்கு டேபிள் மேல் ஏறி பழைய பூமாலைகளை எடுத்துப் புதியவைகளைப் போடுபவர் சாமியப்பாதான். அப்படி போடும்போது உள்ளாடை அணியாது அவரது ஆட்டத்திற்குக் கொட்டைகள் ஆடுவதைக் கீழிருந்து பார்த்து நமட்டுச் சிரிப்பு சிரிப்பவர்களுடன் அவனும் சேர்ந்துக்கொண்டான்.

சாமியப்பாவின் நட்பை யாரும் எளிதாகப் பெற்றுவிட முடியும். ஆனால் அவரிடமிருந்து அந்நட்பை விலகிக்கொள்ளவே விருப்புவார்கள். பாலன் முதலில் அவரிடம் நட்பாக இருந்தவன், பின் தன் அதிகாரச் செயல்களுக்கு அவரின் நட்பு தடையாக இருப்பதை அறிந்தவன்போல வேகமாக விலகியும் அவரிடம் அதிகப்படியான வெறுப்பைக் காட்டுபவன்போல நடந்துக் கொண்டான்.

சுப்ரமணியன் எப்போதும் சாமியப்பாவிடம் நட்பாகவும் சிரித்துப் பேசிக்கொண்டேயிருக்க வேண்டும் என நினைத்தான். சாமியப்பாவின் சின்னச் சின்ன வார்த்தைகள்கூடச் சிரிப்பாக இருக்கும். மாதவன் இரு நாட்கள் லீவு போட்டால் சரக்குகள் வருவதும் போவதும் நின்றுவிடும், சாமியப்பா இரு நாட்கள் லீவு போட்டால் அலுவலகமே இயக்கத்தை நிறுத்திவிட்டதாகத் தோன்றும்.

அடிக்கடி முதலாளிகளைப்பற்றி சாமியப்பா கிண்டலாகப் பேசும் பேச்சிற்காக சுப்ரமணியன் காத்திருந்தான். சாமியப்பாவின் கிண்டல்கள் மிகவும் பிரசித்தம் பெற்றவை. அப்பேச்சைக் கேட்கக் காத்திருந்தார்கள். செந்தில், மணி, விநாயகம் போன்றவர்கள் அவரைத் தூண்டி எதையாவது பேச வைத்து விடுவார்கள். அதில் மிகவும் தேர்ந்தவர்கள் என்பதை அவர்களின் கண்களிலேயே தெரியும். தீயின் முன் சிறிய வண்டுகள் பொன்னிறம் கொள்வதுபோல துள்ளிக் குதிக்கும் அவர்களது கண்கள். "ஏன் சாமியப்பா அப்பவெல்லாம் பெரியவரு உங்ககிட்ட நல்ல நேரம் கேட்டுகிட்டுத்தான் ஜல்சா ராணிக்கிட்டவே போவாறமே" என்றான் செந்தில்.

கோபம்கொண்டவர்போல் தன் முகத்தை மாற்றிக் கொண்டார் சாமியப்பா. வார்த்தைகளில் அக்கோபத்தை வெளிப்படுத்த இடையே சிறுஇடைவெளிகளுடன் வேகமாகப் பேசினார்.

"பணம் சேர்ந்தா என்னா பண்ண தோணும், அதுவும் உடம்புல சத்து இருக்குறவரைக்கும். பிற்பாடு அதுவும் கிடையாது. அவரு ஒரு மாதிரியான ஆளு, சின்ன ஓட்டய பார்த்தா

புடிக்காது, பெருசாதான் பாப்பாரு, அதுவும் நல்ல நேரத்துல புகுந்தாதான் சரியா இருக்குனு ஒரு நினைப்பு வேற. எங் தாத்தா சாங்கியமெல்லா பாப்பாரு, அத வெச்சு நா சொல்றத நம்பி அவரு போவாரு அதாம் வேடிக்க, அது கெட்ட நேரமாவும் இருக்கும் யாருக்குத் தெரியும், பய சாவட்டும்னு வுட்டுறது"

மூவரும் விழுந்து விழுந்து சிரித்தார்கள். தினப்படி எரிச்சல்களைச் சிரிப்பின் மூலம்தான் போக்க வேண்டியிருந்தது. மிகக்குறைந்த சம்பளமும் வேலைகளின் எரிச்சலும் கரைக்க சிரிப்பு ஒரு நல்ல மருந்து. பெரியவர் என சொல்லப்பட்டவர் இறந்து சில வருடங்கள் ஆனபின் இரு மகன்கள் லாரி சர்வீஸைக் கவனித்துக்கொண்டிருந்தார்கள். பெரியவர் கொடுத்த கண்டிப்புகள் இவர்களிடம் அதிகமில்லை. அப்படி செய்யக் கூடாது என்று தெரியாமல், வேலை செய்பவர்கள்மீது கரிசனமற்ற ஒவ்வாமையுடன் இருந்தார்கள்.

சாமியப்பாவிடம் யாரும் நட்பு கொள்வதை மாதவன் விரும்புவதில்லை. அவனின் முகம் ஏற்கெனவே இருக்கும் கோணலைவிட அதிக கோணலாக மாறி வெறுப்பை உமிழும். மாதவன் முதலாளிகளைப் பார்க்கும்போது அவன் கொள்ளும் உடல்மொழியை நக்கலடித்துப் பேசுவார் சாமியப்பா.

“முதலாளி வந்துகிட்டு இருக்காரு, இப்ப சாரப்பாம்பு மாரி நெளிவான் பாரேன்.”

செந்திலும், மணிகண்டனும் முதல் மாத சம்பளத்தில் ஒரு பகுதியை எடுத்துக்கொண்டு தண்ணியடிக்கக் கிளம்பினார்கள். அவர்களின் கூட்டிற்கு சாமியப்பாவையும் சுப்ரமணியனையும் அழைத்தார்கள்.

“அய்யோ நா வரல, எங்க வீட்டுல தேடுவாங்க” என்று கூறினான் சுப்ரமணியன். “இவ்வளவுதானே, நீ ஆபிஸ்ல வேலை இருக்குன்னு செல்லிட்டு வந்துடு மித்தத நாங்க பார்த்துக்கிறோம்” என்றார் சாமியப்பா. அவர் கூறியதால் சின்ன ஆவலும் எழுந்தது. “எல்லோரும் காசு போட்டுச் சரக்கு வாங்கிடுங்க, நா என் பங்குக்கு புறா கறி எடுத்துவரேன்.”

“புறா கறியா, நான் நான்வெஜ் சாப்பிட மாட்டேன்”

“அப்ப சிப்ஸ் சாப்பிடு நாங்க கறிய சாப்பிட்டுக்கிறோம்” என்றான் செந்தில்.

“முட்ட சாப்பிடறல்ல, அதுபோலத்தான் இதுவும் ஒண்ணுமில்ல”

"முட்டையும் சாப்பிட மாட்டேன்"

"அப்ப நீ வரவே வாராத"

"எங்க வீட்டுல தேடுவாங்க, அதான்"

"நீ என்ன சின்ன புள்ளையா, இல்ல பொம்பள புள்ளையா உன்னைத் தேடுறதுக்கு, ஆபீஸ் வேலைன்னு சொல்லிட்டு வாய்யான்னா."

ஒரு முறை அரையாண்டு ஆண்டு கணக்கு முடித்து ஸ்டாக் எழுதும்போது நடுஇரவுவரை வேலையிருந்தது. அதையே காரணமாக வீட்டில் சொல்லிக்கொள்ளலாம் என நினைத்தான்.

18

இரவு உணவு முடித்துவிட்டு அம்மாவிடம் தயங்கியபடியே கூற அவள் அதைக் கண்டு கொண்டதாகக் கூடத் தெரியவில்லை. புதிய பொருளை நாய் கவ்விக்கொண்டு ஓடுவதுபோல சைக்கிளை எடுத்துக்கொண்டு ஓடினான் சுப்ரமணியன். முழுமையாக நம்பிய அம்மாவின் செய்கை தன்னைப் பெரிய மனிதனாக உணர வைத்தது. தன் வார்த்தைகளில் இருக்கும் புதிய மரியாதையைத் தானே வியந்து அகமகிழ்ந்தான். இருட்டில் கடலங்குடி தெருவைக் கடக்கும்போது படபடப்பாக இருந்தது. உடலின் மேல் பகுதியைச் சந்தனத்தைத் தடவும் குளிர்ச்சியுடன் இருந்தது குளிர். பனிப்பொழிவு துல்லியமாகத் தெரிந்த இரவில் தனித்திருப்பது இவ்வுலகில் அவன் தனியன் என்பதை உணர்ந்தான். ஒவ்வொரு மின்கம்பமாகக் கடக்கும்போது வெளிச்சம் அவனை நனைத்தது. ஒவ்வொரு சமயமும் அவனது நிழல் இருட்டில் கண்களுக்குத் தெரியாமல் அவனுடன் பயணித்து வெளிச்சத்தில் வந்து சேர்ந்துகொண்டது.

மேல்கரைவழியாக வந்து மகாமக குளத்தைத் தொட்டு இடப்பக்கம் திரும்பி பத்ரகாளியம்மன் தெருவில் நுழைந்து கோயிலை ஒட்டிய சாலையில் உள்சென்றான். தெருக்களில் இன்னும் மனிதர்கள் இருந்தார்கள். வெளியூர்களுக்குச் செல்லும் கிராம வாசிகள் ஒவ்வொரு பேருந்தாகத் தேடிக்கொண் டிருந்தார்கள். செந்திலும் மணியும் ஒரு சைக்கிள் கடையில் நின்று பேசிக்கொண்டிருந்தார்கள். கல்லூரி காலம் முடிந்து வந்துசேர்ந்த புதிய நண்பர்கள். திடீரென நண்பர்களாகிவிட்டவர்கள் ஒருவரை ஒருவர் உடனே விட்டு பிரிய முடியாது என தோன்றியது. கல்லூரி கால நண்பர்கள் இந்த ஆறு மாதத்தில் என்ன ஆனார்கள் என்றே தெரிய வில்லை. வேகமாகக் காலம் தன்னை மாற்றிக் கொள்கிறது, புதிய உலகம் புதிய மனிதர்கள் என்று.

“என்னப்பா இவ்வளவு நேரம்கழிச்சு வர்ற”

“கொஞ்சம் லேட்டாயிடுச்சு”

“சரி, சாமியப்பா வந்தோன்ன, நாம உள்ளே போறோம்”

“எங்க போறோம்” என்று சுத்தியும் தேடினான். “இதோ பார் இந்த வழியா” அவன் கைக் காட்டிய வழியில் பல்வேறு பொருட்கள் சிதறிக் கிடந்தன. காலியான தண்ணீர் பாக்கெட்டுகள், பாட்டில்கள், அதன் மூடிகள். செந்தில் அவனிடம் பணம் வாங்கி பத்திரப்படுத்திக்கொண்டான்.

கையில் பிடித்த பாலீதீன் பையுடன் வேர்வையின் நனைந்த சாமியப்பா அவர்களைக் கடந்து உள்ளே செல்ல மூவரும் தாய் நாய்க்குப் பின்னே செல்லும் குட்டிநாய்கள்போல பின்னே ஓடினார்கள். யாரிடமும் அதிகம் பேச்சு இல்லை. மணி பணம் கொடுத்து எதையோ வாங்கிவர நால்வரும் ஒரு மேசையின் முன் குழுமினார்கள். அந்த இடத்தில் குப்பென்று எழுந்த நாற்றம் சற்று நேரத்தில் பழகிப்போனது. சில மனிதர்களை அவன் முன்பே சந்தித்திருப்பதுபோல தோன்றியது. அவர்கள் தங்களை அடையாளப்படுத்திக் கொள்ள முயலவில்லை என்பது ஆறுதல்.

குருட்டுத்தனமான இந்தத் தைரியம் அவன் மனதை என்னவோ செய்துகொண்டிருந்தது. வாய்பகுதி சிவப்பாக இருந்த ஒரு ஒல்லியான நாய் அவர்களின் கால்களுகிடையே சுற்றிவந்தது. யாராவது எதாவது பேசி ஆறுதலாகச் சொல்ல வேண்டும் என நினைத்தான். “ஏன் இந்தக் கட இவ்வளவு வெளிச்சமாக இருக்கு” என்றான். அவர்கள் அனைவரும் அவனைத் திரும்பிப் பார்த்தார்கள். அது அப்படிதான் என்பது போல அமைதியாகிவிடச் சரக்கை பிளாஸ்டிக் பாட்டிலில் ஊற்றித்தண்ணீரைக்கலந்தான் செந்தில். சாமியப்பா நடுவில்தான் கொண்டுவந்திருந்த புறா கறியை பிளாஸ்டிக் பையிலிருந்து நீக்க இலையில் பெரிய களிஉருண்டை போலிருந்தது. தொட்டதும் சிறுசிறு துண்டுகளாக அழகாக விலகியது.

கொஞ்சம் குடித்துவிட்டு அதை வாயில் வைத்துக் கடித்தார்கள். மணி ஊறுகாயும் தனியாக வைத்திருந்தான். அதையும் தொட்டுக்கொள்ள இனிமையான சிரிப்புடன் ஒருவரை ஒருவர் பார்த்துக்கொண்டார்கள்.

சுப்ரமணியன் எதுவும் சொல்லாமல் கைகளில் வைத்திருந்தான். சாமியப்பா கண்களால் ஆறுதல்படுத்தி குடி என்றார். “இந்த வயசுல சில விஷயங்களல கத்துக்கணும், தப்பிட்டா எந்த பயனுமில்ல, தைரியம்தான் ஆணுக்கு அழகு, தைரியமா குடி” சொக்கிய கண்களோடு கூறினார்.

சட்டென எடுத்துக் கொஞ்சம் குடிக்க கசந்து உள்ளே இறங்கியது. மீண்டும் ஒருமுறை குடித்தான். “இத சாப்பிடு” என்றார். அதை எடுத்து கடித்ததும் கசப்பு மறைந்து காரம் ஏறியது. மீண்டும் குடித்தான். செம்மண்ணைக் கரைத்ததால் வந்ததா என தோன்றும் பழுப்புநிற திரவம் அவன் வாய் மூக்கை அடைத்துத் தொண்டையில் இறங்கியது. மீண்டும் கறியைத் தின்றான். முழுவதும் சாப்பிட்டிருந்த வயறுகூட எந்த எதிர்ப்பும் சொல்லாமல் ஏற்றுக்கொண்டது.

செந்திலும் மணியும் சைக்கிளை எடுத்துக்கொண்டு கிளம்பினார்கள். அவர்கள் சென்றதும் எதுவும் நிகழாததுபோல இருந்தது. உலகம் அப்படியே இருக்கிறது எந்த மாற்றமுமில்லை என்பதே அவனுக்குச் சமாதானமடைந்தது. சாமியப்பா அவன் கூட வந்தார். அவன் தோள்களில் கைவைத்து சிநேகத்துடன் நடந்தார்.

தனித்துவிடப்பட்டதுபோல மனிதர்கள் இருளில் உலவிக் கொண்டிருந்தார்கள். சாமியப்பா பூட்டிய டீக்கடையின் சாமான்கள் வைக்கும் மேடையில் அமர்ந்துக்கொண்டார். “உட்காரு சுப்பு” என்றார். போதையின் அவர் ஆட்பட்டிருப்பது தெரிந்தது. ஆனால் நல்ல நிதானத்துடன் இருந்தார். அவனுக்குப் போதையென்று எதுவும் தெரியவில்லை.

“இந்த உலகத்துல ரெண்டு விஷயம் இருக்கு. ஒண்ணு பொண்ணு இன்னொன்னு பணம். ரெண்டையும் தக்கவெச்சுக்க முடியாது. ஆனா பாரு, பணத்த இழந்தோன்ன திரும்ப சம்பாரிக்க முடியும். பொண்ண இழந்தா திரும்ப சம்பாரிக்க முடியாது.”

“பசங்க என்னப்பத்தி சொல்லியிருப்பாங்க, எம்பொண்டாட்டி ஓடிப்போயிட்டான்னு, அதெல்லாம் ஒண்ணுமில்ல, அவ என் பொண்டாட்டியும் கிடையாது, வேறு ஒரு ஆண்கூட அவளுக்குத் தொடர்பு இருந்துச்சு, அதுவும் அஞ்சு வருசத்துக்கு முன்னாடிதான் தொடர்ப்பு ஏற்பட்டுச்சு, நான்கூடக் கொஞ்ச நாள்ல மறந்துடுவான்னு நெனைச்சேன். ஆனா உடம்பு இருக்குல்ல அது கேக்காது, மனச திரும்ப முடியல்லன்னா உடம்பு திருப்பிக்கும், அவளுக்கு உடம்ப தவிர வேற நினைப்பேயில்ல. ஆயிரம் ரெண்டாயிரம் தடவ அவகூடப் படுத்திருப்பேன், எங்கூட எவ்வளவு சுகத்த அனுபவிச்சான்னு எனக்குத் தெரியும். ஆனா பாரு, பொம்பள ஒரு மெஷின்தான். அது இயங்கிகிட்டே இருக்கணும்னு நினைப்பா. அவள பொருத்தவரைக்கும் கர்ப்பபை நிறைஞ்சுக்

கிட்ட இருக்கணும். வற்றாத கிணறு மாதிரி, அதில போடப் போட அவ எடுத்துக்கிட்டே இருப்பா."

அவரது கண்கள் கண்ணீரில் நிறைந்திருந்தது. ஆனால் தீர்க்கமான முகத்தின் வடுக்கள் தெரிய சிரித்துக்கொண் டிருந்தார். கடப்பாக் கல்லின் மேல் அமர்ந்து கால்களை ஆட்டிக் கொண்டிருந்தார்.

"மனித உடம்பு ஒரு கோயில். கோபுரத்திலேந்து விமானம் வரைக்கு போற மாதிரிதான். கால்லேந்து குறி வழி நுழைஞ்சு தொப்புளைத் தொட்டு இதயத்தை அடஞ்சு, கழுத்துச் சங்க அடஞ்சு, முகத்தப் பார்த்து, மூளைய அடையது இருக்கே அதுதான் இந்த வாழ்க்கையோட தத்துவம்"

"ஆனா பெண்ணுக்குக் குறிதான் முக்கியமா இருக்கு, அத தாண்டி உள்ளே செல்ல அவர்களுக்கு மனமில்லை. ஒன்பது வாசலில் ஒரு வாசல் போதுமானதாக இருக்கு. அதிலே நுழைந்து அதிலே வெளியேறவும் வேண்டும் என்ற நினைப்பைத் தவிர வேறு ஒன்றுமில்லை. என் அனுபவத்துல நா இததான் பார்க்கிறேன்"

அவர் சொற்கள் தீர்ந்துபோவதை விரும்பாதவர்போல எழுந்து நின்றார், நடக்கலானார். சைக்கிளைத் தள்ளிக் கொண்டே அவனும் கூடவே நடந்தான். உண்மையில் முழு பிரக்ஞையில் அவன் இருப்பது அவனுக்கே ஆச்சரியமாக இருந்தது. சாமியப்பா சொல்லும் வார்த்தைகள் எங்கோ ஒலிப்பெருக்கியில் எழும் வார்த்தைகள்போல இருக்கும் என நினைத்திருந்தான். அவன் நினைப்பையும் தாண்டி அது கல்லெழுத்துப்போல அவன் நெஞ்சில் அவர் சொல்வது ஒவ்வொரு சொல்லாக அமர்ந்தது. இனிவரும் காலங்களில் இச்சொற்களை மீற முடியாது. முதிர்ந்து பழுத்த ஒருவரின் வார்த்தைகளின் அர்த்தங்கள் சில நேரங்களில் எதிர்பாரா தன்மை கொண்டிருப்பதை அறிந்தவன்போல நடுங்கிக் கொண்டிருந்தான். மூச்சில் குளிரின் வேகம் இருந்தது. நெஞ்சு கூடு முழுவதும் அக்குளிரே நிறைந்து உள்ளே சென்ற சரக்கின் காரணமாக அனலைப் போல பரவியது.

மகாமககுளம் வரும்வரை அவன் நினைவில் எதுவுமில்லை. கால்களால் வழுக்கிச் சென்றது போன்றிருந்தது. நீர் குடிக்கவரும் யானைபோல மெல்ல படிகளைத் தாண்டி தண்ணீருக்கு மிக அருகில் இருக்கும் படிக்கட்டில் அமர்ந்துகொண்டார் சாமியப்பா. அவன் சைக்கிளை நிறுத்திவிட்டுப் பின் சென்ற போது முதன்முறையாக அச்சம் கொண்டான். அவர் நீருக்குள்

பாயக்கூடும் என்கிற அச்சம் அல்லது நீர் அவரை வாரி எடுத்துக் கொண்டுவிடும் என்கிற அச்சம். அவனும் அவர் அருகில் அமர்ந்தபோதுதான் அதை உணர்ந்தான். நிலவு வெளிச்சத்தில் கரிய பாறையின் மெல்லிய நெளிவு போன்றிருந்தது நீரின் பரப்பு. கண்களில் நேர்கோட்டின் அருகில் வந்துவிட்டிருந்தது. அலைகளில் தெரிந்த ஆவேசம் எதையும் உண்ண துடிக்கும் மிருகம் போன்றிருந்தது நீர். விளக்க முடியாத மர்மம் நிறைந்திருந்த பெருவெளி, நீர்வெளி. எண்ணற்ற உயிர்களும் பொருட்களும் தன்னுள் கொண்டிருக்கிறது.

சாமியப்பா மிகவும் தைரியமான எதையும் சமநிலையோடு எதிர்கொள்பவர் என்கிற எண்ணம் மனதில் எழுந்தது. "யாரு அந்த ஆளு" என்று கேட்டான். அவர் திரும்பி பார்த்தபோது அக்கேள்வி புரியவில்லை என்று தோன்றியது. முகத்தில் ஒட்டிய மென்சிரிப்பைத் துடைப்பதுபோல வலதுகையில் மீண்டும் மீண்டும் அழுத்தி தேய்த்துக்கொண்டிருந்தார். ஆனால் அவர் முகத்தில் புன்னகை அப்படியே இருந்தது.

கேள்விகள் எப்போதும் அவருக்குப் புரிவதில்லை. அவர் மற்றவர்களிடம் தொடர்புகொள்வதே மற்றவர்களின் உணர்வு நிலையை வைத்துதான். பேச்சின் வழியே மட்டும்தான் அவர் மனவமைதி அடைகிறார்போலும். குளிர் காற்று உடலின் எல்லா பகுதிக்கும் சென்றது. கைகளைக் குறுக்கி நெஞ்சோடு சேர்த்து அமர்ந்தபோது அவர் பேசத் தொடங்கினார்.

"ஒரு வயசுக்குமேல பொம்பளைங்களுக்கு ஆம்பளைங்கள பார்த்தா புடிக்காது, எதையாவது சொல்லி அனத்திக்கிட்டே இருப்பாங்க. இந்த அனத்தல் இருக்குல்ல, அது அவங்க உடம்ப வெளிப்படுத்துறதா இருக்கும். புள்ளய திட்டணும்னு சொன்னா, திரும்ப வயத்துக்குள்ள போன்னு சொல்றது. அப்படி வெளிப்படுத்தாத ஒரு பெண்ணக்கூட வாழ்க்கையில நீ பாக்க முடியாது. நா சொல்றேன்."

"சொல்லுங்க"

"என்ன சொன்னேன். ஆ. . . பெண்கள் காம உணர்வுகளை அடக்கி வெச்சிருக்காங்க, அப்படி தான் அவங்க வாழணும்னு மத்தவங்க அறிவுறித்திக்கிட்டே இருக்காங்க, உண்மையில உடம்ப தாண்டி அவங்க போறதில்லை. அடக்கி வெக்கிறதாலேயோ என்னவோ விஸ்வரூபமா வெளியாகிட்டே இருக்கு வாழ்நாள் முழுக்க".

அவரை விட்டு விலகி ஓடிவிட வேண்டும் என தோன்றியது. பெண் என்பவளுக்கு வேறு எண்ணங்கள் இருக்காது என்று

சொல்வதைத் தன் தாயை, தமக்கையையும் பழிப்பது போன்றிருந்தது. அம்மா மிகச்சிறந்த பேச்சாளர், நேரத்தைச் சரியாக வகுக்கும் திறனாளர், வேலைகளைப் பிரித்துக் கொடுத்து வேலை வாங்கும் சிறந்த மேலாளர். அவளில்லாமல் என் இல்லம் இல்லை, அப்பாவின் ஒவ்வொரு அசைவையும் துல்லியமாகப் புரிந்துக்கொண்டு அவருக்குத் தேவையானதைச் செய்பவள். அவள் இல்லை என்றால் அப்பா, தானும் எந்த வேலையும் செய்ய முடியாது. அப்படி இருக்கும்போது சாமியப்பா சொல்வதை எப்படி புரிந்துகொள்வது.

எதற்காகத் தன்னை சீண்டும் அவருடன் பேசிக் கொண்டிருக்க வேண்டும். உடல் பறையின் மேல்பரப்புபோல மெல்லியதாக அதிர்ந்துகொண்டிருந்தது. அவரைத் தாக்கி விட்டுச் சென்றுவிட வேண்டும் என நினைத்தான். நினைப்பிற்கு மாறாக மயங்கியிருந்த அவரைத் தாங்கலாக அழைத்துவந்து மேல்படிக்கட்டில் ஓரமாகப் படுக்கவைத்தான். இருட்டில் அவர் உடை விலகிக் கிடந்து தெரிந்தது. அதைச் சரிசெய்ய மனமற்று சைக்கிளை எடுத்துக்கொண்டு கிளம்பினான்.

எப்படி கோர்த்தும் சொல்லில் ஒரு ஆணவம் கூடுவதை அவனால் தவிர்க்க முடியவில்லை. எதை செய்து மனதிலிருந்து வெளியேறுவது என்று யோசித்துக்கொண்டிருந்தான். இனி சாமியப்பாவைப் பார்க்கக் கூடாது, சாமியப்பாவின் ஒரு சொல் கூடத் தனக்கானதில்லை என தோன்றியது. கட்டுப்பாடான வாழ்க்கையில் பொறுப்பற்ற மனிதனுக்கு என்ன இடமிருக்க முடியும்?

இரவு மூன்று மணியாகிவிட்டிருந்தது. வீட்டிற்கு வந்தபோது அம்மா அவனை முகம் கொண்டு பார்க்கவில்லை. அம்மாவிற்கு அவனது செய்கைகளில் மிகுந்த நம்பிக்கை கூடிவிட்டிருக்கிறது. நாளை என்ன செய்யபோகிறான் என்பது குறித்து அவளது எண்ணம் எதுவும் இப்போது இல்லை. அம்மா என்று அழைத்து அவளிடம் தன்னைப்பற்றி சொல்லிக்கொள்ள வேண்டும் என தோன்றும்போதெல்லாம் அது சிறுகுழந்தையின் அழுகை உணர்ச்சி என்று தோன்றியது. ஆண் மகனாக நிமிர்ந்து நடந்துச் செல் என்று அம்மா தன்னைப் பழக்குகிறாள். அவளுக்கு இனி நான் குழந்தையில்லை. குழந்தையின் எந்த செய்கையையும் அவளது நிழலில் நிற்கும் நிலையையும் அவள் அளிக்கத் தயாராக இல்லை.

அம்மாவின் குண்டுக் கைகளைப் பிடிக்க இனி முடியாது. அவள் கண்களைப் பார்த்துப் பேச முடியாது. அவள் முதுகைத் தட்ட முடியாது. வேறு ஒன்றைச்செய்து தன் இருப்பை

அவளிடம் காட்ட முற்படுவது வளர்ந்த மனிதனின் செய்கை யல்ல என்று அவள் விரும்பவதில்லை. உன் தவறுகளுக்கு நீயே பொறுப்பு என்று கழற்றிவிடுகிறாள். அவன் தவறுகளை அவளுக்குப் பொருள்படவில்லையா? இன்று குடித்துவிட்டு வந்ததை அவள் அறிந்திருக்கிறாளா? துள்ளிக் குதிக்கும் மீன் போல துடித்துக்கொண்டிருந்தான். கட்டிலின் முனையிலிருந்து அவன் கீழே விழுந்துவிடக்கூடும் என்று ஏனோ பயமாக இருந்தது. கட்டிலின் கால்கள் நிலத்தின் பிடிமானமற்று அந்தரங்கத்தில் நிற்கிறது. கீழே நிலமில்லை வானம் தெரிகிறது. இருண்டவானமல்ல, வெளிச்சத்தை உமிழும் வானத்தின் முனைகளில் ஓரங்களில் சிறு செதுக்கல்போல வேலைப்பாடுகள் கொண்ட நகரத்தின் எச்சங்கள். அங்கு வெளிச்சம் குறைவாகவும், வண்ணங்களின் கலவையாகவும் தெரிந்தன. வானம் இருள பேரமைதியுடன் காலம் கரையத் தூங்கிப்போனான்.

19

காலத்தை இடையூறற்ற நீண்ட பயணமாக நினைத்தார் சாமியப்பா. எங்கும் நிற்க தேவையில்லை என நினைத்தார். அனுபவங்கள், அறிதல்கள் எல்லாம் அதில் ஓடும் பெரிய ஆறு போல இருந்தது அவருக்கு. நிலத்தில் அவர் இருப்பதில்லை, நீரின் வேகத்தில் அவரும் நீந்திச்சென்றார். கால ஓட்டத்தில் அவர் சந்தித்த பெண் ராசியம்மாள். அவர் செல்லமாக ராசி, ராசிக்குட்டி என்றழைப்பார். எப்போதும் வெட்கப்பட்டும் சிரித்தும் அவள் செய்யும் சேட்டைகளை விடாமல் ரசித்தார்.

நாச்சியார் கோயிலில் மூன்றாவது முக்கின் பெரிய தெருவில் அவள் வீடு இருந்தது. அவளைக் காண கும்பகோணத்திலிருந்து நடந்தே செல்வார். அங்கு சென்று ஒரு வாடகை சைக்கிளை எடுத்துக் கொண்டு அந்தத் தெருவிற்குப் பலமுறை சுற்றி வந்தார். சிதிலமடைந்த திண்ணையில் அவள் அமர்ந்திருந்து, சிறு அதிர்வில் படம் எடுத்த பாம்பு போல சாமியப்பாவைக் கண்டதும் தலைதூக்கி பார்த்தாள்.

வெட்கப்பட்டு வலது கையை வாய்க்குள் வைத்துக் கண்களைத் தாழ்த்தி சிரித்தாள். சைக்கிளில் சென்றபடி "என்ன இன்னைக்கு மீன் குழம்பா" என்றார். "ஆமா, சாப்பிடுறீங்களா" என்றாள். சிறு தயக்கத்துடன் நின்ற சாமியப்பா, "இதோ வாரேன்" என்றார்.

தூக்கிகட்டிய மல்லு வேட்டி, கை மடித்த அரைக்கைச் சட்டை, உள்ளே முண்டாபனியன் துளைகளுடன் தெரிந்தது, கழுத்தில் ஒரு நரிப்பல் செயின், சட்டை காலரின் உள்ளே அழுக்கடையாமல் இருக்க கட்டிய சிவப்பு கர்சீப் தெரிந்தது. தோல் செருப்பு பொடி மணலை அரைக்கும் நரநர

ஓசையுடன் வந்தார். இன்று வளமையாக இருக்கிறேன் என்பது எப்படியோ அவளுக்குத் தெரிந்துவிடுகிறது. அவள் தான் முடிவு செய்கிறாள் இன்று வரலாமா கூடாதா என்று.

ராசியும் அவள் பாட்டியும் மட்டுமே இருக்கும் வீடு இருட்டில் இருப்பது போன்றிருந்தது. சுவர்களில் ஆக்கிரமித்த சிறுசிறு பாசி கூட்டங்களால் அதன் நீண்ட நடை குளிர்ச்சியாக இருந்தது. உள்ளே தனிஅறைகள் கொண்ட வீடுகள் நீண்டிருந்தன அதில் அவள் நாலாவது கட்டில் இருந்தாள். தலை முட்டும் உயரத்தில் இருந்த கூரை வழியே உள்ளே போனதும், அமர ஒரு மனை இருந்தது. இஞ்சி, மிளகாய், மல்லியிட்ட மோர் குடிக்க கொடுத்தாள்.

மருதாணியிட்ட கையால் அவள் தொடும்போது ஆட்டின் உடல் சிலிர்ப்புபோல மயிர்கூச்செறிதலை சாமியப்பா உடலில் உணர்ந்தார். சரியான தொடுகைகளைத் தேர்வு செய்கிறாள் என்பதை அவர் புரிந்துகொண்டார். ஒவ்வொரு தொடுகையும் அதற்கு முந்தைய தொடுகையின் தொடர்ச்சியாக இருந்தது. பாட்டி எழுந்து வெளியே செல்வது எந்த உறுத்தலை ஏற்படுத்தவில்லை. அவர்கள் இருவரை தவிர வீட்டில் இரு பூனைகளும் ஒரு நாயும் இருந்தன. நாய் மட்டும் சின்ன எதிர்ப்பை இறுமலைப் போல ஊளையின் வழியே தெரிவித்தது. புண்களின் மேலிருந்து கட்டுகளை நீக்குவதுபோல அவர் உடைகளைக் களைந்து பின்னால் இருந்த குளியலறையில் காதுவைத்த பித்தளைக் குண்டாவில் வெந்நீர் ஊற்றி குளிக்க வைத்தாள். அரப்பும் கடலைமாவு கலந்த தூளை உடலில் பூசி தேய்த்துத் தண்ணீர் ஊற்றினாள். அவள் கைகளில் இருந்த மென்மை பூனையில் கையில் இருப்பவை என நினைத்தார்.

அவர் கருத்த உடல் விளக்கி வைத்த பாத்திரம்போன்று மினுமினுத்தது. வேட்டி மட்டும் அணிந்து பாட்டி வைத்திருந்த பொரித்த வஜ்ஜிரமீன் துண்டும் தலை துண்டு குழம்பும் இலையில் பரிமாறினாள். கூடவே கருவாட்டுத் துண்டும் இருந்தது. அவர் சாப்பிட்டு முடிந்ததும், இளந்தளிர் வெற்றிலையில் சுண்ணாம்பு தடவி சீவல் வைத்து வாசனை புகையிலையைக் கூடவே வைத்தாள்.

அவள் உடலின் திண்மை கடின வேலை செய்ததால் வந்தது. நல்ல உணவின் செறிவு அவள் உடலைச் செதுக்கியிருந்தது என நினைத்தார். குளிர்ந்த அவள் உடலின் பாகங்கள் அவரை அள்ளிக்கொண்டன. மிகுந்த தன்னம்பிக்கை தந்த அவளின் இலகுதன்மை, குளிர்ச்சியை அவருள் செலுத்தியது. அவர் உள்நுழைந்த அவளுடல் மழைபெய்து இளகிய நிலமாகயிருந்தது.

மழையில் பலமுறை நனைத்தார். சேற்றை உடலில் பூசிக் கொண்டு கண்கள் சொக்கி மயங்குமளவிற்கு அந்நிலத்தில் புரண்டார். மாலை தாட்டிவிட்ட பின்னரே சுயநினைவை அடைந்தார். பையில் இருந்த முழுபணத்தையும் அவரே அள்ளி கொடுத்தார். அந்தப் பணம் அவரது ஒரு மாத சம்பளம். "இந்த மாசத்துல எப்ப வேணா வாங்க" என்று கன்னத்தைத் தொட்டு உதட்டைப் பிதுக்கி முத்தமிட்டாள்.

நடந்துச்சென்று வீடு வந்தார். குளிர்பிரதேசத்தில் தனித்திருப்பது போன்றிருந்தது வீடு. குளிரில் போர்வையுடன் அலையும் மனிதர்கள் போன்றிருந்தார்கள் வீட்டு மனிதர்கள். அம்மா அவரைக் கண்டுக்கொண்டதாகத் தெரியவில்லை. அண்ணன்கள் ஒரு குழுவாக அமர்ந்து பட்டம் செய்து கொண்டிருந்தார்கள். சிறு பிள்ளைகள் என்னும் எண்ணத்தை அவர்களின் முகங்களில் தெரிவதைக் கண்டு துணுக்குற்றார்.

கருவண்டுகளின் அலைதல்கள்போல தங்கைகள் ஓடி விளையாடியது அருவருப்பூட்டியது. அக்கா ஜாக்கெட்டின் ஓரங்களை தைத்துக்கொண்டிருந்தாள். சுழலில் மாட்டிய இலைபோல மனம் சுழன்றுகொண்டிருந்தது. அவள் கை தூக்கும்போது பறவைகூட்டின் நரம்புபோல அக்குளில் இடையே நூல் ஓடுவது தெரியும். பழையசோறும், கத்திரிக்காய் குழம்பும் அடுப்படியில் இருந்தது. இரவில் கூடுதலாக மோருடன் நாற்தங்காய் ஊறுகாய் இருக்கும்.

அவர்களை நினைத்துச் சிறிது வெட்கப்பட்டுக்கொண்டார். இம்மாதிரி மனிதர்களுக்கு மத்தியில் எப்படி இனி இருப்பது என்று தோன்றியபடி இருந்தது. எட்டு வீடுகளில் வேலை செய்கிறாள் அம்மா. அக்காவிற்கு எப்படியாவது திருமணம் செய்துவிட வேண்டும் என அவள் நினைப்பது ஒன்றுதான் சமீபகாலங்களில் அம்மாவைப்பற்றி சாமியப்பா அறிந்தது.

ராசியைத் தேடி மாதத்தின் பல நாட்கள் சென்றார். இளமை ஒத்துழைத்தபோது அதில் அவருக்கு எந்த தடையும் வரவில்லை. ஆனால் அலுப்பேற்பட்டது. இளம் பெண்ணுக்கு மனம் ஏங்கினார். இளம் பெண்ணுடனான கூடலைக் கற்பனை யில் கண்டபடி இருந்தார். லாரி சர்வீஸில் லோடுமேனாக இருந்த அவருக்கு உடல் திண்மையின் பலத்தை நிருபித்துக் கொண்டேயிருக்க வேண்டும். "வடநாட்டுக்குப் போடா உனக்கு எல்லா கிடைக்கும்" என ஒரு நண்பர் சொன்னதும், கை கால்கள் துருதுருத்தன. இரு நாட்களில் ரெயில் ஏறினார்.

கையில் அந்த மாதத்துப் பணம் இருந்தது. ரெயில் பயணத்தில் பெண்களைக் காணும் அழகு தனித்துத் தெரிபவை.

நீண்ட பயணத்தில் பெண்களின் தளுக்கு முதலில் குறைகிறது. தேவதைகள் என்கிற உயரத்திலிருந்து கீழிறங்கி மனிதர்களாக மாறுகிறார்கள். எல்லா வயது பெண்களும் பெண்ணுக்குரிய தன்மையை இழக்க வைக்கிறது இந்தப் பயணம். பெண்கள் போகப்பொருளல்ல, உயிருள்ள சிறு விலங்கு என்ற நினைப்பை அடைந்தார். அவர்கள் முடிகள் கலைந்து, உதடுகள் உலர்ந்து, கண்கள் பார்வையை இழந்து போதையைத் தன் உடலில் கொண்டவர்கள்போல தளர்ந்து போவதைப் பார்த்தப் படியே வந்தார். மிக நீண்ட பயணம், மனஒருமையை உருவாக்கிக் கொள்ள உதவியது.

ஏதோ ஊரில் இறங்கி காலாற நடந்தார். புதிய மனிதர்கள் சூழ்ந்திருக்கும் ஊர்களில் பெண்கள் அவரை எந்த கவலையு மற்று தைரியமாக நோக்கினார்கள். அவர் உடலில் இருந்த அழகை அவர்கள் பார்க்கிறார்கள் என நினைத்தார். பல பெண்கள் இரவில் எளிமையாகக் கிடைத்தார்கள். உத்திரபிரதேசத்தின் எல்லா ஊரிலும் சிவப்புவிளக்குப் பகுதி வெளிப்படையாகவே இருந்தது. யாரையும் கண்டு பயம் கொள்ள தேவை இருக்கவில்லை. அவர் விரும்பியதைக் கொடுக்கத் தயாராகவும் இருந்தார்கள். இந்திய, சீன, அரேபிய முகம் கொண்ட பெண்கள் சிரிப்பு என்னவோ ஒரே மாதிரி யானதுதான். மொழிபுரியாதபோது அவர்கள் சிரிப்பது தன்னை மேலும் உசுப்பேத்துகிறது என அறிந்துகொண்டார். சலிப்பேற்படாத உடற்சேர்க்கைகளுக்கு அது நல்ல உற்சாகப் பானமாக இருந்தது.

கங்கை செம்பழுப்பாக ஓடிக்கொண்டிருந்தது. காலை சூரிய ஒளியில் வெளிர்சிவப்பாகத் தெரிந்தது. மனிதர்கள் புனிதமாகக் கருதிய நதியின் அருகில் புனிதமற்றதாகக் கருதப்பட்ட தொழிலான விபச்சாரமும் நடந்தது. அங்கே சல்லாபித்து இங்கே நீராடுகிறார்கள். அபுனிதத்தை, புனிதத்தில் முழ்கடிக்கிறார்கள்.

சிறுமான் போன்றிருந்த பெண் ஒருத்தி நதியில் குதித்தாள். தன் ஓட்டத்தை நிறுத்தி கலங்கி சுழித்து மீண்டும் வேகம் கொண்டது கங்கை. நீரில் அவள் உடல் காற்று பலூன் போன்று சட்டென மேலெழுந்தது. எழுந்து நின்றபோது அங்கங்களில் வழிந்த நீர் பொன்னுடலில் வழியும் தேன்போன்றிருந்தது. சிற்ப விதிகளின்படி அமையப் பெற்ற உடலைக் கண்டதும் தன் மனம்கொள்ளும் உவகையை நினைத்து மகிழ்ந்திருந்தார் சாமியப்பா.

படித்துறையின் ஒரு மறைவில் அமர்ந்து அவளைப் பார்த்துக்கொண்டிருந்தார். பாதியளவு நீரில் நின்று உடைகளைக்

122 கே.ஜே. அசோக்குமார்

களைந்து மெல்லிய பழுப்புநிற ஜாக்கெட்டில் நின்றாள். நீண்ட முடிகள் அவள் பின்பக்கத்தில் வழிந்து நிறைந்திருந்தது. அவள் முழ்கி எழும்போது பெருத்த முலைகளில் வழியே நீர் பொங்கி வழிந்து சொட்டி நின்றது. எழும்போது கைகளைக் காதுகளுக்கு அருகே பிடித்து முடி தன் முகத்தில் விழாவண்ணம் நின்றாள். முட்டிவரை நீரில் நின்றபோது அழகிய சிலையின் ஒன்றின் பிரதி போன்றிருந்தாள். அவர் பார்த்தப் பெண்கள் எல்லாம் இருட்டில் பார்த்தவை. வளைவுகளில் மட்டுமே ஒளிகொண்ட உடல்கள் அவை. இளம் சூரிய ஒளியில் உடைகளைக் களைந்து அவள் நின்றகோலம் அப்ஸர தேவதையின் அழகு இருந்தது. கலசங்கள் போன்று முலைகள், எழுந்து நின்றபோதும் அதிராத முலைகள். அதன் முனைகள் அத்திப்பழம்போல சிவந்திருந்தன, மெல்லிய சிறு கோடாக அல்குல், அக்கோடினூடே இரு சரிபாதியாகப் பிரியும் உடல். பிருஷ்டம் வனத்தின் செழுமையைக் கொண்டிருந்தது. எதிர்பாராதன்மையின் செழுமை. வரப் போகும் உயிர்களைத் தாங்கும் செழுமை.

உதடுகளில் அவள் இந்தத் தேசத்துப் பெண்ணென எழுதியிருந்தது. தாடையின் அமைப்பில் இருக்கும் வேறுபாடு அவர்கள் எந்தப் பகுதியைச் சேர்ந்தவர்கள் என்பதைத் தெளிவு படுத்துவதாக அறிந்திருந்தார். அழகிய பல்வரிசைகொண்ட வாயைத் திறந்து தண்ணீரைப் பீச்சிவெளியிட்டாள்.

ஈரத்துணியைக் கொண்டு குழந்தையைச் சுற்றுவதுபோல தன் உடலைச் சுற்றிக்கொண்டாள். பெருத்த தொடைகளும், இடையும், முலைகளும் ஈரத்தால் துணிகளை மீறி தெரிந்தன. தரையில் சிறு சொட்டுகளாகக் கோடிட்டபடி அவள் படியேறி விலகினாள். மறைவிடத்தில் நின்று பார்த்த அந்த அழகைத் தன்னால் விளக்கிக்கொள்ள முடியாது என தோன்றியது. மனதில் பிரிக்க முடியாத சொற்களாக ஆகிக்கொண்டேயிருந்தது அவள் என்னும் உடல்.

துதிக்கையை முன்நீட்டி வாசனை அறிந்து, காதுகளை விடைத்து, அசையா கண்களில் சினம் தெரிய நிற்கும் யானை போன்று அவரது அகம் நிலைகொண்டு நின்றது. நீரின் பரப்பை காரணமற்று நோக்கிக்கொண்டிருந்தார். மேலே எழுந்துவிட்ட சூரியனால் பச்சைவண்ணம் தெரியாமல் வெள்ளை மட்டும் வெளிச்சமாகத் தெரிந்துகொண்டிருந்தது நதி. நீர்பரப்பில் கண்கள் செல்லும் இடங்களிலெல்லாம் வெள்ளை வெளிச்சம் நகர்ந்து சென்றது போன்ற பிரமை. நீரிலிருந்து எழுந்த முழு உடலை நினைவில் கொண்டு வந்தார். நீர்த்துளிகளாகச் சொட்டும் பழுப்புவண்ண வளைந்த உடல். இப்போது உள்ளத்தில் எங்கும் காமமில்லை. உள்நுழையும் ஆசை எப்போதும் எழும் உள்ளத்தில்

இன்று வெறும் உச்சி வானத்துக் கழுகின் நிதானத்துடன் இருந்தது.

அன்று இரவு மீண்டும் ரயிலில் ஊருக்குக் கிளம்பினார். மூன்று நாள் பயணம் மிக குறுகியதாக மாறிவிட்டிருந்தது. பயணங்களின் பகற்கனவுகளில் அவள் மட்டுமே இருந்தாள். பெயர், வயது, ஊர் போன்றவைகள் தெரியாதவரையில், அறிந்திராத உணவின் சுவைபோல அந்நினைவுகளில் இருந்தாள்.

மீண்டும் அதை எண்ணிக்கொண்டார். இவ்வாழ்க்கைக்குத் தேவையான அகந்தைக்கு அக்காட்சி போதுமானது. வேறு நினைவுகள் இன்றி மனம் நிச்சயமாக இருப்பது அதுவே முதல்முறை. நிரம்பிவழியும் பாத்திரத்தில் இருக்கும் நீர்போல இருந்தது அது. அவற்றைச் சிந்திவிடாமல் இருக்க அதிக பிரயத்தனப்படுவதாக நினைத்தார். திருநங்கைகள் கைத்தட்டி ஓசையெழுப்பி அவரைத் திசை திருப்பும்போதும் அவர் மனம் அசைவற்று இருந்தது. நடைபாதையில் ஓரத்தில் அமர்ந்து மரங்களின் ஓட்டதைக் கண்டுக்கொண்டிருந்தார். அந்தத் தோற்றமயக்கம் மனம் ஓடும் வேகத்திற்கு ஈடாக்கியக்கியது.

எங்கோ யாரோ சொன்ன வார்த்தைகள் மட்டும் நினைவின் அடியாழத்தில் எழுந்தது. தீப்பிழம்பு, தீநாக்கு, சுடர், வடிவம், ஜோதி, பெரும் ஜோதி, அருட்பெரும் ஜோதி.

20

சாமியப்பா எப்போதாவது பயணம் போவது என்பதிலிருந்து எப்போதும் பயணத்தில் இருப்பது என்கிற இடத்திற்கு வந்துவிட்டிருந்தார் சாமியப்பா. காவிநிற வேட்டி கட்டிக்கொள்வது எல்லாயிடத்திற்குப் பொருத்தமாக அமைந்தது. வெள்ளை வேட்டியுடன் சென்றால் தென்னிந்தியன் என்கிற கேலி இருந்தது. தன் சித்தப்பா வைத்திருந்தது போல காவிவேட்டியின் மேல் பச்சை பெல்ட் அணிந்துகொண்டார். இடுப்பைச் சுற்றி நிறைய பொருட்களை வைத்துக்கொள்ள முடிந்தது. பணம், சின்ன டைரி, பீடி, கஞ்சா என்று சகலமும். மேலே பெரிய துண்டு அல்லது சட்டை. ஒரு நாள் பயணம் எந்த ஊரோ அந்த ஊர்தான் அவருக்கான இரவு தங்கும் இடம். ஒருமுறை ரயிலில் திருச்சியில் ஏறியவர் மூன்று நாட்கள் கழித்து ஜெய்ப்பூரில் இறங்கினார்.

இரயில் நிறைய கனவுகளைக் கொண்டிருப்பது. அதில் பயணிப்பவருக்குத் தெரியும் எந்த கனவு நமக்கானது என்று. நேரம், காலம் எதுவும் தெரியாமல் பயணிப்பதில் ஒரு சுகம் இருப்பதை உணர்ந்திருந்தார் சாமியப்பா. உடல் தன் மேல் போர்த்தியிருக்கும் ஒரு போர்வைதான் என நம்பினார். உடலில் எந்நேரமும் சோம்பல் இருந்தது. சோர்ந்து பயணிக்கும்போது மனம் அமைதியுற்று தன் உடல் தேவைகளை எண்ணாதிருக்கிறது. உடலுக்கு மற்றொரு உடல் தேவை என்று அவர் நினைப்பை இந்தப் பயணங்கள் தடுத்துவிடுகின்றன. ஒருவகை தியானம்தான் பயணம் என நினைத்தார். பயணத்தில் ஐம்புலன்கள் கட்டுக்குள் இருக்கின்றன. அதைத் தன் வாழ்க்கை வழிமுறையாகக் கொண்டார். எல்லாவற்றையும் அடக்குவதால் உடல் அடங்குவதில்லை, மேலும் உயிர்ப்பெற்று தன்னை நிலைநிறுத்திக்கொள்கிறது.

பயணங்களில் அவரைச் சாமியாராக நினைப்பதும், அவரிடம் ஆசி பெறுவதும் நிகழ்ந்துகொண்டிருந்தது. அவர் அதை விரும்பவில்லை என்றாலும் நிகழ்ந்தது. காவிப்பற்களைக் காட்டிச் சிரித்துக் கைகளைத் தூக்கிக் காட்டி ஆசிர்வதிப்பதைப் பெரிய பேறாக நினைத்து மகிழ்ந்தார்கள்.

காவி வேட்டியும் காவி மேல்துண்டும் நெஞ்சில் பலவகை மாலைகள் அணிந்து, ஒழுங்குபடுத்தப்படாத தாடியும் தலைமுடியும் உடைய சாமியப்பாவை, முற்றும் துறந்த மனிதனாக ஞானியாக நினைத்தார்கள் மக்கள். தீர்க்கமான கண்களைக் கண்டு அவர்கள் அவ்வாறு மதிப்பிட்டிருக்கலாம். அப்போதெல்லாம் தன்னைக் குறித்தும் தன் நிலையற்ற வாழ்க்கைப் பார்வை குறித்தும் அவருக்கும் சந்தேகங்கள் வருவதும் போவதுமாக இருக்கும். கட்டுப்பாடில்லாதவனை மனிதர்கள் விரும்புகிறார்கள், தன்னை உதறும் தன் எதிர்காலத்தை உதறும் தைரியம் கொண்டவனைக் கோழைகள் விரும்புகிறார்கள். உடல் பயமற்றவனை, உயிர், மன பயமற்றவனை வியப்புடன் நோக்குகிறார்கள்.

சாமியப்பா தன்னை உண்மையில் சாமியார்தான் என நம்பத் தொடங்கியது அவர் சொன்ன சில வார்த்தைகள் பலித்ததால்தான். அனுமானமாகச் சொன்னதாக அவர் நினைக்கவில்லை. நிஜமான உள்ளர்த்தமாக வந்துவிட்டது. சட்டென தன்னைச் சாந்தப்படுத்தும் ஒன்று நிகழ்ந்தது.

பற்களுக்கிடையே கஞ்சா புகை புகுந்து உள்வெளி என்று செல்கையில் அவர் தன் உடலையும், உயிரையும், உள்ளத்தையும், மனதையும் மறக்கலானார். தன் ஆன்மா மட்டும் விழித்தெழும் நேரம் அது. அந்நேரம் அவர் அறிந்த பிறர் அறியாத தொட்டும் பார்க்காத ஒன்றாக இருந்தது. உடலின் பாரத்தைக் கால்கள் தாங்குவதுபோல தன் ஆன்மாவின் பாரத்தைக் கண்களுக்குப் புலப்படாத ஏதோ ஒன்று தாங்குவதைத் தன் ஆன்மாவின் பலம் கொண்டே அறியலானார். தன் பின்னே ஒரு கூட்டம் வருவதைத் தன் வயப்பட்ட ஓர்மையுடன் மனிதர்கள் நிற்பதை காலமெனும் கணக்கில் ஒன்றுமில்லாதவை என்றறிய, அவரே தன்னை அறியும் கலையையும் அறியலானார்.

பெண்ணுடலின் பேரின்பத்தை அறியாதவர்கள்தாம் ஆன்மீகம் என்கிற நிலையை நேரடியாக வந்தடைகிறார்கள், அவர்கள் தங்களுக்குள் இருக்கும் உடல் இச்சையைத் தீர்க்க முடியாமல் வாழ்க்கை தந்திரங்களில் ஆர்வம் கொள்வதாகத் தோன்றுகிறது. இதையே வைத்து மேலும் மேலும் என்று தங்கள் வெற்றியைப் பேரின்பத்திலிருந்து மறைக்கிறார்கள்.

முகத்தில் அறைந்த காற்றின் வேகத்தை எண்ணிக் கொண்டிருந்தார். எண்ணிக்கையற்றவற்றை எண்ணங்களாகத் தொகுக்க முடியும் என்று நினைப்பில் கண்களைத் திறந்துப் பார்த்தார். தன் முன்னே உடல் பெருத்த ஐம்பது வயது நிரம்பிய தடித்தப் பெண் குனிந்து நின்றிருந்தாள். அவள் தன்னிடம் வேண்டுவது கவலைகளற்ற நிலையான தன் வாழ்க்கையை. மாற்ற முடியாத மற்றவர்களின் வாழ்க்கை தன்னைப் பாதிப்பதாக நினைத்து வருந்துவது. அவள் முலைகள் பெரிய நீரருவி போன்று விழுந்துகொண்டிருந்தது. அதன் பாரத்தில் அவள் தடுமாறி நிற்பது போலிருந்தாள். அவள் நிற்க முடியாது பாறை போன்றிருந்தது அவளது இடை. அவை குறிந்த பிரக்ஞை இல்லாதுபோல் அவள் முகம் அறியாமையின் துயரம் கொண்டிருந்தது. “என்ன குழந்த” என்றார் சாமியப்பா.

முன் மண்டியிட்டு அமர்ந்து தன் கால்தொடையின்மீது கைகளை வைத்துக்கொண்டு சொல்ல தொடங்கினாள். அவர் கற்பனையில் அவள் கதை விரிந்தது. அவள் பிறப்பு நிகழ்கிறது, அவள் வளர்கிறாள், படிக்கிறாள், மீண்டும் வளர்கிறாள். அவள் தன் அம்மாவின் இரண்டாவது கணவனைத்தான் தன் தந்தையாக நினைக்கிறாள். ஆனால் காலம் மிக கொடியது. அவள் தந்தை எனப்பட்டவனே அவளைப் பலமுறை வன்புணருகிறான். அவளுக்குப் பிரக்ஞை உருவாகும்போதெல்லாம் அதை அழிக்க அவள் உடலைப் பயன்படுத்துகிறான். பின் வளர்ந்து திருமணம் செய்தபின் தன் கணவனிடம் ஒருநாள் தன் உண்மைகளைச் சொல்லி அழுகிறாள். அதைக் கேட்ட அவன் அவளை விட்டுச் சென்றுவிடுகிறான். அம்மா கொடுத்த சொத்துகள் அவளிடம் இருக்கின்றன. தற்போது அம்மா இல்லை, தந்தை இல்லை. தனியே நிற்கும்போதும் தவறு என்ன என்று தெரியாமல் நடந்த வாழ்க்கை முழுவதும் கறைகளோடு தனியே வாழ்க்கை நகர்ந்து கொண்டிருக்கிறது.

இரயில் ஒடிக்கொண்டிருந்தது. அதன் தடதடப்பில் இருந்த பதற்றம் அதிகரிப்பது போன்றிருந்தது. சற்று வேகமாகச் செல்வதுகூட அந்தப் பெண்மணியின் உள்ளக் கொதிப்பை நினைத்துதான் என நினைத்தார். வேகம் குறையட்டும் என நினைத்தார். குறையாத வேகம். அந்த வேகத்தில் ஒன்று தோன்றியது. வாழ்க்கை எத்தனை விசித்திரமானது என்று. ஒன்று அவள் தந்தை எனப்பட்டவனுக்கு இணங்கியிருக்கக் கூடாது அல்லது தன் கணவனிடம் சொல்லியிருக்கக் கூடாது. இரண்டும் நிகழ வாய்ப்பில்லை. விதி எனும் கோட்டில் நின்று எதுவும் சரியில்லை என்று சொல்வது மூடத்தனமானதுதான்.

அவள் கண்ணீருடன் அவரை நோக்கிக்கொண்டிருந்தாள். என்ன சொல்வது என்று யோசிக்க நேரமில்லை, இனி எல்லாம் சரியாகிவிடும் என்று எப்போதும் சொல்லும் ஒற்றை வார்த்தையில் அவளுக்கு ஆறுதல்படுத்தி அனுப்பிவிட முடியும்.

சிறிது யோசிப்பிற்குப்பின் தன் பையைத் துலாவுகிறார். பழம் அறுக்க கத்தி, நகவெட்டி, கீழே கண்டெடுத்த பேனா, குழந்தைகள் விளையாடி தூக்கிப்போட்ட சில்லு, கண்ணாடி என்று பலவகை பொருட்கள் இருந்தன. என்றோ ஏதோ ஒரு ஊரில் மரத்தடியில் கிடைத்த அழகிய சிறிய கூழாங்கல்லைத் தன் பையில் வைத்திருந்தார். தன் சேகரிப்பில் அது இருக்க வேண்டும் என நினைத்திருந்தது. சட்டென ஒரு நினைவில், அதை எடுத்து அவள் கையில் திணித்தார். பின் தன் கையைத் தூக்கி ஆசி வழங்குவதுபோல காட்டி வாழ்த்தினார். ஒரு நிமிடம் அவள் குழம்பி, பின் தெளிவு பெற்று தான் உண்மையில் தவம் பெற்றவள் என்கிற முடிவிற்கு வந்தவளாக எழுந்துச்சென்றாள்.

மற்றொரு நாள் உடல் வற்றிய ஒரு பெண் வந்தாள். அதுவும் ரயில் பயணத்தில்தான். அவளது கண்களில் தன் வாழ்வைத் தக்கவைத்துக்கொண்டு வாழ்கிறாள் என தோன்றியது. கிழிந்த ஆடைபோன்று தொற்றிக்கொண்டிருந்தது இடுப்பில் அவளது குழந்தை. குழந்தை என்று யாராவது சொன்னால்தான் உண்டு. குரங்குக்குட்டியை ஒத்த உடல்மொழி. அத்தனை அவசரமும் பசியும் அக்குழந்தையிடம். அக்குழந்தைக்குத் தன் பையிலிருந்து பிஸ்கட்டை எடுத்துக் கொடுத்தார். வெறிகொண்டு அதைப் பிரித்துத் தின்ன தொடங்கியது. தொண்டை அடைத்துக் குமட்டல் போல வாயை அகன்று மூடியது. அவள் குழந்தைக்குத் தண்ணீரை அளித்தாள். மறுத்து மீண்டும் பிஸ்கட்டைத் தின்ன தொடங்கியது.

"குழந்தை ஏன் அழுகிறது பசி மட்டும்தானா" என்று கேட்டார் சாமியப்பா.

"ஆமா ஆனா அதுக்கு எந்த உணவும் உட்செல்வதில்லை. எதைத் தின்னாலும் பேதியாகி மயங்கிவிடுகிறது."

கண்ட உணவுகளை உண்கிறது. அம்மா தின்பதைக் குழந்தைக்கும் அளிக்கிறாள். அதனால் தீங்கு ஏற்படுகிறது. சட்டென நினைவு வந்தவராக "வர்ர ஏகாதசி, இருவரும் விரதமிருந்து மாலை சாமிக்குப் படைத்த தயிர்சாதம் மட்டும் சாப்பிடுங்கள். அப்புறம் பழங்கள் சாப்பிடுங்க சரியாயிடும்" என்றார். பெரிய மந்திரம் ஏதுமில்லை. தன் வயிற்றைக் கவனிக்கத் தெரிந்தவர்களுக்கு இந்த உலகம் ஓர் இனிய விருந்து என நினைத்துக்கொண்டார்.

21

காலை தூக்கத்தில் அபசுரமாக ஒலிக்கும் இசைத் துணுக்குப் போல ஒலித்த போனை எடுத்துக் கண்களுக்குத் தட்டுப்படாத ஒற்றைபட்டனைத் தேடி அழுத்தி “ஹலோ” என்றான் சுப்ரமணியன். எதிர்முனையில் “நான் யாருன்னு தெரியலையா மாப்ள, நான்தான் பேசுறேன், சௌக்கியமா, உங்களுக்குப் பெண் குழந்தை பொறந்திருக்கு, விசாக நட்சத்திரம், மகர ராசி, சரி மாப்ள வெச்சிடறேன்” என்று வைத்துவிட்டார்.

வாழ்வின் மீதான நம்பிக்கையும் அவநம்பிக்கையும் ஒரு சேர எழுந்தது. பெரிய காட்டாறு மரங்கள் அடர்ந்த வனத்தில் புகுந்து செல்வதுபோல தன்னை உருவகித்துக்கொண்டான். எழுவதும் வீழ்வதும் வாழ்வின் ஒரு பகுதிதான் என்பதை மீண்டும் ஒரு முறை உணர்ந்துகொண்ட நாள். சிறுவிரல்கள் நெளியும் கால் கைகளைக் கொண்ட உயிரி தன்னைப் பிரதியெடுத்துத் தன் உயிரின் ஒரு பகுதியை உண்டு வளர்ந்து தன் வாழ்க்கைக்குப் பின் தன்னை இவ்வுலகில் நிலை நிறுத்தப்போகிறது. தன்னைப் பெருமைப்படுத்து வதில் இருக்கும் ஆழ்ந்த அமைதியைத் தரப்போகும் பேரானந்தம்.

அலுவலக நண்பர்களுக்கு இனிப்புகளைக் கொடுக்க, பைக்கில் சென்றான். இனிப்புகளை வழங்கிவிட்டு லீவையும் சொல்லிவிட்டு வந்தான். வண்டியேறும் வரை தன் புறஅழுத்தங்கள் ஏதுமற்று மகிழ்ச்சியுடன் இருந்ததாக நினைத்தான்.

பத்மாவின் வீட்டிற்கு வந்தபோது இரவாகி விட்டிருந்தது. இருட்டில் கண்விழித்து அமர்ந்திருப்பதுபோன்றிருந்தது அவள் வீடு. கதவைத் தட்டுவதற்குள் அவள் சித்தி கதவைத் திறந்தாள். “நீங்க வருவீங்கன்னு தெரியும் அதாம் ரெடியா இருக்கோம்.” என்றாள். பத்மா குடும்ப ஆட்கள்

நிறைந்திருந்தார்கள். பெயர் தெரியா உறவுக்காரர்கள் சுற்றி யிருந்தார்கள். அனைவரின் முகங்களிலும் சிரிப்பு. "மாப்ள, உங்க பொன்னு உங்கள தேடிக்கிட்டே இருக்கா, வாங்க" என்றாள் சித்தி.

பத்மா ரத்தம் இழந்த சோபை முகத்துடன் வெளிர்ந்த சிரிப்புடன் கையில் ஒரு கண்ணாடி பொருள்போல் ஒரு பொட்டலத்தைக் கவனமாகப் பிடித்து அமர்ந்திருந்தாள். "வாங்க, நீங்கதான் கடைசி" என்றாள், "பாருடி, பெத்த பொண்ண அப்பா கடைசியா வந்து பாக்குறாரு".

சிற்றுயிரியின் கவலையற்ற உறக்கம் எந்த பயமுமற்று இருந்தது. முஷ்டியைப் பிடித்துக்கொண்டு கைகள் இறுக்கமாக இருந்தன. மெல்ல விரல்களைக் கைகளிலிருந்து விடுவித்தான். நீண்ட வெண்நகங்கள் கொண்ட விரல்கள்மேல் பகுதியில் வெண்நிறமாகத் தோலுறிந்திருந்தது. தன் விரலால் சிசுவின் விரலின் மேல் தேய்த்து நோக்கினான். மின்னதிர்வுகள் தன் மூலம் சிசுவின் உடலிற்குச் சென்றதுபோல கண்களைத் திறந்து மூடியது.

"அய்யோ பாருங்க அப்பா வந்திருக்காங்கன்னு அதுக்குத் தெரியுது" லேசான சிணுங்களுடன் தன் கால்களை நேராக்கியது. பின் பழைய நிலைக்கு வந்து தன்னைக் குறுக்கிகொண்டது சிசு.

நிலத்தில் காலை வைத்துவிட்டது ஒரு புதிய உயிரி என்கிற பரவசம் நாள் முழுவதும் இருந்தது. படபடக்கும் நெஞ்சுக்கூட்டின் மத்தியில் இதயம் தன் வேகத்தை அதிகரித்துப் பரவசத்தைச் சொல்லிக்கொண்டிருந்தது. என்றுமில்லா புதிய வாழ்க்கை, இதுவரை காணாத வாழ்வின் மறுபக்கம். குகைகளின் துளிர் வெளிச்சம்போல புதிய வரவை எண்ணி மகிழ்ந்தான். கடவுளின் முகம்கொண்ட அக்குழந்தைக்கும் என்ன புதிய பெயரில் அழைப்பது.

பாய் விரித்துப் புதிய சிறுமெத்தை இட்டுச் சிறிய திட்டுகள் கொண்ட மெத்தையின் நடுவில் உடல் உறுத்தா மெல்லிய துணிச் சட்டை அணிந்து காற்றில் பறக்கும் முன் நெற்றி முடியைப் பார்த்தபடி உறங்கும் சிசுவை அருகில் ஒரு பக்கமாகப் படுத்துக் கவனித்துக்கொண்டிருந்தான் சுப்பிரமணியன்.

பத்மாவும் அவள் சித்தியும் அவன் செய்கையைக் கண்டு தூரத்தில் நின்று அவர்கள் இருவரும் சேர்ந்து சிரிப்பதை அறிந்தபடிதான் இருந்தான். அந்தக் கேலிகளையும் தாண்டி அவன் தன் செய்கையில் மும்மரமாக இருந்தான். சுட்டுவிரலைச் சிசுவிற்குக் கொடுத்ததும் கெட்டியாகப் பிடித்துக்கொண்டு

உறங்கியது. பற்றுவதற்கு ஒரு பொருள் தேவையாக இருக்கிறது. இதமாக வெந்சூட்டில் குறுகலான இடத்தில் இருந்த சிசுவிற்கு விரிந்துபரந்த இடம் சற்று அச்சத்தை அளித்திருக்கும். கால்களையும் கைகளையும் குறுக்கிக்கொண்டு தன் வாசனை கொண்ட தாயைத் தேடுகிறது.

தன்னைக் காக்கும் பெரிய உயிரி இந்த உலகத்தில் இருக்கும் என நம்புகிறது. கூடவே தன்னை ஈன்ற தன் தந்தையையும் அறிந்திருக்குமா. உலகத்து இயக்கங்களில் உயிரியின் அவசியம் தான் என்ன? ஏன் உயிர்கள் பிறந்து வாழ்ந்து சாகின்றன. யாரிடம் அதற்கான அனுமதி இருக்கிறது. அலுவலகத்து வருகை பதிவேடுபோல இதற்கும் குறிப்புகள் இருக்குமா? பாவ புண்ணியங்கள் எங்கே எழுதிவைக்கப்படுகின்றன. சிறுவயதில் பார்த்த ஆங்கிலப்படத்தில் வேற்றுகிரகத்திற்குச் செல்லும் மக்களின் பயணத்தை விவரிக்கும் காட்சிகள் இருக்கும். யாருமில்லா கிரகத்தில் தனித்து விடப்படும் மனிதர்கள் எப்படி மகிழ்ச்சியடைய முடியும் என தோன்றியது. கூட்டங்களில் வாழ்ந்த மனிதன் தன் உள்ளறைகளில் தனித்த மனிதனாக அறியும் காலம் ஒன்று இருக்கிறது.

தன்னை மற்ற உயிரிகளிலிருந்து பிரித்துக்கொள்ளும் ஆசையும் வருகிறது. தாயிடம் உருவாகி ஒரு பகுதியாக வாழ்ந்து தன்னையறியும் சமயத்தில் தன்னைப் பிய்த்துக் எடுத்துக் கொண்டு வெளியேறுகிறது. தந்தையை அறிகிறது, சகோதர சகோதரிகளை அறிகிறது. தன் துணையைத் தேடுகிறது, தன்னைப் போல் சிலவகைகளைப் பிரதியெடுக்கிறது, அதனுடன் வாழ்கிறது. தனித்து நின்று தன்னை உணர்கிறது. உலகத்திலிருந்து இல்லாமலாகிறது. மீண்டும் வருவதும், தன்னை வறுத்திக்கொள்வதும் நிகழ்ந்துகொண்டே இருக்கிறது. முடிவில்லா வாழ்க்கைச் சுழல். முடிவில்லாப் பயணம்.

தூக்கக் கண்களைத் திறந்து அவனை நோக்கியபின் கொட்டாவிவிட்டது. குரங்கின் அதிர்ச்சி முகபாவனைப் போல கொட்டாவி விட்டதும் கண்களை மூடிக்கொண்டது. பொருளற்ற பார்வையால் அது யாரை நோக்குகிறது என அறிய முடியவில்லை. மீண்டும் கண்களைத் திறந்து அவனை ஆழ்ந்த பார்வையால் ஆத்மவிசாரம் கேட்டது. ஆன்மாவை அறியும் ஒரு கேள்வி அதன் பார்வையில் இருந்தது. சொல்ல முடியாத அடுக்குகளில் தூயமனம் இருந்தது. மனதை அறியும் சித்தி அதற்கு இருக்கலாம். மாற்றமில்லாத இந்தப் பிரபஞ்சத்து இயக்கங்களை அது அறிந்திருக்கலாம். நிலைபெறும் இடமும் பயணப்படும் வாழ்க்கையையும் அது அறிந்திருக்கலாம். ஆறு

மாதத்துக்குபின் இந்த உலகத்தை மட்டும் அறியும் அறிவையும் தன்னையும் அது அறிந்திருக்கலாம். புன்னகை பூக்கும் அதன் உதடுகள் அதைத் தெரிவிக்கிறது.

தூக்கம் அவன் கண்களைச் சுழற்றுகிறது. கண்களைத் திறந்தபடியே இருந்தான். தெய்வத்தின் முன் அமர்ந்திருக்கும் சித்திரம் அவன் கண்முன் இருந்தது.

கண்களைத் திறந்து அவனை நோக்கும்போதெல்லாம் எல்லையில்லா அன்பு நீறுற்றை போன்று பொங்கி வழிவதாகத் தோன்றியது. கண்களைச் சிமிட்டி சிமிட்டி நோக்கியது. முதல் நாற்பத்தைந்து நாள்கள் கண் பார்வை சரியாக இருக்காது என படித்திருந்தான்.

அவனை மிகச்சரியாகக் கண்டுணர்ந்தது. கண்கள் வழி பேசியது. கண்களில் தேங்கியிருந்த சொற்கள் நீரில் கரைந்த நீலம்போல அவன் உள்ளத்தில் பரவியது. பரவச எண்ணங்கள் கொண்ட பக்தன்போல குழந்தையைப் பார்த்துக் கொண்டிருந்தான். குழந்தை ஒவ்வொரு சொல்லாகச் சொல்லியது. எந்த அர்த்தமுமில்லா வெறும் வர்ணஜாலங்கள் கொண்ட சித்தத்தின் விளையாட்டு. வெறும் எண்ணங்களாலான உருவம். என் தாயின் வடிவம், என் தாய் எனக்களித்த உயிரை என் மகள் மீண்டும் பெறுகிறாள். கோணல் மாணலான ஜிக்ஜாக் வளைவுப் பாதை.

பிறந்தபோது நீரில் நனைந்து வெளிறிய சுருங்கிய உடல் கொண்டவளாக இருந்த குழந்தை, இப்போது சற்று உப்பி உருண்ட தேகமாக மாறியிருக்கிறது. கன்னங்கள் உப்பி கை கால்கள் தன்னிச்சையாக நீச்சல் பழகும் செய்கையாக இருந்தது. அது தன்னை உடலாகவும் மனமாகவும் உருவகிக்க அவனைத் தேடுகிறது. உருகும் பனிபோல தன்னை உருக்கி உருமாறத் துடிக்கிறது. அவன் பார்க்கும்போதே தன்னை உருமாறும் வித்தையைக் குழந்தை செய்விக்கிறது. தன்னை ஒரு கருவியாகக் கொண்டு தன்னையறியும் முழு முயற்சியில் இருக்கிறது.

வானத்து வெண்மை போன்ற தூய கண்கள். அதில் எந்த பொருளுமில்லை. பொருளில்லா வார்த்தைகளை அர்த்தம் தேடும் மனம். கலங்கமற்ற மனம் தெள்ளிய நீர்போல மிதந்தோடுகிறது. கன்னமருகே தன் முகத்தைக் கொண்டும் செல்லும்போது அதை உணரும் உணர்வு நரம்புகள் அசைந்து அவனைக் கண்டுகொள்கிறது. பத்மாவை வெறுத்தாலும் இச்சிசுவை வெறுக்க முடியாது. தன் தாயை அல்லது வழிவந்த மூத்த தாயை வெறுப்பதற்குச் சமம்.

சிசுவின் எந்த செய்கையும் முக்கியமாகிறது. தன்னை வெளிப்படுத்துதல் வழியே செய்யும் சிறு அசைவுகளில் பரம்பொருளின் வாசகங்கள் பொதிந்திருக்கின்றன. அதன் கால்களை எடுத்து முத்தமிட்டான். உடலைத் தந்தியாக மாற்றி மீட்டியது போன்று சிறுக அதிர்ந்தது. கால்களைத் தூக்கித் தன் தலைமேல் வைத்துக்கொண்டான். மெத்தென்று இருந்த அக்கால்களில் பஞ்சுபோன்ற மென்மையால் தலை கணத்தது. அணிந்திருந்த பொருத்தமற்ற தண்டை அவன் தலையை உறுத்தியது.

மீண்டும் ஒருமுறை தன்னை இருப்பை தன் பொருத்தப்பாடை நினைத்தபோது தான் இருக்கும் இடம் தூய இடம் என்று தோன்றியது. பெரும் நீண்ட தலைமுறைகளின் தொடர்ச்சியில் ஒரு சிறுதுளி தனக்கு அமைந்திருக்கிறது. நெடிய பாரம்பரிய வாழ்க்கைக்கு ஒரு சிறு விளக்கு போன்ற வெளிச்சம் தன் மேல் பாய்ச்சப்படுகிறது. நான் உருவாக்கிவிட்ட இந்தத் தொடர்ச்சியை இனி அடுத்த தொடர்ச்சியிலிருந்து தொடரப்போகிறது. தொடர்ந்து அமைந்த இந்த வாழ்வை இனி யாரும் தடுக்க முடியாது.

பத்மாவிற்கு இதைப் பற்றிய பிரக்ஞை எதுவுமில்லை. தன்னை உன்னும் பூச்சியினம்போலதான் அவள் இருக்கிறாள். அவளுக்குத் தெரிந்த ஒன்று உடலை விரும்பும் அல்லது வெறுக்கும் மற்றொரு உடல்தான். பத்மாவிற்கு வெறும் சடங்காக, உடல்ரீதியான தொடுகைகளை மட்டுமே கொண்டது என்கிற எண்ணம் சிசுவின்மேல் இருப்பதாகத் தோன்றியது. இரவிலிருந்து கவனித்ததில் குழந்தையின் செய்கைகள் தனக்குச் சலிப்பூட்டுவதாகவும் பொறுமை இழப்பதாகவும் நினைக்கிறாள்.

“படுத்து தூங்குடி, பாரும்மா தூங்குறாளா பாரு, எப்பப் பாத்தாலும், பால குடிச்சுக்கிட்டே இருக்கா, தூங்குடி கழுத.”

அவள் சித்திக்கும் குழந்தையைச் செல்லமாகத் திட்டுவது தினப்படி வேலைகளில் ஒன்றாக இருந்தது. “எப்பப்பாத்தாலும் கொய்யங்க் கொய்யங்க்னு அழுதுகிட்டு, எங்களுக்கெல்லாம் வேற வேலையே இல்லனு நினைச்சுட்டியா? பேசாம இருக்கியா இல்ல பக்கத்துவீட்டுப் பாட்டிய கூப்பிடவா?” சட்டென குழந்தை அழுகையை நிறுத்தியதும், “ஆ, அந்த பயம் இருக்கட்டும்.”

தூங்கும் குழந்தையின் குறுநகங்களைத் தன் பற்களால் கடித்துத்துப்பினாள் அவள். குழந்தை எழுந்ததும் தன் நகங்களைத் தேடுவதாக நினைத்துக்கொண்டான்.

காலடி ஓசையின் அதிர்வு தன் உடலில் தெரிய, தலைதூக்கிப் பார்த்தான். "இன்னுமா குழந்தைய புடிச்சுக்கிட்டு இருக்க அவ தூங்கட்டும் இல்லெல்னா நைட்டு பூரா அழுதுகிட்டு இருப்பா" என்றாள்.

இந்த வாழ்க்கை குறித்த தயக்கங்கள் அவளுக்கில்லை. வெறும் சொற்களில் மிதந்து செல்லும் படகு அவள். ஆத்மீகமாக எதையும் அறிந்துக்கொண்ட பார்வை எதுவும் அவள் கண்களில் தெரியவில்லை.

"குழந்தை அப்பவே தூங்கிடுச்சு பத்து".

22

கனவுகளுக்குள் வாழ்வது நிஜத்தைத் தோற்கடிக்க நினைப்பது போன்றது. நிஜத்தில் மட்டுமே வாழ்வது தன் கனவைப் பொசுக்குவது போன்றது. ஒன்றுக்கொன்று எதிரானதாக இருக்கிறது. நிஜத்தில் நிகழ்வுகள் அப்பட்டமான நடிப்புக்கலையைச் சேர்ந்தது என நினைத்தான் சுப்பிரமணியன். பத்மாவின் காலைப் பொழுதுகள் ரணமானவை. அந்நேரங்களில் மட்டும் அவள் உண்மையான முகத்துடன் இருக்கிறாள். இயல்பான மனித மனதைத் திறந்திருக்கும் நேரம் என தோன்றும். சற்று நேரத்தில் சட்டென குளிர்ந்து தன்னை வருத்தாத மென்சிரிப்புடன் அவள் உலவுகிறாள்.

சீத்தல் என்கிற பெயரைக் குழந்தைக்குத் தேர்ந்தெடுத்திருந்தாள். அவன் சொன்ன வானதி என்கிற புராணப் பெயர் அவளுக்கு உவப்பாக இல்லை. பின்னாட்களில் அவளை மற்றவர்கள் கேலிசெய்வதும் தன்னை அவள் திட்டுவதும் நிகழுமென்றாள்.

"எம் பொன்னுக்கு நாந்தான் பேரைத் தேர்ந்தெடுப்பேன், எங்கம்மா பண்ண தப்ப நா பண்ண மாட்டேன்." என்று ஒரு காலைப் பொழுதில் கூறினாள். சீத்தல் என்கிற பெயர் அமைதி, சாந்தம் என்ற பொருளைக்கொண்டது என்று அடிக்கடி கூறிக்கொண்டிருந்தாள். சீத்தல் பிறந்த பின் பத்மாவிடம் நிறைய மாற்றங்கள் தெரிந்தன. முக்கியமாக அவளது குரல் மாறி யிருந்தது. மென்மையாகக் குழைந்து பேசும் அவளது பேச்சுகள் இப்போது இல்லை. ஆண் தன்மை கொண்ட, வெறுப்பான, கடுகடுத்த பேச்சுகளாக அவள் பேசினாள். முகம் சுளிப்போடு அவள் தன்னை வெளிப்படுத்தும்போது ஆச்சரியத்தோடு அவளைக் கூர்ந்து பார்த்தான். உண்மையில் அவள்

அப்படித்தான் இருக்கிறாளா என்று. அந்தக் கூர்ந்து பார்க்கும் பார்வை அவளை எந்த வகையிலும் பாதிக்கவில்லை. அதை ஒரு பொருட்டாக நினைக்கக்கூட இல்லை. இயந்திரத்தைக் கையாளும் லாவகத்துடன் தான் அவள் இருந்தாள். கணவன் மனைவி என்கிற பந்தம் வெறும் சம்பிரதாயமாக மாறும் இடம் என தோன்றியது. அதற்குமுன் வரை புனிதமானதாக இருந்த காதல் இப்போது நடைமுறைக்கு வாழ்க்கையின் சராசரிக்கு வந்துவிட்டது என தோன்றியது. இலக்கியங்களில் பேசப்பட்ட காதலின் புனிதம் வெறும் உணர்ச்சிக் குவியல் மட்டுமே என்று நினைத்தான்.

செல்லம், குட்டி, பத்மாகுட்டி என்ற செல்ல பெயர்கள் மாறிவிட்டன, பத்மா என்றே அழைத்தான். வேலைக்குச் செல்வதுபற்றி அவள் இன்னும் முடிவெடுக்கவில்லை. அவளது சித்தி அவள் இருக்கும் இடம் வந்து பத்மாவுடன் கூடவே இருந்து குழந்தையைக் கவனித்துக்கொண்டாள். குழந்தையை அவர்கள் கவனித்துக்கொள்வது பெரிய பாறையை நகர்த்துவது போன்று இருந்தது. லாவகமாக நெம்புகோலின் விதிப்படி செய்ய வேண்டியதைத் தன்னிஷ்டத்திற்குச் செய்வது போன்றிருந்தது.

“பத்மா, ஆபிஸ்ல இன்னிக்கு வேல அதிகமா இருக்கும், அமெரிக்க கிளையண்ட் வாராரு, அவருக்காகச் சில சாப்ட்வேர், புது கோடிங் எல்லா தயாரிக்க வேண்டியிருக்கு, அப்புறம் ஈவினிங் அவருக்கு ஒரு சாப்பாடு பார்ட்டி இருக்கு, நா லேட்டா தான் வருவேன்.”

“உனக்கு எப்பயும் பார்ட்டிதான். நான் இங்க குழந்தைய வெச்சுகிட்டுக் கஷ்டப்பட்றேன். நீ மட்டும் சாப்பிடப் போறேன்னு சொல்ற”

“நீ இப்ப வர முடியுமா? சித்தி பார்த்துப்பாங்கன்ன ரெண்டு பேரும் போவோம்.”

“இல்ல நா வரல”

“சரி நா கிளம்பறேன்”

“நா வரலேன்னு சொன்னது உனக்குச் சந்தோஷமாயிட்டுப் போ, போ”

கிட்டத்தில் வந்து பார்க்கும் அவள் முகத்தைப் பார்க்கத் தவிர்த்தான். அதே வேளையில் எந்த உணர்ச்சியையும் தன் முகத்தில் வந்துவிடக் கூடாது என்று கவனமாக இருந்தான்.

அலுவலகத்தில் எப்போதும்போல இருக்க மிகுந்த சிரமப் பட வேண்டியிருந்தது. தன் அலுவலக வெற்றியை அவளது வெற்றியாக நினைப்பதை நிறுத்திவிட்டிருந்தாள். அது அவள் இயல்பான தோற்றத்தை விட்டிருப்பது போன்றிருந்தது.

முன்பு அலுவலகம் என்பது இனிய பார்ட்டியை ஒத்திருந்தது. அங்கு ஆடல், பாடல், நடிப்பு என்று மனதிற்கு இனியவையாக இருந்தன. இப்போது அது வெறும் விளையாட்டுக் களம் அல்லது போர்க்களம், ஒவ்வொரு நாளும் தன்னை நிருபித்துக் காட்ட வேண்டிய களம். பந்தயத்தில் ஓடுவதுபோல ஓடிக்கொண்டிருந்தான் சுப்பிரமணியன். பத்மா அவனைப் பின்னால் நின்று கவனித்துக்கொண்டிருந்தாள். வட்டம் சுருங்கி அவளை மட்டுமே சுற்றிவரும் ஓட்டம் போலாகியது. தன்வழியில் அவன் தன்னை வெளிப்படுத்த முடியா சங்கடத்திற்கு வந்தான். கொஞ்சம் கொஞ்சமாகத் தன்னை இழப்பது தன் மனஒருமையை இழப்பதுமாக இருந்தது. சூழல் மாறுவது கண்களுக்கு நேரடியாகத் தெரிந்தது. அதன் வீரியம் தன் கைகளிலிருந்து வெளியேறுவதைக் கண்டபடி இருந்தான்.

இயல்பாகத் தன் உள்ளம் வேறு சில விஷயங்களுடன் இணைய வேண்டும் என ஆர்வம் வந்தது. வாசிப்பு, இலக்கியம், இசை, யோகா, உடற்பயிற்சி போன்றவைகளில் கவனம் திரும்பியது. அதுவும் பத்மாவுடன் மேலும் விலகலை உண்டாக்கியது போலிருந்தது. "எப்போதும் உனக்குக் குடும்பத்தைத் தவிர மற்ற விஷயங்கள்ல ஆர்வமா இருக்க, என்கிட்டேந்தும் பிள்ளகிட்டேந்தும் விலகுறதுக்கு உனக்குக் காரணம் தேவைப்படுது" என்றாள். விலகல் அவளிடமிருந்தே ஆரம்பிக்கிறது என்பதை மறைக்க அவள் இப்படி கூறுகிறாள். அவளிடம் கொஞ்ச நேரம் பேசினால் சரியாகிவிடும், ஆனால் அந்த நேரம் அமையவில்லை. தளர்வாக அவளிடம் பேசும் போதும் இருவருக்குமான உறவு மேலும் சிக்கலானது. பேசாமல் இருப்பதால் இன்னும் தெளிவடைய முடியும் என்று தோன்றியது. எல்லா கணவன்மார்கள் அடையும் அதே தற்காப்பு இடம்.

அணைக்கும்போது அவளது உடல் மென்மையை இழந்து விட்டதை உணர்ந்தான். தோல் அவள் உடலைக் கடினமாகப் போர்த்தியிருந்தது. அவள் உடலால் மட்டுமே சிந்திக்கிறாள் என்ற எண்ணத்தை அடைந்ததுமே அது உண்மைதான்என்று தோன்றியது. உண்மையில் அவள் எதையும் சிந்திக்கக்கூடியவள் அல்ல என நினைத்தான். ஒவ்வொரு வேலையையும் அவளுக்கு ஒரு முறையான நேர்க்கோட்டில் இருந்தாக வேண்டும். அந்த

வரிசைக்கிரமத்தை அவள் மாற்றிக்கொள்வதில்லை. மற்றவர்கள் தங்கள் வேலைகளை மாற்றினால் கோபமடைந்தாள். எந்தச் சிந்தனையுமற்ற வேலைகள். அவளை உள்ளத்தளவில் நெருங்க முடியாது என்பதை நினைக்க வீடு தூரமாகிக்கொண்டிருந்தது.

ஆறு குடியிருப்புகளைக் கொண்ட நகரத்துக் கட்டிடம் அது. திருமணமான பின் இருவரும் சேர்ந்திருந்த வீடு. அதன் அமைப்பில் எந்த பகுதியும் தேவையற்றது என சொல்லும்படி பார்த்துக் கட்டப்பட்டிருந்தது. ஆண்கள் வேலைக்குச்சென்று விட வயதான ஓய்வுபெற்ற ஆண்கள் பூங்கா, நூலகம் என்று சென்றுவிடுகிறார்கள். பின் பெண்கள் மட்டுமே இருப்பார்கள். அப்போது இனிமையான பேச்சுகள் பரிமாறப்படுவதும், உதவிகள் ஒருவருக்கொருவர் செய்துகொள்வதுமாக மாறி விடுகிறது குடியிருப்பு.

பத்மா அப்பொழுது மகிழ்வான மங்கையாகிவிடுகிறாள், அவளது மனது திறந்துகொள்கிறது. தன்னையும் மறந்து இனிய பெண்ணாகிவிடுகிறாள். அன்பு ததும்பும் கருணைவடிவான நடுவயது பெண்ணாகிச் சிரித்து மகிழ்ந்து சுற்றுகிறாள். சிறுமியிலிருந்து பெண் என்று அவள் உயர்வு அடைவதும் தன்னை அங்கீகரிக்கும் பெண்களை நட்பாக தன்னைச் சுற்றிப் பெறுவதும் தன்னை உயர்வான இடத்திற்கு இட்டுச் செல்வதாக நினைக்கிறாள். யாராவது ஒருவரின் வீட்டில் பெண்கள் ஐவரும் கூடுவது உண்டு. வீட்டுச் சமையலிலிருந்து ஷாப்பிங்கில் என்ன பொருட்கள் வாங்கப்பட்டன என்பது வரையும், நாத்தனார் கொடுமையிலிருந்து படுக்கையறை ரகசியங்கள்வரை அலசப்பட்டன.

பத்மா அவற்றில் அலாதியான ஆர்வம் கொண்டாள். நினைத்ததைவிடப் பலமடங்கு தன் மணவாழ்வின் ரகசியங்களை மற்றவர்களுடன் பகிர்ந்துக்கொண்டாள். அவளுக்குத் தெரிந்த எந்த விஷயமும் பேசினாள். தன் தாயிடம், தோழியிடம் பேசியதைவிட அந்தரங்கமானவற்றைப் பேசினாள். அப்படி பேசுவதில் இருக்கும் திருப்தி பின்னாட்களில் எப்போது கிடைத்ததில்லை என்று அறிந்திருந்தாள். ஆனால் ஆண்களைக் குறை கூறி பேசப்பட்டவைகள் அப்பட்டமான பொய்யானவை என்று அனைவருக்கும் புரிந்தேயிருந்தது. இருந்தும் ஒரு மகிழ்ச்சிக்காகப் பேசப்பட்டன என நினைத்தாள்.

“ஏன் சுதா எப்பையும் ஆம்பளை மேலயே இருக்கணும்னு”

“நீ எத சொல்ற, உலகத்துலயா, இல்ல உன் மேலயா”

சிரிப்பலைகள் சத்தமாக ஒலித்து அந்த அடுக்ககம் அதிர்ந்தது, உடனே அந்த வார்த்தைகள் மறக்கப்பட்டன. அடுத்த சம்பவங்களும் அதற்கான வார்த்தைத் தேர்வுகளும் நிகழ்ந்தன. திருமணமானபின் ஆண்களின் உலகில் இது நிகழ்வதில்லை. மிக சம்பிரதாயமான நிகழ்வாகப் பொழுதுகள் கழியும் என்பதை அவள் அறிந்திருந்தாள்.

“ஆமா இதெல்லாம் நீங்க எல்லாம் பேசிக்க மாட்டீங்கன்னு சொன்னே”.

“கல்யாணத்துக்கு முன்னாடி எப்படியோ பின்னாடி ஃபிரியா ஆயிடுவாங்க”

பெண் திருமணத்திற்குப் பின் அடையும் சுதந்திரத்தை ஆண் இழந்துவிடுகிறான். “டேய் உன் ஃபஸ்ட் நைட்டுக்கு நான்தான் மோதல்ல போவேன்” என்று சொல்லிக்கொண்ட நண்பர்கள், திருமணத்திற்குப் பின் சின்னத் தலையசைவுகளுடன் விலகிச்சென்றார்கள். உண்மையில் அந்தரங்கங்களைப் பேசுவது தன் இயலாமையைக் காட்டிவிடும் என்கிற பயம் அவர்களுக்குத் தோன்றிவிடுகிறது. திருமணமானவன் ஆகாதவனிடன் அந்தரங்க விஷயங்களைப் பகிர்வதுண்டு. அது தன் பெருமையைச் சொல்லிக்கொள்ள என்று அர்த்தமாகிறது. பெண்கள் அந்தரங்கத்தைப் பேசிக்கொள்வது அவர்கள் திறமை யானவர்கள் என்று காட்டிக்கொள்ள மட்டுமே. அதில் நிஜத்துடன் சில ஒட்டு வேலைகள் இருக்கும்.

நிஜத்தில் பெண் ஆணைக் கண்டு பயங்கொள்கிறாள். தன்னைவிட்டு அவன் வேறு பெண்ணை நோக்கிச் சென்று விடக்கூடும் அல்லது பரதேசம் சென்றுவிடக்கூடும் என்கிற பயம். திருமணத்திற்குப்பின் ஒவ்வொன்றையும் பதிவுசெய்து கொள்ள துடிக்கிறாள். அவளுக்கு ஆணின் துணை உடல் தேவைகளுடன் உணர்ச்சிஆதரவு தேவையாக இருக்கிறது. அவன் வீட்டிற்கு வந்ததும் அவனிடம் எல்லாவற்றையும் கொட்டிவிட வேண்டும் என ஆவேசம் கொள்கிறாள். “என்ன பத்து இன்னிக்கு எதுவும் நிகழச்சி இல்லையா” என்று தூண்டிவிட்டால் பேசத் தொடங்கியிருப்பாள். “இன்னிக்கு சாந்தின்னு ஒரு பொண்ணு வந்தா, பொம்ம விக்கிற பொண்ணு, அவ புருஷன் அவள விட்டுட்டுப் போயிட்டானாம். கைக் கொழந்தையோட பாக்க பாவமா இருந்துச்சு. இப்படியும் ஆம்பளைங்க இருக்காங்க பாரேன்.”

பெண்ணின் ஆர்வம் மிக எளியது என்று நினைக்கும் போதே அதன் வீரியமும் புரிந்தது. எளிதில் விட்டுவிடக்கூடியது

அல்ல, எப்போது தன் கவனத்தை அதன்மீது வைத்திருக்கும் மாறாத தொடர் உணர்ச்சி. "ஏன் பத்து பேசாம அந்தப் பெண்ண நாம இங்கியே வேலைக்கு வெச்சுகலாமே" என்றான். அதிர்ந்து திரும்பினாள். கண் புருவங்கள் சுருங்கி நின்றன. உதடுகளில் ஈரப்பதத்தை உறுதி செய்வதுமாக இருந்தாள்.

"ஏன் அவளுக்கும் வயத்துல ஒரு புள்ளைய கொடுத்திடலாம்னு பார்க்கிறியா". தூக்கத்தில் எழுந்து இன்னிக்கு என்ன கிழமை என்பதுபோல அதைக் கேட்டாள். "இல்ல பத்து, உனக்கும் ஒரு துணை, பாவமா இருக்குன்னு சொல்றியே அதான் சொன்னேன்", "அதுக்கு ஊர்லேந்து ஒரு கெழவிய கொண்டாந்து வெச்சுக்கலாம். ரொம்பவும் ஆசப்படாதே சரியா?"

அவளுக்கு அப்படி ஒரு எண்ணம் தோன்றும் என்பதே ஆச்சரியமாக இருந்தது. உள்ளர்த்தங்களின் சூட்சுமங்களைத் தன்னுடைய புத்திசாலித்தனத்தால் எளிதாகக் கண்டு கொள்வதாக நினைக்கிறாள்.

23

இரண்டாவது மகள் பிறந்ததும் பத்மா தன்னை முற்றிலும் மறந்தவளாக மாறிப்போனாள். தன் உடல் பற்றிய பிரக்ஞை அவளுக்கு இல்லாமல் ஆகிவிட்டது. எப்போதும் நைட்டியிலும் தூக்கிக் கட்டிய தலைமுடியுடனும் உலாவந்தாள். பெரிய கூடமும் சமையலறையும் கொண்ட ஒரு வீடு வாங்க வேண்டும் என சொல்லிக்கொண்டிருந்தாள். பெரிய சமையலறை பற்றிய கனவுகள் அவளுக்கு எப்போதும் இருந்தன. குளிர்சாதனப்பெட்டி, அவன், மாடுலர் கிச்சன் போன்றவைகளுடன் புதிய மோஸ்தரில் வந்திருக்கும் இழுவைகள், அலமாரிகள் கொண்ட மரஅடுக்குகள் என்று யோசித்து யோசித்து சொல்லிக்கொண்டிருந்தாள்.

புதிய வீட்டிற்கு லோன் பற்றிய விவரங்கள், வீட்டைப் பற்றிய தகவல்கள், இடம் பற்றிய யோசனைகள் என்று எதிலும் அவள் கலந்து கொள்ளவில்லை. வீடு என்று முடிவானதும் அதன் நீள அகலங்களைப் பற்றி கேட்டுத் தெரிந்து கொண்டாள். எந்த திசை வாசல், அடுப்படியில் அவள் செய்ய நினைத்தவைகள் இருக்கின்றனவா என உறுதி செய்துகொண்டாள். அவனுக்கு அனுமதிக்கப்படும் லோனின் அளவு, திருப்பி செலுத்தும் மாதக்கட்டணம் மற்ற விவரங்களைப் பற்றி அவள் சிறிதும் புரிந்துகொள்ள முயற்சிக்க வில்லை.

வாடகை வீட்டிலிருந்து புது வீட்டிற்குப் பால் காய்ச்சி வீடு புகும் நிகழ்ச்சிக்கு பத்மாவின் சித்தி, அவள் மாமாக்களின் குடும்பங்கள் வந்தது போலவே அவனது அக்காவும் அவள் கணவரும் அவர்களின் குடும்பத்தினரும் வந்திருந்தார்கள். வீடு உயரத்தில் இருப்பதாக அபிப்ராயப்பட்டாள் சித்தி. சித்தியின் கணக்குப்படி எந்த சுவரும் நமக்குச் சொந்தமில்லையா எல்லாமே மற்றவர்களுடன்

பகிர்ந்து அமைந்திருப்பது ஏதோ அடுக்ககத்தின் வீட்டு ஆட்கள் ஒன்றாகக் குழுமிக் கூட்டுக் குடும்பமாக இருப்பதாக நினைத்துக்கொண்டாள்.

மற்றவர்கள் சென்றபின் அவனுடன் பத்மாவும் இரு பிள்ளைகளும் என்றானபோது வீடு அகன்றுவிட்டதுபோல தோன்றியது. வீட்டில் நுழைந்ததும் ஒரு சிறு நடை பின் பெரிய கூடம். வலது பக்கத்தின் இரு பக்கமும் இரு அறைகள். வலப்பக்கம் நடுவே கழிவறை பின் அடுப்படி. வீட்டில் இரு குழந்தைகள் இங்குமங்குமாக உலாவினார்கள். அவர்களுக்குள் இரண்டு வயது வித்தியாசம் போதுமான இணக்கத்தை உருவாக்கியிருந்தது.

புதுவீடு வந்ததும் அது தன் சொத்து என்ற எண்ணத்தைக் கொண்டுவிட்டாள் பத்மா. வீட்டிலிருக்கும் ஒவ்வொரு இடமும் அவளுக்குத் தெரிந்திருந்தது. எந்த பொருள் எங்கே இருக்கிறது என்கிற நினைவு அவளுக்குச் சரியாக இருந்தது.

அடுக்ககத்தில் ஐந்து வீடுகள் தவிர மீதமுள்ள மற்ற பொது இடங்களில் என்னென்ன வைக்கப்பட்டுள்ளது எதை யாருக்கு பகிர்வது போன்ற விஷயங்கள் தெரிந்திருந்தன. பொது இடம் பற்றிய சர்ச்சை வரும்போது மற்றவர்களிடம் போய் சண்டையிட்டாள். எதையும் கேள்வி கேட்கும் உரிமை அவளுக்கு வந்துவிட்டது போலிருந்தாள்.

“பத்மா, அந்த மேல்வீட்டு ஆளு முரட்டா இருக்காறே எதுக்குச் சண்டையெல்லாம் போடுற”

“அவன் எப்படி வீடு இங்க வாங்கி வந்திருக்கானோ அப்படிதான் நாம இங்க வீடு வாங்கி வந்திருக்கோம். உனக்கு இந்தப் பிரச்சினையெல்லாம் தெரியாது, நீ விடு நா பாத்துக்கிறேன்”

வீட்டுக்கு வேலைகாரியைச் சேர்ப்பது, அடுக்கக பொது இடங்களுக்கு வேலையாட்களைப் போடுவது, மொட்டை மாடியில் துணிகளைக் காயப்போடுவதில் இடம் பிரிப்பது என்று சில முன்னெடுப்புகளை அவளே செய்தாள். சட்டென அவள் வயதடைந்து கிழவியாகிவிட்டாள் என தோன்றியது. அவள் முன் நெற்றியில் முடி குறைந்து அடர்த்தி குறைந்துவிட்டிருந்தது. அது அவளைச் சற்று வயதானவளாகக் காட்டியது. அலுவலக காதலின்போது தெரிந்த புத்திசாலிப்பெண் இப்போது இல்லை. அப்போது, அவள் உதடுகளைக் குவித்திருப்பதும், வேகமாக முகம் திருப்பிய பின்னான விரிவடையும் கண்களையும் இப்போது காண முடியவில்லை. சூழல் குறித்த பார்வையும், இரக்க

குணத்தையும் கண்டு அப்போது அவன் அவள்மேல் அதீத பற்றுக்கொண்டிருந்தான். இப்போது குரூரமான மனநிலையுடன் எப்போது கோபமான கண்களையும் கொண்டிருக்கும் முகம்தான் தெரிந்தது.

பெரிய பெண்கள் கொள்ளும் அகந்தை தன்மேல் கவிவதை அவள் ரசித்து ஏற்றுக்கொண்டாள் என தோன்றியது. தோற்றுவிடக் கூடாது என்று நினைக்கும் போட்டியாளனின் முயற்சிகளைப்போல இருந்தன அவளது செய்கைகள். எதற்கும் தயாரான நிலை, எங்கும் எப்போது தன் மீது எந்த பழிசொல்லும் வந்துவிடக் கூடாது என்கிற கவனம் போன்றவற்றால் அவள் நிகழ்காலத்தை இழப்பதாகத் தோன்றியது. இன்று தோன்றும் சிறிய நல்ல எண்ணங்கள், சிறிய மகிழ்ச்சிகரமான நடத்தை, குழந்தைகளின் சிறு சேட்டைகள் எதுவும் அவள் கண்களுக்குத் தெரியவில்லை. உடல்சேர்க்கை மிக சம்பிரதாயமாக நிகழ்வதும், அதை அவள்தான் தொடங்குவதுமாக இருந்தது.

“நீ இப்ப வேறமாதிரி இருக்க பத்து”

அவள் சிரித்து, “அப்படி இல்ல சுப்பு, வாழ்க்கை மாறும் போது பொறுப்பு மாறும்ல” என்று சொல்லுவாள் என நினைத்தான். அந்த நினைப்புகூடத் தன்னுடைய பகல்கனவு களின் தொடர்ச்சி என்றுதான் நினைத்தான்.

“ஏன் வேற பொண்ணு பாத்துருக்கியா, என்னைய லவ் பண்ணமாதிரி அவளுக்கு ரூட்விட்டிருக்கியா”

சட்டென அமைதி அடைந்துவிட்டான்.

“நீ செஞ்சாலும் செய்வ”

எளிய வாழ்க்கை சூழலின் எதிர்ப்பார்ப்புகள் நிறைந்த வாழ்க்கை அவளுக்கு இனி வாய்க்கப்போவதில்லை என தோன்றியது. ஒவ்வொரு நிமிடத்தையும் கவனத்துடன் கடக்கிறாள். சொல்லம்புகள் எங்கும் தாக்கிவிடக் கூடாது என்கிற விளையாட்டில் அவள் முன்னேறிக்கொண்டிருக்கிறாள். அவள் தேர்வு செய்யும் உடைகள்கூட யாரையோ புண்படுத்தத்தான் என நினைத்தான்.

குழந்தைகள் வளரத் தொடங்கினார்கள். ஒரே வயதினர் என்பதும் ஒரே பாலினத்தவர்கள் என்பதாலும் அவர்களுக்குச் சின்ன இணக்கமும் பிணக்கமும் இருந்தது. அவர்கள் பேசி ஒவ்வொரு சொல்லும் அவனுக்கு நினைவில் இருந்தது. பெரியவள் பேசிய முதல் சொல் ‘அப்பா’. குழந்தைகள் அவனுடன் அன்புடன் இருப்பது பத்மாவிற்கு மிகுந்த பதற்றத்தை

ஏற்படுத்துகிறது என நினைத்தான். ஒவ்வொரு சமயமும் அவள் கொள்ளும் பதற்றம் எதிர்மறையான சிந்தனையைக் கொண்டிருக்கிறது என தோன்றியது.

வீடும் அதன் பொருட்களும் அவளுடன் எப்படி ஒன்றாகப் பொருந்திவிடுகிறது என்பதைப் புரிந்துகொள்ள முடியவில்லை. அவள் அறிந்த ஒரு செய்தியுடன் மற்றொரு செய்தியை இணைத்து அவளுக்குப் புரிந்த ஒரு உருவமாக மாற்றிக்கொள்கிறாள். வீட்டையும் அவளையும் பிரித்துக் காண முடியவில்லை. வீட்டின் சுவர் அவளுடன் பேசுவதாக நினைத்தான். சுவர்கள் அவளிடம் நெருங்கி வருவதுபோன்றிருந்தது. இடம் மாற்றி யிருக்கும் எந்த பொருளும் அவள் கண்களுக்குத் தெரிந்து விட்டிருந்தது. தொலைக்காட்சியில் இருக்கும் கீறல்கள் எத்தனை குழந்தைகளால் ஏற்பட்டது என கணக்கு வைத்திருந்தாள்.

பத்மா காளியாகத் தன்னை உருவகிக்கிறாள் அல்லது மகிசாஷமர்த்தியாகத் தன்னை நினைக்கக்கூடும் என தோன்றியது. ஒவ்வொரு சமயமும் கண்களில் அவள் செய்யும் சேட்டைகள் அப்படி எண்ண வைக்கிறது. தன் உடலைப் பொருட்டாக அவள் கருதாத இடமும் இருக்கிறது. தன் பிள்ளைகளை அவள் அன்பு செய்யும் அதே வேளைகளில் தன் பிள்ளைகளை வெறுக்கவும் செய்கிறாள். தன் கணவன் என்பவன் தன் முன் நிற்கும் ஒரு சிறு துரும்பின் ஒரு பிசுறு என்று எண்ணக்கூடும். நாள்களில் சில மணித்துளிகளாவது அந்த உயர்வுநிலைக்குச் சென்றுவிடுகிறாள். அப்படி செல்லும் சமயங்களில் அவள் தன்பெயரைக்கூட மறந்துவிடக்கூடும்.

கதவிற்குப் பின்னே அவன் ஒளிந்து குழந்தைகளுடன் அவன் விளையாடும்போது ஒருநாள் "நீயும் சின்னபுள்ள மாதிரி விளையாட்டுகிட்டே இரு" என்றாள். அப்படி அவள் யோசிப்பாள் என்று அவன் நினைக்கவேயில்லை. "என்ன சொல்ற பத்து, குழந்தைங்க விளையாட்ட விரும்புறது நம்ம கிட்டேந்துதான். நாம விளையாடலன்னா அவங்க சோம்பி போயிடுவாங்க"

"இந்த மாதிரி இலக்கியத்துல படிச்சேன், பலாப்பழத்தை பறிச்சேன்னு எதாவது சொல்லிக்கிட்டே இரு, பிராக்டிக்கலா எதையும் யோசிக்க மாட்டே. புருஷன்னு கம்பீரத்தோட இரு, குழந்தைகளுக்கு அப்பான்னு கம்பீரத்தோட இரு"

பத்மாவின் சிந்தனை எப்போது தரையில் படரும் கொடி போன்றது, எதையும் பற்றிக்கொள்ள முடியாமல் தவிக்கும் தவிப்புகொண்டது. புதிய சிந்தனைகள் உள்நுழைய வாய்ப்பே

இல்லை என்று தோன்றும். நான்கு மூலையிலும் சீல்வைக்கப்
பட்ட பாத்திரத்தின் உள்ளிருப்பவை அவளது சிந்தனைகள்.
அதிசயமாக யாரோ எப்போதோ அவளுக்குச் செவி வழியாகச்
சொன்னவை மட்டுமே. காலம் மாறும்போது ஏற்படும் மாற்றம்
அவளுள்ளே ஏற்படாததைச் சொல்லி புரியவைக்க முடியாது.

உண்மையில் அவள் மாற்றத்தை ஏற்கவில்லை. மாற்றம்
நிகழும்போதெல்லாம் அதைச் சுளித்த முகத்துடன் எதிர்
கொண்டாள். கண்ணுக்குத் தெரியா கிருமியைக் கைக்கழுவி நீக்க
நினைக்கும் அவசரத்தில் துடித்தாள். அப்போது மனநோயின்
அறிகுறிகள் போன்றிருந்தன அவள் செய்கைகள்.

24

சுப்ரமணியன் வேலைமுடித்து வீட்டிற்கு வந்தபோது முகம் முழுவதும் பற்கள் தெரிய சிரித்துக்கொண்டிருந்தாள் பத்மா. அவளும் பக்கத்து பிளாட் ஆன்டியும் பேசிக்கொண்டிருந்தார்கள். அவர்களின் பேச்சில் தெரிந்த இனிமை இதுவரை அவர்கள் சேர்த்து வைத்திருந்த கசப்புகளை மறந்ததால் வந்தது. அவர்களுடன் மற்றொரு பெண்ணும் இருந்தார். நல்ல உயரமும் நீண்ட முடியும் கொண்டிருந்த அந்தப் பெண்ணைப் பார்த்ததும் சற்று அதிர்ந்து புன்னகைத்துத் தலையசைத்தான்.

பேசிவிட்டு இருவரும் போனபின்னே, "அந்தப் புது பெண்ணு பேரு ரேஷ்மி, அந்தப் பொண்ணு தான் நம்ம வீட்டு வேலைக்கு வர போகுது நாளைலேந்து" என்றாள் பத்மா அவனிடம்.

"அந்தப் பொண்ணு வேற மாதிரி இருக்கே, திருநங்கையா"

"ஆமா அப்படிதான் சொல்லுச்சு திருநங்கைனா?"

உண்மையில் ஒரு நிமிடம் அதிர்ந்தான். ஒரு திருநங்கையாக இருக்கும் பெண் வீட்டு வேலைக்கு வருவது சாத்தியமா, சரியானதுதானா என்று யோசிப்பதைவிட அவளுக்கு மூன்றாம் பாலினம் குறித்து எதுவும் தெரியவில்லை என்பது சற்று அதிர்ச்சியாக இருந்தது.

"அந்தப் பெண் ஆம்பள"

"ஆம்பளையா, அப்படின்னா"

"பிறப்பால ஆண்"

"அந்தப் பொண்ணுக்கு மாரெல்லா இருக்கே"

கே.ஜே. அசோக்குமார்

"ஆமா, ஆணா பிறந்து, தன் பெண் உணர்வுகளால் பெண்ணா மாத்திக்கிட்ட பெண்"

கொஞ்ச நேரம் அவள் பேசவேயில்லை. அதிர்ச்சி அவள் முகத்தில் சிலைத்தன்மை வந்துவிட்டிருந்தது. அப்படியே உறைந்துவிட்டிருந்தாள்.

"ஒரு காப்பகத்துல வேல பாக்குது, நானும் மாமியும் வரும்போது பார்த்து வேலைக்கு வரீயான்னு நாந்தான் கேட்டேன். நா திருநங்க, என்னய வேலைக்குக் கூப்பிட்டது ரொம்ப சந்தோஷம்னு சொல்லிச்சே"

மறுநாள் காலையிலேயே எழுந்து அவள் சொன்ன காப்பகம் சென்று வேலைக்கு வேண்டாம் என்று சொல்லிவிட்டு வந்திருந்தாள்.

சில நாட்கள் அதை மறந்துபோனாலும், ஒரு மாலை அலுவலகத்திலிருந்து திரும்பி வரும்வழியில் ரேஷ்மி, "அக்கா, அவங்களா கூப்பிட்டாங்க, அப்புறம் நீங்க வேண்டாம்னு சொல்லிட்டதா சொன்னாங்க, நா அப்படி என்ன பண்ணிடு வேங்க, எங்களையெல்லாம் இப்படி தப்பா பாக்கலாமா".

பத்மா அவன் சொன்னதாகச் சொல்லியிருக்கிறாள். அவளுக்கு வேண்டாம் என்று நினைத்தால், "எங்க வீட்டுக்காரரு வேண்டாம்னு சொல்லிட்டாரு" என்பாள் சற்று பெருமையாக. அப்படி தான் இதையும் சொல்லியிருக்கிறாள்.

"உங்க பேரு என்ன ரேஷ்மி தானே, திருநங்கைன்னா என்னன்னு அவளுக்குத் தெரியலை, நா சொன்னதும் வேண்டாம்னு சொல்லிட்டா, சாரி"

"பரவாயில்ல, நீங்க சொன்னதே சந்தோஷம், வேற எதாவது வேலை இருந்தா சொல்லுங்க அண்ணே"

மயிர்கள் அடர்ந்த கைகளைக் கொண்ட அவளுக்கு முந்திரிப் பழம்போல நீண்ட மூக்கு. கண்களுக்கு மை எழுதாமலே அழகிய வடிவத்துடன் இருந்தன. மேல் காதுவரை பல்வேறு வடிவங்களில் காதணிகளை வேறுவேறு துளைகளில் அணிந்திருந்தாள். உதட்டின் மேலும் தாடைகளிலும் பாசியின் வளர்ச்சிபோல பச்சைவண்ணம் பூசப்பட்டிருந்தது. நடக்கும் போது அதிகப்படியான இடை ஆட்டல்களை அவளே செய்கிறாள் என தோன்றியது. மிக அதிக ஓசை தரும் கொலுசு தான் அவள் அணிந்திருக்கிறாள். நடக்கும்போது இருண்ட தெருக்கள் லேசாகக் குலுங்குவது போலிருந்தது.

ஒரு முறை வீடு திரும்பும்போது அந்தக் காப்பகம் வழியே வந்தான். எதிர்வந்த அவள் கைகளை ஆட்டி “குட் ஈவினிங்க் அண்ணே” என்றாள். நடப்பாக்கிக்கொள்ளும் அவளது ஆர்வம் அவனுக்குப் பிடித்திருந்தது. “உன் வீடு எங்க இருக்கு” என்றான். அந்த ஒருமை அவனுக்கே ஆச்சரியமாக இருந்தது. மிகுந்த நெருக்கத்தை அளிக்கும் ஒருவருக்கும் மட்டுமேயான வார்த்தைகளை எப்படி பயன்படுத்த முடிந்தது என்று யோசித்தான்.

அப்படியான நெருக்கம் தோன்ற காரணம் தேடி அலைந்துக்கொண்டிருந்தது மனம். மறுக்கும் பெண்ணிடம் மரியாதையாகவும் மறுக்காத பெண்ணிடம் மரியாதையற்றும் நடக்க முடிகிறது. அதனோடு அவள் பெண்ணல்ல என்பது எப்படி கிளர்ச்சியை அளிக்கிறது என்பதை ஆச்சரியமாக நினைத்துக்கொண்டான்.

“அதோ அந்த காவா திருப்பதுல ஒரு பில்டிங் இருக்குல்ல அங்கதான் இருக்கேன்”

அவளது நீண்ட கைகளைப் பார்க்கும்போது அவள் வளமையான பெண் என்று தோன்றியது. அவள் அதிகப்படியாகத் தன் உடலை ஆட்டிக்கொள்வது தன் பெண்மையை நிருபிக்கத்தான். தன் மார்பை வேண்டுமென்று திறந்து மூடும் அவளது செய்கை ஆண்களைக் கவர்வதற்காக. கூர்ந்து கவனித்தால் மட்டுமே அவள் பெண்ணல்ல என்று தெரியும், மற்றபடி மற்ற திருநங்கைகளுக்கு இல்லாத அவளது சற்று பூசிய உடல் அவள் நிஜப்பெண் என்றே நம்பவைத்தது.

ரேஷ்மி சொன்ன அந்தக் கட்டிடத்திற்கு ஒரு ஞாயிற்றுக் கிழமை சென்றான். அவனே எதிர்பாராத ஆழ்மன குறுகுறுப்பு. இருளடைந்த படிக்கட்டுகள், ஓரங்களில் பாக்கு மென்று துப்பிய எச்சில்கள். படிக்கட்டுத் திருப்பங்களில் ஒரு வீடு வந்தது. வீடுகளின் முன் திரையிடப்பட்டிருந்தது. உள்ளே இசைகள் ரேடியா தொலைக்காட்சியின் ஓசைகள்.

நாலாவது மாடி என்று அவள் கூறியது நினைவில் இருக்கிறது. நாலாவது மாடியின் முகப்பில் திரைச்சீலையில் விநாயகர் ஓவியம் இருந்தது. பக்கத்து பெல்லை அடித்ததும், நீண்ட அங்கியணிந்த ஒரு பெண் வெளியே வந்து அவனைக் கண்டதும் நைச்சியமாகக் குழைந்து கையைப் பிடித்து அழைத்துச் சென்றாள். “ஒரு நிமிடம் இருங்க, நா ரேஷ்மியப் பாக்க வந்தேன்”.

“அவ தான் வேனுமா. நா வேண்டாமா”

“அவங்ககிட்ட பேசவந்தேன்”

உள்ளே மூன்று பேர் இருந்தார்கள். அவர்கள் அனைவரும் திருநங்கைகள்தாம். அவர்களது கையசைவு அப்போதும் மாறாத எப்போதும் போன்ற ஒரே மாதிரியான அசைவுகளைக் கொண்டிருந்தன. ஒரு நிமிடம் ஸ்தம்பித்து நின்று கவனித்தார்கள். இனிமையான மகிழ்வை முகத்தில் தேக்கி அலுவலகம் செல்லும் மனிதன் ஒருவன் அவர்கள் இல்லம் வருவது முதல்முறை என்கிற ஆவலுடன் பார்த்தார்கள். "உட்காருங்க" என்றாள் அதில் ஒருத்தி. எல்லோரும் குளித்து உடைமாற்றிக் கொண்டோ அல்லது உடை மாற்றும் மும்மரத்திலோ இருந்தார்கள்.

பக்கத்தில் ஒட்டிய கதவு குளியலறையாக இருக்க வேண்டும், அரவம் கேட்டு அங்கிருந்து குரல் கொடுத்தவளாக வெளியே வந்தாள் ரேஷ்மி, மேலே சிவப்பு வண்ண ஜாக்கெட் அணிந்திருந்தாள். உள்ளே அணிந்திருந்த பிராவின் ஸ்டிப் ஒரு கருப்புக் கோடாகக் கழுத்துப் பக்கமாகச் சென்றது. கீழே எதுவுமில்லாமல் ஜாக்கெட் மட்டுமே அணிந்திருந்தாள்.

மிக சாதாரணமாக வெளியே வந்ததும், அதிர்ந்த சுப்ரமணியன், "சாரி" என்று சொல்லிவிட்டு வெளியேறினான். அவன் மனம் உண்மையில் அருவருப்பும் பதற்றமுமாக இருந்தது. அவசரமாகத் தன் ஷூவை அணிந்துகொண்டு தடதடவென படிகளில் இறங்க ஆரம்பித்தான். "அண்ணே நில்லுண்ணே" பின்னால் கூவியபடி ஒருத்தி வந்தாள்.

பைக் கிளப்புவதற்குள் அவள் வந்துவிடக்கூடும் என பயந்து வேகமாக உதைத்துக் கிளம்பினான். வண்டியில் போகும்போது பலமான காற்று அவன் முகத்தில் அடித்தது. இனி எப்போதும் சிறுபிள்ளைத்தனமாக நடந்துகொண்ட மறக்க முடியாத நினைவாக இருக்கும் என நினைத்தான்.

எல்லா விஷயங்களையும் பத்மாவிடம் பகிர்ந்துகொள்ள முடியாமல் ஆனது மிக சமீபகாலமாகத்தான். கை எட்டாத தொலைவுவரை அவள் நிற்கிறாள் என்கிற சித்திரம் மட்டும் எழுந்துக்கொண்டேயிருந்தது. விலகி நிற்கும் அப்பாவியான அவளது முகம் ஒருவகையில் திருப்தியாகவே இருந்தது. அவளை விலகுவதும் தன் மனதின் ஒரு பகுதிதான் என அறிய சுயமான புரிதல்களில் இருக்கும் அமைதியையும் ரசித்தான்.

ரேஷ்மியைப் பற்றி பத்மாவிடம் ஒரு வார்த்தையும் அவன் சொல்லவில்லை. ஆனால் பத்மாவைப் பற்றி ரேஷ்மியிடம் பேசினான்.

"உன் உடம்பு பத்தி சொன்னா புரிஞ்சுகிற ஆள இல்ல அவ",

"ரொம்ப இயற்கைதான், இதுல என்னா இருக்கு" என்றாள்.

ஒரு மாலை தேநீர் கடையில் அவளுக்குத் தேநீர் வாங்கி தந்தபடி பேசினான். மதித்து அவளுடன் பேசுவதே அவளுக்குப் பெரிய மகிழ்வை அளித்திருந்தது. அதனாலேயே மற்றவர்களைத் தொட்டுப் பேசும் வழக்கத்தை அவனிடம் செய்யாமல் இருந்தாள். “நீங்க அன்னிக்கு ஒரு மாதிரியாகி போய்ட்டீங்க நாங்கெல்லாம் அப்படிதான் இருப்போம் வீட்டுக்குள்ள, நீங்க வந்தது எனக்குத் தெரியாது, யாரோ எங்க ஆளுங்கதான் வந்திருக்காங்கன்னு நினைச்சுகிட்டேன், என்னய நம்பி எங்க வீட்டுக்கு வந்ததுக்கு உங்களுக்குதான் நா தேங்க்ஸ் சொல்லணும்.”

“ஒரு ஸ்கூல்ல ஆயா வேல வேணும்னு கேட்டாங்க அத சொல்லதான் வந்தேன், எனக்கு அன்னைக்கு ஒரு மாதிரியாயிட்டு, அதாம் போயிட்டேன்.”

டீயை ஒரு சொட்டுவிடாமல் குடித்தாள். சுற்றிலும் அவளைப் பல கண்கள் நோக்குவது அவனுக்குச் சங்கடமாக இருந்தது. அவனையும் சேர்த்து அவளுடன் கவனிப்பது புதிய வகை விலங்கை காண்பதுபோலத்தான் இருந்தது.

பெண்போல தளர்ந்த உடல் இல்லை அவளுக்கு, ஆண் போன்ற இழுத்துக் கட்டப்பட்ட நார் போன்ற உடல், அதில் வேண்டுமென்றே எழுந்து நின்றது போன்ற முலைகள். அதுவே ஆண்களை ஈர்க்கிறது. உடலின் பெரும்பகுதியை அந்த முலைகள் எடுத்திருக்கின்றன. ஏன் முலைகள் மீது நம் கண்கள் அலைகின்றன. அவை உணவை அளிக்கும் ஒரு பாத்திரம். அதன்மீது எல்லா குழந்தைகளுக்கும் ஆர்வம் இருக்கத்தான் செய்யும், பிறந்த ஆணாக இருந்தாலும் பெண்ணாக இருந்தாலும் அதுதான். சட்டென துணுக்குற்று அது அலியாக இருந்தால், பதின்வயதில் பால் மாறும்போதும் அந்த மயக்கம் இருக்குமா என்று தோன்றியது.

ரேஷ்மி, உன் நிஜப் பெயர் என்ன? என்றான். உண்மையில் அவளிடம் கேட்க நினைத்தது வேறு. “அத தெரிஞ்சுகிட்டு நீங்க என்னா பண்ண போறீங்க” என்று சிறு சிணுங்களுடன் கேட்டாள். சும்மா தெரிஞ்சுகளாமென்னுதான், நா யார்டேயும் சொல்ல மாட்டேன், நீ எனக்கு ரொம்ப வேண்டப்பட்ட பிரன்டுங்கிற தாலே சொல்றேன்.”

“இல்ல வேண்டாம், சொல்ல வேண்டாம், ரேஷ்மியே நல்லாதான் இருக்கு”

சொல்லும் ஆர்வம் இன்னும் அவள் முகத்தில் இருந்தது. கண்களையும் உதட்டையும் வெவ்வேறு இடங்களுக்குச் செல்ல அவள் அமர்ந்திருந்த சிறிய இரும்பு சேரும், மேஜையும் ஆடியது.

"மாரு மேல எல்லா திருநங்கைக்கும் ஆர்வம் இருக்குமா", கேள்வி அவளைத் திரும்பி பார்க்க வைத்தது. யாரையோ அழைப்பது தன்னை நோக்கி தானா என்பதுபோல பார்த்தபடி இருந்தாள்.

"உடம்புல என்ன இருக்கு, உடம்புக்குள்ள ஒரு உடம்பு இருக்கு. அதுதான் நம்மல அசச்சுகிட்டு இருக்கு. நீங்க நினைக்கிற அந்தப் பகுதியும் ஒரு உடம்புதானே? எனக்கு அப்படிதான் தோணுது, உங்களுக்கு உங்க மாதிரி ஆளுகளுக்கு மாரு மட்டும்தான் புதிரு, எங்களுக்கு உடம்பே புதிருதான்"

"உடம்ப வெச்சுகிட்டு என்ன வேணா செய்யலாம்னு தோணும் எங்களுக்கு, ஆணுக்கு தோணுற அசிங்கம், சங்கடம் எல்லாம் எங்களுக்கு இல்ல, ஆனா குழந்த பெத்துக்க முடியாது. எல்லாருமே தனக்கு அடுத்து வாரிசு உருவாக்கணும்னு ஆசை இருக்கும். எங்களுக்கு அது இல்ல"

அவள் கண்கள் சிவந்திருந்தன. முதல்முறையாக அவளை உற்சாகமற்று ஒரு சாதாரண ஜீவனாக அப்போதுதான் பார்க்க முடிந்தது.

25

அறிந்த சொற்களிலெல்லாம் அறியாத பொருள் இருக்கிறது. அறியாத பொருளை அறியும் வரை அறிந்த சொற்கள் கவனம் கொள்வதில்லை. பத்மாவின் உதடுகளில் சில சொற்கள் பின்னி பிணைந்து குடிக்கொண்டிருந்தன. அவை வெளிவரும் காற்றைப் போல மேலெல்லாம் பரவி இறங்கிச்செல்கிறது.

பெரிய பாம்பாகத் தன்னை உருவகிக்கிறாள் என தோன்றும். பாம்பின் கண்கள் போலவே இமையா கண்களைக் கொண்டிருக்கிறாள். கண்களைச் சிமிட்டி தன் வெட்கத்தை, தன் ஆழ்மன எண்ணத்தை வெளிப்படுத்தும் இளம் பெண்ணல்ல அவள். இமையாத நேரான கண்கள் அவளின் இளமையை முகத்திலிருந்து எடுத்துவிட்டிருந்தது. இரு குழந்தைகள் பெற்றதற்குப் பின் மிக வேகமாக முதிர்பெண்ணாகிவிட்டாள்.

"சுப்பு இங்க வாயேன்" என்று அவள் அழைப்பதிலிருந்து அவன் தன்னைக் குறித்துதான் சிந்திக்கவேண்டும் என்கிற யோசிப்பின் வெளிப்பாடு என அவனுக்குப் புரிந்தது.

"பத்தும்மா, நாம இன்னிக்கு எங்க போகப் போறோம்" அப்படி சொன்ன வார்த்தைகளில் எதுவும் அவனுடையது இல்லை என தோன்றியது. தன் நண்பர்களுடன் பேசும்போது வெளிப்பட்ட வார்த்தைகள் கடுமையாக இருக்கும்போது கடுமையாகவும், மென்மையாக இருக்கும்போது மென்மையாகவும் வெளிப்பட்டன. ஆனால் இப்போது அப்படி வெளிப்படுத்துவது புத்திசாலித் தனம் அற்றவனின் வார்த்தைகளாகத்தான் இருக்கும்.

வானதிக்கும் சுருதிக்கும் அந்த வார்த்தைகளின் அர்த்தங்கள் புரிந்தன. "அப்பா அப்பா நாம எங்க போறோம்" என்று குதிக்க ஆரம்பித்தன. இருவரும் தொடைவரை நீண்ட கவுன் போன்ற உடையை அணிந்திருந்தார்கள். உள்ளே ஜட்டி மட்டும் அணிந்து சுற்றுவது பத்மாவிற்கு ஆடை மாற்றும் வேலை இல்லாமல் இருந்தது. "அப்பா இன்னிக்கு எங்க கூட்டிக்கிட்டுப் போறாரோ அங்க எல்லோரும் போறோம்" என்றாள். அப்படி சொல்வது ஒருவகையில் தன்னைச் சிக்கவைக்கும் சின்ன பொறி. பின்னாட்களில் அந்தத் தேர்வைக் குறித்துத் தன் ஆதங்கத்தையும் வெறுப்பையும் வெளிப்படுத்துவாள் என்று தோன்றியது.

வண்டியைத் தயாராக வெளியே எடுத்து வைத்துக் காற்றை சோதித்து செய்து, நன்கு துடைத்து வைத்தான். வானதி, சுருதி இருவரையும் பவுடர் அடித்து நல்ல உடைகளை மாற்றி தலைக்கு எண்ணெய் தேய்த்துவிட்டான். அவள் இருவருக்கும் தலைபின்னி வெளியே அனுப்பிவிட்டுச் சேலைக்குத் தன்னை மாற்றிக்கொண்டாள். நீண்ட இடைவெளிக்குப் பின் சேலை உடுத்துவது அவளைப் புதியவளைப் போல் காட்டியது. சேலையின் இறக்கம் வழக்கத்தைவிட அதிகமாக இருந்தது. அவள் தொப்புள் சிறுவட்டமாக இல்லாமல் நசுங்கிய வடிவமாகக் கொண்டிருந்தது. தன்னை வெளிப்படுத்தும் எதுவும் கவனத்தைக் கவர வேண்டும் என நினைக்கிறாள், அல்லது கவனத்தைக் கவர மேலும் சில விஷயங்களைச் செய்ய எத்தனிக்கிறாள் என தோன்றியது. வயதாவதின் தாராளம் அவளுக்கு வந்து விட்டிருந்தது.

விடுமுறை தினம் என்பது தன் தினப்படிகளிலிருந்து சற்று விலக்கிகொள்ள போதுமானது என்று நினைக்கிறாள். கூடவே அது எந்த பொருளற்றதாகவும் இருக்க வேண்டும் என நினைக்கிறாள். பெண்களின் ஆசைகளைப் பற்றி அவனுக்கு இருந்த அபிப்ராயங்கள் தினம் தினம் மாறி அவன் மனதில் வேறு அர்த்தங்களைக்கொள்கின்றன.

இரு சக்கர வாகனத்தில் அவள் பின்னால் அமர இரு குழந்தைகளும் முன்னால் அமர்ந்துகொண்டன. பெருநகரத்தின் இடங்கள் அவளுக்கு எப்போது அத்துபடியாவதில்லை. "நாம எங்க போறோம்" என்று கேட்டுக்கொண்டிருந்தாள். அவன் அவர்களைப் பொருட்காட்சிக்கு அழைத்துச்சென்றான்.

பெரிய இடத்தில் வண்டியை வைத்துவிட்டு, பொருட்காட்சிக்கு அழைத்து சென்ற வழியில் அவளுக்கு ஒரு எண்ணம் தோன்றியது போலும் "ஏன் சுப்பு, நாம ஒரு கார வாங்கிட்டா என்ன? புள்ளைங்க வேற வளர்ந்துட்டாங்க"

கார் என்று அவள் சொன்னதும் சற்று துணுக்குற்றாலும் அதை வெளிக்காட்டிக்கொள்ளாமல் வாங்குவது நல்லதுதான் என்றான்.

வானதி துள்ளிக் குதித்தபடி நடந்துவந்தாள், சுருதி மிக மெதுவாக நடந்துவந்தாள். அவளால் நடக்க முடியாதபோது சுப்ரமணியன் தூக்கிவைத்துக்கொண்டான். குழந்தைகளைவிட பத்மாவிற்குப் பொருட்களின் மீதான ஆசை அதிகமிருந்தது. "சுப்பு, அத வாங்கி கொடு" என்று எதையாவது கைக்காட்டிக் கொண்டிருந்தாள். அவளே பணம் கொடுத்து வாங்க முடிந்தாலும் தன் கையிலிருந்து வாங்குவதைப் பெண்கள் விரும்பும் செயல். உண்மையில் அவள் விருப்பங்கள் எல்லாம் ஒரே மாதிரியானவையான மாறிப்போனதாகத் தோன்றியது.

"சுப்பு பானிபூரி புள்ளைங்களுக்கு வாங்கிதாயேன்" என்றாள். தனக்கு வேண்டும் என்பதை வேறு வார்த்தைகளில் கூறுகிறாள். இருள் சூழ்ந்த இடத்தில் அந்தக் கடை மட்டும் நல்ல வெளிச்சத்தில் இருந்தது. அதில் அவர்கள் அமர்ந்து உண்டது திருவிழாவிற்கான மனநிலையை உருவாக்கியிருந்தது. உண்டு முடித்தபின் மீண்டும் கடைகளை நோக்கிச்சென்றார்கள்.

கம்மல், தொங்கட்டான், பொட்டு, கழுத்து மாலை, மணிகள் கோர்த்த வளையல், என்று பலவகை பொருட்களை அவள் தேடி தனக்கும் தன் பிள்ளைகளுக்கும் வாங்கினாள். காதணிகளே பல வண்ணங்களில், பல வடிவங்களில் வாங்கினாள். அதை அவர்கள் அணியக்கூடும் என்று தோன்றவில்லை. சிப்பிகளைச் சேகரிக்கும் சிறுவர்களின் செய்கை போன்றிருந்தன மூவரின் ஆவல். காலணிகள் கடைக்குச் சென்றதும் அங்கிருந்த சோலாப்பூர் செறுப்புகளை மூவருக்கும் வாங்கினாள். ஏற்கெனவே ஒரு ஜோடி செருப்புகள் அவர்களுக்குத் தயாராக வீட்டில் இருந்தன.

வீட்டு உபயோகக் கடைக்குச் சென்றாள். வீடு துடைக்கும் மாப்பு, துடைப்பை, குப்பை அள்ளும் முறம், குப்பைகளைச் சேகரிக்கும் டப்பாக்கள், துணிக்கான கிளிப்புகள், சட்டை பேண்ட்டுகளுக்கு ஹேங்கர், சீப்பு செட், முகப்பவுடர், மைகள் என்று பலதும் வாங்கிய பின் "இதெல்லாம் நாம அடிக்கடி மால்களில் வாங்கிறதுதான், இங்க கொஞ்சம் சீப்பா இருக்கு இல்ல, எதுக்கும் வாங்கிவைப்போம்" என்றாள்.

சில ஆண்களைத் தவிர சுற்றிலும் பெண்கள் கூட்டம் தாம். அறிமுகமில்லாத பெண்கள்கூட நட்பாகப் பேசி எதை வாங்குவது என்று கலந்தாலோசித்தார்கள். இடையே அவனிடம் திரும்பி காதருகே, "அந்தப் பச்ச சேலைக்காரி தோடு டிசைன் நல்லா இருக்குல்ல" என்றாள். பச்சை சேலைக்காரியின் காது

தோட்டைப்பார்த்தும் அந்த டிசைன் என்ன என்பதை அவனால் கண்டுபிடித்துப் புரிந்துகொள்ள முடியவில்லை. “ஆமாம்ல நல்லா இருக்கு” என்றான்.

சுழலும் காற்று தங்களை அடித்து சென்றுவிடுவதுபோல சென்றது. காற்றின் வேகம் அதிகரித்ததும் தன் சிந்தனையில் மாற்றத்தை உணர்ந்தான். அதுவரை இருந்த இனிமை வெறும் சம்பிரதாயமானது, நுண்ணுணர்வற்ற வெறும் சாதாரண மனிதர்களால் மட்டும் அனுபவிக்க கூடியது என நினைத்தான். தன் எண்ணத்தை உதற தலையை அவசரமாக உதறினான். இதே எண்ணம் அவளுடனான நேற்றைய புணர்ச்சி முடிவில் எழுந்தது. லட்சிய பெண்ணின் மரணம் என்று அவளை நினைக்க இக்காரணங்கள் போதுமானதாக இருந்தது. எப்படியும் தன்னை அவள் வேறு அனுபவத்தில் வைத்துவிட்டுச் செல்வாள் என்று பலமாக யோசித்துக்கொண்டிருந்தான்.

“அடுப்படி மேடைய தொடைக்கச் சின்ன பிரஷ்ம் ஒரு முறமும் செட்டா இருக்கும் பாரேன், இன்னோன்னு சின்ன மாப்பு சிங்க் தொடைக்க அதுதான் வேணும், இந்த ரெண்டும் எங்க இருக்குன்னு பார்த்து எடு” என்றாள்.

அவன் கவனம் எதிலும் நிலைப்பெறவில்லை. எல்லா பொருட்களும் ஒரே மாதிரியாகத் தெரிந்தன. அங்கிருக்கும் பொருட்கள் எதுவும் நளினமாகச் செய்யப்படவில்லை. அவசரகதியில் ஏதோ ஒரு பயன்பாட்டிற்காகச் செய்யப் பட்டவை. அந்தப் பயன்பாட்டைப் பூர்த்தி செய்தாலே போதும். கொஞ்சம் அழகுணர்ச்சியுடன் ஒரு பொருள் செய்யப்பட் டிருந்தால் அது பெண்களுக்கானதாக ஆகிவிடுகிறது. ஆனால் ஆண்களுக்கும் தேவையான அழகுணர்ச்சிப் பொருட்களில் இருக்கவே செய்கிறது. பெரிய வட்டமாகவும் தடித்த முட்களுடன் மணிக்கட்டில் தவழ்ந்து நிற்கும் அதே கடிகாரம் பெண்களுக்குச் சிறியதாகவும் கையடக்கமாகவும் இருக்கிறது.

ரேஷ்மியின் நினைவு வந்ததும் சற்று அதிர்ந்தான். பத்மாவின் கண்கள் தன்னை நோக்குகிறதா என கணம் பார்த்தான். ஒரு காதணியை எடுத்து காதில் வைத்துப் பெரிய கண்ணாடியில் பார்த்துக்கொண்டிருந்தாள். அவள் பார்த்ததும் அவசரமாகத் திரும்பிக்கொண்டான். ரேஷ்மி போன்றவர்களுக்குப் பிடித்தவை எந்த மாதிரியானவையாக இருக்கும். பெண் தன்மையுடன் இருக்கும் என நினைக்கும்போதே அது ஆண்களின் உணர்வு நிலைகளுக்கு எதிரானது என்று தோன்றசெய்துவிடுகிறது.

ரேஷ்மிக்குப் பிடித்த பொருட்கள் அதிகம் சிவப்பு நிறம் கலந்தவையாக இருந்தன. கண்களின் மேலும் சிவப்பு

வண்ணத்தைப் பூசியிருந்தாள். மற்றவர்களை அடித்து அதிகம் கவனத்தை ஈர்க்கும் நிறம் சிவப்புதான். இரவில் சிறிது வெளிச்சத்திலும் அந்நிறம் ஒரு தெளிவாகத் தெரியும். ரேஷ்மி தன் உதட்டையும் கண்களையும் சுழித்து வேண்டுமென்றே செய்யும் உணர்ச்சிகள் நினைவிற்கு வந்தன. அவள் தன்னை மறந்தவளாக அச்சமயங்களில் ஆகிவிடுகிறாள். மற்றவர்களிடம் காட்ட நினைக்காத உணர்ச்சிகளைப் பற்றி அவளுக்குக் கவலை ஏதுமிருந்ததில்லை.

ரேஷ்மியின் உடல் குறித்த உணர்ச்சிகள் தன்னைப் பயங்கொள்ள வைக்கிறது என நினைத்தான். அவனுக்கு ஒரே பொருளைப் போன்றே மற்றொரு பொருளும் இருக்க வேண்டிய கட்டாயத்திற்கு மாற்றாக அமைந்திருப்பது கடவுளின் நிந்தனையாக இருக்கக்கூடும். தானேகூட அப்படி மாறுவதற்கு வாய்ப்பிருக்கிறது. பத்மாவும் மகள்கள் இருவரும் எதிர்பாலினமாக மாறுவதற்கும் வாய்ப்பிருக்கிறது. உடலில் அந்தரங்கமாக எழுந்த வலி அவனை நிலைகுலைய வைத்தது. வயிற்றைக் குமட்டிக்கொண்டு வந்தது. ஒரே நேரத்தில் கவர்ச்சியும் அதன் மீதான அருவருப்பும் கூடியது. வாயைப் பிடித்துக்கொண்டு வெளியே ஓடினான். கடைக்குப் பக்கத்திலிருந்த சாக்கடையில் குனிந்து வாந்தி எடுத்தான்.

நல்ல வேளையாக பத்மா பார்க்கவில்லை. அவசரமாக ஓடி வந்தது, வாந்தி எடுத்தது எதையும் அவள் கவனிக்கவில்லை. சுலபமாகக் கிடைக்கும் எதுவும் தன்னை வருத்தும் செயலைத் தீவிரமாகச் செய்பவை. ஆனால் அதில் ஒரு அதிசயம் கலந்திருந்தால் அது நினைவுகளில் எப்போதும் இருக்கிறது, அதை விட்டுவிடவும் மனத்தைரியம் எளிதில் கிடைத்துவிடுவதில்லை. ரேஷ்மி ஓர் இனிய ராட்சசி, அகண்ட வாயில் நேர்வரிசைப் பற்களை அழுத்திச் சிரிக்கும்போது அவளை விட்டுவிட மனம் வரவில்லை.

அவசரமாக வாயைத் துடைத்துக்கொண்டு தண்ணீர் பாட்டிலில் முகம் துடைத்து அதைக் குடித்துவிட்டு அவர்களுடன் சேர்ந்து நின்றுக்கொண்டான். "எங்க போயிட்ட சுப்பு",

"தண்ணி தாகமா இருந்தது அதான் போயி குடிச்சேன்".

"இங்கதானே இருக்கேன்"

"குடிச்சிட்டேன். பரவாயில்லை, நீ பாரு"

மகள்களை அழைத்துக்கொண்டு மற்றொரு கடைக்குச் சென்றான். அங்கு மரத்தால் செய்யப்பட்ட பொம்மைகள்

காட்சிக்கு வைக்கப்பட்டிருந்தன. இருவருக்கு அவைமீது பெரிய ஆர்வம் வரவில்லை. கைகள், கால்கள், உடல் மேல் பகுதி, கீழ்பகுதி, தலை என தனியாக ஆடும் ஒரு பொம்மையை எடுத்துச் சற்று ஆட்டி அவர்களுக்குக் காட்டினான். அவர்கள் இருவரும் ஆர்வம் கொண்டு மற்றொரு பொம்மையை எடுத்து ஆட்டி ஓசை எழுப்பி மகிழ்ந்தார்கள்.

பெண் என்கிற சித்திரம் மனதில் எழும் வயது வந்ததும் அவர்களின் பொருளாசை மாறிவிடுகிறது. இருவரிடமும் இருக்கும் விளையாட்டுப் பொருட்கள் மென்மையானவை, பெண் தன்மையானவை. அவை எளிதில் புரிந்துவிடும் தினப்படி வாழ்வில் இருக்கும் பொருட்கள். குக்கர், கேஸ் அடுப்பு, கரண்டிகள், தட்டு, கைப்பை, பெண் பொம்மைகள், டெடிபியர் என்று எதுவும் பயன்படுத்த முடியா விளையாட்டிற்குப் பொருந்தும் பொருட்கள். அதில் வானதி ஒரு சிறுகுழந்தை போன்ற ஒரு பொம்மை வைத்திருக்கிறாள். அதைத் தன் குழந்தையாக அவள் நினைக்கிறாள் என தோன்றியது, எந்நேரம் அதை அவள் இடுப்பில் வைத்திருந்தாள். சில நேரங்களில் உணவு கொடுப்பதும், சட்டை மாற்றுவதுமான பாசாங்கு விளையாட்டைச் செய்தாள். நாளை ரேஷ்மியுடன் பேச வேண்டும் என நினைத்துக்கொண்டான்.

26

கருணாகரனின் வளைந்த கைகளைக் கூர்ந்து கவனித்து பானுவும், ராஜியும் சிரித்துக் கொண்டிருந்தார்கள். அவன் இடை சற்று வளைந்து வளைந்து செல்வது ஊதுபத்தியில் மேலெழும் புகையின் அசைவு போன்றிருந்தது. "என்ன சிரிக்கிறீங்க" என்றான். "இன்னிக்கு காலேஜுக்குப் போகலையா" என்றார்கள். "இந்தா போறேன்ல, நீங்க எதுக்கு இப்படி சிரீக்கிறீங்க"

ராஜி சற்று மனம் கனிந்து தன் முந்தானையைச் சரிசெய்துகொண்டே, "ஒரு நிமிஷம் இங்க வா" என்றாள். "என்ன ?" என்று பக்கத்தில் நிற்கும்போது அவன் கை மேவாயைத் தொட்டிருக்க, கேட்கும் ஆவல் கொண்ட பாவனையில் கண் மணிகள் பக்கவாட்டில் இருந்தன.

"தம்பி சொன்ன தப்பா எடுத்துக்கக் கூடாது, இப்படி கைய வெச்சுகிறது, இடுப்ப ஆட்டி ஆட்டி நடக்குறது, கழுத்த வெட்றது இல்லாம கம்பீரமாக நேரா ஆம்பள மாதிரி நடக்கணும் சரியா"

"எல்லோருமே உன்னய கிண்டல் அடிக்கிறாங்க, நீ இப்படி நடந்துகிறத பார்த்து, உனக்கு நா சொல்றது விளங்குதா, தம்பி" ராஜியும் சொன்னாள்.

"அக்கா, நீங்க சொல்லீட்டிங்க, மத்தவங்க நேரடியாவே எங்க காலேஜுலகூட அப்படி ஆட்கள் உண்டு, திட்றாங்க, பொட்ட, ஒம்போது அப்படின்னு, நா என்ன பண்ணட்டும், நா சாதாரணமாத்தான் நடக்கிறேன். ஆனா அவங்க அப்படி சொல்றது கஷ்டமா இருக்கு" என்றான்.

அழுகை அவனையும் அறியாமல் வெளிப் பட்டது. "இப்ப எங்க போறே"

“முக்குல இருக்குற லிங்கம் கடையில உடைச்சகல்ல வாங்கியாற சொன்னாங்க அம்மா”

“எல்லோரும் சிரிக்காம இருக்கணும்னா நேரா நட, புரியுதா”, சற்று ரகசியமாகவே கூறினாள் ராஜி.

கருணாகரன் ஓடும்போது கால்கள் பின்னிக்கொள்வதாக எண்ணிக்கொண்டான். உடல் பாரத்தில் நெளிவதாக நினைத்துக்கொண்டான். கல்லூரியை அடைந்தபோது அதிக மக்கள் கூட்டமில்லாமல் இருந்தது அவனுக்கு சற்று ஆச்சரியமாக இருந்தது. அரசினர் ஆண்கள் கல்லூரி என்கிற நீலப் பின்னணியில் வெள்ளை எழுத்துகள் கொண்ட பெரிய சுவரோவியம் அவன் கண்ணை எப்போதும் உறுத்தியது. ஏன் ஆண்கள் கல்லூரி என்று இருக்க வேண்டும், பொதுவாகக் கல்லூரி என்றே இருக்கலாம் என்று அபிப்ராயப்பட்டான். அதைக் கூறியதும், சேகரன் அதிர்ந்து திரும்பிப் பார்த்துச் சிரித்தான்.

உள்ளத்தில் குடிகொண்ட முதல் சொல் ஆண் என்பதுதான். ஆண் என்ற சொல்லில் இருக்கும் அடக்க முடியா அருவருப்பை அவன் மனதில் எண்ணிக்கொள்ளாமல் இருந்ததில்லை. மனம் ஒரு பெரிய புதிர், எண்ணும் சில விஷயங்களை வெளியே சொல்ல முடிவதில்லை. பெண் என்று சொல்லும்போது இனிக்கிறது. அதே சொல் மற்ற ஆண் நண்பர்களுக்குப் பெரிய வேடிக்கையாகவும் இருக்கிறது. பெண்களைக் கிண்டலடிக்கும் ஆண்கள் மத்தியில் இருக்கும்போது வெறுப்புடன் தன்னை நோக்கிக்கொண்டிருப்பதுதான் நினைவில் இருக்கிறது.

கல்லூரிக்கு இன்று நேரத்திற்கு வந்துவிட்டிருந்தான். பறவைகளின் ஓசைகள் தாம் அதிகம் இருந்தன. மனிதர்கள் வரும்வரை அவற்றின் ஓசைகள் அதிகமிருக்கும் போலும். அத்தனிமையே அவனைச் செலுத்திக்கொண்டிருந்தது. கல்லூரியைச் சுற்றி வந்தான். அவன் வருவதை முன்பே அறிந்தது போல மரங்கள் அமைதியாக நின்றிருந்தன. இதற்குமுன் இம்மரங்கள் இங்கிருந்தன என்கிற அறிகுறி இன்றி புதிய பொருளைப் பார்ப்பதுபோல பார்த்துக்கொண்டிருந்தான். மரக்கிளைகளில் பரவலும் இடையே துளியாகத் தெரிந்த வானமும் ஆழ்மனத்தில் இதுவரை கண்டிராத அன்பை சுரக்கவைத்தன.

காற்றினால் அவற்றிற்கு அசைவுகள் இல்லையென்றால் பெரிய ஓவியத்தைக் கண்டது போலிருக்கும். எங்கோ ஒரு குயிலின் ஓசை நின்று ஒலித்துக்கொண்டிருந்தது. அது

யாரையோ அழைத்துத் தன் இருப்பைச் சொல்கிறது. அல்லது மென்மையாக அருகில் வர அழைக்கிறது. அல்லது தன் சோகத்தை மற்றவர்களுக்குப் புலம்பலாகச் சொல்கிறது. கடைசி எண்ணம் அவன் மனதை உலுக்கியது. அப்படிதான் இருக்க வேண்டும். அவன் ஆழ்மனத்தில் தேங்கியிருக்கும் கசடு போன்ற ஒற்றைச் சோகம் இருக்கிறது. தன்னை வருத்தும் மென்சோகம். தன் உடலில் அது பிரதிபலிக்கிறது. உடலுக்குத் தேவையான உடைகளை அணியாமல் இருப்பது போன்றது.

முடிவிலாத வாழ்வில் ஒரு முடிவு பெறும் இடம் ஒன்றுண்டு என்று அறிந்தான். தன் முடிவைத் தேர்வு செய்யும் முடிவு. தன் முன்னே விரிந்து செல்லும் ஒன்றைத் தன் பின்னே வரவழைக்கும் முடிவு. கால்களில் சக்தியற்று எழுந்து நிற்க முடியாமல் தள்ளாடினான். சட்டென தன்னை நிலைநிறுத்திக் கொண்டு நடக்கத் தொடங்கினான். அவன் செல்லுமிட மெல்லாம் புற்கள் அதிவேகமாக வளர்வது போன்றிருந்தது.

கல்லூரி பின்பக்கத்தில் சற்று உயரம் குறைந்த கழிவறை அகன்று கட்டப்பட்டிருந்தது. அதன் அருகில் செல்லும் முன்னே நாற்றம் எடுத்தது. பல நாட்கள் பயன்படுத்தாததினால் எழுந்த நாற்றம். உள்ளே பல உயிரிகள் இருந்து அவனை நோக்குவது போன்றிருக்கும் பிரமை. ஒருவேளை யாருமில்லாததால் பேய்கள்கூட இருக்கலாம்.

உள்ளே தரைதளம் இன்னும் தாழ்வாக இருந்தது, அதனாலேயே இருட்டாக இருந்தது. வரிசையாக மூன்று கதவுகள். சுவற்றில் நிறுத்தப்பட்டிருந்த சிறுநீர் தொட்டிகள். கடைசி அறைக்குள் சென்றான். கவனமாகத் தாழ்பாளைப் போட்டுவிட்டு, தன் உடைகளைக் களைந்தான். சட்டை, பேண்ட், பனியன், ஜட்டி என்று ஒவ்வொன்றாகக்களையும் போது மிகுந்த விடுதலை உணர்ச்சியை அடைந்தான். வீட்டில் பொறுமையாக இருக்க முடியாது, உடனே குளித்து உடைமாற்றிக்கொண்டுவிட வேண்டும், மற்றவர்கள் வெளியே காத்திருப்பார்கள், பின் கல்லூரிக்குத் தன்னைத் தயார்படுத்திக் கொள்ளும் அவசரம்.

உடையின் பாரத்தை இழந்ததும் உடல் எழுந்து நிற்பது போன்றிருந்தது. முன்னிருந்த ரசம்போன கண்ணாடியில் மெல்ல அவ்வுடல் இறகுபோல் அலைவதைக் கண்டான், நீரில் சருகுபோல் உடல் மிதப்பதைக் கண்டான். மென்மயிர்கள் நெஞ்சிலும், கக்கத்திலும், குறியிலும் பரவியிருந்தன. அடர்ந்த கருமைகொள்ளும் அழகு அதில் இருந்தது. நெஞ்சில் இரு முனைகளிலும் உப்பலாக மெலெழுந்திருந்தது. முனைகளில்

கருமை மறைந்து வெளுத்திருந்தது. சற்று தோளைப் பின்னகர்த்தினால் முனைகளின் உப்பல் மேலெழுந்து அழகு காட்டின. கண்களைப் பறிக்கும் அழகு அதற்கு என நினைத்தான். லேசாகத் தொட்டதும் காத்திருந்ததுபோல முனைகள் பிதுக்கிக்கொண்டு வெளிவந்தன. கம்பிளி பூச்சியின் உடல் பெருக்கம்போல பெருத்தன. அதன் பருப்பொருள் இவ்விடத்தை முழுவதும் நிறைக்க வேண்டும் என மனம் சொல்லியது. இரு கைகளாலும் அவற்றை அழுத்தி அடக்கினான். அடக்க மறுத்து துடித்து அமைதியடைந்தது. இருகைகளைக் கொண்டு அழுத்திப் பொத்திக்கொண்டான். இடைகளுக்கிடையே ரப்பர் குழாயை நினைவுறுத்தும் அவன் குறி. எந்த பெரிய ஆரவாரமுமின்றி உயர்ந்து விரைத்திருந்தது. தொட்டதும் மேலும் துடித்து விரைத்தது. ஆனால் அளவில் சிறியதாக இருப்பதாக நினைத்தான்.

வெளியே அரவம் கேட்கத் தொடங்கியதும், தன்னையு மறியாமல் உடைகளை எடுத்து அணிய தொடங்கினான். வெளியே வந்தபோது தூங்கி எழுந்த வெளிச்சப் பரவல்போல் கண்களைக் கூசியது. மெல்ல நடந்து வகுப்பறைக்குச் சென்றான்.

பெரிய கனவுகள் வகுப்புக்குள் நிறைந்திருந்தன. யாவரும் மற்றவர்களுடன் கலந்து நிறமாறியிருந்தார்கள். தங்களின் திறமைகளை வெளிப்படுத்தும் எல்லா செய்கைகளும் செய்யப்பட்டன. சொல்லாத வார்த்தைகள் ஏதும் மிச்சமின்றி அனைத்தும் கொட்டப்பட்டும் அறை முழுதும் சொற்களால் நிறைந்திருந்தது. அதில் மாணவர்கள் மகிழ்ந்து நீந்திக் கொண்டிருந்தார்கள். அவன் வருகை அவர்களுக்கு எந்த பொருளையும் அளிக்கவில்லை. விடுபடாத அம்புபோல நாணில் நின்றிருந்தான் கருணாகரன். அவன் செய்கை அவனுக்கே தன்னிறக்கதை உண்டுபண்ணியது. தன்னை முழுமையாக அறிந்தவர்கள்போல் அவர்கள் அவனைத் தனித்தே விட்டிருந்தார்கள்.

அவனுடன் பழகுவதை பேசுவதை முடிந்தவரைத் தவிர்க்க நினைத்தார்கள். பக்கத்தில் நிற்பதற்குப் பயந்தார்கள். அவன் அவர்களைப் பாலியல்ரீதியாக எதாவது செய்யக்கூடும் என்கிற பயம். வெறிகொண்டு பாலியல் பலாத்காரம் செய்யக்கூடும் என நினைத்தார்கள். நித்யானந்தன் ரொம்பவே பயந்தான். கருணாகரன் பக்கத்தில் நிற்கும்போது தன் கால்கள் நடுங்குவதாக குமரேசன் அவனிடம் கூறியிருக்கிறான். விளையாட்டாகச் சிரித்துக்கொண்டே சொன்னாலும் அந்தப் பயம் குறித்துச் சிந்தித்துக்கொண்டிருந்தான் கருணாகரன்.

நேரான தூண் போன்ற உடல், கண்கள் நிலைகொள்ளாமல் இடவலமாக ஆடியபடி இருந்தன. கூரிய மூக்கின் கீழ் நன்கு ஷேவ் செய்யப்பட்ட மீசையற்ற மேலுதடு, பச்சைவண்ணம் பூசியது போன்று தாடை. இந்த உடலில் எப்படி நெளிவு சுளிவுகள் உருவாகின்றன என ஆச்சரியப்பட்டான். அவரைப் பிஞ்சு போன்று முட்டுகள் கொண்ட விரல்கள் ஒருசேர வளைந்து தன் உடல்வளைவைப் பிரதிபலித்தன. கால்களுக்குப் பலமிலப்பு ஏற்படும் போதெல்லாம் துள்ளல் ஒன்று ஏற்பட்டது. அத்துள்ளல் தன்னை மேலும் விடுதலையை அளிக்கிறது என நினைத்தான்.

கல்லூரியிலிருந்து திருப்பச் செல்லும் வழியில் நின்றிருந்த கனகா, "ஏய் எங்க போறே" இழுவையான வார்த்தைகளில் கேட்டாள்.

"வீட்டுக்கு"

"தினம் இந்த வழியில நா உன்ன பாக்குறேன், இந்த அக்காகிட்ட உனக்கு விருப்பம் இருந்தா, வா நா உனக்கு ஒண்ணு காட்றேன். பயப்படாத இந்த அக்கா உனக்கு எப்பவும் நல்லதுதான் செய்வா, வா" என்றாள். முனகல் ஓசையோடு செல்லும் சிறுகுட்டி நாய்போல அவள் பின்னே சென்றான்.

27

அழைத்துச் செல்லும் வழியில் வேண்டு மென்றே கனகா அவன் தோளைத் தொட்டாள். மென்மையான பஞ்சு போன்ற கை அவன் மேல்பட்டதும், அவன் துடிதுடித்து நின்றான். அவன் உடலில் ஏதோ நிகழ்ந்தது. அவனையும் அறியாமல் பயந்தபடி "நா போறேன்" என்று கிளம்பினான்.

"கோச்சுகாதப்பா, சரி மேல கை வெக்கல, நா இல்லாம நீ எங்கேயும் போமுடியாது. உன்னைய எல்லோரும் தப்பாதான் பாப்பாங்க, அத மாத்தனும்னா என்கூட வந்தாதான் முடியும்." அவள் கூறிய வார்த்தைகள் அன்று முழுவதும் அவன் உள்ளத்தில் ஊறிக்கிடந்தன.

கருணாகரனுக்கு வேறு வழிகள் இருக்க வில்லை. கண்களை மூடி கண்ணீரை அடக்கிக் கொண்டான். கண்களில் விரியும் வாழ்க்கையை எப்போதும் காண்பதுதான். பாலைவன பெரும் பரப்பில் அவன் மட்டும் இருக்கும் சித்திரம். அவனுடன் வாழும் அப்பா, அம்மா, அண்ணன், அக்கா என குடும்பத்தினர்கள் அங்கு யாருமில்லை. அவர்களுக்கு இந்த உலகில் வேறு வேலைகள் வேறு நோக்கங்கள் உள்ளன. தனக்கு இந்த உலகில் இருக்கும் ஒரே நோக்கம் தன்னை முழுமையாக வெளிப்படவைப்பதுதான். அதற்கு ஊடகம் இந்த உடல். உடல் என்ற நிலத்தின் மீது நாம் கொள்ளும் உவகை ஆளுமை எல்லாமே அந்நிலத்தின் கட்டற்ற தன்மைக்காகத்தான். நிலம் பெரிய சூட்சுமங்களைக் கொண்டிருக்கிறது. அதில் வெளிப்படும் எதுவும் அதிலேயே முடிந்துபோகிறது. எதனாலும் அதற்கு ஒரு அர்த்தம் கற்பிக்க முடிகிறது. எல்லையின்மை யும் எல்லையும் சேர்ந்த உடலை எதற்குச் சுமக்க வேண்டும் என தோன்றும். உடல் ஒரு கருவி தான். அதற்கு இடப்பட்ட செயலை மட்டுமே செய்யக்கூடியது.

கத்தரிக்கோலின் இரு கத்திகளும் இணைந்து ஒன்றை வெட்டுகின்றன. அதை இயக்குபவனுக்குத் தெரியும் அதன் கூர்மை, வேகம், லாவகம் எல்லாம். ஆனால் மாற்றி இணைக்கப் பட்ட இரு கத்திகளால் எதை வெட்ட முடியும். கூரிய கத்திக்கு ஒப்பான இந்த உடல் இதன் முனைகள் ஒன்றை ஒன்று வெட்டி தன்னுள் வந்தவற்றைப் பிரிக்கச்செய்கிறது.

கவனமாகச் சொற்களைத் தேடும்போதெல்லாம் தோன்றுவது இனி வாழ்வின் முக்கிய தருணங்கள் இனிதான் வரப்போகின்றன என்கிற எண்ணம்தான். பள்ளி கல்லூரி போன்ற சமூகக் கூட்டத்தில் அவனுக்கு இருக்கும் மதிப்பு ஒரு நாயிற்கு ஒப்பானது. தெரு நாயையோ வெறிநாயையோ கண்டு பயப்படுவதும் அதைத் துரத்த நினைப்பதுவும் போன்றது. அவன் அப்பா அடித்து அவன் செய்கைகளை மாற்ற நினைத்தார். அடிகளுக்குப் பயந்து அவன் அப்படி செய்யாமல் இருக்கலாம் என்று நினைத்திருந்தார். முன்னிலும் வைராக்கியமும் ஆசையும் அதிகரித்தது. பெண் என்கிற சொல்லே அவனைத் தூக்கி நிறுத்தியது. பெண் எனும் அழகிய வடிவத்தை அவன் என்று பெற முடியும் என்று காத்திருந்தான்.

சைக்கிளை எடுத்துக்கொண்டு மாலை கனகாவைக் காணச் சென்றான். அவள் மிகுந்த பிரயாசையுடன் காத்திருப்பது தெரிந்தது. முலைகளை வேண்டுமென்றே பாதி திறந்து வைத்திருந்தாள். முலைகளின் செழுமை அவனுக்குச் சற்று அதிர்ச்சியளித்தது. எப்படி அதன் திரட்சி கூடிவருகிறது என்று கூர்ந்து கவனித்தான்.

“நீ வருவேன்னு எனக்குத் தெரியும். உனக்கும் இந்த மாதிரி பெருசா வேணுமா”

“எப்படி பெருசாவும்”

“அதுக்கு ஊசியெல்லாம் இருக்கு. உனக்கு வேணுமான்னா நா வாங்கி தாரேன்”

அவன் உதடுகளில் சின்ன சிரிப்பலையாக மலர்ந்ததைக் கண்டு “எல்லா திருநங்கைக்கு இந்த ஆசைதான். எனக்குச் சொல்லி தர யாரும் கிடைக்கல, கஷ்டப்பட்டு ஒவ்வொன்னா தான் கத்துக்கிட்டேன். இப்ப நமக்கு கம்யூன் இருக்கு. நம்ம கம்யூனுக்கு வந்துடு உனக்கு எல்லாம் புரியும்”

“அந்த ஊசி எங்க கிடைக்கும்”

“நா சொல்றேன், ஆனா யார்டயும் சொல்லக் கூடாது”

“சரி”

“பாத்தியா எப்படி கும்முன்னு இருக்குன்னு, என்ன தொட்டுப் பார்க்கணுமா”

“இல்ல திட்டுவாங்க”

“யாரு, சும்மா தொடு, அமுக்கு, புழி யாரும் உன்னய எதுவும் சொல்ல மாட்டாங்க”

பர்மா பஜார் பகுதி, அங்கு மனிதர்கள் கலசலாக ஓடிக் கொண்டிருந்தார்கள். கூட்ட சாலையிலிருந்து மூத்திரம் சந்தாக இருந்த சின்னச் சின்ன சந்தாக அழைத்துச்சென்று இருண்ட ஒரு பாதையின் நடுவில் நின்றுகொண்டாள். பக்கத்தில் பெரிய சாக்கடை அதன் பின்பக்கத்து முகப்பில் பெரிய சாப்பாட்டுக் கடை இருக்க வேண்டும். அவள் மேலாக்கை விலக்கிக்கொண்டாள். அவன் இப்போது அவளைத் தன்னம்பிக்கை மிகுந்த பெண்ணாக எண்ணத் தலைப்பட்டிருந் தான். அவன் கை விரல்களுக்குச் சிறியதாக இருந்தது. பஞ்சு போன்று விரல்களுக்குகிடையே மீறியது கனகாவிற்கு அவன் செய்கையில் மகிழ்ந்து பனியனைக் கழற்றுவதுபோல ஜாக்கெட்டை மேலே தூக்கினாள். மரத்திலிருந்து உதிரும் மாங்காய்கள்போல் இரண்டு முலைகளும் வெளியேறின.

கூச்சங்கள் விலகி வெறிகொண்ட விலங்குபோல ஆனான். அவன் பிழிய தொடங்கியதும், அவள் உதடுகள் கோணலாக மாறி அதிகப்படியான உணர்ச்சிகளை வெளிக்காட்டினாள். “நீ ரொம்பத்தான் பாஸ்டா இருக்க” என்றாள். அவள் அவன் குறியைப் பிடித்துக்கொண்டாள். பிடித்து ஆட்ட, அவன் குறியில் ஏதோ ஒழுக கால்களால் இருக்கி பிடித்துக்கொண்டான். அப்படியும் அவன் வலியால் முகத்தை சுருக்க, “சரி போதும் வா” என்றாள். மீண்டும் அணிந்துகொண்டு, “வா உன்னைய ஒரு ஆளுக்கிட்ட கூட்டிகிட்டுப் போறேன்” என்று நடந்தாள்.

அவள் நடை முன்னிலும் அதிக ஆடல்களுடன் இருந்தது. இடுப்பையும் முலைகளையும் வேண்டுமென்றே அதிகமாக அசைப்பதில் அவள் உற்சாகமாக இருக்கிறாள் என்று தெரிந்தது. அவள் செய்கையில் தெரியும் செயற்கைதனம் அவனையும் உற்சாகமூட்டியது. தன் முழுஆர்வத்தையும் திறந்து வைத்தான். எப்படியும் தனக்குப் பெரியதான முலைகள் கிடைக்கும் என்ற மகிழ்ச்சி இருந்தது.

அவன் சென்ற இடம் பெரிய கட்டிடத்தின் சிறிய சந்து. அதன் குறுகிய சந்தில் நீண்ட நடைக்குப் பின் ஒரு சிறுவெட்ட வெளியின் நான்கு பக்கமும் அறைகள் கொண்ட சிறிய பகுதி வந்தது. ஒவ்வொரு இடத்திலும் மாற்றப்பட்ட பெண்கள்

குழுவாக இருந்தார்கள். அவர்கள் இவனைக் கண்டதும் ஓடி வந்து கட்டிக்கொண்டார்கள்.

ஒரு பெண் அவன் குறியைத் தொட்டாள். சிரிப்பலைகள் பரவின. உண்மையில் அவன் பெரும் மகிழ்ச்சியில் இருந்தான், தன் மனதொத்த மனிதர்கள் இருக்கும் கூட்டத்தில் தன்னிடம் விளையாடும் நண்பர்கள் கிடைத்துவிட்டதில்.

“ஏ இவனுக்கு அந்த ஊசி வேணுமான்டி”

“வா வா நா தரேன்” என்று நிஜப் பெண்போல் இருந்த கயல் அழைத்துச்சென்றாள். உள்ளறைக்கு மூவரும் சென்றதும், “ஐயாயிரம் எடு” என்றாள் கயல். அவன் தேர்விற்குக் கட்ட இருந்த பணம் இரண்டாயிரம்தான் இருந்தது. அதை எடுத்துக் கொடுத்ததும், “சரி எம்தம்பிக்கு இதுகூடச் செய்ய மாட்டேனா”, பணத்தை வாங்கிக்கொண்டு அவன் கன்னத்தில் முத்தமிட்டாள்.

“ஊசி போட்டதும் எனக்கும் மாரு வந்துடுமா” என்றான்

“பாரு உனக்கு எப்படி பெருசா வருதுன்னு, இது இந்தோனேசியாவுல தயாரிக்கிற பொருளு, சும்மா கும்முன்னு இருக்கும்”

லாவகமாக ஊசி செலுத்த அவளுக்குத் தெரிந்திருந்தது. ஊசி செலுத்திய பின் லேசாகத் தலைசுற்றலை உணர்ந்தான். “சரி பெருசா ஆனோன்ன வீட்டுல கேப்பாங்கல்ல என்ன பண்ணட்டும்.”

“அவ்வளவு சீக்கிரமா வராது, ஆனால் வந்துடுச்சுன்னா, இங்க வந்துடு நாம பாத்துக்கலாம்” என்றாள்.

அவன் மனக்கண் முன் அந்தச் சித்திரம்தான் இருந்தது. வீட்டில் இருக்க முடியாதபோது அவன் இங்குதான் வர வேண்டி யிருக்கும் என்று. இந்த கம்யூன் தன்னை ஒரு ஒழுங்கிற்குக் கொண்டுவரும் என நினைத்தான்.

தன் முலைகள் பெருகும் நாளுக்கு அவன் மனம் காத்திருக்கத் தொடங்கியது. ஒவ்வொரு செல்லாகத் தன் உடல் வளரும் அழகைக் கண்டுக் கொண்டிருந்தான். அம்மா அவனை காணும்போதெல்லாம் ஓடி ஒளிந்துகொண்டான். அப்பா அவனைக் காணநேரும் சமயங்களில் வீட்டில் இல்லாமல் குரூப் ஸ்டெடி என்று வெளியே சென்றுகொண்டிருந்தான். அவனுக்கு ஆண் உடைகளிலிருக்கும் வெறுப்பு நாளுக்கு நாள் அதிகரித்துச்சென்றது. நடுவே ஒரு முறை கனகாவைச் சென்று கண்டான். அவன் அவசரத்தைக் கண்டவளாக “வா உன்ன தாயம்மாகிட்ட கூட்டிக்கிட்டுப் போறேன்” என்றாள்.

முன்நெற்றில் லேசாக வழுக்கை விழுந்த கண்களில் பெண்மை என்னும் அன்பைத் தேக்கிவைத்திருந்த தாயம்மா அவனைக் கண்டதும் “வா புள்ள, கனகா சொல்லிச்சு, உனக்கு என்ன தேவைன்னு எனக்குத் தெரியும். இன்னிக்கு நாள் நல்லா இருக்கு எடுக்க வேண்டிய நாள்தான்” என்றாள்.

உண்மையில் அவள் என்ன சொல்கிறாள் என்று தெரிந்திருந்தது. ஆனால் மனதில் பயமும் தயக்கமும் இருந்தது. “பயப்படாத, உனக்கு வலி தெரியாம எடுக்கிறேன், இந்த தாயம்மாவ நம்பலாம்.” அவள் பெயர் ரேணுகா. வயது முதிர்ந்த திருநங்கை அதற்குரிய அழகிய கண்களும், கண்களை மூடி சொக்கி திறப்பதில் அவள் பெண்மை தெரிந்தது. எல்லா அறிந்தவள் என்கிற பாவனை அது. நம்பிக்கை கொண்டான். “சரி நா பண்ணிக்கிறேன்” என்றான்.

“பொருள நீ பார்க்கக் கூடாது, பார்த்த உனக்கு வலி தெரியும் இந்தா இந்தப் பாவடைய கட்டிக்க என்று கொடுத்தாள்.” உடைகளை உருவியதும் அவளே இடையில் அதற்கான பாவடையைக் கட்டிவிட்டாள். கண்களை மூடி படுத்திருந்த அவனது குறியையும் விரையையும் சேர்த்து ஒரு இறுக்கமான டொயின் நூலின் பலத்துடன் இருந்த கயிற்றுடன் அவள் சொன்ன ஒரு பொருள் சேர்த்து கட்டியிருந்தாள். அது மிக அழுத்தமாக இரண்டையும் பிடித்திருந்தது. பாவடையை மூடிவிட்டு “எழுந்து பத்து நிமிஷம் நட தூக்கி பாக்கக் கூடாது என்ன” என்று சொன்னாள். சரியென்று நடக்கத் தொடங்கினான். அந்தப் பத்து நிமிடத்தில் பல பொருட்கள் சேர்த்த காசாயமும், சூடு எண்ணையும் தயார் செய்ய சென்று விட்டாள்.

கத்தியைப் போல பலம் கொண்ட அந்தப் பொருள் அந்த இடத்தில் ரத்த ஓட்டத்தை நிறுத்திவிட்டது என நினைத்தான். தாயம்மாவின் உதடுகளும் கண்களும் பாதி மயக்கத்தில் போதையில் இருப்பதுபோல அவன் படுத்திருந்த நிலையில் பார்க்க முடிந்தது. கண்களைச் சற்று தாழ்த்தி அவன் தலைமாட்டில் இருந்த கடவுள் உருவங்களைப் பார்த்து வணங்கினாள். பெரிய குங்குமப் பொட்டு அவள் நெற்றியில் இருந்தது. அது அவள் கண்களை மறைத்துவிடும் என நினைக்கும் போது அவன் பாவாடையைச் சற்று விலக்கிப் பலமாக அந்தப் பொருளை இழுக்க உறுப்பை இழந்த துடிப்பு அவன் உடல் முழுவதும் பரவியது. தாங்க முடியாத வலியால் புரண்டவனைக் கொட்டியாகப் பிடித்து நேராக்கி வைத்தாள். ரத்தம் ஓடியதைத் தன் தொடைகளில் உணர்ந்தான். சூடான எண்ணெய்யை அங்கே ஊற்றி இன்னும் வலியை அதிகப்படுத்தினாள். வலியால்

அழுதவனை நெஞ்சால் அணைத்து "இந்தக் கஷாயத்தைக் குடிச்சுடு" என்று கொடுத்தாள். கொடுத்தபின் வலியோடு மயக்கமுற்றான்.

எழுந்த பின்னும் வலி இருந்தது. இரு நாட்களாக வலியால் பத்து நிமிடம் துடித்துவிட்டுத் தூங்கிப்போனான். எழும்போதெல்லாம் கஷாயம் கொடுத்தாள் தாயம்மா. மூன்றாம் நாள் எழுந்தபோது பாரமற்று இருப்பதை உணர்ந்தான். உடலில் தேங்கியிருந்த பொருள் கரைந்து ஓடியதுபோலிருந்தது. தன்னைக் காணும் ஆர்வத்தைச் சற்று தள்ளிவைத்திருந்தான். கழிவறைக்குச் செல்லும் ஒருநாள் கண்டபோது அந்த இடம் வண்ணம்பூசிய சுவர் போலிருந்தது.

இனி ஆண் அல்ல, பெண். மனிதனல்ல மனுஷி, அவன் அல்ல அவள். அதற்கும் மேல் தாய். தாயன்பு சுரக்கும் தாயம்மா. வெளியிலிருந்து "ரேஷ்மி" என்று குழந்தையை அழைப்பது போன்ற அழைப்பு, தாயம்மாவின் குரல் கேட்டது.

28

பெரிய விளையாட்டுக்கூடம் போலிருந்தது வீட்டுக் கூடம். கூடத்தின் ஓரங்களில் மட்டும் ஒழுங்கற்று இருந்தன பொருட்கள். நடுவில் பரந்த இடம். குழந்தைகள் விளையாட இடம் வேண்டும் என பிரியப்பட்டாள் பத்மா. ஆனால் ஆச்சரியம் எல்லா பொருட்களையும் எடுத்துக்கொண்டு ஓரங்களில்தான் விளையாடின குழந்தைகள். ஓரங்களில் அவர்களுக்கான ரகசியங்கள் இருக்கிறதென தோன்றியது. அவர்களை அழைத்து நடுவில் பொருட்களை வைத்து விளையாட்டைத் தொடர சொன்னபோதும், ஓரங்களை நோக்கியே சென்றனர். அப்பாவை ஒரு உறுப்பினராகச் சேர்த்துக்கொள்ள சற்று நேரம் எடுத்தது அவர்களுக்கு.

“நா போயி காய்கறியும், பழங்களும் வாங்கிட்டு வாரேன் வீட்ட பாத்துக்க” என்று சொல்லிவிட்டுச் சென்றாள் பெரியவள்.

“சரி அக்கா, நா யேனத்த கழுவிட்டு, வீட்ட பெறுக்கி வைச்சு, புள்ளைகளப் பாத்து கிட்டிருக்கேன் நீங்க போயிட்டு வாங்க” என்றாள் சின்னவள்.

“பாத்துகிறேன்னு சொல்லி தூங்கிடாத, கொஞ்ச நேரத்துல வந்துடுவேன்”

“சரிக்கா”

பெரியவள் காய்கறி வாங்க ஒரு பிரோ பக்கம் சென்றாள். “அ அது குடுங்க, இந்த காய கொடுங்க” என்று சத்தமிட்டுக் கேட்டாள். அவள் கைஉருட்டி வாங்கியது பெரிய கத்திரிக்காயா இருக்கும்.

சின்னவள் வீட்டைப் பெறுக்கத் தொடங்கி னாள். அவள் அழகிய கொக்காக மாறி தன் அலகால் தரையைத் தீண்டுவதுபோல நடித்துக்

கொண்டிருந்தாள். மற்றொரு மூலையில் இருந்த டேபிளுக்குச் சென்று இந்தப் பழங்களைக் கொடுங்க என்று கேட்டு வாங்கிக்கொண்டாள் பெரியவள். மற்றொரு மூலைக்குச் சென்று மளிகை சாமான்கள கொடுங்க என்று கேட்டபோது சின்னவள், பாத்திரங்களை விளக்கி வைக்க ஆரம்பித்தாள்.

வீட்டிற்கு நுழைந்தபோது அவளுக்கு வேர்த்துக் கொட்டியது. தன் சால் தலைப்பை வலதுபக்கமாக எடுத்து நெற்றியில் துடைத்துக்கொண்டாள். "ஸ் அப்பா என்ன வெயிலு" என்று அலுத்துக்கொள்ளும்போது, "அக்கா ஏங்கா இப்படி வெயில போறீங்க, கொஞ்ச நேரம் சென்டுதான் போறது" என்றாள் சின்னவள்.

"ஆ கொஞ்சம் லேட்டா போனா எல்லா காய்கறியும் தீந்துடுது, அப்புறம் நல்லாவா இருக்கும்"

"சரி தோசை விடட்டா அக்கா"

"சரி எனக்கு ரெண்டு தோசை, புள்ளைங்களுக்கு ரெண்டு, உனக்கு அஞ்சு தோசை விட்டுக்க"

இருவரும் சாப்பிட நடுவில் பிள்ளைகளுக்கு ரெண்டு தோசைகளை விட்டெறிந்து "இந்தா ரெண்டும் சாப்பிடுங்க" என அதட்டினாள்.

"சரி நா கொஞ்சம் தூங்கிறேன் செல்வி, கொஞ்ச நேரம் கழிச்சு சமைப்போம்."

"சரிக்கா நானும் தூங்கிறேன்" என்று தூங்க ஆரம்பித்தனர் இருவரும்.

குறட்டைஒலி வழுவாகக் கேட்டதும் அவன் தன் கூர்ந்து கவனித்தலிலிருந்து விலகினான். "பிள்ளைகளா ஏன் இன்னும் தூங்கிறீங்க விடிஞ்சிடுச்சி பாருங்க" என்றான்.

அவர்கள் சலிப்புடன் "அய்யோ அப்பா, இது காலைல, ராத்திரி தூங்க இன்னும் நேரமிருக்கு" என்றார்கள். அவனது நேரமின்மையும் அவர்களது நேரமுடிவும் வரும்போது பத்மா உள்ளே வந்தாள். "ஏன் சுப்பு இன்னும் ஆபிஸூக்குப் போகாம இருக்க" என்றாள். மிகப்பெரிய தவறு நடந்துவிட்டது போன்ற அவளது பாவனை அவனுக்கு எரிச்சலூட்டியது. அலுவலக வேலைகளில் இருக்கும் சலிப்பை மிகச் சமீபமாக அவன் உணர்ந்தபடி இருந்தான். வெறும் ஓட்டப்பந்தயம் மட்டுமே யான விளையாட்டில் சலிப்பூட்டும் வெறுப்புணர்ச்சிகளைக் கொண்டிருப்பதை வெறுத்தான். அது பத்மாவிடமிருந்து முற்றிலுமான விலகலிலிருந்து தோன்றுகிறது என நினைத்தான்.

பத்மாவை வெறுக்கும் ஒரு உக்கிரமான மனநிலை மனதில் தோன்றும் என சுப்ரமணியன் நினைத்ததில்லை. சில விஷயங்களை அவளிடம் கலந்துக்கொள்ள முடிவதில்லை. என்ன செய்தாலும் அவள் சொல்பவைகளைக் காது கொடுத்துக் கேட்பதில்லை. எல்லா விஷயங்களையும் முன் தீர்மானங்களுடனேயே அணுகுகிறாள். மேம்போக்கான கருத்துகள்தாம், ஆனால் அவற்றை முழுமையாக அழுத்தமாக நம்புகிறாள். அவள் சொல்வதில் எதுவும் பிழையில்லை, புரிதலில் தவறில்லை என்று திடமாக நம்புகிறாள்.

அவ்வெரிச்சலே அவனைப் பேசத் தூண்டியது. "பத்து, எனக்கு வேலைல பெரிய ஈடுபாடு இல்லை, நா வேலையா விட்டுடலாம்னு இருக்கேன். வேற எதாவது பிஸ்னஸ் செய்யலாம்னு தோணுது."

அவனைக் கூர்ந்து கவனித்தாள். இதுவரை இவனைச் சரியாகக் கவனிக்காமல் விட்டுவிட்டோமா என்கிற எண்ணத்துடன் அவனைப் பார்த்தாள்.

"என்ன புதுசா சொல்ற சுப்பு, இதுவரை இந்த வார்த்தையைச் சொன்னதேயில்லை, வேலைய வுட்டுட்டா சாப்பாட்டுக்கு என்ன பண்றது"

அவளிடம் இது குறித்துப் பேசியிருக்கக் கூடாது அவசரப் பட்டுவிட்டேன் என நினைத்தான். இதை மனதில் வைத்தே பேசிப்கொண்டிருப்பாள். புலியிடம் சென்று இவ்வாறு நடந்துக் கொள்ளாதே என்று சொல்வதற்கு ஒப்பானது பத்மாவுடன் விவாதங்கள் செய்வது. அவள் ஆறுதலாகச் சில வார்த்தைகளைச் சொல்லுவாள் என நினைத்துச் சொன்னவை என்று நினைவில் வந்ததும் சிரித்து "பயந்துட்டியா பத்து, சும்மா சொன்னது அதபோய் பெருசா எடுத்துக்காதே". முன்னிலும் பயந்தாள் பத்மா. "இப்படி எதையாவது பேசிகிட்டே இரு சின்ன பிள்ளையாட்டம், பேசுறத நிறுத்தி கொஞ்சம் பெரிய மனுஷனா இரேன்". அவள் விலகிச் சென்றதும், தான் நினைப்பதும், அவளிடம் பேசுவதும் வேறு வேறுதான் என நினைத்து வருத்தமேற்ப்பட்டது.

உண்மையில் சலிப்புடன் இந்த வேலையைத் தொடர்வது எப்படி என தோன்றவில்லை. வேலையைவிட்டு வெளியே வந்த பின்னும், வீட்டில் சும்மாயிருப்பதும் பெரிய இடையூறாக இருக்கும் என தோன்றியது. வேலையின் மீதான சலிப்பு அவள் உடல்மீதானது என தோன்றியது. உடல் வெளிப்படுத்தும் உடல்மொழியின் அகத்தையை வெறுப்பது. அதன் மூலம் அவள் அகத்தை வெறுப்பது. ஒவ்வொரு நாளையும் சலிப்பூட்டும்

படியாக அமைத்துக்கொள்ளவைக்கிறாள். ஒரே மாதிரியான நாட்களை அவன் மனம் விரும்பவில்லை. புதியவைகளைக் கண்டறியும் உத்வேகம் மனதில் தோன்றும் போதெல்லாம் அவள் முகம் முன் வந்து எரிச்சல் ஊட்டியது. அவள் பதைக்கும் ஏதோ ஒரு பொருளுக்காகத்தான் தன் மனம் அலைகிறது என நினைத்தான். அவளை வெறுப்பதற்குத் தேடும் காரணங்கள் தனக்குக் கிடைக்கும்வரை மனம் சலிப்பிலேயே இருந்தது.

அவளது வெறுப்பைத் தன்னுணர்வின் தடத்திலிருந்தே அறிந்துக்கொண்டான். அவள் ஒவ்வொரு சொல்லையும் தன் அகத்தின் மீதிருக்கும் உடலிலிருந்து மட்டுமே எடுக்கிறாள். அவள் உடலால் மட்டுமே சிந்திக்கிறாள். அவள் சிந்தனையின் வேகம் உடலின் வேகத்துடன் ஒத்திருப்பது. உடல்நலக் குறைவால் அவள் தளர்ந்தால் அவள் சிந்தனையும் தளரும்.

உருளும் மலை பாறையின் வேகத்தின் முன் பனித்துகள் களாக நிற்பதன் பொருளற்று காய்ந்தபடி நின்றான். எங்கே இது நிகழ்கிறது என யோசிக்கும் தோறும் அது நிகழ்வின் முதல் மையத்தைச் சென்று சேருமிடத்தில் இருந்தது. தோல்வியால் அவன் உடல் துவண்டாலும் அவளைக் காக்க வேண்டும் என அவன் நினைப்பது அவளுக்குத் தெரிந்து இருந்தது, அதை அவள் ஒவ்வொரு கணமும் கேட்டபடி இருந்தாள். அவளது உணர்வுகள் வெறும் உடல்தானா என்கிற பதற்றம் நாளுக்கு நாள் வளர்ந்தபடி இருந்தது. அவளை நிறுத்தி கேட்க நினைக்கும் கேள்விகளுக்கு அவள் அளிக்கப்போகும் பதில் தெரிந்து இருப்பதனால் எந்த சுவாரஸ்யமும் இல்லாமல் வறண்ட நிகழ்வாக மனதில் நிகழ்ந்துகொண்டிருந்தது.

பத்மாவின் ஆசைகள் முற்றிலும் வேறுமாதிரியானவை. ஒரு துளியில் நிற்கும் காலம் மட்டுமே கொண்டது போன்றவை, ஆனால் அதில் அவள் வாழ்நாளை நிறுத்துகிறாள். உணவை உண்ணும் ஆசை வந்ததும் பின் அதை அடைவதும் சாதாரண நிகழ்வாக இல்லாமல் பெருத்த சலனத்தை அளிக்கும் சலிப்புடன் இருக்கிறாள்.

அவற்றை அடையும்வரை அவள் மனம் அற்பவாழ்வை வாழ்ந்து கொண்டிருக்கும். நிகழ்வை ஒத்திப்போட முடியாமல் அவள் தவிக்க மற்றவர்களைத் துணைக்கு அழைப்பது அவன் மனதை வெறுமை கொள்ளவைத்தது. மெதுவாக சுப்ரமணியன் தன் வாழ்கையின் முதல் பகுதி முடிவிற்கு வருகிறது என நினைத்தான். வெறும் உடல் சார்ந்த தேடல்களும் அதன் மீதான அதீத பாசங்களையும் கொண்ட நடிப்பு இல்வாழ்க்கை ஒரு

இடத்தில் நிறுத்தப்பட வேண்டும் என நினைத்தான். உடலுக்காக வேறு ஆணையும் தேடுகிறாள் என தோன்றியது.

"ஏன் சுப்பு, நீ என்ன எதுக்குக் கட்டிக்கிட்ட, சந்தோஷமா வெச்சுக்க மாட்டியா"

என்ற அவளது வார்த்தையில் இருக்கும் பல நூறு அர்த்தங்களை அவன் மனம் யோசித்தபடி இருந்தது. தன்னை தன் உள்ளுணர்வை, தன் உள்ளக்கிடங்கை திருப்திபடுத்த நினைக்கும் போதெல்லாம் அவள் இருப்பு குறுக்கே வருவதை கண்டான். இரண்டில் ஒன்றை மட்டுமே பெற முடியும் என்று அவள் தன்னைத் தள்ளிவருவதாகத் தோன்றியது. ஒன்றை விலக்கி மற்றொன்றைப் பெற முடியும் என்கிற தோற்றத்தை அவள் உண்டுபண்ணியபடியே இருக்கிறாள். இதோ அவள் வரும் ஓசை கேட்கும்போது அதில் அவன் லயிக்க முடியாமல் பயம் மனதில் உண்டுபண்ணுவதை நிதானமற்று கவனித்தான். அவளைப் பிரிவதால் ஏற்படும் துயரங்கள் அளவில் மிக குறைந்தவையே என்று எண்ணினான்.

29

பத்மா என்கிற பெயர் அவன் இளமையில் ஒலித்த அந்தரங்கமான வார்த்தை. அது அவன் ஆழ்மனதில் முன்பே எழுந்துவிட்ட வார்த்தை போன்றிருந்தது. அதை அவன் உச்சரிப்பதி னாலேயே அவனைவிட்டு விலகிச் செல்கிறது என நினைத்தான். தன்னைச் சுற்றி சுழலும் காற்றின் வேகத்தில் அதுவும் இருந்தது. கவிதைகள் எழுத நினைக்கும்போதெல்லாம் பத்மா என்றே தொடக்கமாக அவள் பெயரை எழுதினான். தாமரை, பூ, மலர், இதழ், விரிவு, அடக்கம், மையம், மென்மை, என்று எல்லா எல்லைகளையும் அந்தப் பெயரிலிருந்து அவன் கண்டடைந்தான். அவள் குரல், வாசனை, இளமை, எல்லாமே அப்பழுக்கற்ற தூய்மை நிறைந்தது என நினைத்தான். அவள் செழுமையில் அவன் ஓர் அங்கமாகியிருந்தான். மெதுவாகத் தன்னை ஆட்படுத்திக்கொண்டிருக் கிறாள் என நினைத்தது கனவில்தான். கனவு திறந்திருக்கும் கதவை மூடி உள்ளிருக்கும் ஒன்றைக் காட்டிய தருணம். அதுவரை அது தெரிந்தபடிதான் இருந்தது. அதை மூடியதும் துலக்கமாக அவன் அதை உணர்ந்தான்.

இருளும் வெளிச்சமும் சட்டங்களாகத் தெரிந்தன. அவன் கண்டது ஒரு வீட்டை, அதன் முன்னே கருப்பும் வெளுப்புமாக படிகள் இருக்கும் ஏணி. எல்லா பக்கமும் அடைத்திருந்த வீட்டினுள் செல்ல வேறு வாசல்கள் இல்லை. நான்கு பக்கமும் சுவர்கள்கொண்ட வீட்டை இதுவரை அவன் கண்டதில்லை. ஏணியில் ஏறி சரிந்த கூரையை அடைய அங்கே ஓட்டை இருந்தது. இறங்குவதற் கான வழி. உள்ளே எட்டிப் பார்க்கக் கரும் இருட்டில் வானத்தின் வெளிச்சம் மட்டும் சதுரமாகத் தரையில் தெரிந்தது. அங்கு அவனை எட்டிப் பார்க்கும் ஒரு மனிதனின் தலை தெரிந்தது.

துணுக்குற்றுப் பார்க்க, அது அவனது நிழல். ஆனால் அவன் முகம் பிரதிபலிப்பில்லாமல் உண்மையாக இருந்தது.

அது அவன்தான், ஆனால் அது அவனது நிழலல்ல. உண்மையில் அது அவனே அங்கிருக்கிறான். படிகளின் வழியே கீழிறங்கிய ஓரமாக நின்றதும் அவன் படியேறி மேலே கூரைக்குச் சென்றிருப்பது தெரிந்தது. அதிர்ந்து மேலே நோக்கியபோது அவன் கீழே நோக்கிக்கொண்டிருந்தான். சதுர வெளிச்சம் மற்றொரு சிறிய ஒரு பள்ளம். கீழே எட்டிப் பார்த்தபோது படிகள் செல்வது தெரிந்தது. அங்கே அவனும் இருந்தான். கீழே இருப்பவன் தன்னை நோக்குகிறானா அல்லது தன்னைத் தேடி அவனும் கீழே நோக்குகிறனா என எண்ணினான். தொடர்ச்சி யாகப் பிரதிபலிக்கும் இரு கண்ணாடிகளில் இடையே அவன் இருப்பது உண்மை உருவங்களாக. எத்தனையாகப் பிரிந்திருக்கிறான். எதைக்கொண்டு அவர்களை எப்படித் தன்னுடன் இணைத்துக்கொள்வது என்று குழப்பமாக இருந்தது. சுப்பிரமணியைப் பிரதிபலித்த அனைத்துப் பிம்பங்களும் பத்மாதான் என தோன்றியது. அதன் பின் ஒளிந்திருப்பது அவள் தான். அவளின் எள்ளல்கள், கூச்சல்கள், வெறுப்புமொழிகள், அவளது சிந்தனையற்ற எண்ணங்கள், படைப்பாற்றலற்ற அவளது எண்ணங்கள் அந்தப் பிம்பங்களில் பிரதிபலித்தன. ஒவ்வொன்றும் தனித்தனியாகப் பிரதிபலித்தன. பிம்பங்கள் வெளியேறினால் மட்டுமே அவனால் அந்தச் சுழலிலிருந்து வெளிவர முடியும்.

மீண்டும் கீழே இறங்கிச் சென்றபோது மேலே அவன் அடுத்தடுத்த நிலைகளில் இருந்தான். கீழே அதேபோல். எத்தனை நான்கள். எத்தனை உடல்கள், அவற்றைக் கொல்ல வேண்டும் அல்லது முழுமையாக அந்தத் தொடரிலிருந்து தன்னை விலக்கிக்கொள்ள வேண்டும். அவர்களைக் கொல்வது பத்மாவை விலக்குவதுதான். அவள் இல்லாமல் வீடு இல்லை. அவள் இல்லாமல் உறவு இல்லை, தொடர்பு இல்லை. அல்லது மனித வாசனையற்ற இடத்திற்குச் செல்ல வேண்டும் தனியாக. தனிமை என்பது உருவமற்ற வெளியில் நடைபயில்வது.

ஏன் பத்மாவின்மீது வெறுப்பும் அதேவேளை அவள்மீது விருப்பமும் ஏற்படுகிறது? அவள் உடல்மீது ஆசையும் மனம்மீது வெறுப்பும் இருக்கிறது. அவள் உடலை வெறுக்கத் தொடங்கினால் அவளைவிட்டு விலகிவிட முடியும். அவள் உடல் நரம்பு, ரத்தம், சளி சேர்ந்த உருவகமாக நினைத்தால் அது முடியலாம்.

அவனை அவள் எழுப்பியபோது மதியமாகியிருந்தது. கூடத்தில் படுத்துத் தூங்கிக்கொண்டிருந்த அவன் கன்னத்தைத் தட்டி எழுப்பினாள் பத்மா. அவள் சொல்லும் வார்த்தைகளில் இருக்கும் அர்த்தம் புரிய சற்று தாமதமானது.

குழந்தைகள் உள்ளறைக்குச் சென்று கூச்சலிட்டு விளையாடிக்கொண்டிருந்தன. தொலைக்காட்சியில் ஏதோ ஓடிக்கொண்டிருந்தது. பக்கத்தில் இரண்டு வீடு தள்ளி ஒரு வீட்டில் ஏதோ வேலை நடக்கிறது. சுத்தியலின் ஓசையும், மனிதர்களின் பேச்சுகளும் கேட்டன. தெருவில் நாய்களின் கூச்சல்கள். பழகின சத்தங்கள் என்றும் நின்று கவனித்திராதவை இன்று புதியனவாகக் கேட்டன. அதுவரை அவ்வோசைகளை மூளையில் பதியவிடாமல் தன் ஆழ்மனம் செய்திருக்கிறது. உறங்கி எழுந்து அமர்ந்ததும் குளித்து பச்சை வண்ண டாப்ஸ், பாவாடை அணிந்து அவன் முன்னே நின்றிருந்தாள். வீட்டு வேலைகள் செய்ய ஏதுவாக அவள் அணியும் உடைகள்.

கீழிருந்து பார்க்கும்போது அவள் உடல் பெருத்த ஒரு விலங்கு போன்றிருந்தது. அவள் இடை உடலிலிருந்து தனியே பிரிந்து நின்றிருந்தது.

"சாப்பிடு, சாப்பிட்டுப் படுத்துத் தூங்கு, என்னய எதுக்கு இவ்வளவு சாப்பாடு பண்ணவெச்சு வேஸ்ட் பண்ற" என்றாள்.

புத்தகங்களைப் படிப்பதைக் கண்டால் அல்லது உற்சாகமாகக் குழந்தைகளுடன் பேசினால், பத்மா சலிப்புறும் கோபத்துடன் கத்தினாள். சலிப்புடன் அவள் இருக்கும் முகத்தைப் பார்க்கப் பயமாக இருந்தது. பதற்றமாக அவனைத் தன் பக்கம் ஈர்க்கும் முயற்சியோடு எதாவது ஒரு வேலையை அவனுக்குச் சொல்ல தொடங்கினாள். "என்ன பத்மா இது, நா கொஞ்சம் ஓய்வா உட்கார்ந்த உனக்குப் பிடிக்க மாட்டேங்குது, உடனே எதாவது ஒரு வேலையைச் சொல்ல தொடங்கிடற."

அமைதியான சூழலில் அவளால் இருக்க முடியவில்லை. சுறுசுறுப்பாக இருப்பது ஒரு புத்திசாலித்தனமாக வாழ்க்கையாக நினைத்தாள். கண்கள் சுருங்க எதாவது ஒரு வார்த்தை மாறி வெளிவரும் தடுமாற்றத்திற்குக் காத்திருந்தாள். ரேஷ்மாவுடன் அவன் பேசுவது அவளுக்குப் பிடிக்கவில்லை. அவளைக் காணும் போதெல்லாம் தலையில் தீப்பிடித்ததுபோல அலறினாள். ரேஷ்மாவுடன் அவனை இணைத்துப் பேசுவது நாளெல்லாம் வலியைத் தந்தது. ரேஷ்மாவின் பின்னால் செல்லும் ஒரு சித்திரத்தை அவள் தினமும் வரைந்துகொண்டிருந்தாள். பெண்ணில்லாத அவளுடன் தன்னை இணைத்து அவள்

கே.ஜே. அசோக்குமார்

பேசுவது அவளுக்குக் கோபமோ வெறுப்போ தருவதற்கு மாறாக ஆர்வம் மட்டுமே தருவதாக நினைத்தான்.

அவன் பேசியதில் இருக்கும் அர்த்தத்தைப் பிரித்து, “ஏன் இப்படி சொல்ற, நா உனக்கு அப்படி தெரியறேனா” என கத்த ஆரம்பித்தாள். அவள் கத்துவதைப் பொருத்துக்கொள்ள மீண்டும் கத்தி கூப்பாடுபோட ஆரம்பித்தாள். வாழ்க்கை சலிப்புகளைத் தாண்டி அது மிக சமீபமாக நிகழ்கிறது என நினைக்கும்போது சுப்ரமணியனுக்கு ஆச்சரியமாக இருந்தது. உண்மையில் அவளுக்கு வேறு எதாவது பலமான பிரச்சினையாக இருக்குமோ என தோன்றியது.

தன்னைத் தொகுத்துக்கொள்ள தினமும் முயற்சித்துக் கொண்டிருந்தான் சுப்பிரமணியன். எதையாவது சொல்லி அவளிடமிருந்து தப்பித்துக்கொள்வது தினமும் நடக்கிறது. ஆனால் இது அதிக நாள் இப்படி நீடிக்க முடியாது. ஏதோ ஒரு இறுதி முடிவு இருக்கும் என்று நினைத்தான்.

எந்த புதிய படைப்பாற்றலும் இல்லாமல் பத்மா கரையான் புற்றுக்குத் தன்னைத் தின்ன கொடுத்துவிட்டது போலிருந்தாள். குழந்தையைப் பெற்றெடுப்பது பெண்களுக்கு மிகப்பெரிய படைப்பாற்றலை அளிக்கிறது. படைப்பாற்றலின் நிறைவுறுதலை அது வலியுறுத்திக்கொண்டேயிருப்பதால் என்னவோ அவர்களுக்கு வேறு எதன் மீதும் ஆர்வம் குறைந்துவிடுகிறது போலும். மற்ற எந்த குறைந்த ஆற்றல் கொண்ட விஷயங்களை யும் பார்க்கும்போது கோபம் கொள்கிறார்கள். ஒரு பெரியம்மா அப்படி இருந்தாள். பத்மாவும் அப்படி மாறியிருக்கிறாள். அழகிய உடைகள், காதணி, கழுத்து அணிகள், வளையல்கள், காலணிகள் மீது பத்மாவிற்கு இருந்த ஆர்வங்கள் குறைந்துவிட்டன. அவள் எந்த உடைகளையும் அணிந்துகொள்வதும் கழுத்துக் காதுகளுக்கு அவள் எதுவும் அணியாமல் வெளியே சென்று காய்கறி பழங்கள் வாங்கவும் குப்பைகளைப் போடவும் பழகியிருந்தாள்.

அடுப்படியில் ஒரே வேலையை மீண்டும் மீண்டும் செய்ய தொடங்கியிருந்தாள். பிள்ளைகளையும் தன்னையும் கவனித்துப் பள்ளிக்கும் அலுவலகத்திற்கும் அனுப்புவது அவள் செய்யும் மிகப் பெரிய வேலையாக நினைக்க தலைப்பட்டிருக்கிறாள்.

“ஏன் பத்து, நாம ஒரு டூர் போகலாமா, ரொம்ப நாளாச்சே போயி”

“குடும்பத்த பார்க்கிறியா இல்லையா, உனக்கு எப்ப பார்த்தாலும் ஆபிசு, அப்புறம் புத்தகம், இப்ப புதுசா டூர். வீட்டுக் கடனை முடிக்கிறதா இல்ல வேண்டாமா”

இன்று முழுவதும் அவள் இந்த பேச்சையே பேசப் போகிறாள். அவளுக்கு ஒரு வார்த்தை கிடைத்துவிட்டது. சிந்திக்கும் எல்லா எண்ணங்களையும் பேச்சாக வெளிப் படுத்துவது. அவள் குரல் அடுப்படியில் ஒலித்தபடி இருந்தது.

"அப்புறம் பெண்புள்ளைங்க பெரிய மனுஷியாவாங்க, அப்புறம் சடங்கு, அப்புறம் கல்யாணம் அப்புறம் பேரன் பேத்திகளுக்குப் பேர் வைக்கிற காதுகுத்துற வேலையெல்லாம் இருக்கு. இதையெல்லாம் யோசிக்கிறியா இல்லையா, எப்ப பாரு கற்பனையிலேயே வாழ்றது"

மனைவி என்பவள் அவ்வளவுதானா? வெறும் மனுஷிதானா? என் எண்ணங்களைப் புரிந்துகொள்பவள் இல்லையா? அல்லது நான் தான் அவள் எண்ணங்களைப் புரிந்துக் கொள்ளவில்லையா? லட்சிய கணவன் மனைவி என்ற நிலை வரவே வராதா? நான் அவளைப் புரிந்துகொள்ள முயற்சிக்கும் ஒவ்வொரு சமயமும் அவள் வேறு ஒன்றாக உருமாறிவிடுவது எப்படி நிகழ்கிறது.

காதலிக்கும் காலத்தில் என் விசேஷ உயிர் என்ற நிலை இருவரும் இழந்துவிட்டோம். பொதுவாக விட்டுக் கொடுத்தல் என்ற நிலை இப்போது அவளிடம் இல்லை. ஆரம்பத்தில் அவள் குறைகளைப் பெரிதுபடுத்தாமல் நிறைகளைப் பார்த்தவள், இப்போது குறைகளை மட்டுமே பார்க்கிறாள். அதுவும் அவளே கற்பனைசெய்துகொள்ளும் குறைகள்.

சலிப்புகளை அவள் வெளிப்படுத்து மிக வெளிப்படையாக ஒன்றுமில்லாத விஷயத்திற்கு என்று தெரிந்திருந்தது. அவளும் அதை உணர்ந்தும் வேண்டாத வேலையாட்களைத் திட்டுவது போலவே நடந்துகொண்டாள். அவள் ஒரு வேளை மாறக் கூடும். இந்த இயல்பு ஒருவகையில் தற்காலிகமானது. ஆனால் அவளது வெறுப்பு நிஜமானது. எந்த சூழலிலும் அவள் தன்னை மாற்றிக்கொள்ளபோவதில்லை. பணம், புகழ், இன்பம் கிடைக்கும் எதுவாக இருந்தாலும் அவள் நிறைவுற போவதில்லை.

எதாவது செய்ய வேண்டும். அப்பாவின் மரணம் அம்மாவின் மரணம் எல்லாமும் ஒரு தூங்கும் குழந்தையை எழுப்பும் முயற்சிகள் போலவா இருக்கின்றன. மனவெண்ணத்தை அறியாத உயிருடன், எப்படி எங்கு வாழ்வது என்ற கோபம் நாளும் இருந்தது. ஒரே மாதிரியான வாழ்க்கையைப் பார்க்க தினமும் சோர்வாக இருந்தது. ஒருவித பதற்றத்துடன் இருக்கும் நேரங்கள் நாளில் பல மணிநேரங்களைச் செலவிடவேண்டியிருந்தது. புதிய வானத்தை இளமையுடன் இருக்கும் புத்துயிர்ப்பான மழையை, காலையில் வெளிவரும்

இளகதிர்களைக் கொண்ட சூரியனைக் காண மனம் துடித்துக் கொண்டிருந்தது. ஒருவேளை காண கிடைத்தாலும் லயிக்க முடியாமல் போகலாம், பத்மா பக்கத்தில் இருந்தால். செய்யக் கூடாத ஒரு காரியத்தைச் செய்ததுபோல இல்வாழ்க்கை அமைந்துவிட்டது.

“நீரின் மேற்பரப்பில் ஒரு மீன்
துள்ளி விழுகையில் கண்டது சுடும்பாறை
மீண்டும் துள்ளியதில் பறவையின் கொடுங்கால்
மேலும் ஒரு துள்ளலில் மரணம்
மரித்த அக்கணமே பறவை.”

எங்கோ வாசித்த கவிதை. தேவதேவன் எழுதியது. யாருக்கோ எழுதிய கவிதை. யாரையும் நினைத்து எழுதப்பட்டிருக்காது. ஒரு அனுபவத்தைத் தன் உள்ளத்து உவகையின் பால் எழுந்துவந்த கவிதை. வாசிக்கும் மனிதர்களுக்குப் பொருந்துகிறது. அவன் அகத்தை அது வாசிக்கிறது. புரிபவர்களுக்கு மட்டுமே அது பொருள்படும். மரக்கிளையில் அமர்ந்து தூங்கும் குரங்கு ஒரு சின்ன ஆடலின் விழிப்பில் விழாமல் தன்னைக் காத்துக் கொள்கிறது. கிளைக்குத் தெரியாது அது விழும் என்று, குரங்கிற்குத் தன் மன எல்லையை விரித்துக்கொள்ள தெரியும். எல்லா எல்லைகளையும் உடைத்து தான் மட்டுமே இருக்கும் உலகிலிருந்து தன்னை விடுவித்துக்கொண்டு விழித்து நோக்குகிறது. துள்ளல்தான் வாழ்க்கை. ஒவ்வொரு கணமும் அதில் இருக்கிறது. ஒவ்வொரு செய்கையின் பொருளும் இருக்கிறது. மரணமும் இருக்கிறது.

எழுந்து நின்றான். அறையின் ஒவ்வொரு அடியையும் அளப்பதுபோல நடந்து நடந்து வந்தான். அறையின் முனை களில் ஒட்டடைகள் இருந்தன. அதில் சிலந்தி காத்திருந்தது. அவன் அருகே செல்லும்போது சற்று விதற்து தன் இருப்பை வெளிப்படுத்தியது. மெல்லிய குச்சி கால்கள் தெரியவில்லை. உடலும் தலையும் கொண்ட பகுதியை வைத்து அது அங்கிருக்கிறது என தெரிந்தது. ஒட்டடையின் மையத்தில் சிலந்தி நிற்கவில்லை. ஓரங்களில் எங்கோ ஒளிந்திருக்கிறது. சமயம் வரும்போது ஓடிவந்து மாட்டும் இரையைக் கட்டி இழுத்துச்சென்றது.

சுவரில் குழல்விளக்குப் பக்கத்தில் ஒரு பல்லி. கால்களை மிக மெதுவாக முன்னோக்கி வைத்து நடந்துசென்றது. ஒரு இடத்தில் அதன் இரையைப் பார்த்திருக்கலாம். அவன் நின்று பார்ப்பதைப் பொருட்படுத்தவில்லை. அவனால் எந்த தீங்கும் இருக்காது அல்லது அவன் கை அத்துனை தொலைவு வராது என்று எண்ணியிருக்கலாம். மழை பெய்ததுபோல வாசனை. எங்கோ

மழை பெய்கிறது என்ற அறிகுறி. ஜன்னல் வழியாக எட்டிப் பார்த்தான். தூரத்து மேகங்களில் சிறு சலனங்கள். அருகில் சென்று பார்த்தால் பெரிய இடமாற்றமாக இருக்கலாம். கீழே ஏதோ ஒரு பெண்குழந்தை வீறிட்டு அழுகிறது. பெண் பிள்ளைகள் அதிகம் அழுகிறார்கள், தனக்குத் தேவை என்பதை, தன்னைக் கவனிக்க வேண்டும் என்பதை, பொருளற்ற அழுகையால் செய்கிறார்கள். அப்பா நா எதுவும் அடிக்கலப்பா என்று அவள் அண்ணன் அப்பாவிடம் கெஞ்சுகிறான்.

காற்று மாறியது, எங்கிருந்தோ குழம்பின் வாசனை மூக்கை துளைத்தது. என்ன மாதிரியான வாழ்க்கை இது. எப்போதும் ஒரே மனநிலையில் இருப்பது. எப்போது பத்மா தன்னை விளிப்பாள், ஏதோ ஒரு அலறல் ஒலி எழுந்து வருவது போன்றும் அது பத்மாவின் குரலாக இருப்பது போன்றும் இருக்கிறது. ஒருவேளை அவள் தன்னை மறந்து தன் குட்டிகளுக்காக வாழும் கிழட்டுத் தாய் நாய்போல ஆகிவிட்டாள்.

தூக்கம் கண்களைச் சுழற்றியது. அமைதியாகத் தூங்கிய நாட்கள் குறைந்துவிட்டன. மேலும் மேலும் அழுத்தத்துடன் பத்மா நடந்துகொள்ளும் செய்கைகள் தூக்கத்தில் கனவுகளாக வெளிப்பட்டன. ஒருமுறை அவள் இறந்துவிட்டதாகக் கனவு வர காலையில் அவளது குரலைக் கேட்டுத் தெளிவுற்று அது அவளல்ல என்று நினைத்துப் பயந்துபோனான்.

பயணத்தைக் குறித்துப் பயம் மனதில் இருந்தாலும் தொடக்கமே சிரமமாக இருக்கும். குறிப்பாக வானதியையும் சுருதியையும் நினைக்காமல் இருக்க நினைப்பது. அவர்களை நினைக்கும்போதே பத்மாவையும் நினைக்க வேண்டியிருக்கும். மூவரையும் ஒரு சேர மறக்க வேண்டும். தினமும் யோசித்து அதை ஒரு தர்க்கமாக வடிவமைத்துக் கொள்ள நினைத்தான். ஒவ்வொரு சொல்லுக்கும் ஒரு பொருள் இருப்பதாகவும் அதைச் சரியாகத் தன்னையும் தன் முடிவையும் காக்கும் என்று நினைக்க ஆரம்பித்தான்.

கே.ஜே. அசோக்குமார்

30

அந்த அமைதி அவனைத் துணுக்குற வைத்தது. உள்ளூர இருந்த அமைதியை எப்படி மற்றவர்களுக்குச் சொல்ல முடியும். இனிப்பை ஒளித்து வைத்துக்கொள்ளும் குழந்தைபோல மகிழ்வான ஒன்றிற்காகச் சற்று காத்திருக்கலாமென தோன்றியது. பத்மா சத்தமிட்டுக்கொண்டிருந்தாள். அவள் குரல் சற்று நேரத்தில் வீட்டின் கூரைப் பிய்த்துச் சுவரை இடித்து வெளியேறிவிடும் என தோன்றியது.

அவன் அமைதியுறும் போதெல்லாம் அவள் மிகுந்த கோபக்காரியாகத் தன்னைக் காட்டிக் கொள்ள நினைத்தாள். “தண்ணீ வரல பாரு சுப்பு, கீழே போயி மோட்டார் போட்டுட்டு வா, எல்லா வேலையையும் நாதான் செய்யணும் உனக்கா எதாவது தோனுதா பாரு, அந்த டீவி கழுத்த முதல்ல புடுச்சு திருவு, இன்னுமா போகல, போம்போது அந்த ஃபேன ஆன் பண்ணிட்டு போ, வேர்த்துக்கொட்டுது இங்க, அடுப்பா இது, ஏதோ ரயில் எஞ்சின் எரியுறதுமாதிரி இவ்வளவு பொகையா”

மின் விசிறியைப் போட்டுவிட்டுக் கீழே சென்று படிகளின் அடியில் இருந்த மோட்டார் சுவிட்சை ஆன் செய்தான். சிறு அழுகைபோல ஓடுவது கேட்டது. இன்று காலையே எல்லா பணத்தையும் அவள் பெயருக்கு வைப்புத் தொகையாக மாற்றியிருந்தான். தன் கணக்கில் இருந்த பணத்தை எல்லாவற்றையும் அவள் கணக்கிற்கு அனுப்பியிருந்தான். தன் செலவிற்கு மட்டும் கொஞ்ச பணம் இருந்தது.

என்னென்ன பேச வேண்டும் என அவன் மனம் முன்பே ஒத்திகை செய்திருந்தது. தேவையற்று பயமடையக் கூடாது என்ற தீர்மானத்துடன் முகத்தில் சின்ன சிரிப்பு இருப்பதை உறுதிசெய்து

கொண்டான். அடுப்படிக்கு உள்ளே சென்றான். அவள் அவன் ஓசை கேட்டுத் திருப்பிப் பார்ப்பதும் சரியாக இருந்தது.

கரப்பானுக்குத் தொங்கும் மீசைபோல முன்தலையில் இரண்டு முடிக் கற்றைகள் அவள் கண்கள் ஓரமாகச் சென்றன. சற்று அதிரவே கேட்டாள் "என்ன?", சம்பிரதாய கொஞ்சல்கள் எப்போதோ நின்றுவிட்டன. அவளை மடக்க இரண்டு வார்த்தைகள் சேர்ந்தால்போல புகழ்ந்து எதாவது சொல்லிவிட்டாள் போதும், அன்பென உருகுவாள். ஆனால் சில நிமிடங்களில் விழித்துக் கொண்ட மிருகத்தின் உறுமல்போல எதிரொலிப்பாள்.

"இன்னிக்குக் காலைல எனக்கு"

"என்ன உனக்கு", அவள் விரல்கள் மிக்சியிலிருந்து அறைத்த விழுதுகளை இழுத்துப் பாத்திரத்தில் போட்டுக்கொண்டிருந்தன. யோசிக்க நேரமற்றிருந்தான். சற்று இடைவெளிவிட்டால் அவள் கண்டுபிடித்துவிடக்கூடும்.

"ஒரு கனவு, நாம எல்லோரும் உன் சித்திய பார்க்க போறோம்"

"எப்ப"

"இன்னிக்குதான், இன்னிக்குத் தானே சனிக்கிழம, அவங்க பூரிச்சி சந்தோஷமா உன்னைய கட்டிப்பிடிக்கிறாங்க"

"சரி அதுக்கு என்ன இப்ப?"

"இல்ல சும்மா சொன்னது, இன்னிக்குப் போலாமேன்னு சொன்னேன்"

"இன்னிக்கா, என்ன சொல்ற, இப்ப இட்லிக்கு வேற போடணும். எதுக்கு இப்ப நாம அங்க போகணும், போன் பண்ணி வேற எதுவும் சொல்ல"

"சர்பிரைசா இருக்கட்டும்"

"ரயில் புக் பண்ணலையே"

"ம். கார்ல போயிடுவோம், என் பிரண்டு காருதான், பாதி காசு கொடுத்தா போதும்"

"அதெல்லாம் முடியாது போ, புள்ளைகளுக்குப் பரிச்சை வேற"

"நாளைக்கு மதியமா கிளம்பி வந்துடலாம், ஆறு மண்ணேரம்தானே"

கே.ஜே. அசோக்குமார்

“எதையாவது சொல்லு இப்படி”

“இன்னும் எழுந்திருக்காத இரு பிள்ளைகளின் அறைக்குச் சென்று அப்பா இன்னிக்குப் பாட்டி வீட்டுக்குக் கூட்டிக்கிட்டுப் போறாராம், எதையாவது சொல்லி வைப்பாரு”

பெரியவள் எழுந்து “அம்மா போலாம்மா” என்றாள். “பாட்டிய நானும் பாத்து ரொம்ப நாளாச்சுமா”

சின்னவள் கொஞ்சம் யோசித்தபடி “ஆமாம்மா” என்றாள். போர்வைகளை மடித்து வைத்துக்கொண்டே “போலாம்னுதான் தோனுது, திரும்பி வர நேரமாயிடுமேன்னு பார்க்கிறேன்.” “போலாம்மா போலாம்மா” என்றனர்.

“உங்கப்பா கூட்டிக்கிட்டுப் போறதே அதிசயம். சரி போயிட்டு வருவோமா”

“ஏஏ” என்று கூச்சலிட்டார்கள். “சரி போய் ரெடியாவுங்க”, அவர்கள் குளித்துத் தயாராவதற்கு உதவி செய்தான் சுப்ரமணியன். “என்ன சுப்பு, என்னால நம்பவே முடியல”

“எதையாவது செஞ்சு சொதப்பி வைப்ப, கார் சரியா புக் பண்ணிட்ட, சாப்பாடு வேற டயத்துக்கு வாங்கி தர, ரொம்ப திருந்திட்ட”.

அடர்ந்த அமைதியில் கார் சாலையில் வழுக்கிக்கொண்டு சென்றது. அதன் வேகம் ஊருக்கும் போகும் ஆசையின் வேகத்துடன் சரியாகப் பொருந்தியது. விரைவாக ஒரு பொருள் கிடைக்கும்போது அந்தச் செய்கை குறித்த பதற்றம் படபடப்பாக இருப்பதை உணர்ந்தான். இறங்கியதும் காரையும் டிரைவரையும் அனுப்பிவைத்தான்.

காரில் போய் இறங்கியதைக் கண்டு சித்தி அதிசயித்தாள், “மாப்பிள்ளையே கூட்டிகிட்டு வந்தாராடி” என்று ஆச்சரியம் கொண்டாள்.

குழந்தைகள் மாடிப் படிகளில் ஏறி மேலிருந்து குடோனில் பெட்டிகளுக்கு இடையே ஒளிந்து விளையாடின. சற்று நேரத்தில் சித்தியுடன் ஆறு மணிநேர பிரயாண களைப்பை மறந்து சமையலுக்கு உதவிச் செய்ய தொடங்கிவிட்டாள் பத்மா. நேற்று முடிந்த பேச்சின் கடைசி சொல்லிருந்து தொடங்குவதுபோல பேசத் தொடங்கியிருந்தார்கள்.

“முருங்கக்காய் இருக்கா, அத சாம்பார் வெச்சுடுவோம், வாழக்காய வருவல் பண்ணிடுவோம் சித்தி, மாப்பிள்ளைக்கு வருவல் ரொம்ப பிடிக்கும் சித்தி, அப்பளம், மாங்கா பச்சடி இருக்கட்டும்”

“சரி இந்தா புளிய ஊரப்போட்டுடு, நா அரிசிய எடுத்து வச்சுட்டு இத நறுக்கிடறேன்”

“எங்க மாப்பிள்ள கிளம்பிட்டாரு”

“ஒரு மணிநேரமா இங்கதான் இருந்தாரு, ஒரு போனு வந்துச்சு, இதோ வரேன்னுட்டுப் போயிருக்காரு, வந்துடுவாரு, எங்க போப்போறாரு, சாப்பிட வந்துடுங்கனு சொல்லிட்டேன்”

அவர்கள் சமையலில் இருந்த லயப்பில் நேரம்போனதே தெரியவில்லை. மணி ரெண்டா என்று கேட்டுக்கொண்டார்கள், “இவர வேற காணாம்” என்றாள் பத்மா.

மதியம் மூன்று மணிவரை சுப்பிரமணி வராததால் அதற்குப் பின்னே சாப்பிட தொடங்கினார்கள். “அவர் “ஃபோனு இங்கதான் இருக்கு சித்தி, எடுத்துகிட்டுப் போயிருந்தாலாவது பேசியிருக்கலாம். எங்க போயிருக்காரோ தெரியலையே”. குழந்தைகள் இரண்டும் முன்னே சாப்பிட்டு ஒரு தூக்கம் தூங்கி விட்டன.

மாடியிலிருந்து துணிகளை எடுத்து வந்து வைத்துவிட்டுச் சித்தி, “ஏம்மா நம்ம கணேசலிங்கத்த விட்ட தேடச் சொல்லுவோமா, எனக்கொன்னவோ எங்கையாவது கீழ விழுந்துட்டாரோன்னு தோணுது. இல்லேன்னா உன் ஃபோனுக்கு ஒரு செய்தியாவது சொல்லியிருப்பாரே.” சுப்புவின்மீது அவ்வப்போது கொள்ளும் எரிச்சல்கள் மறைந்து இல்லாத இந்த நேரத்தில் அவர்மீது பாவமாகத் தோன்றியது.

சாயந்தரம் ஆயிடுச்சே டீய போடுவாம் என்றபோது அவள் மீது எரிந்து விழுந்தாள். கணேசலிங்கம் பேண்ட் கால்கள் தேய வந்திருந்தான். “அக்கா நீங்க வந்திருக்கீங்கன்னு பெரியக்கா சொல்லிச்சு, எப்படி இருக்கக்கா” என்றான். அவன் குரலில் தெரிந்த அன்பும் அடக்கமும் அவளுக்கு நம்பிக்கை ஏற்பட்டது. “கணேசா, அத்தான காணலப்பா, எங்க போயிருக்காருன்னு தெரியல, அவரு பிரன்ஸ்சு வீட்டுல கொஞ்சம் தேடிப்பார்த்துச் சொல்றியா” என்றாள்.

மாலை புகும்போது மனதில் பயம் படரத் தொடங்கியது. இருள் சூழ்ந்து தெருவில் விளக்குகள் எரியும்போது அதன் அடர்த்தி அவளை மேலும் பயங்கொள்ள வைத்தது. என்று மில்லாமல் இன்று காலை அவர் நன்றாகப் பேசினாரே என எண்ணினாள். வாசலில் அவளும் சித்தியும் அமர்ந்து கொண்டார்கள். தெருவாசிகள் அவள் வீட்டின் முன் கொஞ்சம் கொஞ்சமாகக் கூடும்போது அவள் நினைத்தது இந்தத் துயரம் நிரந்தரம்தான் என்று. சட்டென மின்சாரம்போனது, சுற்றி

நின்ற மனிதர்கள் இருளில் தங்கள் இருப்பைச் சிலைபோல தெரிவித்துக்கொண்டிருந்தார்கள்.

"என்ன பத்மா போறச்ச எதாவது சொன்னாரா" என்று ஒருத்தி கேட்டாள். "வந்துடுவாரு ஒன்னும் பயப்படாதே, ஏங்க, ஒரு போலீஸ் கம்ளைண்ட் வேணா ஒன்னு கொடுத்து வைக்கலாமா?"

பத்மாவிற்கு அவர்கள் சொல்லும் வார்த்தைகளில் இருக்கும் அர்த்தங்கள் பிடிபடாமல் வேறு உலகத்தில் இருந்தாள். "மாப்பிள்ளைக்குத் தண்ணியடிக்கிற பழக்கமும் கிடையாது, காலைல வர பார்ப்போம் பின்னாடி வேணா ஒரு கம்ளைண்டு கொடுத்துவோம்" என்றார் ராஜியின் கணவன். மனிதர்கள் விலகத் தொடங்கியதும் அவள் மட்டும் தனித்திருந்தாள். சித்தி, குழந்தைகளுக்குச் சாப்பாடு கொடுத்துத் தூங்க வைத்தபோது மணி பதினொான்று ஆகியிருந்தது. அப்பா எங்கம்மா என்று குழந்தைகள் இருவரும் கேட்கவில்லை, ஆச்சரியமாகத் தூங்கும் குழந்தைகளை நோக்கினாள்.

மொட்டை மாடியில் நிலவின் வெளிச்சத்தில் தன்னை மறந்தவளாக நின்றிருந்தாள். காலத்தின் முன் தன் இருப்பு பற்றிய அதுவரை இருந்த கவலை மிகப் பழகிய ஒன்றாக மாறியிருந்தது. சுப்ரமணியனின் சமீபத்திய செயல்கள் மிக நுணுக்கமானவை. அவன் குறித்த செயல்பாடுகளை மிக அந்தரங்கமாக வைத்துக் கொண்டது போலிருந்தது. தன்னிடம் சொல்லாத விஷயங்களை அவன் மிகுந்த கவனமாகக் காப்பாற்றி வந்ததாக நினைத்தாள். உள்ளுக்குள் இப்படியான ஒரு எண்ணம் இருக்கும் என அவள் நினைத்திருக்கவில்லை.

புத்தகங்களின் மீதான அவரது ஆர்வம் பற்றி அவளுக்குச் சற்று கலக்கமாக இருந்தது. அவை ஆன்மீக தேடல்களில் கொண்ட புத்தகங்களாக இருந்தன. மற்றொன்று சித்தர்களின் வாழ்க்கையைப் பற்றி அவர் எப்போதும் அறிந்துகொள்ளும் ஆர்வம். ரமணர், போகர், தஸ்தயேவ்ஸ்கி போன்ற பெயர்களை அடிக்கடி சொல்லிக்கொண்டிருந்தார். நினைவிற்கு வந்தவளாக வேகமாகக் கீழே சென்றாள். சித்தி எல்லா விளக்குகளையும் அணைத்துவிட்டுத் தூங்க சென்றுவிட்டிருந்தாள். அவள் அறைக்குச்சென்று அவரது பொருட்களை எடுத்துத்துலாவினாள். அவனது பர்ஸ், செல்போன் இவற்றுடன் ஒரு சின்ன டைரி இருந்தது. அது அன்றாட வேலைகள் பற்றி அவன் எழுதும் குறிப்புகள் அடங்கியது. அதை எடுத்துக் கட்டை விரலால் நீவ, நடுவில் ஒரு பேப்பர் இருந்தது அவனது கையெழுத்துடன், சற்று பதற்றத்துடன் படிக்கத் தொடங்கினாள்.

31

அன்புள்ள பத்மலெக்ஷ்மி,

என்னைப் பற்றியும் என் வாழ்க்கைக் கனவுகள் பற்றியும் உனக்கு ஓரளவிற்குத் தெரிந்தேயிருக்கும். சில சமயங்களில் நீ அவற்றைக் கவனிக்கத் தவறியவள்போல காட்டிக்கொண்டாலும், அதிலிருக்கும் உன் ஆர்வத்தை அறிந்திருக்கிறேன். என் ஆர்வங்களை நீ முற்றிலும் தவிர்ப்பவள்போல் நடந்துகொள்பவள். அதனால் உனக்கு என்ன கிட்டும் என நினைத்துக்கொள்வேன். உண்மையில் உனக்கு மகிழ்ச்சியை அளிக்கும் என்றால் அதை மெய்யாக எடுத்துக்கொள்வதே சிறப்பு என நினைக்கிறேன்.

விரிவாக உனக்கு எழுத வேண்டும் என நினைக்கும்போதே அயர்ச்சி ஏற்பட்டுவிடுகிறது. எழுதுவனால் மட்டுமே ஓரளவிற்கு மனதை நிலைப்படுத்திச் சொல்ல முடிகிறது. நேர்ப்பேச்சில் அது சாத்தியமில்லை. உன்னை நோக்கும் போதே அதற்கு நீ சொல்லப்போகும் மறுப்புகளும் எதிர் கோணங்களும் நினைவிற்கு வந்துவிடுகின்றன. எல்லாவகை சாத்தியக்கூறுகளையும் யோசித்துப் பேசும்போது ஏற்படும் எரிச்சலைவிட, நான் சொல்ல நினைத்தது வெளியாகாமல், அதற்கு எந்த பொருளுமில்லாமல், வேறு அர்த்தங்கள் அமைந்து நமக்குள் மேலும் விரிசல் ஏற்படுவது மிகுந்த சங்கடங்களை ஏற்படுத்துகின்றன.

நாளெல்லாம் ஒரேவகை மனநிலையைத் தக்கவைத்துக்கொள்வதைப் போன்ற அயர்ச்சி வேறு எதுவும் இருக்க முடியாது. ஆண் எப்போதும் உற்சாக மனநிலைகொண்டவன். தன் உடல் வலிமையை, திறமைகளை மற்றவர்களுக்குக் காட்ட நினைப்பவன். அமைதியாக ஓரிடத்தில் அமர்ந்து தன்னை உருப்பெருக்கிக்கொள்ளும் நிலைகொண்டவன். தன் அதிகார எல்லையில்

யாரும் நுழைய அனுமதியளிக்காதவன். ஆனால் உன்னால் என் எல்லைகளை அதன் விஸ்தீரனங்களையும் அதன் உள்ளர்த்தங்களை ஏற்றுக்கொள்ள முடியாதவள். அந்த எல்லைகளை அழித்து உள் நுழைந்து மந்தகாச சிரிப்புடன் என் மேல் கணைகளை ஏவும் எல்லாப் பெண்களைப் போன்றவள். உன்னை லட்சியப் பெண்ணாக மனதில் உருவாக்கிக்கொண்டு ஏமாற்றம் மட்டுமே அடைந்திருக்கிறேன்.

உயர்ந்த பெரிய மலைகளையும் அதன் உச்சியில் நின்று உலக இயக்கங்களைக் கண்டு ஆணவமற்ற ஆனந்த பெருவெளியில் மிதக்க நினைப்பவன் நான். உன் முன் சிறு உவகையும் கொள்ள முடியாத அற்ப மனிதனாக மாறி நிற்கும் அவலத்தை நினைக்கும் போது அதன் உள்விவகாரங்களை வெறுத்து முகம் சுளிக்கிறேன். வெறும் சடங்குகள் நம்மை இணைக்கிறது என்றால் அந்த உடல், உள்ளச் சேர்க்கைகளுக்கு என்ன பொருள் இருக்க முடியும் என நினைத்து தினம் தவித்துக்கொண்டிருக்கிறேன்.

வெறும் மனிதர்களாக இருப்பதில் எந்தச் சிக்கல்களும் இருக்க முடியாது. அர்த்தப் படுத்திக்கொள்ள, எந்தச் சேர்மானமும் இல்லாமல் கலவையற்ற வெறும் ஜடங்களாக இருப்பதில் எனக்கு உடன்பாடுமில்லை.

நானே நினைத்தாலும் என்னை மாற்றிக்கொண்டு, என் உள்ளத் தவிப்பைத் தவிர்த்து, வாழ முடியும் என தோன்ற வில்லை. எனக்கான பயணம் என்பது ஒன்று நிகழ்வதாகத் தோன்றும் இவ்வேளையில் நாம் இணைந்திருக்க வாய்ப்பில்லை. அத்தோடு நான் பயணிக்கும் இப்பயணம் எவ்வகையில் எனக்கோ என் மனதிற்கோ எவ்வளவு தூரம் ஒத்துவரும் என தெரியவில்லை.

நான் இளம்வயதில் ஒருமுறை வீட்டைவிட்டு வெளியேறி யிருக்கிறேன். அப்போது அறியாத பருவம். ஆனால் மிக நிறைவாக உணர்ந்த நாட்கள் அவை. ஒவ்வொரு நிமிடத்தையும் என்னை மீறிய செய்கைகளுக்கு அளித்தவை. என் அகம் எப்போதும் விழிப்புடன் இருந்தது. புது மனிதர்கள், புதிய இடம் புதிய தத்துவங்கள், நூல்கள் என்று என் பயணம் இனிதாக இருந்தது.

இப்போது பக்குவம் அடைந்திருக்கிறேன். பக்குவம் என்பது அமைதியடைந்த நிலையல்ல, உடலும் மனமும் செயலை ஒத்து ஏற்றுக்கொண்டு நிறைவடையும் நிலை. வெளியேறுவதைச் சிறுபிள்ளைத்தனமாக நீ நினைக்கலாம் அல்லது அவசரமாக எடுத்த முடிவாகவும் நீ நினைக்கலாம். இரண்டுமல்ல,

எப்போதோ எதன் பொருட்டோ நான் அடைந்த மனஉச்சத்தின் வெளிப்பாடு.

எப்போதும்போல நீ குழப்பமடையக் கூடும். இதுவரை என்னை இப்படி அறிந்திருக்கவில்லை என்பதால் நீ தவற விட்டவையாகக்கூடத் தோன்றலாம். எல்லா விஷயங்களையும் உன்னிடம் பகிர்ந்து அதற்கு விளக்கங்களையும் உன் அறிவுரை களையும் நான் அடைய வேண்டும் என்ற உன் எதிர்ப்பார்ப்பில் இவ்விஷயம் தவறியிருக்கலாம். ஆனால் நாம் இவ்வுலகில் தனித்தே வந்திருக்கிறோம். நம் உடல் தனித்து உயிர் பிரிய இருக்கிறது. நம் மனம் வேறுவேறு உலகில் அலைந்து அடைய நினைப்பதை அடைந்து கரைந்துபோக இருக்கிறது. இந்த உடலை வெறும் சேர்க்கைக்காகவும், மனதை வெறும் தினப்படி மகிழ்ச்சிக்காகவும் வைத்து ஆன்மாவை இழக்க நான் தயாராக யில்லை.

என்னில் நிகழும் நிகழ்வுகளை நிகழவிட்டு அதற்குச் சாட்சியாக வாழ்ந்து உயிர் துறக்கவே விரும்புகிறேன். குடும்பமும் லௌகீகமும் தேவையற்ற ஒருவன் ஏன் அதில் தன்னை இணைத்துக்கொள்ள வேண்டும் என நினைக்கலாம். ஆனால் அது என் தேர்வாக அமையவில்லை. பட்டபின்னே நிகழும் இந்நிகழ்வுகளுக்கு நாமே பொறுப்பேற்க முடியாது.

உலகின் முக்கிய விஷயங்களெல்லாம் நம் கண்களுக்குத் தெரியாமல் போகும் மாயத்தை நினைத்து வருந்தியிருக்கிறேன். எப்படி மனிதர்கள் வெறும் ஜடங்களாக இருந்துவிட்டு மறைகிறார்கள் என்று நான் நினைக்காத நாளில்லை. ஆனால் குறையாக இதைச் சொல்ல எனக்கு என்ன தகுதியிருக்கிறது. நானும் சாதாரண மனிதனின் ஆசைகளோடே வாழ்பவன். எனக்குத்தேவையானதைப்பெற முயற்சிக்கிறேன் அவ்வளவுதான்.

எனக்கு முன்னால் என் குடும்பத்து வரிசையில் பலர் வீட்டைவிட்டு வெளியேறியிருக்கிறார்கள். பெரிய தாத்தா, என் ஒன்றுவிட்ட சித்தப்பா என்று நானறிந்த சிலர் உண்டு. அவர்களின் தொடர்ச்சியாகவே இதையும் கருத வேண்டும். வெறுமனே சென்றுவிடவில்லை. நீ கேட்ட உனக்குத் தேவையான பணம் முழுவதையும் சம்பாதித்துவிட்டேன், உனக்கும் நம் பிள்ளைகளுக்கும் இவை போதுமென நினைக்கிறேன். அனைத்தும் வீட்டு பீரோவில் பணமாகவும், சேமிப்பு பத்திரமாகவும் பாதுகாப்பாக இருக்கிறது. இதுபோக பிளாட்டும், நகையும் உன் பெயரில்தான் இருக்கின்றன.

கடைசியாக, இனி நாம் சந்திக்கும் வாய்ப்பு அவ்வளவாக அமையாது என்றே நினைக்கிறேன். சில தோல்விகள் இருக்கலாம். சில கசப்புகளும் இதனால் வரலாம். விரிவாக எதையும் எழுதி சங்கடப்படுத்த விரும்பவில்லை. சுருக்கமாகச் சொல்வதென்றால், நான் என் ஆன்மாவின் குரலைக்கேட்க வேண்டியிருக்கிறது. என் பயணத்தைத் தொடர்கிறேன். உன் அனைத்துச் சேவைகளுக்கு என் நன்றி.

என்றும் அன்புமாறா உன் கணவன்.

32

பெரிய புல்வெளி பரப்பைச் சிறிய பூச்சி கடக்க முயற்சிக்கும் பொறுமை, பெரிய வானப் பரப்பில் சிறிய பறவை மிதந்து செல்லும் நிதானம், எல்லாம் கூடிவிட்டது போன்ற மன அமைதி. சட்டை கால்சிராயைத் தூக்கியெறிந்துவிட்டுப் பழுப்பு வேட்டியும், மேலே ஒரு போர்வை போன்று பெரிய பழுப்பு துண்டு போர்த்தியிருந்தான் சுப்ரமணியன்.

அகலம் குறைந்த சாலை நீண்டு சென்று கொண்டிருந்தது. இருபக்கங்களிலும் வயல்களும் புல்வெளிகளும், சில தோப்புகளும் என மாறிமாறி வந்தன. ஆனால் சாலை மட்டும் நேராக இருந்தது. மாலைவெயில் ஒரே திசையில் அவனது இடப்பக்க மாக வந்துகொண்டிருந்தது. எங்கும் மனிதர்கள் இல்லை. விலங்குகள் இல்லை. பறவைகளின் ஓசைகள் மிக சன்னமாகக் கேட்டது. எங்கோ தூரத்தில் இடி இடிக்கும் ஒலி கேட்டது, மின்னல் மட்டும் பாத்திரத்தின் ஜொலிப்புபோல லேசாக இருந்தது.

இவையெல்லாம் அகம்கொள்ளும் சிறு விளையாட்டுக்கள்தான். கீழே மனிதர்கள் நடந்து சென்ற தடங்கள் கொண்ட பாதை இது. இதில் மீண்டும் பயணிக்கிறேன். கழுகு கால்களில் பிடித்துப் பறக்கும் பாம்பை ஒத்தவன் நான். ஏதோ ஒரு உயரத்தில் பறக்கிறேன். பிடி தளர்ந்தால் கீழே வரக்கூடும். என் மூளை நரம்பில் ஒன்று துடித்து எதையோ சொல்கிறது. எங்கோ இழுக்கப் படுகிறேன். எதற்குப் பயணப்படுகிறேன். எங்கெங்கும் நிறைந்திருக்கும் வண்ணமயமான உலக நியதிகள் வெளியிட்ட பானத்தை நான் பருகும் நேரம் வந்திருக்கிறது.

ஒவ்வொரு துளியையும் விடாமல் பருகும் விடாய் வந்திருக்கிறது. எதன் பொருட்டு இந்த

உலகத்திற்கு வந்தேன் என்கிற செய்தி எனக்குக் கிடைக்க இருக்கிறது. நான் இழக்க இருப்பவை, ஏற்கமறுத்தவை, எல்லாமும் என் இதயத்தில் முன்பே நிறைந்துவிட்டிருப்பவை. அவை குறித்து நான் அதிகம் கவனம் கொள்ள வேண்டியிருக்காது.

நடைப்பயணத்தில் இந்த உலகத்தைக் கடக்க இருக்கிறேன். அடர்ந்த மலர்களின் வாசத்தை நுகர்ந்துகொண்டிருந்தது நாசி. சிறு வண்டுகளின் பூச்சிகளின் ரீங்காரம் கேட்டது, புல்லாங்குழலில் ஓசை எங்கோ கேட்பது போன்ற பிரமை. உண்மையில் மனம் போடும் வேஷங்களில் ஒரு பகுதிதான். அடர்ந்த காட்டில் எங்கே எதைக் கண்டுணர்வது. ஆனால் மனதை இழக்க முடிந்த தருணம். சொற்களில் பிடிபடாத காலம்.

“நான் என்னையே தேடிச் செல்கிறேன். இத்தேடலில் என்னுடைய சாராம்சம் உள்ளது. தேடலின்போது நான் நடந்து செல்லும் பாதை கவிதையினுடையது” பிரமிள் எழுதிய கவிதை. தன்னிச்சையாக சுப்ரமணியனின் மனதில் எழுந்தது. மகத்தான கவிதை. தனக்காகவே எழுதியதாக நினைத்துக்கொண்டான்.

இரவிலிருந்து அடுத்த நாள் மதியம்வரை நடந்து கால்கள் தேய்ந்து நடக்க முடியாமல் ஒரு மரத்தின் முன் அமர்ந்திருந்தான். மரத்தில் ஒரு பறவை மட்டும் அமர்ந்திருந்தது. அது அவனுக்காக அவன் செய்கைகளை நோக்க மட்டுமே அமர்ந்திருக்கிறது. அதைப் போல் ஏதோ ஒரு விலங்கும் அமர்ந்திருக்கலாம், அவன் செய்கைகளை உன்னிப்பாகக் கவனித்தபடி. மரத்தின் இலைகள் நிதானமாக அசைந்தன. சுற்றி சிறு திடல். நடுவே மரம். கூட்டத்தில் நடுவே மாட்டிக்கொண்டவன் போலிருந்தது. பலநாள் பயணத்திற்குப் பின் அடைந்த நீண்ட மேற்கு மலை வரிசைகள் கொண்ட இடம். இன்றிரவு இங்கே தங்க வேண்டும். சமீபமாக மனிதர்களற்ற இடங்களில் பயணிப்பதில் அவனுக்குப் பயம் தோன்றவில்லை. பெரியளவில் மனிதர்கள் இருக்கும் இடத்தில் பயம் எப்படி தோன்றுகிறது என தெரியவில்லை. தன் உடல் வலிமையைக் காட்ட மெலிந்த அவனைத் தாக்கலாம். தன் இடத்தைப் பிடித்துவிட்ட கோபத்தில் சுடுதண்ணீரை முகத்தில் வீசலாம். உண்மையில் அப்படியெல்லாம் நடக்கையில் அவன் பயந்து வேறுவேறு இடங்களில் நகரங்களில் சந்துகளில் நுழைந்து வர வேண்டியிருக்கும்.

நீட்டிபடுத்தபோது சாலையில் சென்ற ஏதோ ஊர்தியின் ஓசை வண்டின் ரீங்காரம்போல எழுந்தடங்கியது. மாலைக்குரிய நேரம் இன்னும் வரவில்லை. வெயிலின் சிறுகீற்று அவனைத் தழுவியிருந்தது. குளிர்ந்த தரையில் உடல் படும்போது உடல் சிலிர்த்துக்கொண்டது. தன் உடலுக்கு இன்னும் தன்னுணர்வு

இருப்பதைக் கண்டு திடுக்கிட்டான். தலைக்கு ஒரு வேர்முட்டு இருந்தது. அசதியில் சட்டென தூக்கம் வந்துவிட்டது. காற்று உடலை மெல்லிய இறகுபோல மேலே தூக்கிச் சென்றுவிட்டதாக நினைத்தான். கனவில் தூங்கிக்கொண்டிருந்தான்.

கனவிற்குப் பின்னாலிருக்கும் மெல்லிய திரையில் மற்றொரு கனவு இருந்தது. இளமைப் பருவத்து கனவு, அதில் முதியவர்களின் முகங்கள் இன்னும் முதியவையாக இருந்தன. அப்பா அதில் உருண்டு திரண்டு இருக்க, அம்மா ஒல்லியாக இருந்தாள். எதிரான உடல் கொண்டவர்களாக மாறி தெரிய அதில் உண்மையான உள்ளமைதி கொண்டுள்ளதாகத் தெரிந்தது. அப்பா இறந்து பல வருடங்கள் ஆகிவிட்டன, அம்மா கொஞ்ச வருடங்களுக்கு முன் இறந்தாள். அந்த வயதில் அவர்கள் சேர்ந்திருந்தது இல்லை என்று தோன்றியது. மூட்டு வலியைப் பொருட்படுத்தாமல் எழுந்து நின்றிருந்தாள். அப்படி ஒன்று இருப்பதுபோலவே தெரியவில்லை. அப்பா பல வருடங்களாக அவனிடம் சொல்லிக்கொண்டிருந்த வார்த்தை அப்போது வந்தது, "டேய், நீ அந்த ராமசாமி மாமாகிட்ட மிருதங்கம் கத்துகிற, அவரு மாதிரி ஒரு நல்ல வித்வான் கிடைக்கிறது கஷ்டம் பாத்துக்க," என்றார். நாளெல்லாம் வெறும் குடியை மட்டுமே வழக்கமாகக் கொண்டிருக்கும் அப்பா தன் மகன் மூலம் அவர் ஆசையை நிறைவேற்றிக்கொள்ளும் முயற்சியில் இருந்தார். "ராமசாமி மாமா செத்துட்டாருப்பா" என்றான். அவர் அதிர்ந்து திரும்புவதைக் கண்டு பதறி எழுந்தமர்ந்தான்.

மாலையைத் தாண்டி லேசாக இருட்டியிருந்தது வனம். மரங்களில் யாரோ ஏறிவருகிறார்கள் என்பதுபோல பறவைகள் கதறிக்கொண்டிருந்தன. அந்த ஒலிகளைக் கனவுகளில் முன்பே கேட்டிருந்தான் மிக சன்னமாக. அவனும் குமரனும் ஒரு ரயில் நிலையத்தில் இந்த ஒலிகளைக் கேட்டிருக்கிறார்கள்.

அப்பா, ராமசாமி மாமா இருவரும் படுத்தும் தொல்லை களைத் தாங்க முடியாமல் "டே நாம ஓடிப் போயிடுவோமாடா" என்று குமரனிடம் கேட்டான் சுப்ரமணியன். அவனிடம் எந்த பதிலுமில்லை, ஒருநாள் காலை பயிற்சிக்கு இருவரும் ராமசாமி மாமா இருந்த தெருவிற்குப் போகாமல் நேராக கும்பகோணம் ரயில் நிலையத்திற்குச்சென்றார்கள்.

ரயில்களில் எஞ்சின் பக்கமாக நின்று டீசல் வாசனைப் பிடித்தார்கள். "டேய் அதோ அந்த டிரயினுக்குப் போவோம்டா" என்று மாறிச் சென்று வாசனை பிடித்தார்கள். அதிசயப் பொருளாக நினைக்கும் வாசனை. கவனமாகப் படித்து சென்னை செல்லும் ரயிலுக்கு வண்டியேறினார்கள். ரயில்கள்

பெரிய வடிவிலான மரவட்டை ஒத்திருந்தது. ஓடும்போது பறக்கும் பெரிய பறவை போன்றிருந்தது. காற்று முகத்தில் அடிக்க ஜன்னலோரமாகத் தொத்திச்சென்றார்கள். வேடிக்கை பார்க்கும் யாரோ வீட்டுப் பிள்ளைகள் என தங்களைப் பெரியவர்கள் நினைக்க இடமிருக்கிறது என்று நினைத்ததும் தைரியமாக மேல் பர்த்தில் அமர்ந்து சத்தமாகப் பேசிக்கொண்டு வந்தார்கள், பின் தூங்கிப்போனார்கள்.

சுப்ரமணியனுக்குச் சற்று தள்ளிபோடுவதில் இருக்கும் சுவாரஸ்யம் பிடித்திருந்தது. அவர்கள் தேடுவார்கள் என்கிற பயமும் சுவாரஸ்யமாக இருந்தது. தூங்கி எழுந்தபோது விழுப்புரம் என்ற பெரிய எழுத்துகள் கொண்ட நிறுத்தத்தில் நீண்ட நேரம் நின்றிருந்தது. "வாடா கீழே போவோம்" என்றான் குமரன். கீழே போனதும் "டேய் பசிக்குதுடா" என்றான். ஒரு பெஞ்சில் அமர்ந்திருக்கும்போது அழத் தொடங்கினான் குமரன். "ஏன்டா அழுவுற" என்று கேட்டபோது, "எனக்குப் பசிக்குது" என மீண்டும் அழத் தொடங்கினான்.

குமரனுக்குப் பயந்து ஒரு சுவரோரமாக இருந்த மறைவான இடத்தில் ஒளிந்துகொண்டான். தள்ளுவண்டியில் பொருட்களை விற்கும் ஒரு காக்கி சட்டை மனிதன் அவனை அழைத்து "என்னடா வீட்ட உட்டு வந்துட்டீங்களா எந்த ஊருடா நீங்க" என்றார்.

சொன்னதும் "சரி வாங்க" என்று ஆளுக்கு ஒரு தக்காளி சாத பொட்டலம் கொடுத்தார். அங்கேயே அமர்ந்து உண்டார்கள். ரயில்களற்ற ஓடுதளங்கள் பார்க்க எலும்புகூடு மனிதனை நினைவுப்படுத்தின. கைகளை ஊன்றி தொட்டியில் கைவைத்து பைப்பைத் திருகி தண்ணீர் குடித்தார்கள்.

மீண்டும் அவரே வந்து "அந்த மூணாவது பிளாட்பாரத்துல ஒரு ரயில் வருது பாருங்க, அதுல ஏறி ஊருக்குப்போயிடுங்க என்ன" என்றார். "உங்கப்பாரு வர சொன்னாரு போயிடுங்க" என்றார். தயக்கத்துடன் சரி என்று தலையசைத்து ஏறினார்கள். வண்டியில் ஏறியதும் தான் அவர்கள் கண்களிலிருந்து விலகினார்.

இருட்டில் ரீங்கரித்துப் பறக்கும் தேனீபோல ரயில் ஓடிக் கொண்டிருந்தது. கண்களில் தூக்கமும், வயிற்றில் பசியுமாக இருவரும் தூங்கிவழிந்தனர். ஊர் வந்தபோது விடிந்திருந்தது. ரயில் நின்று அரை மணிநேரம் ஆகிய பின்னே யாரோ எழுப்பி இறக்கிவிட்டார்கள். ரயில் நிலையத்தின் வெளியே வந்து புது ஆற்றங்கரையின் படிக்கட்டில் அமர்ந்து நீரைப் பார்த்துக் கொண்டிருந்தபோது ரமணியண்ணன் "தம்பிகளா என்னப்பா பண்றீங்க, வாங்க இங்க, உங்களுக்கு சாக்லேட் வாங்கிதாரேன்."

யாக்கை ⟶ 193 ⟵

என்றார். சுப்ரமணியனுக்கு அதில் இருக்கும் நைச்சியம் புரிந்தது. ஆனாலும் அவருக்கு உடன்பட்டான். ஆளுக்கு நான்கு சாக்லேட் வாங்கிக்கொடுத்து ஆச்சரியப்படவைத்தார். "வாங்க போயி எதாவது திம்போமா" என்று அழைத்துச்சென்றார். சற்று தொலைவில் அவரது சைக்கிளில் முன்பின்னாக இருவரையும் உட்கார வைத்து மிதித்துக்கொண்டு சென்றார். வண்டிக்கார தெருவில் பயணித்துச் சட்டென ஒரு சந்தில் திரும்பி சுப்ரமணியனின் வீட்டு முன்னே நிறுத்தினார். இருவர் வந்து அவர்களைப் பிடித்துக்கொண்டார்கள். அம்மா அம்மா என்று இருவரும் கத்த ஆரம்பிக்க, ஒன்னும் பயப்படாதிங்க வாங்க என்று அழைத்துச்சென்று அடுப்படியில் அமரவைத்துச் சாப்பாடு போட்டார்கள்.

சாப்பாட்டைக் கண்டதும் தீனியைக் கண்ட குரங்குபோல அடித்துக்கொண்டு சாப்பிட்டார்கள். ஒரு நாள் முழுக்க சாப்பிடாதது. பசியை மறைக்க முடியாமல் விழுந்து விழுந்து தின்றார்கள். கைகளைக் கழுவி ஏப்பம்விட்டு அமர்ந்ததும் "தம்பி குமரா உங்கப்பா வந்துட்டாரு நீ வீட்டுக்குப் போ" என அனுப்பிவைத்தார்கள். கூடத்திற்குக் கூட்டிவந்து சுப்ரமணியை அப்பா பெல்டாலும், சித்தப்பா ஸ்கேலாலும் விளாச அரண்டு துடித்து அழ ஆரம்பித்தான். இனிமே போக மாட்டேன் என்பது அவன் வாயில் தேய்ந்த ரெக்காடாக ஆனபோது விட்டுச் சென்றார்கள். வீடு எத்துனை அமைதியானது என்று அன்று புரிந்தது. இன்று உலகம் புரண்டு படுத்துக்கொண்டுவிட்டது. அவன் அகம் மீண்டும் இரண்டாவது தேடலைத் தொடங்கி விட்டது.

33

நீண்ட கழிகளாக உயர்ந்திருந்த மூங்கில் மரத்தின் முன் நின்றான் சுப்ரமணியன். உச்சியின் பாரம் தாளாமல் ஒன்றைஒன்று பிணைத்து வளைத்து நின்றன. தூங்கும் மனிதனைப் போல இயல்பற்று ஆடியது. அதன் கிளைகள் அவசரமற்று அசைந்தன. மரம் ஒரு செயல்பாட்டில் தன்னைப் பிணைத்துக்கொள்கிறது. அடர்த்தியாகப் படிந்திருந்த மூங்கில் கழிகளில் சிறு இடைவெளி களில் பாம்பு, தேரை, வெட்டுவாக்கிளி இருக்கக் கூடும் என்ற அச்சம் வந்ததும் அவசரமாக அந்த எண்ணத்தைத் துடைத்தெறிந்தான் சுப்ரமணியன். தீங்கு செய்யயப்படாத எந்த உயிரினமும் மனிதனைத் தாக்கப்போவதில்லை. ஆனால் மனிதர்கள் தங்கள் இருப்பிற்காக மற்றவர்களைத் தொடர்ந்து தாக்கிக்கொண்டிருக்கிறார்கள்.

மனிதர்களின் இயல்பூக்கங்கள் விலங்குகளி லிருந்து வேறுபட்டவை. அவர்கள் மற்றவர்களைக் குடும்பம், தெரு, உறவுகள், சமூகம், என்று சார்ந்திருக்கிறார்கள். இந்தச் சார்பைப் பெருமித மாக எண்ணவும் அவர்களால் முடிகிறது. எல்லா வகை நிர்பந்தங்களும் சார்ந்திருக்க வேண்டிய கட்டாயத்தை வலியுறுத்துபவை. சாராதவர்களை எந்தவகையிலும் பயனற்ற மனிதர்களாக எண்ண வும் தலைப்படுகிறார்கள்.

அப்பாவின் முதல் கனவு அவனை மிருதங்க வித்வான் ஆக்குவது, இரண்டாவது இஞ்சினியர் படிக்க வைத்து வெளிநாட்டிற்கு அனுப்புவது, மூன்றாவது சொந்தத்தில் திருமணம்செய்து வைப்பது. இவைகளில் எதுவும் நிகழவில்லை என்பதால் அவருக்கு அவன் மீதிருந்த வெறுப்பு புரிந்தது. பத்மாவின் கனவுகள் அச்சு அசலாக அதே போலிருந்தன. கார் வாங்குவது, பெரிய வேலைக்குச் செல்வது, வீடு கட்டுவது, என்று அவனை நிர்பந்தித்துக்கொண்டிருந்தாள்.

பத்மாவின் பெருமிதங்கள் அவள் எண்ணியிருக்கும் அவனது வெற்றிகள்தாம். அதை இந்தச் சமூகம் அவளுக்கு வரையறுத்துக் கொடுத்திருந்தது. கேட்காத எதுவும் கிடைக்கப்போவதில்லை என்கிற அவசர உறுதிகளை அவள் கொண்டிருந்தாள்.

ஆகவே தினம் அவற்றைச் சொல்லிக்கொண்டிருந்தாள். "அதற்கு நச்சரிப்புன்னு ஏன் சொல்ற, பூஸ்டிங்குன்னு வெச்சுகயேன்." சூடான பொருள் கைகளில் பட்டுவிட்டதுபோல படபடத்தாள்.

வானம் சுவர்போல மரங்களுக்குப் பின்னால் தெரிந்தது. அடர்மரங்களின் அசைவில் இன்னும் தெளிவுற்றது. சுவர்களுக்குப் பின்னால் இருக்கும் உலகத்தைக் காண ஆவல் கொண்டான். தென் மேற்கு பருவ காற்று வீச்சில் குளிர் இருந்தது. மெல்லிய சாரல் பனிபோல விழுந்தது. சற்று கடினமாகத் துளிகள் நிலத்தில் விழுந்ததும், உடனே காய்ந்தன. நிலம் நீரை இழுக்கும் இரு நொடிகளில் அவன் கண்களில் பூபோல பூத்தது. வட கர்நாடகாவைத் தாண்டி கொங்கன் மகாராஷ்டிரா பகுதியில் நுழைந்திருந்தான்.

மழை வலுப்பது போன்றிருந்தது. தூறலில் அடர்த்தியிருந் தாலும் கனமில்லை. சல்லா துணி மேலே இழுபடுவது போலிருந்தது. மனிதர்கள் யாரும் ஒதுங்கவில்லை. அவர்களுக்கு இந்தக் காலத்தில் நிகழும் சாதாரண நிகழ்வுபோல நடந்து கொண்டார்கள். பச்சையாகத் தெரிந்த மரக்காட்சிகள் மஞ்சள் நிறம் பூசியது போலாயின. மழைத்தூறல் நின்று வெயில் தலைக்காட்ட தொடங்கியது. ஊதல் காதுகளில் ஒலியெழுப்ப, உடல் உற்சாகம் கொண்டு குளிர்ந்தடங்கியது.

காதில் கிசுகிசுக்கும் ஒலிகள் ஒரே மாதிரியான சுருதியைக் கொண்டிருந்தன. அந்த லயப்பில் தூங்கிவிட வேண்டும் என தோன்றியது. சில நேரங்களில் காற்றின் திசை மாறும்போது ஓசைகளின் சக்தியை உணர முடிந்தது. காதுகளில் குளிரில் சிவந்து உடலை இறுக்கின.

மனிதர்கள் பெரும் திரளாக வந்தபோது சாலையின் ஓரங்கள் இசையைப் பொழிவது போலிருந்தன. அவர்கள் எழுப்பிய ஓலி இசை போன்ற கூட்டு ஒலிகளாக ஒலித்தன. யாரோ யாரையோ அழைக்கிறார்கள். அவர்கள் அணிந்திருக்கும் உடைகளில் அந்த மொழி பொதிந்திருப்பது போன்றிருந்தது. அவ்வொலிகளின் அர்த்தங்கள் உடலில் மொழிகளின் வழி வெளியேறி தன்னை வந்தடைவதைக் கண்டு நின்றான். பஞ்சகச்சம் போன்ற வேட்டியை அணிந்து மேலே சணலால் ஆன கையில்லா கோட் போன்ற பழுப்புச் சட்டையும் அணிந்த மனிதனைப் பார்த்தான்.

“பாபாஜி எங்கே போகிறீர்கள். வெயில் வர தொடங்கி யிருக்கிறது. நீண்ட பயணத்தில் இருக்கிறீர்கள். வாருங்கள் நம் வீடு செல்வோம்”

அவர் கூறிய இந்தி வார்த்தைகள் அவனுக்குப் புரிந்திருக்கும் என நினைத்தார் போலும்.

“நான் நடையில் லயத்திருக்கிறேன்”

“இருக்கட்டும், உங்கள் ஆசிர்வாதத்துடன் என் இல்லம் நன்றாக இருக்கிறது. ஒரு வாய் உணவு அருந்தி செல்லலாம்”

“இல்லை, பசியில்லை, நான் ஓய்வில் சற்று தூங்க வேண்டும்”

“அதுவும் சரி. என் இல்லம் சிறியதுதான். ஆனால் தூங்க நல்ல இடம்”

அவர் பின்னாலே சென்றான். இரு நாட்களாக ஒரு வார்த்தைகூட யாரிடமும் பேசவில்லை. வார்த்தைகளின் உச்சரிப்பு உடலின் எல்லா பாகங்களிலும் எதிரொலித்தது. சொற்களற்ற நிலை வரும்வரை உடல் பாம்புபோல சுருண்டிருக்கிறது. இப்போது வீணையின் அதிர்வுபோல உடல் துடித்துக்கொண்டிருந்தது.

எதற்காக இவர் பின்னால் செல்கிறேன். எனக்கு என்ன ஆயிற்று. சற்றுத் தூங்க வேண்டும் என நினைத்தது, அவர் வீட்டில் தூங்க முடியுமா? யாருக்கும் சிரமம் ஏற்பட வாய்ப்பிருக்கிறது. வீடு நிலத்தின் நடுவில் இருந்தது. அதைச்சுற்றி வயல் நிலம் கொத்திவிடப்பட்டுப் பழுப்பு வண்ணத்தில் அடர்ந்திருந்தது. நடவிற்குத் தயாராகிக்கொண்டிருக்கிறது. எங்கிருந்தோ காற்று வீச மேல்மண் அடித்து வந்து கண்களில் விழுந்தது. உதடுகளில் படும்போது மண்ணில் ஈரமிருந்தது தெரிந்தது.

ரோட்டிலிருந்து உள்ளே இறங்கி வயல் நிலத்தில் நடந்ததும் நடுவில் ரெயில் தண்டவாளம் வந்தது, அதன் அருகில் சிறு ஓடை சென்றது. அங்கே இறங்கி கைகால்களைக் கழுவிக்கொண்டான். பழுப்பு வேட்டியும் மேலே பழுப்பு துண்டுடன் பலநாள்பட்ட தாடியும் தலைமுடியும் நீரில் அவன் முகம்பார்க்க அவனுக்குச் சற்று விசித்திரமாகத் தோன்றியது. அவர் அதுவரை காத்திருந்தார். மேலே ஏற கைகொடுத்துத் தூக்கிவிட்டார்.

“உங்கள் பெயரென்ன”

“ரவீந்திர அமர் நர்லேக்கர், என்னை ரவீந்திரா அல்லது ரவி என்று கூப்பிடுங்கள்”

நடுவில் இருக்கும் பெயர் அவர் அப்பா பெயர், அதையும் சேர்த்தே அவர் கூறுகிறார். என்னை அழைத்துச்செல்வதில்

அவருக்கு ஏதோ பிரியம் இருக்கிறது. ஒரு சாமியாருக்கு, அனைத்தையும் துறந்துவிட்டு வருபவனுக்கு, உணவும் உறங்க இடமும் கொடுப்பதில் பற்றுதலையும் ஆழ்ந்த நம்பிக்கையைக் கொண்டிருக்கிறது இந்திய மனம்.

ஊரிலிருக்கும் சமயத்தில் பன்னீர் ஒருமுறை கூறியதுதான் நினைவிற்கு வந்தது. "சாமியாரானபின் உணவு இல்லாமல் செத்துவிடுவோம் என நினைக்காதே. நீ நினைக்கும் சமயம் அது உன்னைத் தேடிவரும்". கடந்த இருபது நாட்களாக எங்கும் உணவு இன்றி இருந்ததில்லை. பசி என்கிற நினைப்பே இருந்ததில்லை. பசி என்கிற நினைப்பற்றவனுக்கு உடல் குறித்த பயம் இருப்பதில்லை. உடல் தன்னை அப்படியே வடிவமைத்துக்கொள்கிறது. குறைந்த உணவே உடலுக்குப் போதுமானதாக இருக்கிறது. அச்சிறு உணவையும் பிழித்து ரத்தமாக்கிக்கொள்கிறது.

சிறுகுச்சிகள் போன்ற மூங்கில்புற்களால் ஆன குடிசை மண் சுவற்றின்மேல் மெலிந்த குச்சிகள் நாற்புறமும் தாங்கி நின்றன. ஒருவர் நீட்டி படுக்குமளவிற்கு இருபக்கமும் திண்ணை இருந்தது. அதை மெழுகி அழகாக வைத்திருந்தார்கள்.

"அமருங்கள் அய்யா, உங்கள் பெயர் என்ன"

"சுப்ரமணியன் சிவநேசசாமி"

"உங்களை சாமிஜி என்றே அழைக்கிறேன், பாமி, யார் வந்திருக்கான்னு பாரு"

வெளியே வந்த பெண்மணி தன் முக்காடைத் திருத்திக் கொண்டாள். பின் சுப்ரமணியனின் கால்களில் இருவரும் விழுந்து வணங்கினார்கள். கால்களைக் குறுக்கிக்கொண்டான். மனதில் ஏதோ கூச்சம் இருந்தது.

அப்பெண்மணியின் வயதைகொண்டே ரவியின் வயதைக் கணிக்க முடிந்தது. அப்பெண்ணுக்கு வயது அம்பத்து ஐந்து இருக்கும், ரவிக்கு அறுபது இருக்கலாம். உடலில் தளர்வின்றி நடுவயது மனிதர்போன்றிருந்தார். முதலில் குடிப்பதற்குக் கூழ் கொடுத்தார்கள். அது கோதுமை, ராகி போன்ற பொருட்களால் சூடாக்கப்பட்டு நாட்டுச் சர்க்கரையுடன் மிதமான சூடுடன் இருந்தது.

அவன் உண்டபின் "நீ சென்று உணவு தயாரித்துவிடு, சாமிஜி சற்று ஓய்வெடுக்கட்டும்" என்றார். பாமி உள்ளே சென்றதும், "சொம்பைக் கொடுங்கள் நீங்கள் ஓய்வெடுங்கள் இங்கேயே தூங்கலாம் அல்லது உள்ளேயும் தூங்கலாம்" என்றார். அவன் கால்களை நீட்டிப் படுத்துக் கூரையின் எக்ஸ் போன்ற வடிவ

பின்னல்களைப் பின்தொடர்ந்து சென்றபோது சட்டென தூக்கம் வந்துவிட்டது.

கறுப்பு வெள்ளைப் புகைப்படங்களில் தெரியும் முகம்போல மாறிவந்தது பத்மாவின் முகம். அதில் அவள் மிகுந்த பழமையான பெண்போல கொண்டையிட்டு, பூவைத்து, கண்களில் மைஇட்டுத் தெரிந்தாள். அவள் முகத்தில் வடுக்கள் மறைந்து சமநிலையில் அழகிய முகமாகத் தெரிந்தது. அவள் அணிந்திருந்த புடவை லேசான பழுப்பு வண்ணத்தில் பழையக்கால பெண்கள் அணியும் ஆடைபோன்றிருந்தது. வெள்ளை ஜாக்கெட்டும், கழுத்தில் சிவப்பு மணிமாலையும் அணிந்து லேசாகச் சிரித்துக்கொண்டிருந்தாள். அவள்கூட நின்ற பிள்ளைகள் தங்கள் உருவத்தில் பெரிய பெண்கள்போல தெரிந்தாலும் முகம் சிறிய வயது முகமாகத் தெரிந்தது. மூவரும் உணவின்றி பிச்சைக்காரர்கள் போன்றிருந்தார்கள்.

சட்டென விழித்து எழுந்தமர்ந்தான். கூட்டதில் தெரியும் நெருங்கியவர்களின் முகம்போல புதிய பதற்றம் ஏற்பட்டது. சற்றுத் தூக்கலான மனநிலையில் தன்னை இறுத்திக்கொள்வதில் எப்போது வெற்றி கண்டவனாக இருந்தான். அவரருகே வந்த ரவி “சாப்பிட வருகிறீர்களா உணவு தயாராக இருக்கிறது” என்றார். அப்போதே பசி இருப்பது தெரிந்தது.

எழுந்து நின்று “ரவிஜி நான் ஞானியில்லை, யோகியு மில்லை, சாதாரணமானவன்”

“தெரியும், நீங்கள் சாதாரண சாமியார்தான். நீங்கள் யோகி அல்லது ஞானி ஆகும் ஆரம்ப பள்ளியில் இருக்கிறீர்கள். நான் தேடுவது சாமியார்களை, துறவிகளை. அவர்களை எந்தவகையிலேனும் உணவிட்டுப் பேண வேண்டுமென ஆசை கொள்கிறேன்”

“உண்மையைச் சொல்வதென்றால் நான் குருவைத் தேடிக் கொண்டிருக்கிறேன். உன்னை விரைவில் ஒரு குரு சந்திப்பார் என்றுதான் என் ஜாதகத்தில் இருக்கிறது. என் மனைவி குழந்தைகளைவிட்டு வந்தது சற்று சங்கடமேற்படுத்துகிறது. அதற்குள் ஒரு குரு கிடைத்துவிட்டால் அந்தச் சங்கடங்களும் போய்விடும். அவர்களுக்குப் பிச்சை எடுக்கும் வாழ்க்கை வராமல் இருக்கும்”

“நிச்சயம். நீங்கள் நினைப்பது நடக்கும், ஈஸ்வரன் இருக்கிறான் நல்லது நடக்கும் சாமிஜி. வாருங்கள் உணவருந்துவோம்” என்றார்.

சிறுசிறு குழிகள் பெரிய தட்டு ஒரு பக்கம் சோறும், இன்னொரு பக்கம் நெய் தடவிய சப்பாத்தியும் இருந்தது,

தொட்டுக்கொள்ள கத்திரிக்காய் கூட்டும், பருப்பு கடைசலும் இருந்தது. கூட வெங்காயமும் வெள்ளரிக்காயும் இருந்தன. உண்டதும் உணவு அவன் உடலோடு கலந்துவிட்டதை அவன் கண்கள் வழியே அறிந்தான். ஒரு நாள் முழுவதும் உணவருந்தியிருக்கவில்லை.

"நீங்களும் உங்கள் மனைவியும் மட்டும்தானா? வேறு யாருமில்லையா?"

"இருந்தார்கள். என் இரு மகன்கள் சிறுவயதில் ஒரு குட்டையில் விழுந்து இறந்துவிட்டார்கள். என் மகளுக்குத் திருமணம் செய்து கொடுத்திருந்தேன். பலநாட்களுக்குப்பின் கர்ப்பமானாள். ஆனால் பிரசவத்தின்போது இறந்துவிட்டாள். இப்போது நாங்கள் தனியாக இருக்கிறோம். அன்றிலிருந்து தினம் ஒரு சாமியாருக்கு உணவிடுவது வழக்கமாகிவிட்டது"

அவன் கண்களில் கண்ணீர் முட்டி வந்தது. ஒரு தந்தையாக இருப்பதன் வலி. தன் குலத்தைத் தன் ஆன்மாவைக் கடத்துவதில் இருக்கும் வலி. சோகைவிழுந்த அப்பாவின் கண்களின் தெரியும் உள்ளத்து வலியை நினைத்துக்கொண்டான். அவரைக் கூர்ந்து கவனித்துக்கொண்டிருந்தான். அவர் அளித்த உணவை உண்பதா இல்லையா என்று தெரியாமல் சற்று நேரம் காத்திருந்தான்.

"என்னைப் பற்றிச் சொன்னது உங்களுக்குச் சோகம் ஏற்படுத்த அல்ல, என்ன செய்வது வாழ்க்கை அப்படி தானே செல்கிறது"

கண்களில் லேசாகக் கண்ணீர் உகந்தான். போதும் என்று சொல்லிவிட்டு எழுந்துக்கொண்டான். கைகளைக் கழுவிய பின் திண்ணையில் அமர்ந்து

"நானும் இருபிள்ளைகளுக்குத் தந்தைதான், ஆனால் உங்கள் சோகத்தைப்பார்த்தால் நான் தவறான தேடலைத் தேர்வு செய்துவிட்டோனா என எண்ணுகிறேன்"

அவன் பக்கத்தில் பொறுமையாக அமர்ந்தவர் "நான் என் சோகத்தை உங்களிடம் சொல்லியிருக்கக் கூடாது. இந்தச் சம்பவங்கள் உங்கள் தேடல்களைச் சலனப்படுத்துகிறது என்று நினைத்தால் நீங்கள் திரும்பிப் போக வேண்டியிருக்கும், அப்படியே மறந்துபோனால் தொடருவீர்கள். அதுதான் உங்கள் தேர்வு."

புன்னகையுடன் அவர்கள் இருவரிடமும் விடைபெற்று வடக்கே நடந்தான்.

34

அப்பாவின் உடல் கூடத்திற்குக்கொண்டு வரும்போது வெளித் திண்ணையில் வந்து அமர்ந்துகொண்டான் சுப்ரமணியன். அவன் உடலில் எந்தப் பதற்றமும் தோன்றவில்லை. எப்போதும் போலவே இருப்பதும், முடிந்தால் சிரிக்கவும் அவனால் முடியும் என்று தோன்றியது. பரணி அருகில் வந்து “உன் அப்பா வானத்துக்குப் போய்டாங்களாம்டா, இனிமே திரும்பிவர மாட்டாங்களாம். அடுத்த ஜென்மத்துல பொறந்து வந்து உன்னய பாப்பாங்களாம்டா” என்றான்.

தீவிரமான அவன் முகத்தைத் திரும்பிப் பார்த்தபின் அவன் மேலே பார்த்துவிட்டு உண்மை என நம்பினான். அவனுக்கு அவன் அப்பா இதைச் சொல்லியிருக்க வேண்டும். அப்பா இறந்தது அவனுள் பெரும் நம்பிக்கையின்மையை உருவாக்கியது எப்போதும் நினைவுகூர்ந்தபடி இருந்தான். எப்போதும் படி, ஒரு கலையைக் கற்றுக்கொள் என்று வற்புறுத்தி வந்தவர். அவர் குடிகாரராக இருந்தது அவனுக்கு உறுத்தியதே யில்லை. உப்பிய தொங்கும் கன்னங்கள் அவரை நினைக்கும் தோறும் நினைவில் தோன்றும். அதீதமான குடியால் உருவானவை. அந்தக் கன்னங்களை வைத்துக்கொண்டு தீவிரமான உடல்மொழியை அவரால் உருவாக்க முடியாது. நின்று நிதானித்து அவனை அவர் நோக்கும்போது அவர் மனதில் என்ன எண்ணத்தைக் கொண்டிருக் கிறார் என்று அறிவது கடினம்.

பலநேரங்களில் அது குடியைப் பற்றிய எண்ணமாக இருக்கும் என நினைப்பான். அவருக்குத் தெரிந்த நண்பர்களிடம் சுற்றுவட்டார ஆண், பெண்களிடம் கைநீட்டி கைமாத்துக் கேட்ட படி இருந்தார். ஏதாவது காரணங்களைச் சொல்லிக் கொண்டேயிருப்பார். தன் பிள்ளை படிக்க, தன்

மனைவியின் மருத்துவமனை செலவு என்று சொல்லி பணம் கேட்டுவிடுவார். பணம் அவருக்குக் கிடைத்தபடி இருக்கும். கிடைக்காத நேரத்தில் வீட்டிலிருக்கும் எதாவது ஒரு பொருளை எடுத்துச்சென்று விற்று காசாக்கிக் குடித்துவிடுவார். குடியில் திளைக்கும்போது அது அவருக்கான இப்பிறவிப் பயன் என்றே அவர் நினைத்துக்கொள்வதாக நினைத்தான்.

அவருக்குப் பொருள் மீதான ஆசை இல்லை. அரிதான பொருட்கள் என எதுவும் அவருக்கு விளங்கியதில்லை. எந்தப் பொருட்களையும் விற்று குடிக்க மட்டுமே அவர் ஆசை கொள்கிறார். ஆச்சரியமான விஷயம் அவருக்கு மிருதங்க வாசிப்பின்மீது ஆசையிருந்தது.

சின்னமூலை மார்க்கெட்டில் வைத்து அப்பாவை சந்துரு தாக்கியபோது அதிர்ச்சியில் நிலைகுலைந்துபோனான் சுப்ரமணியன். அடிவயிற்றில் சொல்ல முடியாத வலி ஏற்பட்டது. அவ்வலியைப் பிறிதொரு வலியிலிருந்து எளிதாகப் பிரித்தரிய முடியும். மக்கள் சூழ்ந்த முக்கியமான இடத்தில் அப்பா அடிவாங்கிச் சரிந்து விழுந்து சிரித்தபடி இருந்தார். இயலாமையில் சிரித்தபடி விழும் அப்பாவைக் கண்டதும் என்றுமில்லாது ஆவேசம் கொண்டவனாக மாறினான் சுப்ரமணியன். அப்பாவைத் தாங்கி அவரைப் பத்திரமாகக் கீழேவிட்டு, கைகளில் நீரள்ளுவதுபோல மண்ணள்ளி சந்துருவின் மேல் வீசினான். தூசியினால் ஏற்பட்ட கண் எரிச்சலில் உடல் முறுக்கிக்கொண்டு வந்தவனை அடிவயிற்றில் எட்டி உதைத்தான் சுப்ரமணியன். அவனது முகத்தைக் கண்டு சந்துரு ஒருகணம் திகைத்து அடிப்பதை நிறுத்தினான். தூக்கிய காலைக் கீழே வைத்து வெறும் எச்சரிக்கையாக விலகி ஓடினான்.

அவரைத் தாங்கி அழைத்துச் சென்றபோது அவர் கைகள் அவனை அழுத்திப் பிடித்திருந்தன. மிக அறிதான அவரது தொடுகை. மெல்லிய சொரசொரப்பான விரல்கள், அன்பு வழியும் அடர்ந்த நீரூற்றின் குளிர்ச்சி போன்றிருந்தன.

பெரிய குடும்ப பின்னணி கொண்ட வீட்டின் முதல் பையனின் அலட்சியமும் அடாவடியும் கொண்டவர் அப்பா. அவருக்கு இந்தச் சூழலின் கௌரவத்தைத் தக்கவைத்துக்கொள்ள தெரியவில்லை. பல்லிளித்துக் குடிக்காக எதையும் செய்பவர் என்கிற சித்திரம் அவர் மேல் விழுந்துவிட்டது. லட்சங்களில் பணமும் வீடுகளும் இருந்தும் அவற்றை அனுபவிக்கக் கொடுப்பினையற்ற மனிதர். அமைதியாக அவரை நோக்கி,

"குடிக்காதிங்கப்பா, எவ்வளவு மானம் போகுது, ரோட்ல எல்லோரும் நம்பலத்தான் பாக்குறாங்க. அம்மா உங்களுக்காக எப்படி கஷ்டப்படறாங்கன்னு தெரியுமா"

இறைஞ்சும் கண்களோடு அவனை நோக்கினார். கண்களில் எந்த பாவமுமற்று இருக்க அவர் முயற்சிப்பதும், பின் அழுகையை அடக்க முயற்சிப்பதுமாக இருந்தார். படியேறி திண்ணையில் படுக்க வைத்தபோது உள்ளிருந்து அம்மா ஒரு சொம்பில் தண்ணீர் கொண்டுவந்தாள். அதை அவர் குடிக்கும்போது அடிப்பட்டு வழியும் கன்னத்து ரத்தத்தை வெள்ளைத் துணியால் துடைத்துவிட்டாள். அவளுக்கு அவர்கள் வரும்முன்பே செய்தி வந்துவிட்டது. விளையாட்டுச் செய்கைகளுடனும் பொறுப்பற்ற முகபாவனைகளுடனும் இருக்கும் அப்பா நீண்ட பெருமூச்சுக்களை விடும் உடலசைவுகளுடன் படுத்திருந்தார்.

அம்மா உள்ளே தனியாக அவனை அழைத்துச்சென்று, "என்னடா நடந்துச்சு" என்றாள். உண்மையில் அம்மா அழுகிறாள் என்று தோன்றியது. அவள் முகத்தில் அழுத்தமான கோடாக உதடுகள் மாறிவிட்டிருந்தன.

"சந்துரு இருக்காரில்ல அவரு அப்பாட்ட வம்பு பேச்சு பேசிக்கிட்டிருந்தாராம். குடிகாரன், தறுதலன்னு சொன்னத கேட்டேன், ரெண்டு பேரும் குடிச்சிருந்தாங்க. அவன் அப்பா கிட்ட குடிக்க வாங்கிக்கொடுக்க சொல்லியிருக்காரு, அப்பாவும் அவர பொம்பள பொறுக்கிக்குத் திட்டினாரு, உடனே அவன் அடிக்க வந்துட்டான்"

"அவர் யாரு தெரியுமில்ல இந்த வீட்டுல கணக்குப் பிள்ளையாக வேல செஞ்சவர். அவர் தாத்தா நம்மூட்டுத் தோட்டத்துல எடுபுடி வேல செஞ்சவரு, எல்லாம் நம்ம நேரம். சித்தப்பாவுக்குத் தெரிஞ்சுதுன்னா இங்க வந்து சத்தம் போடுவாரு, அவர்ட எதுவும் சொல்லாத"

"சரிம்மா"

திரும்பவந்து அப்பாவின் கால் பக்கத்தில் அமர்ந்து கொண்டான். அப்பாவை எச்சரிக்கை உணர்வுடன் கவனித்துக் கொள்ள வேண்டும் என முடிவெடுத்தான். அப்பாவின் குரலில் தெரியும் நடுக்கத்தை முதலில் மாற்ற வேண்டும். உடல் தளர்ச்சியைச் சரி செய்ய வேண்டும். கூன்விழுந்த முதுகை நேராக்கி ஒல்லியான தேகத்தைப் பூசினாற்போல் மாற்றி தெருக்களில் நடத்திச்செல்ல வேண்டும்.

அவருக்குத் தெரியும் தன் மீதான பார்வைகளில் ஏளனமாக இருக்கிறது என்பதை. பணமும் வீடுகளும், தோப்பும், வயல்களும் இருந்தபின்னும் அவற்றைக் கட்டியாள தெரியாது இருக்கிறேன் என்பதை, அவர் உணரவைக்க வேண்டும். கார்களில் சென்று தன் இருப்பைக் காட்ட வேண்டியவர் தள்ளாடி தரையில் உருண்டு செல்வது இழுக்கு அவருக்கு மட்டுமல்ல அம்மாவையும் தன்னையும் தன் அக்கா தங்கையையும் சேரும் அவர் புரிந்து கொள்வார்.

அவரைத் தொட்டு எழுப்ப வேண்டும் என நினைத்தபோது காற்றில் சாய்ந்து பின் பழைய நிலைக்குத் திரும்பும் பெரிய மரம் போல மெதுவாக எழுந்தமர்ந்தார்.

கேள்விகளைக்கொண்ட அவரது கண்கள் அவனை நோக்கிக் கொண்டிருந்தன. "குழந்த, நீ எத்தனாவது படிக்கிறப்பா", "எட்டாவதுப்பா" "எட்டாவதா படிக்கிற, எந்த ஸ்கூல்ல", சொன்னான். அவர் அதைக் கவனித்ததாகத் தெரியவில்லை. ஏதோ யோசனையில் மேலே பார்த்தபடி இருந்தார். "நல்லா படிக்கணும் தம்பி, அம்மாவ காப்பாத்தணும், நா இல்லேன்னு நீ கவலப்படக் கூடாது."

"இந்த உலகத்துல தெரிஞ்சுக்க எவ்வளவோ விஷயங்கள் இருக்கு, நாந்தான் எதையும் தெரிஞ்சுக்காம இருக்கேன். முக்கோண விதிகள்னு ஏதோ ஒன்னு, அன்னைக்கு உன் பிரண்டுக்குச் சொல்லிக் கொடுத்துகிட்டிருந்த, ஆனா எனக்கு அதெல்லாம் எதுவுமே தெரியாதுபா. நா வெறும் ஜடமாதான் இருக்கேன். நா செத்தாலும் நீ படிப்ப நிறுத்தக் கூடாது, தொடர்ந்து படிக்கணும்."

"நீங்க சாக மாட்டீங்கப்பா"

"அப்படியா, நிஜமாவா சொல்ற"

"ஆமாம், நீங்க குடிக்கிறத நிறுத்தி நல்லா சாப்பிட்டுக் கவுரவமான மனுஷனா இருந்தா நூறு வருஷம் இருப்பீங்க"

அவர் கண்கள் ஒளிகொண்டன. கேட்கும் எல்லாவற்றிற்கும் இசையும் மனதுடன் அவர் மாறியிருந்தார். எதையும் ஆழ்ந்து யோசிக்காமல் ஏற்றுக்கொள்ளும் மனநிலை அது. அலட்சிய மனோபத்துடன் இருந்தவரின் மாற்றம் சற்று அதிகம்தான் என நினைத்தான்.

"அப்பா உங்கள தொடவா"

"தொடுடா செல்லம், அப்பாதானே, தொடு"

கே.ஜே. அசோக்குமார்

சின்ன வெட்கத்துடன் அமைதியாகத் தலைகுனிந் திருந்தான். அவனைக் கட்டியணைத்துத் தன் பக்கம் இழுத்துக் கொண்டார்.

“அப்பா நீங்க நிம்மதியா இருக்கணும்னா, அமைதியா இருக்கணும், குளத்துல கல்ல தூக்கி போட்டா வளைவளையா வரும்ல அதுமாதிரி நீங்க ஆயிடறீங்க, இனிமே தண்ணியடிக் காதிங்க, உங்க மனச அது குழப்புது”

பெரிய மனிதனாக அவன் பேசியதும் அவருக்கு அவன் மேலிருந்து கண்களை எடுக்க முடியவில்லை. முடிவற்று நோக்கிக்கொண்டிருந்தார். “நீ பேசு நா கேக்கிறேன்” என்றார். வளையத்தில் மாட்டிய மீனானார். சிறு துள்ளல்களுக்குச் சுண்டி இழுத்தலில் அடக்குவது போலிருந்தது அவன் செய்கை.

வீடு அமைதியான சூழலுக்கு வந்துவிட்டிருந்தது. வெய்யில் சாய்வாக ஒளியால் பெரிய உள்திண்ணையின் தூண்களின் நிழல் தூர விழுந்துகிடந்தன. மென்மையாக வீசும் காற்றில் மலர்களின் நறுமணம் வந்துகொண்டிருந்தது. அம்மாவின் காலடி ஓசை கேட்கவில்லை. மாவரைக்க சாரதா பாட்டியுடன் சென்றிருக்கலாம். எப்போதும் நிம்மதியற்றிருக்கும் அமைதியில் இன்று ஆழ்ந்த மென்மை கூடியிருந்தது.

“அப்பா, நீங்க ஏன் ஒரு வேலைக்குப் போயி சம்பாதிக்கக் கூடாது. வேலைக்குப் போனீங்கன்னா, உங்க உடம்பு நல்லா எக்ஸ்சைஸ் பாடிமாதிரி ஆயிடும். அப்புறம் நல்லா பலசாலி யாயிட்டீங்கன்னா யாரும் உங்கள அடிக்க முடியாதுல்ல.”

“ஆமாம்பா, நீ சொல்றது சரிதான் அப்படிதான் செய்யணும், நீயே சொல்லு நா என்ன வேல செய்யட்டும்”

“நம்பல்ட பணம் இருக்கு, சைக்கிள் வாடக கடய வெப்போம். உங்களுக்குத் தான் சைக்கிள் ரிப்பேர் பண்ண தெரியுமே, என் சைக்கிள ரிப்பேர் பண்ணி கொடுத்தீங்கல”

“அது சின்ன ரிப்பேர்தான், சரி வெப்போம். பெரிய ரிப்பேருக்கு ஒரு ஆள போட்டுக்குவோம்.”

அவனுக்கு சைக்கிள் பழகி கொடுத்த நாட்களை நினைத்துக் கொண்டான். காலை அவன் கீழே ஊன்றி அதிர்ச்சி முகத்தைக் காட்டியது இன்றும் நினைவில் இருக்கிறது. எதற்கும் தைரிய மற்றவனாக அவன் இருப்பதைக் கண்டு அப்பா பயந்தார். சின்ன சிராய்ப்புகளுக்குப் பயந்தான். தைரியமாக எதிர்கொள்ள தெரியாமல் அவன் அவதிபடுவதாகத் தோன்றியது. எல்லா வற்றிற்கும் வேகமாக இல்லையென தலையசைத்தான்.

காலம் வேறுமாதிரியாக ஈடுசெய்துவிடுகிறது. இந்த உலகத்தில் எதையும் கண்டு பயப்படும் மனிதனாக அப்பா மாறிவிட்டார். மனைவின் சொற்கள் மேல் பயம். தம்பிகளின் வார்த்தைகளின் மேல் பயம். வெளி மனிதர்களின் ஏளனத்தின் மேல் பயம். மனதின் மீது, உடலின் மீது. அதையும் தாண்டி சென்று அடைய எதுவும் இல்லை என்ற பயம். பயங்களை மறைக்க குடிக்கிறார். குடியால் அடைவது நான் என்னும் பயத்தை மட்டும்தான் மற்ற பயங்கள் மறைந்து எதிர்த்து நிற்கும் துணிவைப் பெறுகிறார்.

அப்பா கடைசியாகச் சொன்ன வார்த்தை,

"சுப்பு நான் அடையாத இந்த உலகின் சொர்க்கங்களையும் பாதாளங்களையும் நீ அடையணும். உனக்கு அந்தத் தகுதியும் திறமையும் இருக்கு. நீ அடையப்போற இந்த உலகைப் பாக்க நான் இருக்க மாட்டேன். என் மனதை, என் உடலை, என் ஆன்மாவை உனக்குக் கொடுக்கிறேன். நீ ஜெயிப்பாய்".

கே.ஜே. அசோக்குமார்

35

அந்தரங்கமான உணர்வுகளை அல்லது உள்ளுணர்வு சார்ந்த விஷயங்களை மற்றவர் களுடன் பகிர்ந்துகொள்ளாத, முடியாதபோது வாழ்க்கை புதிய பரிமாணத்தைக் கொண்டு விடுகிறது. நாளும் புதிய மனிதர்கள் புதிய மொழிகள் எண்ணங்களைப் பகிர்ந்துகொள்ளாமல் நடைமுறை செயல்களுக்கான வார்த்தைகளை மட்டுமே பகிர்ந்துகொள்ள-முடிகிறது.

உலகம் என்னைப்பற்றி என்ன நினைக்கிறது என்பதிலிருந்து தொடங்குகிறது இந்த வாழ்க்கை. வாழ்க்கையின் ஒவ்வொரு அடியிலும் அந்த நினைப்பே இருக்கிறது. உண்மையில் அந்த அடிகளைக் கவனமாக எடுத்து வைப்பதற்கு அந்த நினைப்பு உதவுகிறது. ஆனால் உயிர்ப்பற்றிருக்கிறது. வெறும் சடங்காக சம்பிரதாய நிகழ்வாக ஒவ்வொரு செயலும் நிகழ்ந்துகொண்டேயிருக்கிறது. ஒன்றன்மீது ஒன்றாகச் செங்கற்களை வைத்துக் கட்டப்படுவதுபோல. நிகழ்விற்கும் உண்மைக்கும் எவ்வளவு தூரம் இருக்கிறது? எதற்காக இந்த நாடகம்? உயிர் வாழ்தலின் பொருட்டா? உடலின் பொருட்டா? உடல் கேட்கும் காமத்தின் பொருட்டா? அல்லது மன நிம்மதிக்காகவா? யாரும் கவனிக்கவில்லை என்கிற அப்பட்டமான கயவாலிதனம் எப்படி வருகிறது? எங்கே என்னைக் கண்டடையும் நிகழ்வு. என் தகப்பனை, தாயை நான் எங்கே காண்கிறேன். என் மேலதிகாரி, சக ஊழியனை எங்கே காண்கிறேன். மனைவியை, பிள்ளைகளை நான் எப்படி இதன் பொருட்டு நம்புவது? எல்லாம் மாயை என அறிகிறோம். அதன் மூலம் பற்றின்மைதானே வர வேண்டும். எப்படி பற்று, இருப்பு, பொருட்கள், உலகம், நன்மை, தீமை, நல்லது கெட்டது எல்லாம் வருகிறது.

உலகத்தை வெறுக்க முடியாது. உலக வழக்கங்களையும் விட்டு விலக முடியாது. உலக இயக்கங்களிலிருந்து வேண்டு மானால் என்னை விடுவித்துக்கொள்ள முடியும். உச்சபட்ச தந்திரங்களிலிருந்து விலகி இருக்க முடியும். உடனுக்குடன் காணும் எதிர்வினைகளிலிருந்து விலகி அமைதியுறும் புன்னகை யுடன் அமைதியாக இருக்க முடியும். முடிவுறாத எதிர் சிந்தனைகளிலிருந்து சுயத்தைப் பிரித்துக்கொள்ள முடியும். காணாத ஒன்றை கண்டடையும் புத்துணர்ச்சியைப் பெற முடியும். எங்கே நிற்கிறேன் என்கிற நினைப்பை விடுத்து எங்கும் பரந்து விரிந்திருக்க முடியும்.

உலகம் சிறுகுவளையின் அடியில் இருக்கிறது. அங்கு நீரில் மிதந்தபடி இருக்கிறது. சிறுகுழந்தையின் கைமட்டுமே அதில் நுழையும். அது சின்ன விரல்களுக்குச் சிக்காமல் போக்குக் காட்டி நீரில் சுற்றி வருகிறது. குழந்தையும் விடாமல் அதை எடுத்து முனைவதும் தன் கண்களுக்கு அருகே வைத்து என்ன மாதிரியான பொருள் என உற்று நோக்குகிறது.

பெரியவர்களுக்குக் கைவருவதில்லை. பெரிய விரல்களும் கைகளுக்கும் இடையே மிகச் சிறிய பொருளாக அது நின்று விடுகிறது. விளையாட்டு உலகைக் கண்களுக்கு அருகே வைத்து உற்றுநோக்கும் ஆர்வமற்று மனிதன் குழந்தையிடமே கொடுத்துவிடுகிறான். அது குழந்தைகளின் விளையாட்டுப் பொருள் மட்டுமே என நினைக்கிறான். உண்மையில் உலகம் மிகச்சிறியதுதான். விருப்பத்திற்கு மாறாக நிகழ்வதுகூட ஏதோ ஒரு பிரபஞ்சவிதிகளின்படி நிகழ்பவை. பெயரற்ற உலகில் பிரபஞ்சத்தின் நுனியைக் காண முடியாததுபோல விதிகளின் லீலைகளைக் கண்டுணர முடியாதுபோலும்.

ஹரியானாவில் ஏதோ ஒரு கிராமத்தில் பரந்த வெளியில் தன் தோள்பையுடன் நின்று சூரிய அஸ்தமனத்தைக் கண்டு கொண்டிருக்கும் காட்சியை அவனே கண்டான். இந்த உலகம் மாறாத சிலவற்றில் சூரிய உதயமும் அஸ்தமனமும்தான். அப்போதும் மனிதர்கள் வேகமாகக் கடந்துசென்று கொண்டிருந்தார்கள். அவர்களுக்கு அன்றைய தினப்படியின் கவலைகள், அவசரங்கள், வெறுப்புணர்ச்சிகள், அன்பு, காதல் என எவ்வளவோ இருக்கிறது.

தன் தோளைத் தொடும் உணர்ச்சி ஏற்பட்டுத் திரும்பினான். வெள்ளைத்தாடியும் கருத்த பெரிய தலைமுடியின் மேல் பச்சை வண்ண முண்டாசும், நெற்றியில் திருநீறும், பச்சை வண்ண வேட்டியும் வெள்ளைச் சட்டையும் இடது கையில் தூக்குப் பையும் வலது கையில் இந்தியில் எழுத்துகள் விளம்பர செய்யும் பிளாஸ்டிக் விசிறியுமாக ஒருவர் நின்றிருந்தார்.

“நீ சுப்ரமணியன் தானே” என்றார்.

“ஆமாம்”

“நான் யாருன்னு தெரியுதா”

“ம். இல்லையே”

“நான் தான் சாமியப்பா”

மனம் கொள்ளும் உவகையை மறைக்க முடியவில்லை. துள்ளிக் குதித்து நீரில் அமிழும் மீன்குஞ்சைப்போல ஆனான்.

“சாமியப்பா நீங்களா, எப்படி என்னை அடையாளம் கண்டுபிடிச்சீங்க”

“எனக்கு உன் முகம் தெரியுமே உன் கண்ணும் மூக்கும் அப்புறம் அந்தப் பரந்த காதும் போதும் கண்டுபிடிக்க, நமக்கு நெருக்கமானவங்கள வயசானபோதும் கண்டுபிடிச்சிட முடியும்.”

“ஓ அப்படியா, நல்லா இருக்கு உங்க லாஜிக், அப்புறம் இந்த வயசுலேயும் சுத்திக்கிட்டு இருக்கீங்களா”

“எனக்கு என்ன வயசுன்னு உன்ன பார்த்தோன்னதான் ஞாபகத்துக்கே வருது, எனக்கு அறுபதுதான். ஆனா நீ இல்லேன்னா எனக்கு நாற்பதுதான்னு நினைச்சுகிட்டு இருப்பேன். வா ஒன்ன கூட்டிக்கிட்டுப் போறேன், நாம ஒரு நல்ல சாப்பாடா சாப்பிடுவோம். வா”

அவரிடம் பேச வேண்டும் என்கிற தட்டுத்தடுமாறும் வார்த்தைகளில் இருக்கும் ஆர்வம் பல மாதங்கள் பேசாமல் இருந்ததிலிருந்து வந்தது என நினைத்தான். அத்தோடு அதுவரை மனம் இறுக்கத்தில் பேசாமல் இருந்த வார்த்தைகள் எல்லாம் வெளியேறி வந்துகொண்டிருந்தன.

“எனக்குப் பசி, உனக்கும் பசியாத்தான் இருக்கும். ரெண்டு பேரும் சேர்ந்து சாப்பிடும்போதுதான் சாப்ட மாதிரியே இருக்கும். நாலு நாளா ரோட்டோரமாதான் சாப்பிட்டுக்கிட்டு இருக்கேன். இன்னிக்குக் கொஞ்சம் பெரிய கடையில் சாப்பிடுவோம்”

அந்தக் கடை, ஒரு வெட்ட வெளியில் கூரை அமைத்து டேபிள் பெஞ்சுகளைப் போட்டு வைத்ததுபோலிருந்தது. கடை முன்பு தந்தூரி அடுப்பு. அடுப்பின் முன் நின்றிருந்தவர் உற்சாகமானவராக இருந்தார். மாவு பரக்க கையைத் தட்டி கிணற்றில் நீர் இறைப்பதுபோல அடுக்கிய ரொட்டிகளை உள்ளே வைப்பதும் வெளியே எடுப்பதுமாக இருந்தார். நடுவே நட்பாகவும் அன்பு வார்த்தைகளாலும் மக்களைச் சாப்பிடக் கூவி அழைத்தார்.

அதை மொழிபெயர்த்தால் இப்படி இருக்கும் "வாங்க வாங்க, சூடான ரொட்டி, சப்ஜி, தால், எல்லாம் இருக்கும் வாங்க வாங்க, குளிர் வர்றத்துக்குள்ள வந்து சாப்பிடுங்க"

சாமியப்பாவையும் அவனையும் அன்புடன் அழைத்து அமர வைத்தார்கள். அவருக்கு இந்தி நன்கு தெரிந்திருந்தது. அதன் வட்டார மொழிகளில் இருக்கும் வார்த்தை இழுப்புகளுடன் அவர்களிடம் பேசினார். அங்கிருந்த பெண்மணி அவரை ஒரு சாமியாருக்கும் நிகராக நடத்தினார். அவரை ஒரு ஞானியாவும் சுப்பிரமணியனை ஒரு சீடனாகவும் அவர்கள் எண்ணினார்கள்.

சாப்பிட வெண்ணைய் தடவிய தந்தூரி ரொட்டியும், பருப்பு கடைசலும், உருளைக்கிழங்கு, பட்டாணி போன்ற வற்றால் செய்யப்பட்ட காய்கறி உணவையும் கூடவே வெங்காய, வெள்ளரி துண்டுகளை வைத்தார்கள். மதியம் பன்னிரண்டு மணி அந்த இடத்தில் அமர்ந்து உண்பது குளுமையாக இருந்தது. முதல் போணி இரு சாமியார்களுக்குப் பரிமாறப்படுகிறது என்கிற எண்ணத்துடன் வணங்கி வணங்கி பரிமாறினாள் அந்தப் பெண். பக்கத்தில் அவளுக்கு உதவி செய்ய ஒரு சிறுவனும் இருந்தான்.

அவ்வளவு இனிமையாகக் குளிருக்கு இதமான உணவாக இருந்தது. "இந்த உணவுகள் மட்டுமே குளிரை நம் உடலில் கட்டுப்படுத்த முடியும்" என்றார் சாமியப்பா. கடைசியாகக் கொஞ்சம் சோறும், சக்கரை இட்ட தயிரும் கொடுத்தாள் அந்த பெண்மணி.

அவர் அதுவரை எதைப்பற்றியும் கேட்கவில்லை என்பது அவனுக்கு ஆச்சரியமாக இருந்தது. எதை மறைக்க நினைத்தாலும், யாரை சந்திக்கக் கூடாது என நினைத்தாலும் அதுவே நிகழ்வதுபோல அவன் முன்னே சாமியப்பா தோன்றி வெறும் நேற்று சந்தித்ததன் தொடர்ச்சிபோல அவர் பேசுவதும் எந்த விஷயமும் அவரை உறுத்தவில்லை என்பது போலவும் அவர் பேசுவது அவர்மேல் சற்று எரிச்சலையே ஏற்படுத்தியது. "சாமியப்பா என்னைப் பத்தி எதுவுமே நீங்க கேட்கலையே."

ரொட்டியைத் தின்று, விரலில் ஒட்டியிருந்த பருப்பு குழம்பை நக்கிக்கொண்டிருந்தார். "நீ எனக்கு யாருன்னு நினைக்கிற, என்னோட மனசாட்சி நீ, எங்க வருவேன்னு எனக்குத் தெரியும் எப்படி வருவேன்னும் தெரியும். அத உன் வாயால கேட்டு வேற தெரிஞ்சுக்கணுமா"

"எல்லாம் தெரிஞ்ச நீங்க நடுவுல ஏன் என்னய சந்திக்கல"

"அப்ப தொடங்கி இப்ப உன்ன சந்திக்க வெச்சதுகூட நா தான். லௌகீக வாழ்க்கய நீ முடிக்கும்வரை எப்படி உன்னால வர முடியும்."

“சும்மா சொல்லாதீங்க நீங்க எப்படி என்ன பார்த்தீங்க”

“உள்ளுணர்வால் சொல்றேன். உனக்கு ஒன்னு தெரியுமா நீ இப்படிதான் இருக்க போறேன்னு நினைக்கிறேயில்ல அது இல்ல, விரைவில் நீ உன் வீட்டுக்குப் போவே”

அதிர்ந்து அவரை நோக்கினான். “இல்லை நான் அங்கு போறதா இல்லை. ஏன் வந்தேன்னு உங்களுக்குத் தெரியாது.”

“எனக்குத் தெரியும்”

அவர் ரொட்டியை விடுத்துச் சோறைச் சாப்பிட ஆரம்பித்தார். இடையே விரல்களை நக்கி ஒவ்வொரு துளியையும் விடாமல் தின்றுக்கொண்டிருந்தார்.

“நான் போபோறது கிடையாது. ஆனா போவேன்னு அப்பப்ப தோணும்”

அதன்பின் அவர் அதிகம் பேசவில்லை. அமைதியாக உணவை உண்டுகொண்டிருந்தார். சிலர் கடைக்குள் வர தொடங்கியிருந்தார்கள். அவர்களை நோக்கி ஒரு புன்னகையோ அல்லது நமஸ்கார் என்கிற வணக்கத்தையோ சொல்விட்டுச் சென்றார்கள். ஒரு பெண் சாமியப்பாவின் காலைத் தொட்டு வணங்கிவிட்டுச் சென்றாள். சாமியப்பா எழுந்து பணம் கொடுக்க போனபோது கடை பெண் வேண்டாம் என மறுத்தாள். உங்களைப் போன்ற சாமியார்களுக்கு உணவளிக்க அனுமதிக்க வேண்டும் என்றாள். பாதி பணம் பெற்றுக்கொள்ள வற்புறுத்திக் கொடுத்தார்.

வெளியே நீலவானமும் மெல்லிய மென்வெயிலைப் பரப்பும் மதியமுமாக இருந்தது. புழுதி பறந்து அவர்களைக் கடந்துசென்றது. மனிதர்கள் சற்று அவசரமாக வீட்டிற்குத் திரும்பிக்கொண்டிருந்தார்கள். ஒவ்வொரு நாளையும் ஒரு ஊரைக்கொண்டு கடந்துவிடுவது என்பதுபோல நடந்துக் கொண்டிருந்தார் சாமியப்பா. அவருக்கு இந்தப் பயணமும் ஒரு வாழ்க்கைப் பயணமாகவும் செய்நேர்த்திக் கொண்ட சிற்பியின் செதுக்கல்களாகவும் இருந்தன.

“எனக்கு உன்னைதவிர வெளியே எங்கும் மனிதர்கள் இல்லை, நீ என்னுடன் வர வேண்டும் என நான் கேட்க மாட்டேன். ஆனால் உனக்கு விருப்பமிருந்தால் நாம் இருவரும் தொடருவோம்” என்றார்.

சுப்ரமணியன், “நாம தொடருவோம்” என்றான்.

36

காற்றுப்போல இருவரும் நடந்து சென்று கொண்டிருந்தார்கள். சாலையின் ஓரங்களிலேயே நடந்து ஒரு பெரிய மரத்தை அடைந்தபின் அதன் ஒரு பெரிய வேர் முண்டில் அமர்ந்தார் சாமியப்பா. அவர் அருகில் சின்ன முண்டில் அமர்ந்தான் சுப்ரமணியன். காற்றின் மென்மையால் தூக்கம் கண்கள் சுழன்றன. அவர் அப்படி மரத்தில் சாய்ந்து தூங்கிவிட்டிருந்தார். அவனால் அப்படி தூங்க முடியவில்லை எழுந்து கீழே துண்டை விரித்துப் படுத்துக்கொண்டான். வண்டியின் இரைச்சல்களும் தூரத்து மாடுகளின் அழைப்புகளும் எங்கோ ஒரு நதிக்கரையில் இருப்பதுபோன்றிருந்தது அவனுக்கு. நீரின் சலசலப்புகள் அவன் காதுகளில் ஒலித்தன. படித்துறையில் ஒரு பெண் நெஞ்சுவரைப் பழுப்பு வண்ண சேலையைக் கட்டி அவள் பிடித்திருந்த மற்றொரு முனையைத் துவைத்துக் கொண்டிருந்தாள். ஈரத்தில் அவள் உடை ஒட்டி முலைக் காம்புகள் மூடிய இமைகளின் கருவிழி போல தெரிந்தன.

அழகிய உடல். அவன் உற்றுப் பார்ப்பதைக் கண்ட அவள். “ஏ தம்பி அந்தச் சோப்பு கட்டிய எடுத்துக் கொடுப்பா” என்றாள். அவன் அதை எடுத்து அருகில் சென்றபோது படித்துறையின்மீது மோதும் நீரின் தீவிரம் தெரிய சலசலப்பு அதிகமாகக் கேட்டது.

“சாமியப்பாவுக்கு வேற வேலயே இல்லை யாமா” என்றாள்.

அவரை அவளுக்கு முன்பே தெரிந்திருந்தது. “அவர அப்புறமா வரச் சொல்லு என்ன” என்றாள். “சரி” என்று சொல்லிவிட்டு அவரிடம் சென்றான்.

“நா அவ சொன்னத கேட்டேன். அவ எப்பையுமே அப்படிதான்” என்றார்.

“ஏம் அப்படி சொல்றாங்க”

“உனக்குக் கல்யாணம் ஆச்சுன்னா, பொண்ணோட, இல்ல வேற சவகாசம் கிடைச்சுதுன்ன தெரியும், அவ சொல்றதுல இருக்குற சூட்சுமத்த நீ தெரிஞ்சுக்குவ”

“அப்படி என்ன பெரிய சூட்சுமம் இருக்கு, உங்கள யாரு இல்லாதப்ப வரச்சொல்லுது இல்ல சாமியப்பா”

“அவ உன்னைய வரச்சொல்றா”

பட்டென எழுந்தமர்ந்தான். பல ஆண்டுகளுக்கு முன்பு நடந்தது. இப்போது சரியாக நினைவிற்கு வருகிறது.

அவர் சொல்லும் ஒவ்வொரு வார்த்தையிலும் இருக்கும் அர்த்தமும் அர்த்தமின்மையும் அவனைத் துணுக்குற செய்பவை. அவர் எழுந்து சாலையைப் பார்த்தபடி அமர்ந்திருந்தார்.

“ஏன் சாமியப்பா நான் இந்தப் பயணத்தில அடையறது என்னவாக இருக்கும்”

“உன் தேடல்களுக்கு எல்லை இருப்பதாக நீ நினைக்கிற வரை எதையும் அடைய மாட்டாய், பார்த்துகிட்டேயிருக்கும் போது காலம் கடந்துபோயிருக்கும். உனக்குத் தேவை உடலா மனமான்னு யோசி. இதில் உன் தேர்வு எதுவோ அதுதான் நீ”

“என் தேவைகளை அடைகிறதுக்கு ஏன் இவ்வளவு சிக்கல், நானே தேர்ந்தெடுக்கும் ஒவ்வொரு விஷயமும் என் குடும்பத்தைப் பாதிக்கிறதா நான் நினைக்கிறேன். நான் எடுக்கிற முடிவும் எனக்கு மட்டும் தானே பாதிக்க வேண்டும்”

“நீ எடுத்திருக்கும் இந்த சந்யாச முடிவு நீயா எடுத்திருக்க மாட்டே. உன் மனைவியால அல்லது உன் அப்பாவாலத்தான் தான் எடுத்திருப்ப”

“அப்படி சொல்லலாம். ஆனா என் மனசுலேயும் அது இருக்கே”

“எதுக்காக உன் மனைவிய வெறுக்கிற”

அவர் தலை திருப்பி கேட்டது, அவர் முன்பே ஊகித்திருப் பதை ஊர்ஜிதப்படுத்த என்று தோன்றியது. இருவரின் கண்களின் சந்திப்பில் அவர் அவனின் உண்மையான அகத்தைக் கண்டறிந்தார். கண்களை உற்றுநோக்கியதும் சற்று நெகிழ்ந்து சாமியப்பா “அவ எனக்குத் துரோகம் செஞ்சிட்டா, அதுகூடப் பரவாயில்லை அதை அவள் அப்படி நடக்காதது மாதிரியும் நியாயப்படுத்துறது மாதிரி நடந்துக்கிட்டதும் தான் பிடிக்கல”

“வாழ்க்கைல ஒரு பக்கத்ததான் நாம் பார்க்க முடியும். சில நேரங்களில் அதையும் பார்க்க முடியாது. சரி தவறு என்ற நிலைக்கு நம்பல வெச்சுகிறதே ஒரு வன்முறைதான். எப்படி தோல்வி சரி கிடையாதோ அப்படி சரியும் தவறும் கிடையாது. எல்லா பக்கத்திலேயும் நியாயம் இருக்குங்கிறது ஆச்சரியமான உண்மை”

லேசாகத் தலையசைத்து, “கடல்ல எதுவுமே கரையும், காணாமலும் போய்விடும். அதேபோல பரந்த மனசுல எந்த துக்கமும் மகிழ்ச்சியும், நியாயமும் அநியாயமும் ஒன்னுதான்”

“அது உனக்கு ஒரு சாக்கு. இது உனக்கு ஆன்ம தேடலும்கூட. இந்த ஆன்ம தேடல் உனக்குச் சரியாக வரும்னு நீ நினைக்கிறது உன் உடலை வெறுக்கிறதனால் தான். உண்மையில ஆன்ம தேடல் உன் உடல்வழியாதான் நிகழணும்”

அவரையே கவனித்துக் கொண்டிருந்தான். நிகழ்காலத்தின் பனிபோல அவர் உடல் இருந்தது. மென்மையான தளர்வான உடல். அவர் மனமும் உடலும் நேர்புள்ளியில் நின்று தன்னை யறியும் தரிசனத்தில் இருந்தார். ஒவ்வொரு சொல்லாக அவரால் நிகழ்ந்தவற்றைப் பிரித்துச் சொல்லிவிட முடியும் என தோன்றியது. இருபந்தைந்து ஆண்டுகளுக்கு முன்னால் அவர் வெறும் மனிதக்கூடாக இருந்தார். அந்த நபருக்கு இந்த உலகத்து அசிங்கங்கள் தெரிந்திருக்கவில்லை. இருப்பதிலேயே மிக எளிய கனவுகளைக் கொண்டிருந்தார். ஆனால் இன்று அவர் நூலகம் போன்றிருக்கிறார். தேடல்களின் வழியாக அடைந்த ஏராளமான சொற்கள் கொண்ட அகராதிகள் அந்நூலகத்தில் இருக்கின்றன. எதையும் ஆராயும் அறியும் அறிவும், அதை அடைய சலியாத மனமும், தோதான உடலையும் கொண்டிருக்கிறார். உடலின் தேவைகள் மட்டுமே பிரதானமானது அவருக்கு. குடும்ப பிணைப்பில் அவர் இணைத்துக் கொண்டதில்லை. பெண்களை அவர் தேவையின்றி தேடிச் செல்வதில்லை. ஊருக்கு ஒன்று அவருக்கு உண்டு. அவர்கள் விரும்பும் ஒரு சின்ன மகிழ்வில் அவர்களைத் தன்னுடன் பிணைத்து வைத்திருந்தார். தீவிரம் என்று எதுவும் அவர் வாழ்வில் இல்லை. எதைக் கண்டும் அஞ்சாத மனம் அவருக்கு என தோன்றுகிறது.

“ஏன் உங்களுக்கு இந்த உலகம் பற்றிய நினைப்பு என்ன? எதுக்காக இவ்வளவு தூரம் வாழ்க்கையில ஓடிக் கிட்டே இருக்கீங்க”

“என் வளர்ப்புதான் காரணம். நான் எப்படி என்னை உருமாற்றிகொள்ள நினைத்தேனோ அது நடக்கும்போது

இதெல்லாம் நடக்குது. நானே எதுவும் செய்யல அதுவா நடக்குதுன்னு சொல்லலாம். ஆனா அது என் விருப்பப்படிதான் நடக்குது.

"புரியலையே அதுவே நடக்குதுன்னா உங்க கையல எதுவும் இல்லன்னுதானே சொல்லணும்"

"அப்படி சொல்லலாம். ஆனா நான் செய்கிற ஒவ்வொரு விஷயமும் இந்தப் பிரபஞ்சத்தோட ஏதோ ஒரு நிகழ்வோட அதன் ஒப்புதலோடு நடக்குது. நான் அப்படி என்ன சாதிச்சுட்டேன்னு நீ கேட்கலாம். வெளியிலேந்து பார்க்கும் போது தோன்றது அது. என் உள்ளுக்குள்ள நிகழ்ந்துகிட்டிருக்கிற வேதியியல் வேறுமாதிரியானது. அகத்துல நிகழ்கிற மாற்றத்திற்கு அகம்தான் சாட்சி. இந்தப் பிரபஞ்சத்தோடு தொடர்புகொள்கிற ஒவ்வொரு நிகழ்வும் முக்கியமானதுதான்"

"ஆனா நான் நினைக்கிற மாதிரி இந்த வாழ்க்கை அமைய வில்லை சாமியப்பா. நான் வேறு ஒன்றை நினைத்திருந்தேன்"

"வாழ்க்கை எதிர்க்காலத்திற்குச் சொந்தமில்லை, இறந்த காலத்திற்கும் சொந்தமில்லை, நிகழ்காலத்திற்குத்தான் அது சொந்தம். நிகழ்காலத்தில் என்ன நிகழ்கிறதோ அதை நீ எந்தளவிற்கு ஏற்றுக்கொள்ற என்கிறதைப் பொறுத்து உன் வாழ்க்கை நீ விரும்பியபடி அமைவதும், மகிழ்ச்சியாக இருப்பதும் நிகழுது"

"நான் திரும்பி போகலாமா"

"திரும்பி போக மாட்டேன்னு நான் சொல்லணும்னு விரும்புறே. ஆனால் திரும்பி போவே, நீ விரும்புற இந்த வாழ்க்கை உனக்குச் சலிப்பு ஏற்படும்வரை இருக்கும்"

"இது ஒரு புதிர் தானே சாமியப்பா, புதிருக்கு விடை கிடைக்கிறவரை அல்லது என் உடல் ஒத்துழைக்கும்வரை இல்லையா?"

"புதிர் தான் ஆனா அது தேடலா மாறிட்டா இங்கதான் இருப்ப அதாவது வெளியிலதான் இருப்ப"

அமைதியாக இருந்தான். இந்த வெளிஉலகம் எல்லா சலனங்களும், துடிப்புகளையும், செயல்களையும் கொண்டிருந்தது. அப்படி முன்பு இருந்ததுபோல மீண்டும் வந்துவிட்டது போன்றிருந்தது. அவர்கள் நடந்து நடந்து பால்வெளிக்கே வந்துவிட்டதுபோல் மேகங்கள் அடர்ந்த மலைப்பிரதேசத்தில் நின்றிருந்தார்கள். மலைகள் பசுமையாகவும் இனிமையாகவும்

தொடர்ச்சியாக நின்றிருந்தன. அவைகளுக்கு உற்று நோக்கும் கண்கள் இருக்க வேண்டும். எந்த அசைவுமற்றுக் காற்றின் அசைவுகளுக்குக் கண் சிமிட்டாமல் நின்றிருந்தன. மாலை நேரத்துப்பசுமை, எங்கும் நிறைந்திருக்கும் வெளிச்சத்தில் இந்த உலகத்தின் எடை கூடியிருந்தது. பறவைகள், விலங்குகள் எதுவும் இல்லை. ஆனால் வான்வெளியில் ஏதோ நிகழ்கிறது. தூரத்துப் பச்சை மலைகளில் மாற்றம் நிகழ்கிறது. அணுஅணுவாக நிகழ்வதை அகம் மட்டுமே அறியும் நிகழ்வு.

சட்டென திரும்பினான் சுப்ரமணியன். “இந்த உடல் அறிவதென்ன சாமியப்பா, ஐம்புலன்களின் திருப்தியைத் தாண்டி வேற என்ன கிடைக்கும். நான் அறியும் அனைத்தையும் நீங்க அறியவில்லையே, என் அப்பா அறிந்ததில்லையே, என் அப்பா இறந்தபோது அவர் அறிந்தது இந்த உலகத்தின் ஒரு துளியிலும் ஒரு துளிதான். அவர் என்னைத் தூக்கிக் கொஞ்சியது இல்லை. என் அம்மா வெறும் கூடு. என் மனைவியின் அறியாமையை நான் எந்த வார்த்தைகளில் சொன்னாலும் அது மற்றவர்களுக்குப் புரியாது. அவளுக்கு இந்த உலகத்தில் உணவையும் உடற்சேர்க்கையும் தவிர மற்றவைகளைப் பற்றி அறிந்திருப்பாளா என சந்தேகம். எப்படி என் மகள்களை நான் காண முடியும். அவர்களும் இந்த உலகத்தில் வெறும் ஜடங்களாக அவளால ஆகப்போகிறார்கள்”

“அறிதல் எத்தனை சுமைனு உனக்குத் தெரியுமா? எளிய மனிதனாக வாழ்றதில் இருக்கும் திருப்தி அறிந்த மனிதனுக்கு இருக்கிறதில்லை. நீ ஒன்னு செய். புத்தி பேதலித்த மனிதர்களுடன் சில மாதங்கள் இருந்துபார். அவர்களின் செய்கைகள் சிந்தனைகள் உனக்கும் வந்துவிடும். அப்புறம் எந்நேரமும் அவர்களைப் பத்தி மட்டுமே நினைத்துக்கொண்டிருப்ப. எப்போ அவர்கள் உன்னைத் தாக்குவார்கள், இல்ல எப்போ உன்னைக் கொலை செய்வார்கள்னு யோசிச்சிட்டு இருப்ப”

“நண்டு கொழுத்தா வளையில தங்காது. நீ உன்னையறியும் வரை உனக்கு எந்தப் பாதகமும் இல்லை. நீ கற்ற ஞானம் அழியும் போது மீண்டும் உன் பழைய இடத்திற்கு வந்துடுவ”

மேகத்தின் வெண்மையால் வெயில் அதிகரித்திருந்தது. சாய்ந்த ஒளிக்கற்றைகளில் இன்னும் வெப்பம் இருந்தது. மாலையிலிருந்து இரவிற்குள் நுழையும் இருளைக் கடுமையாக எதிர்த்துவிட்டு வெளியேறத் தொடங்கியிருந்தது வெளிச்சம். மெல்ல அது நிகழ்வதை ஒரு மலைஉச்சியிலிருந்து இருவரும்

கவனித்துக்கொண்டிருந்தார்கள். சிறிய மலைஉச்சி. அதன் உயரத்தில் தெரியும் அசைவின்மையின் அமைதி இவ்வுலகத்தின் கடைசி இருப்புபோல காட்டியது.

பொருட்களில் ஒவ்வொரு துளியிலும் தெரியும் அழகு இதுவரை சந்தித்திராத புதிய வாழ்க்கைத் தரிசனம். ஒவ்வொன்றாக எடுத்துத் தன்னில் பொருத்திக்கொண்ட அமைதி. கால்களை நீட்டி தரையில் அமர்ந்தான். மல்லாந்து படுத்து வானத்தை நோக்கினான். ஒரு கரும்பாறையின் மேல் அமர்ந்திருந்த சாமியப்பா திரும்பிப் பார்த்துச் சிரித்தார். "உனக்கு இனி நான் தேவையில்லை" என்றார்.

37

ஒரு தாபாவின் ஒரு ஓரத்தில் நான்கு சன்யாசிகளுடன் அவர்களும் தூங்கிக்கொண்டிருந்தார்கள். எழுந்தமர்ந்திருந்த சுப்ரமணியன் தன்னை மறந்து நீண்ட கொட்டாவியைவிட்டான். நல்ல உறக்கம் என்று தோன்றியது. சமீபத்தில் உறங்கிய நல்ல உறக்கம் இதுதான்.

கால்களை நீட்டி முட்டி மையத்தில் அழுத்திக்கொண்டான். இன்று ஹோலி பண்டிகை. அதற்குரிய ஆயத்தங்களுடன் மக்கள் தயாராகி வருவதாகத் தெரிந்தது. திரும்பிப் பார்த்தபோது நான்கு சன்யாசிகள் இன்னும் உறங்கிக்கொண்டிருக்க, சாமியப்பாவின் இடம் காலியாக இருந்தது. எழுந்துவிட்டிருந்தார். இந்நேரம் தயாராகியிருப்பார். அவரது தூக்கம் எளிய கோழி தூக்கம்தான். பின்பக்கத்திற்கு வந்தபோது ஓசை கேட்டது. அங்கு சிலர் பாதி இருளில் குளித்துக்கொண்டிருந்தார்கள். சாமியப்பாவைக் காணவில்லை. அவர்களில் ஒருவர் பக்கத்து நதிக்குச் சென்றிருப்பதாகக் கூறினார்கள்.

வழிக்கேட்டு அங்கு சென்றபோது குளித்துவிட்டு உடைமாற்றி நெற்றியில் குறியிட்டு அமர்ந்து தியானத்தில் இருந்தார். உயர்ந்த கல் அவருக்குத் தோதாக இருந்தது. சற்றுத் தொலைவில் இருந்த பீக்காட்டிற்குச் சென்று மலங்கழித்துவிட்டு வந்து குளிக்க இறங்கினான். இன்னும் தியானத்தில் இருந்தார் சாமியப்பா. சூரியனின் கதிர்கள் இப்போது முழுமையாக வந்துவிட, தண்ணீரில் இலைகளின் வாசம் கொண்ட பச்சை வண்ணம் தெளிவாகத் தெரிந்தது. இறங்கியதும் அதன் குளிர் நெஞ்சுக் கூட்டினுள் சென்று சேர்ந்தது.

சற்று தூரம் நீந்தி அக்கரைவரை சென்றான். அடர்ந்த பாறைகளினுடே மரங்கள் தாழ்ந்திருப்பது அருகே சென்றதும் தெரிந்தது. திரும்பி வரும்போது

படிகளில் நின்றிருந்தார் சாமியப்பா. "இன்னிக்கு ஒரு முக்கியமான விஷயம் இருக்கு. மேல வா சொல்கிறேன்" என்றார். புதிய பழுப்புநிற வேட்டியை அணிந்து மேலே பழுப்புத் துண்டைச் சுற்றிக்கொண்டு வந்தான் சுப்ரமணியன்.

தெரு முழுவதும் நீர் தெளிக்கப்பட்ட வாசல்கள். புதிய ரங்கோலிகள் பலவண்ணங்களில் வாசல்களில் அலங்கரிக்கப் பட்டிருந்தன. சூரியனின் கதிர்கள் தெருவைத் தொடும்போது ஈரமான பனியில் குளிர்ந்திருந்தது தெரிந்தது. மென் புகைபோல பனி எழுந்து நடுவில் நின்றிருந்தது. பத்தடி தூரத்திற்கு அப்பால் வெறும் பனி மட்டுமே கண்களுக்குத் தெரிந்தது.

பூமரங்கள் இனிய இசைக்குத் தலையசைப்பதுபோல ஆடிக்கொண்டிருந்தன. அருகில் வரும்தோறும் வாசனை ஈக்கள்போல பரவியதை உணர்ந்தான். சிறுஅல்லிச் செடிகள் ஒவ்வொரு வாசல்களின் இருபக்கங்களிலும் வளர்ந்து இருந்தன. வேர்கள்போல அடர்ந்த கிளைகளின் உள்ளே சிறு குருவிகளின் கூடுகள் இருந்தன. கீரிச்சிடும் ஒலிகளுடன் அவை சுற்றித் திரிந்தன.

தாபாவின் பின்புறத்து வாசலில் யாருமில்லை. முன்மதியத்தில்தான் உணவு தயாரிக்க ஆரம்பிப்பார்கள். அடர்ந்த கரியநிறம் பரவிய அடுப்படி ஒரு அடுப்பில் மட்டும் நெருப்பு தனல் இருந்தது. அவற்றை அணையவிடக் கூடாது என்று அப்படியே விட்டிருந்தார்கள். காலையில் அதிலிருந்தே நெருப்பை எடுப்பார்கள். கரிபடிந்த பாத்திரங்கள் ஆங்காங்கே சிதறி இருந்தன. உள்பக்கம் வெண்மையான அலுமினிய பாத்திரங்கள் கவிழ்த்து வைக்கப்பட்டிருந்தது. பார்க்க ஆமைகள் சூழ்ந்திருப்பது போன்றிருந்தது. எங்கும் பயணிகள், சந்நியாசிகள் அமர்ந்து பேசியபடியும் இருந்தார்கள்.

சிவப்புநிற புடவை அணிந்து நெற்றியில் குங்குமத்துடன் முக்காடிட்டுக் கடை முதலாளியின் மனைவி கால் கொலுசு ஓசையுடன் இங்குமங்கும் நடந்துகொண்டிருந்தாள். சற்று நேரத்தில் "உங்களுக்குத் தேநீர் வேண்டுமா" என்று கேட்டாள். "கொடுங்கள் பெகன்ஜி" என்றார் ஒருவர். ஒரு கெட்டிலில் தேநீரும் சில கண்ணாடி டம்ளர்களையும் கொல்லை வாசலில் வைத்துவிட்டுச்சென்றாள்.

இனிமையான காலைப் பொழுதைத் தேநீர் அவர்களுக்கு அளித்தது. அவருக்கு ஒரு டம்ளர் கொடுத்துத் தனக்கும் ஒன்றுடன் அவர் அருகே அமர்ந்து, "என்ன சொல்ல வந்தீங்க சாமியப்பா" என்றான்.

சில துளிகளைச் சுவைத்துவிட்டு, "உனக்கு சாமி விதானந்தா லாகிரி சித்தரைத் தெரியுமா", சுப்ரமணியன் "இல்லை நான் பார்த்ததில்லை கேள்விப்பட்டதுமில்லை."

"அப்படினா இன்னிக்கு நாம் அவரைப் பார்க்கப் போவோம். இந்த ஊரில்தான் இருக்கிறார்"

"அவரிடம் என்ன விஷேசம்"

"அவரைப் பார்த்ததும் நீ புரிஞ்சுக்குவ. சாதாரண மனிதர் தான். ஆனால் அசாதாரமாண செயல்களைச் செய்பவர், பல சித்து வேலைகளைச் செய்பவர். அவர் விருப்பப்பட்டாலொழிய நாம் அவரிடம் எதையும் பெற முடியாது. உனக்கு அவர் என்ன ஞானத்தைத் தருகிறார்னு பார்க்கலாம்."

தேனில் நனைத்த ரொட்டிபோல இருந்தது அன்றைய தினம். அப்படி சில தினங்கள் வாழ்வில் அமைந்துவிடுவதுண்டு. நடந்து நடந்து கால்கள் பழகி, நடை ஒரு வாழ்வின் பகுதியாக மாறிவிட்டது. எப்போது விதானந்தரைப் பார்போம் என்று கேட்டான் சுப்ரமணியன். "நீ அவசரபட்றத பார்த்தா அவரு உனக்கு அருள கொடுத்துட்டாருன்னு நினைக்கிறேன்."

பனி விலக நகரம் தூசிகளால் நிறைந்திருந்தது. எங்கும் பழுப்பு வண்ணம் மனிதர்களின் உடலிலும் உடையிலும் அழுக்குப்போல பரவியிருந்தது. அந்தக் காலைவேளையில் நிறைய மனிதர்கள் வேலைக்காகச் சாலையோரங்களில் நின்றிருந்தார்கள். கட்டிட வேலை, வயல் வேலை என்று செய்ய ஆட்கள் ஒவ்வொரு குழுவாகக் காத்திருக்கச் சிலர் வண்டியில் வந்து கூலிபேசி ஏற்றிச் சென்றார்கள். யாருக்குக் கீழும் வேலை செய்பவர்கள் இல்லை இவர்கள். அதிகப்படியாகத் தேவை பொறுத்து வேலைக்கு ஏற்றுக்கொள்பவர்கள்.

இந்தி, போஜ்பூரி, பெங்காலி, ஒடியா, நேபாளி, அஸ்ஸாமி மொழிகள் பேசும் மனிதர்கள். அவர்களின் முகங்களை வைத்துப் பிரித்துப் பார்க்க முடிந்தது. கண்களும் மூக்கும் அந்த வேறுபாட்டைக் காட்டின. சில தென்னிந்திய முகங்களும் தெரிந்தன. வடஇந்தியாவின் வடக்கு உத்திரபிரதேசத்தின் சிறுநகரம். நகர மனிதர்கள் யாரையும் அடையாளம் தெரியாமல் இருந்தது. அதுவே பெரிய விடுதலை. தூங்கி எழுந்ததும் தெரியும் அடையாளமின்மை போன்றது. தனக்கு உறவு என்று சொல்லிக்கொள்ள சாமியப்பாவைத் தவிர ஒருவர்கூடக் கிடையாது. ஆனால் மக்கள் வெள்ளம்போல திரண்டிருக்கும் இடத்தில் அம்மனிதர்கள் வேறுவகை புதிய விலங்குகள் போன்றிருந்தார்கள். கடந்தும் குறுக்கிலும் மனிதர்கள் சென்று கொண்டிருந்தார்கள்.

யாரோ யாரையோ விளிக்கும் ஓசை கனமாகக் கேட்டது. அச்சூழலை அது மாற்றிவிட்டிருந்தது. எல்லோரும் அவரைத் திரும்பி நோக்கினார்கள். பின் எப்போதும்போல தங்கள் வேலைகளைத் தொடர்ந்தார்கள். சாலையில் சென்று கொண்டிருந்த மனிதர்கள் இருவரையும் பார்த்து, சிலர் அருகில் வந்து கால்களைத் தொட்டு வணங்கிவிட்டுச் சென்றார்கள். அருளாசியை அவர் எதிர்ப்பாக்கக்கூட இல்லை, கடந்து சென்றுவிட்டிருந்தார்கள். சமண, பௌத்த, இந்து சாமியார்களை எந்த பாரபட்சமின்றி வணங்கினார்கள். ஆடையற்ற சமணத்துறவிகளை எல்லோரும் சட்டென முன்வந்து வணங்கினார்கள். மற்ற இரு மதத்தவர்கள்மீது சற்று குழப்பம் இருந்தது அவர்களுக்கு, இவர் சாமியாரா அல்லது பிச்சைக்காராரா என்று.

நகரத்தின் வெளியே மனிதர்கள் குறைவதும் சாலை அகன்றும், நீர்நிலைகள், மரங்கள் பெருகி, கட்டிடங்களும் குறைந்தன. இங்கு எங்கு அவர் இருக்கப்போகிறார் என்று தோன்றியது. சாமியப்பா எதையும் கண்டுக்கொண்டவராக அன்றி நடந்தபடி இருந்தார். சட்டென திரும்பி, “இன்னும் எவ்வளவு தூரம் நடப்பேன்னு தானே நினைக்கிற, இதோ வந்துட்டோம் கீழே பாரு,” சிறுபாலத்தின்மீது இருந்தார்கள். கீழே கங்கையின் கிளையாறு ஆற்றின் மற்றொரு பகுதியில் அழகிய மரம் இருந்தது. அதன் அருகில் ஒரு பெரிய கட்டிடம்.

இறங்கிக் கீழே சென்றபோது மரம் மிகப் பெரியதாகவும் பச்சை வண்ண கட்டிடம் மிகச் சிறியதாகவும் தெரிந்தது. மரத்தின் அகலத்தைப் பார்க்கும்போது மிக வயதானது என அறிந்தான். இரு நூறு வருடங்களாக உயிர்வாழலாம் அல்லது அதற்கும் மேலும் இருக்கலாம். இலைகள் பெரியதாக, வேர் முண்டுகள் மிகப் பெரியதாகக் கொண்ட மரம். அதிகக் குளிர்ச்சியை அந்த மரம்தான் அளித்துக்கொண்டிருந்தது. பறவைகளின் ஓசையும் நீரோடையின் ஓசையும் தவிர மனிதர்கள் மெல்லிய குரலில் பேசிக்கொண்டிருந்தார்கள்.

மிகக்குறைந்த மனிதர்கள் இருக்கும் இடம் என்பதை அங்கிருக்கும் வாசனையைக் கொண்டு அறியலாம் போலும். காவி உடைகளை இடையில் அணிந்த சில மனிதர்கள் நடந்துக் கொண்டிருப்பது அவர்களின் தூக்கத்திலா என யோசித்தான். பின் ஒருவர் அவர்களே அருகே வந்து மென்மையாக என்ன விஷயம் என கேட்டறிந்தார். சாமியப்பா தாங்கள் இருவரும் இங்கு தங்கி லாகிரியைத் தரிசிக்க விரும்புவதை இந்தியிலும் தமிழிலும் கூறினார். அவர் மெல்லிய புன்னகையுடன் மறுத்துவிட்டு, பின் அவரே புரிந்தவராக வேறு வேலைகள் இருக்கும் செய்ய

முடியுமா என்றார். சாமியப்பா அடக்கமாகத் தலையசைத்தார். அவர் முன் செல்ல இருவரும் பின் சென்றார்கள். சாமியப்பா அவனிடம் “சமைக்கிற வேலைதான் வா” என்றார்.

குளிர் மெல்ல உடலைத் தழுவத்தொடங்கியிருந்தது. அதன் வேகம் லேசாகப் பயத்தை உண்டுபண்ணியது. குளிரின் வேகம் ஏன் நம்மை பயமுறுத்துகிறது என யோசிக்க உணவையும், உடல் செயலின்மையையும் அதன் பொருட்டு மரணத்தையும் குறிப்பதை அறிய முடியும்.

உள்ளே இருண்டிருந்தது. மிக குறைந்த மனிதர்கள்தாம். ஆனால் தூய்மையான பகுதி. நடுவில் தாழ்வாரம் கொண்ட சிறுவீடு. இருபக்கமும் அறைகள் பின் பக்கம் அடுப்படி சற்று அகன்றிருந்தது. அதன் கரிபடிந்த வாசல்களில் ஈரமும் வாசனையையும் கொண்டிருந்தது.

அமரச்சொல்லி உணவளித்தார்கள். பனையோலை தட்டில் கத்திரிக்காய் சப்ஜி, பருப்பு தால் இவற்றுடன் ரொட்டியும் கொஞ்சம் சோறும் இருந்தது. நிறைவான உணவு இன்னும் இருநாட்களுக்குத் தங்கும் என நினைத்தான் சுப்ரமணியன்.

இருவரும் தங்களாகவே வேலைகளைப் பகிர்ந்துகொண்டு செய்ய தொடங்கினார்கள். தண்ணீரைத் தெளித்துத் தரையைக் கூட்டி சுத்தம் செய்வதும், பின் மற்றொரு அறையில் கூட்டயிருந்த கூட்டத்திற்கு உதவி செய்வதுமாக இருந்தார்கள்.

அமர்வதற்குச் சிறு பலகைகள் சிறு இடைவெளியில் போடப்பட்டன. சுவரோரம் ஒரு பெரிய பலகையும் முன்னே சிறு சாய்வு மேஜையும் போடப்பட்டுப் பக்கத்தில் சொம்பில் தண்ணீர் வைக்கப்பட்டது. அதனருகே பெரிய கண்ணாடி பிரேமில் பாபா சாமி கண்கள் மூடி தியானம் செய்யும் படமும் அதன் கீழே சிறு அகல்விளக்கும் இருந்தது. காடா விளக்குகள் நான்கு மூலைகளிலும் ஏற்றப்பட்டன. காவியணிந்த சாமியார்கள் ஒவ்வொருவராக உள்ளே வந்து இருக்கையின் முன் நின்றுக்கொள்ள உடைகளின் சரசரக்கும் ஒலிகள் பறவைகளின் சிறகொலிகள்போல எழுந்தன.

பரவும் வேகப்பனிபோல மெல்லிய ஈரக்குளிர் காற்று வீசத் தொடங்கியிருந்தது. யாரும் குளிரைப் பொருட்படுத்தியதாகத் தெரியவில்லை. நிமிர்ந்த உடலுடன் எதிர்கொள்ள தயாரான மனதிடத்துடன் காணப்பட்டார்கள்.

அகல்விளக்கை ஏற்றியதும் விதானந்தாஜி உள்ளே வந்தார். எளிய உருவம். தாடியும், உடலைச் சுற்றிய நீண்ட அங்கி போன்ற காவியுடையும் அணிந்து கட்டை செருப்பைக் கழட்டிவிட்டு

222 கே.ஜே. அசோக்குமார்

மற்றொரு பெரிய குத்துவிளக்கை ஏற்றிவிட்டு பாபாவை அவர் மனதில் நினைத்து ஒரு நிமிடம் ஆழ்ந்து கண்களை மூடி தியானித்தார்.

மெல்லிய புன்னகையுடன் அவர் ஆசனத்தில் அமர்ந்ததும் அனைவரும் அமர்ந்தார்கள். பூக்களின் வாசம்போல அவர் புன்னகை எல்லோரிடத்திலும் பரவியது.

இத்துணை கனிவு எங்கிருந்து வருகிறது என ஆச்சரியங் கொண்டு அவரை நோக்கினான். அறுபது வயதிற்குட்பட்ட திடமான உடல், அளவெடுத்ததுபோல ஒவ்வொருவராக எல்லோரையும் தனித்தனியாக அவர் கண்கள் நோக்கின. கூரிய அம்புபோன்ற கண்கள் ஒவ்வொருவரையும் காணும்போது அவர்கள் குனிந்து வணங்கினார்கள். மெல்லிய தலையசைவில் அவர்களை அங்கிகரித்தார். கடைசியாக சுப்பிரமணியனை அவர் கண்கள் தொட்டபோது "உனக்காகக் காத்திருக்கிறேன். வருக, அனைத்து நலங்களும் உனக்கு உண்டாகட்டும்" என்றார்.

அதிர்ந்து அவரை நோக்கி வணங்கினான்.

38

விதானந்தாஜி என்ற பெயர் கொண்ட அந்தச் சாமியாரின் மெல்லிய உதடுகள் விரிந்த சிரிப்பு கனவுகளில் வந்தது. கீழ்தாடை சதைகள் நெகிழ தலையசைத்துக் கண்களால் வா என்றார். தலையில் கைவைத்து ஆசிர்வதித்தார். புதிய செய்திகளை சொல்லப்போகிறவர்போல அவன் காதருகே குனிந்து ஏதோ முணுமுணுத்தார். சொல்லிய பின் வெடித்துச் சிரித்து மகிழ்ந்தார். அது ஏதோ ஒரு பெரிய மிருகத்தின் உருமல்போல கேட்டது.

ஆழ்ந்து வாசித்துத் தன்னைத் தயார்படுத்திக் கொண்டதுபோல இசையை மீட்டும் இசைஞனின் அழகிய உடல்மொழியால் அவர் அசைந்து கைகளை நீட்டி நின்றார். பெரும் வியப்புடன் தன்னை அவருக்கு அளிக்கும் உத்வேகத்துடன் தன் கைகளை அவர் கைகளுக்குத் தந்தான். அவர் மகிழ்ந்து இழுத்து இறுகப் பற்றித் தாட்டாமலை போல சுற்றத் தொடங்கினார். சுவர்கள், அறைகள், மனிதர்கள், பாத்திரங்கள், பொருட்கள் வல இடமாகச் சுற்றி வந்தது. மையத்தில் அச்சுபோல இருவர் கால்களும் நிற்க உடல்கள் மட்டும் சுழல உலகம் தன்னை மறந்து முன்னோக்கிச் சென்று கொண்டிருப்பதை அறிந்தான். அவர் முகத்தில் வேகமான சுழற்சியிலும் மாறாத புன்னகையும் இளமை ததும்பும் கன்னக் கதுப்புகளின் வீக்கமும் தெரிந்தது.

அவர் கைவிட்டதும் தன்னை மறந்து பூமியில் விழுந்தான். அவன் நினைவுகள் எங்கோ செல்வதும் பின் மீண்டு வருவதுமாக இருந்தது. மாறாத நினைவுகளாக எப்போதும் இருக்கும் இந்த உலகத்தில் தன்னை மறப்பது முடியாத காரியம். தன் உடலிலிருந்து வெளியேறிய உயிர் தன் உடலை நோக்கி நின்றிருந்ததை அறிந்து

பதறினான். அவ்வுயிர் அருகில் வந்து ஆசுவாசமாகத் தோளை தொட்டு தலையசைப்பைக் கண்டதும் அமைதியடைந்தான். விதானந்தாஜியின் முகம் பக்கத்தில் இருந்தது. தலைதூக்கிப் பார்க்க மூக்குதுளைகள் விடைத்து அழகிய கண்கள் ஒளிபெற்று நின்றிருந்தன.

சொல்ல முடியாத துயரம் அவன் மனதில் எழுந்து நின்றது. சூடிய பூவை உதறி எறியும் வேகத்துடன் தன் உடலைவிட்டு வெளியேறியதைக் கண்டு அவன் தன் உடல் மேலே விழுந்து தன்னை இணைத்துக்கொண்டான். எழுந்து நின்றபோது அறை சுழல்வது தெரிந்தது. அதே வேகத்தில் இல்லை, ஆனாலும் சுழன்றது. மனம் பதைபதைப்புடன் தன்னைச் சுற்றி நிகழும் இந்தக் கனவுலகைவிட்டு வெளியேற நினைத்தான். இது நிஜம் என்றறிய சற்று நேரமானது.

சாமியப்பா அவன் தோள்களை உலுக்கி "என்ன, என்ன ஏன் பதறுற" என்று கேட்டுக்கொண்டிருந்தார். அவர் கண்களில் இருந்த பீழை அவனை அச்சுறித்தியது. நல்ல உறக்கம். இன்னும் குளிர் விலகாதது உடலுக்குச் சுகத்தை அளித்துக்கொண்டிருந்தது.

அவர் முகம் கழுவி வந்தபோது அவனையும் மறந்து, சாமியப்பா "நா செத்துட்டேன்" என்றான். "நீ என்ன சொல்ற, உனக்கு உலகத்துல இன்னும் இருக்கணும்னு ஆசை வந்துடுச்சா, செத்தா சாவ வேண்டியது தானே"

"அது சொல்லல, கனவுல நான் அந்தச் சாமிகூடத் தட்டாமலை சுத்துறேன் அவர் என்னைக் கைவிட்டதும் கீழே விழுந்து செத்துப்போயிட்டேன்"

"அவர் மேல உனக்குப் பிரியம் இருக்குன்னு சொல்லு. அவர இனி நீ கைவிட மாட்டேன்னு நினைக்கிறேன்"

உலகம் சிறிய வட்டத்திற்குள் வந்துவிட்டிருந்தது. உலகத்தின் இயல்புகளைத் தன் இயல்பால் அறியும் ஒரு கடை எழுத்தின் வாக்கியம் மனதில் பூப்போல மலர்ந்திருந்தது. எங்கே நின்றாலும் மலருக்குத் தன் வாசம் புரியும் என்பதுபோல தன்னிலை மறந்த ஞானம் கிட்டியது. "அப்படின்னா நா இங்க இருக்கணும்னு சொல்றீங்களா சாமியப்பா"

"அது உன் விருப்பம். போய் அந்தச் சாமிய பாரு அவர் என்ன சொல்றாருன்னு கேளு, உனக்கே சிலது புரியும் சிலது புரியாம போவும் எதாவது நடக்கும்"

பல் குத்தும் குச்சியால் பற்களை நோண்டிக்கொண் டிருந்தார். அவர் கவனம் முழுவதும் வேறு இடத்தில் இருந்தது.

மற்றொரு பக்கம் வேகமாகச் சரிந்து செல்லும் புற்கள் நிறைந்த சமவெளியாக இருந்த சிறுமலையின் உச்சியில் இருந்தார்கள். கண்களைத் தாழ்த்தி அமர்ந்திருந்த சாமியப்பாவிற்குப் பல்குச்சி எழுதுகோல்போல இருந்தது. தூக்கத்திலிருந்து எழுந்த சுப்ரமணியன் "நா போய் அவரைப் பார்க்கட்டா" என்றான். "பாரு பாரு" என்றார். "ஏன் சாமியப்பா சரியா பேச மாட்டேங்கறீங்க" என்றான்.

அவனை வெறுக்கும் முகக்குறிகளோடு அமர்ந்திருந்தார். சுப்பிரமணியன் வெளியேறி மலைகளில் இறங்கி வந்தான். காட்டுப்புற்களின் அடர்த்தியோடிருந்தவைகளை லாவகமாகப் பிடித்து இறங்கினான். கீழே இறங்க இறங்க குளிர் குறைந்தது. தரையில் கால் பதிந்ததும் அவர் முன்நிற்கும் சித்திரம் அவனுள் எழுந்தது. அவர் கண்களைத் தூக்கி அருகில் வந்து உட்காரு என்று வார்த்தைகளில் சொல்கிறார். ஆனாலும் நெஞ்சில் பல்வேறு குழப்பங்கள் இதயத்துடிப்பு அதிகரித்ததை அவன் உடல் வியர்வையில் அறிந்தான்.

பெரிய கூடத்தில் மனிதர்கள் அமர்ந்திருக்க ஒரு பகுதியில் சிறுமேடைமீது விதானந்தா அமர்ந்திருந்தார். அவன் அருகில் சென்றபோது அவர் மிக தீவிரமாக ஏதோ ஒன்றைப்பற்றி பேசிக் கொண்டிருந்தார். அவர் கண்கள் மெல்ல அவனை வருடிச் சென்றன, அதில் அறிந்த முகத்தை நோக்கும் அறிகுறிகள் ஏதுமற்று கடந்து சென்றன. அவரின் தீவிர பேச்சைக் கேட்கவும் மற்றவர்களுக்கு இடையூறின்றி இருக்க அமைதியாக அமர்ந்தான். பறவையின் சிறகுமூடல்போல கைளை வீசி குரு என்பவர் யார் என்று விளக்கிக்கொண்டிருந்தார். கண்களில் எந்தப்பாரமுமில்லை.சொற்களில் எந்த சூடுமில்லை.உடல்மொழி யில் எந்த உணர்ச்சிகளும் இல்லை. ஆனாலும் விளங்கியது.

தன்னையறியும் தன்முனைப்பு எந்த எல்லையில் தொடங்குகிறது எந்த எல்லையில் முடிவுறுகிறது என்று அவர் சொல்லும்போது அவர் கண்கள் அவனைத் தீண்டின. "உனக்குத் தெரியுமா நீ ஒரு சிறு முதலையின் திறந்த வாய் முன்பு நிற்பவன் என்று, உனக்குத் தெரியுமா நீ ஒரு தவளையின் நாவில் பனித்துளியாக நிற்பவன் என்பதை. நீ அதைத் தொடர்வதும் உன்னை அது பின் தொடர்வதும் உன் ஜென்மத்து மிகப்பெரிய ஊழ் என்பதை. நீ மரணிக்கும் தோறும் பிறக்கிறாய் பிறக்கும் தோறும் மரணிக்க ஏங்குகிறாய் என்று. நீ யாரை அழைக்கிறாயோ அவரே உன்னை ஆள்பவர் என்று. நீ யாரை வேண்டுகிறாயோ அவரே உன்னை ரசிப்பவர் என்று."

அவர் கண்கள் அகலவில்லை. அவர் தன்னை நோக்கி சொன்னவற்றை அவருக்குப் பதிலளிக்க எத்தனிக்க கைகளைக்

காட்டி அமைதிபடுத்தி “நீ அடைவது என்னை எனில் இனி நீ செல்ல வேண்டிய இடம் எதுவுமில்லை” என்றார்.

தனக்கானதுதான் இந்த வார்த்தைகள் என அறிய பெரிய மிதப்பு மனதில் எழுந்தது. கூர்தீட்டிய வேல்போல பளபளப்புடன் கண்களின் வழியே கண்டது உலகத்தின் அனைத்தும் இனி தனக்கானது என்ற எண்ணம் எழுந்தபடி இருந்தது. கூடியிருந்த கூட்டத்திலிருந்து விலகியவனாகத் தன்னை உணர்ந்தான். எப்போதும் தெரியும் சலிப்புற்ற உணர்ச்சிகள் மறைந்து கூடவே தெரியும் பத்மாவின் பருக்கள் இருந்த கன்னங்களின் அன்மையும் மறைந்து புதிய தெளிவைப் பெற்றவனாக ஆனான்.

உடல் கொதிக்கத் தொடங்கியது. எங்கோ வேறு இடத்தில் இருப்பவை உருப்பெருக்கியில் தெரியும் பெரிய உருவங்களாகக் கண்களின் அருகே தெரிந்தன. கண்களை மூடியும் திறந்து தன்னை நிலைபெற செய்த முயற்சிகள் வீணாயின. கைகளால் கண்களை இறுக்க மூடிக்கொண்டு “சாமியப்பா. . .” என்று திடீரென கத்தினான். அந்த ஓசைகள் மலைகளில் எதிரொளித்தது போன்ற பிரமையும் கண்களில் தெரிந்தது. நினைவு பெற்று பதறி கண்களைத் திறந்து பார்த்தபோது சுற்றியிருந்த மனிதர்கள் அவனை நீண்ட நேரம் நோக்கிக் கொண்டிருந்தார்கள். அவசரமாகத் தன்னை நிலத்திலிருந்து பெயர்த்து விதானந்தாவின் மென்சிரிப்பின் முன் தன்னை மன்னிக்கும் உடல் குறுகலைக் காட்டி வெளியே ஓடினான்.

நனைந்த இலைகளில் நீர் சொட்டிக்கொண்டிருந்த காட்டின் வழியே ஓடினான். கனமற்ற பார்வையைக் கொண்டிருக்கும் காடுகளைக் கடந்து ஓடிக்கொண்டிருந்தான். அதைத்தாண்டி குன்றுகளை அடைந்து கால்கள் தடுமாற வேகங்கொண்டு ஏறினான். “சாமியப்பா சாமியப்பா” என்று அழைத்தும் மனதில் அரட்டியபடியும் ஏறினான். மூச்சுவாங்கியது. இனிமேல் ஏற முடியாது என்று நினைவைத் தாண்டி அவன் ஏறிக்கொண்டிருந்தான். கால் முட்டிகளில் சிராய்ப்பு ஏற்பட்டு ரத்தம் வழிந்தது.

சாமியப்பா இருந்த இடத்தில் அவர் பிட்டத்தின் தடமும் கால்களைத் தேய்த்து அமர்ந்த அடையாளமும் இன்னும் அப்படியே இருந்தது. மிக சமீபமாக அவர் எழுந்து போயிருக்க வேண்டும். “சாமியப்பா” என்று மீண்டும் விளித்து சுற்றுமுற்றும் தேடினான். பெரிய சரிவைக் கொண்ட மற்றொரு பக்கத்தில் அவர் இறங்கியிருக்க வேண்டும். எப்படி சென்றிருப்பார். தன்னைக் கைவிட்டு எப்படி சென்றிருப்பார். எதற்காகத் தன்னை

இங்கே இறுத்திவிட்டுச் சென்றிருக்க வேண்டும் என பல நூறு கேள்விகள் மனதில் எழ சுற்றிச்சுற்றித் தேடினான்.

காற்றென அவர் பறந்து சென்றது மொழி தெரியாத இந்தக் கூட்டத்திற்குத் தன்னை இருத்திவிட்டுச் செல்லும் ஆவேசமா? நான் அவதியுறும் சங்கடத்தைக் காணும் சிறு மகிழ்ச்சிக்காகவா? வெறுமையும் கசப்பும் சூழ்ந்திருந்தது. இப்படியே கிளம்பிவிட முடியும். அவர்கள் என்னை நிச்சயம் தேடப்போவதுமில்லை. சில நிமிடங்கள் அங்கே அமர்ந்து அழத் தொடங்கினான். அழுகை ஒரு பிசிறின்றி மனதின் ஓசைபோல வெளியேறிக்கொண்டிருந்தது.

பொருளில்லாத சிந்தனைகள் வளர அமைதியுற்றான். கீழே இறங்கி வரும்போது சிந்தனைகளின் ஒருங்கிணைவு பெற்று எதற்கும் பொருளில்லை என உணர்ந்தான். உலகின் எல்லா செய்கைகளும் ஒன்றுபோலவே தெரிந்தன. இடையே வந்தார், இடையே சென்றுவிட்டார். எந்தச் சிந்தனையும் புதுமையானதில்லை. தம் மனதில் எழும்போதும், சூழல்களின் சேர்கைகளாலும் மட்டுமே அவை புதுமை கொள்கின்றன.

கீழே இறங்கியதும், சிறு மேடை போன்றிருந்த புங்கை மரத்தின் கீழ் கிழக்கு முகமாக அமர்ந்து கண்களை மூடி அமர்ந்தான். விதானந்தா தான் தனது குரு என்று தோன்றியது அவரது பேச்சுகள், செய்கைகள் தன்னை இனி ஆட்படுத்திக் கொண்டுவிடும். லேசான பயம் மனதில் எழுந்து மறைந்தது. மாலை நேர வெயிலின் இளங்காற்று வேர்த்த உடலைக் குளிர்வித்தது. காற்று திசைமாறத் தொடங்கியிருந்தது. பறவைகளின் வருகை எல்லா திசைகளிலும் அதன் கூவல்களால் எதிரொலிக்கத் தொடங்கியிருந்தது. சற்று நேரத்தில் அந்த ஓசைகள் காட்டின் ஓசைகளுடன் ஒத்து இயல்பாக மாறி விட்டிருந்தது. பசுந்தளைகளின் வாசம் எழுந்துவந்தது.

மனதில் எங்கோ புல்லாங்குழலின் இனிய இசை தொடங்கி யிருந்தது. தனியனாக இருப்பதில் இருக்கும் அலாதியான இன்பம் சூட்டையும் கல்போல மனதில் பெருமகிழ்வை அளித்தது. எங்கோ யாருக்கோ காத்திருக்கும் வேலையில்லை. தனிமனித செய்கைகள் இருக்கும் இனிமை இனி எதையும் செய்ய தேவையில்லை. சிந்திக்கும் பாரமும் இனி தேவையில்லை. சிந்தனையற்ற பெருவெளியை அடைவதே பெரும்பாக்கியம்.

புதியவைகளை உடைக்கவும் வேண்டாம், உருவாக்கவும் வேண்டாம். அது அதன் போக்கில் இருக்கட்டும். எது முக்கியம் எது முக்கியமின்மை என்பதுகூட அதன் போக்கில் இருக்கட்டும்.

நான் அடையும் ஒவ்வொரு செயலையும் நான் அடையாத சிந்தனை கட்டுப்படுத்தபோவதில்லை. சிந்தனையற்ற பேரமைதியைத்தான் இனி தேடப்போகிறேன். எனக்கு என் உலகம் ஒரு சுயநலவிரும்பியின் வாழ்க்கையை அமைத்துத் தருகிறது. இனி சுதந்திரமாகச் சிந்திக்கப்போகிறேன். ஆம் சுதந்திரமானவனாவும் குழப்பங்களற்ற சிந்தனைப் போக்கைக் கொண்ட ஞானியைப் போன்றிருக்கப்போகிறேன்.

நடுஇரவில் கண்விழித்தபோது மரத்தின் கீழ் படுத்திருப்பது தெரிந்தது. குளிர் அவனை அரைவட்டமாக மூடி வைத்திருந்தது. எழுந்தமர்ந்தபோது அவன் படுத்திருந்த இடத்தில் மட்டும் ஈரமற்று ஒருக்கழித்துப் படுத்த குழந்தையின் உருவம் தெரிந்தது. காட்டின் வழி நடந்து வந்து ஆசிரம தாழ்வாரத்தின் ஒரு பகுதியில் படுத்துக்கொண்டான்.

39

விதானந்தா என்ற அவரது பெயர் அவனுக்கு விசித்திரமாக இருந்தது. எங்கோ கேள்விப்பட்ட பெயர், அவரை பார்த்த முகம் அதனாலேயே அவனுக்கு ஞாபகம் இருப்பதாகத் தோன்றியது. மிக நெருக்கமாக அவரை அறிந்து கொண்டது போன்ற பிரமை. நின்று நிதானித்து நோக்கும் அவரது கண்களில் தெரியும் அமைதி, அவரது பயற்சியில் பெற்றவையாகத் தோன்றின. ஆனால் அதை அவர் எந்த தவறான செயல்களுக்கு உட்படுத்தப்போவதில்லை. காத்திருக்கிறார், காத்திருப்பில் ஒரு லயத்துடன் அமர்ந்திருக்கிறார். எப்போது தன்னை எதிரில் இருப்பவருடன் இணைக்கலாம் என காத்திருக்கிறார். சுற்றியிருந்த கூட்டத்தில் தன்னை இணையவிடாமல் செய்ய அவர் அமைதியாகப் பார்க்கிறார். என்ன வேண்டும் என கேட்கும் கண்கள்.

"நான் ஏன் என் குடும்பத்தைப் பிரிந்தேன் என தெரியவில்லை. சாதாரண மனிதனுக்கு இருக்கும் ஆசாபாசங்களை நான் விட்டுவிட்டது தான் எனக்கு மனநிலையில் ஏதோ பிரச்சினை இருக்கும் என தோன்றுகிறது"

"சாதாரண மனிதனாக வாழ்வதில் இருக்கும் சங்கடம் உன்னைச் செயல்படவைக்கிறது. துறவு என்பது சுதந்திரம்தான். சுதந்திரமாகச் சிந்திப்பதும் செயல்படுவதுமே துறவு. இதை நீ உன் இருபதாம் வயதில் எடுத்திருக்க வேண்டும். லௌகீக வாழ்க்கையில் இதைச் செய்யும்போது குற்ற வுணர்ச்சி மேலெழுகிறது"

"அதை எப்படி வெல்வது"

"அது எளிதுதான். இசையைக் கேட்கும்போது இசையை விடுத்து வேறு ஒன்றை நினைப்பதுபோல இதுவும். இசை இளம்வயதில் கைவருவதுபோல

சற்று முதிர்ந்தபின் முயற்சிக்கையில் கை கூடுவதில்லை. ஆனால் சில ஆலாபனைகள் லௌகீகத்தைவிட்டு வெளியேறும்போது மட்டுமே கூடக் கூடியது. அது உன் அறியாமையைப் பொறுத்தது. நீ எந்தளவிற்குப் புத்தியுடன் அல்லது பிரக்ஞையற்று இருக்கிறாய் என்பதைப் பொறுத்து மாறுகிறது."

"நான் வேண்டுவது என்ன?"

"உடல் என்பது வெவ்வேறு கனவுகளின் தொகுப்பு. அதை ஆராதிக்க நீ முடிவு செய்தால் அதற்கு முடிவு இல்லை. இறுதியாக வெறுக்க நினைத்தால் அதற்கு அளவேயில்லை. இல்லறம் சமூகத்துடன் இணைத்துக்கொண்டு ஒத்திசைவுடன் வாழுதல், துறவறம் முன்தீர்மானங்கள் எதுவுமில்லாமல் வாழ்வை அறிய முயற்சிசெய்தல். இரண்டும் வேறுவேறு தளங்கள் என்பதால் ஒன்றிலிருந்து கொண்டு மற்றொன்றை நினைத்துப் பார்க்க முடியாதது. ஒருவரது மனஅமைப்பிற்கு எது பொருந்துகிறதோ அதைச் செய்யவதே நல்லது. மற்றொன்றை நினையாமல் இருக்க யோகமும் தியானமும் பயன் தரும்."

"ஒரு மனிதனாக நான் என்னென்ன செய்ய வேண்டும்"

"மிக எளிதுதான். தியானிப்பது. உன் உடலை விடுத்து உன்னைப் பிரக்ஞையற்ற நிலையில் நினைவில் கொண்டுவருவது. இந்த உலகத்து நோக்கங்கள் ஒன்று மட்டும்தான் உண்டு. அது தன்னை வளர்ப்பது. உடல் மனம் ஆன்மா இப்படியாக இருக்க வேண்டும், ஆனால் பணம், பொருள், நோய்மை என்றுதான் வளர்த்துக்கொண்டிருக்கிறோம். நிலையான ஒன்றை பெறும்பொருட்டு நிலையற்றதைப் பெற்றுக்கொண்டிருக்கிறோம். உடல் ஒரு கருவி உள்ளம் அதன் செயல்வடிவம் ஆன்மா அதன் இலக்கு."

"பல மார்க்கங்கள் இதில் இருக்கே நான் எதைத் தேர்வு செய்வது"

"ஆமாம். அது உன் தற்காலிகத் தேர்வாகத்தான் இருக்கும். எந்த மார்க்கம் உனக்கு உன் உடலுக்குப் பொருந்துகிறதோ அதைத் தேர்வு செய்யலாம். சமணத்தில் ஆடைகளைக்கூடத் துறக்க வேண்டியிருக்கும். இல்லற வாழ்வில் இருந்துக்கொண்டு சில மார்க்கத்திலும் இருக்க முடியும். அது உன் விருப்பம். உடல், மனம், ஆன்மாமீது எவ்வித அழுத்தமும் சக்தியையும் பிரயோகிக்காமல் உன்னால் எதில் செயல்பட முடியுமோ அதுதான் உனக்கு சிறந்த மார்க்கம்."

பதில்கள் ஒரே நாளில் பெறப்பட்டவையல்ல. பேச்சு மூலம் அவரிடம் தினமும் வாழ்ந்தான். ஒவ்வொரு மணித்துளியும்

அவரிடம் பேசும் பேச்சுக்காக ஏங்கியபடி இருந்தது. உலகம் சிறுத்து அகம் விரிவடைந்து பிரபஞ்சமாக மாறிக் கொண்டிருந்தது.

சில நாட்கள் விதானந்தா அவனை எரிச்சல் படுத்தினார். தேவையற்ற சொற்களைச் சொல்லி காயப்படுத்தினார். காயம் ஆறும் முன் மற்றொரு காயம் என வளர்ந்தபடி இருந்தது. அவ்வகை காயங்களுக்கு அவரே மருந்து. ஒருநாள் விளையாட்டாகவும் மற்றொரு நாள் வினையாகவும் இருப்பதை அவரே விரும்பி செய்வது என நினைத்தான்.

குரு என்ற இடத்தில் அவர் நின்றாலும் இலக்கியம் கலை ஆன்மீகம் என்று அனைத்தையும் புகட்டினார். அவருக்குத் தெரிந்த மனிதர்களுடன் அவனும் இருந்தான். அவர்களுக்கு மேற்கத்திய கீழை தத்துவங்களை அறிமுகமாக்கினார். விதானந்தா அறியாதது எதுவும் இருக்க முடியாது என்று நினைத்தான்.

"ஏன் குரு, கலை இலக்கியம் ஆன்மீகம் சாதாரண மக்களுக்குக் கிடைக்காதா?"

"என்னிடம் ஒரு விவசாயி வேலைக்கு இருந்தான். அவனுக்குத் தெரிந்தது விவசாயமும் சமையலும்தான். இன்றும் தோட்டத்தைக் கவனிப்பது அவன்தான். தோட்ட வேலைகளை முடித்தபின்னே கேள்வி நேரத்தில் வந்து அமர்ந்துகொள்வான். அவன் பெயர் சுரேந்திர படேல். முதலில் தயக்கத்துடன் அமர்ந்து கேட்டவன். பின் கொஞ்சம் கொஞ்சமாகப் பேசத் தொடங்கி கேள்வி கேட்கத் தொடங்கினான். பிறகு மற்றவர்களுக்குத் திரும்பி சொல்ல ஆரம்பித்தான். அதன் பிறகுதான் முக்கியமானது நிகழ்ந்தது. ஒரு நாள் உடல்நலமற்று நான் வர முடியாமல் போனபோது என் உரையை மனதில் தொகுத்து அவனே பேசினான். நான் பேசியதைவிட நன்றாக இருந்ததாகச் சொன்னார்கள். நான் அதிகம் ரஸ்ஸலை மேற்கோள் காட்டி பேசுபவன், அவன் பேசும்போது நான் சொல்லாத பல மேற்கோள்களைச் சொன்னதாக சொன்னார்கள். பொறுமை, ஆர்வம், காத்திருப்பு இருந்தால் எதுவும் சாத்தியமாகும்."

"மனிதனாக வாழ இதெல்லாம் தேவைதானா? சாதாரண குடும்பஸ்தனாக இருப்பதன் அழகும் தேவையும் ஏன் பிரிதொன்றில் இல்லை."

"எல்லாமே அழகுதான். தோல்வியடைந்த மனிதனின் மனதில் இருந்து பார் அதுகூட அழகாகதான் இருக்கும். உன் செயலில் நீ கவனமாக இரு. அதுவே போதுமானது. எந்த

கே.ஜே. அசோக்குமார்

நிலையில் இருந்தாலும் அந்த ஒன்றுதான் பயன்தரும். பின் உன்னை அந்தச் செயலிருந்து விலகிக்கொள், உன் தேவைகள் மிக குறைவு என்பதை நீ அறிந்துகொண்டதுமே அந்தச் செயலும் எளிதாகிவிடும்."

என் தவறுகள் சரி செய்ய திரும்ப என் வாழ்வில் அவை கிடைக்குமா ?"

"ஒரு காலத்தில் நாம் எடுத்த முடிவுகளும் நாம் எடுக்காமல் விட்ட முடிவுகளும் தான் நாம் இப்போது இருக்கும் நிலைக்குக் காரணம் என்று ஒரு சொல் உண்டு. நீ எடுத்த முடிவு உன் முடிவு மட்டுமே. அது மற்றவர்களைப் பாதிக்கும் என்று நினைப்பது நம்மை ஏமாற்றிக்கொள்ளும் ஒரு முயற்சி. இதை மாற்றிக் கொள்ள முடியாது என்பது நம்மை அதிர செய்துகொண் டிருக்கிறது. அது ஒரு பிரமை மட்டும்தான். காலம் செல்லச் செல்ல மறந்து இதற்கு முன்பே வேறு சிலவற்றையும் செய்திருக்கலாம் என தோன்றும்."

"உடலுக்கும் உள்ளத்திற்கும் தேவை என்று ஒன்று இருக்கத்தான் செய்கிறதே, சில நேரங்களில் அது நேர் எதிர் திசைகளில் பயணிப்பவையாக இருக்கிறது"

"இந்த உடல் நமக்குக் கொடுப்பட்ட வரம் போன்றது. அதைக் கொண்டு நாம் வளர்த்துக்கொள்வது நம் உள்ளத்தைத் தான், உடல் வளரும்போது உயிரும் வளர்க்கிறது, பின் மனம், பின் ஆன்மாவும். ஆனால் நாம் உடலுக்கு எவ்வளவு தீங்கு செய்கிறோமோ அவ்வளவையும் நம் ஐம்புலன்களால் செய்கிறோம். உடலழிய, மனமழிய உயிரும் ஆன்மாவும் அழிகிறது."

அந்நிகழ்வுக்குப்பின் அவர் பேசுவதைக் குறைத்துக் கொண்டார். கண்களைத் தாழ்த்தி அவனை நோக்காது யோசிப்பதை போன்றிருந்தார். அவர் கண்களை அவனைச் சந்திக்கவே மறுத்தன. வேண்டுமென்றே அவர் அப்படி செய்வது ஒருவகையில் அவனைக் காயப்படுத்தும் நோக்கம் மட்டுமே என தோன்றியது.

அவனோடு தினமும் காலை நடை செல்லும் வழக்கம் இப்போது இல்லை. அவன் இல்லாமல், மாலை உரையாடலை அவர் மட்டும் தனியே தொடங்கினார். ஒருமுறை அவர் பக்கத்தில் அமர்ந்தபோது கால்களை மாற்றுவதுபோல அவன் எதிர்பக்கமாக லேசாகத் திரும்பியிருந்தார். அவர் செய்கைகள் மிக நுணுக்கமானவை என்றறிய ஒவ்வொரு நாளையும் செலவழித்தான். வீணாக நாட்கள் செல்வது போன்றிருந்தது.

உணவறிந்திவிட்டு வெற்றிலை போடும் பழக்கம் கொண்டவர். ஒரு முறை அவர் இரவுணவை முடித்து ஒரு கல்லில் அமர்ந்தபோது அங்கிருந்த வெற்றிலை தட்டை எடுத்து அவர் முன் வைத்தான். தலை தூக்கி அவனைப் பார்த்தவர் கண்களைத் தாழ்த்தினார். அவர் எதிரே கைகளைக் கட்டி அமர்ந்துக்கொண்டான். காற்றின் வேகத்தில் அவர் உடைகள் சலசலத்தன. அந்த ஒலிகள் மட்டுமே கேட்டுக்கொண்டிருந்தன. அவர் முகம் வேறு பக்கம் இருந்தது. பழுத்த இலை போன்றிருந்த அவரது முகத்தில் கவலை குறிகள் போன்று கோடுகள் எல்லா திசைகளிலும் பயணித்து முடிவுறாத இலக்கை நோக்கிச் சென்று கொண்டிருந்தன. விடுபட்டதை நோக்குவது போன்று முகம் திரும்பி அவனைப் பார்த்தார். கண்கள் சந்தித்ததும் ஏதோ ஒன்று அவனுள் நிகழ்ந்தது. காற்றடிக்கும் திசையைக் கண்டுகொள்ளுவதுபோல அவன் அவரைக் கண்டுணர்ந்தான். தீயின் கரங்கள்போல எண்ணஅலைகள் சிதறின. அவன் கண்களை மூடிய பின் அவனுள் எதுவும் நிகழவில்லை என்று அறிய முடிந்தது. அவன் பெயரும் ஊரும் அவனுக்கு மறந்துபோயின.

அங்கிருந்த நூலகத்தைப் பயன்படுத்திக்கொண்டான். எல்லா நேரங்களிலும் அவன் அங்கிருந்தான். நினைவுகளில் அவன் ஓர்மை எங்கோ பின்னால் வந்துகொண்டிருந்தது. அம்மாவை மிக அருகே கண்டதும் கண்களில் நீர் கோர்த்துக் கொட்டியது. அம்மாவின் மூச்சுக் காற்று அவன் கழுத்தில் பட்டுத் தெறித்து விலகியது. மஞ்சள் தேய்த்த கழுத்தின் வாசனை. தூக்கம் வந்ததும் தோளில் சாய்ந்துக்கொள்கிறான். சிவப்பான ரத்தம் அவன் உடலில் பாய்ந்ததுபோல அத்துனை குளிர்ச்சி. அவள் கருப்பையில் அலைக்கழிப்பில் புழுவாகத் துடிக்கிறான்.

வெளிவர துடிக்கிறேன். என்னை உருவாக்கித் திரட்டி முட்டி உந்தி தள்ளுகிறேன். கீழே கண்ணாடி பரப்பில் விழுந்த புழுவாக வீழ்கிறேன். தத்தித் தத்தி எழுந்து தவழ்ந்து எழுந்தமர்கிறேன். என் மேல் கொட்டப்படுவது வெண்மை நிறத்தில் பால் போன்றிருக்கிறது. மேலும் வளர்க்கிறேன். எழுந்து நிற்கிறேன். வழுக்கிச் சறுக்கி ஓடுகிறேன். வழுக்கி வீழ்ந்து மீண்டும் எழுந்து ஓடுகிறேன். என் போன்ற மற்றொரு தசைகூட்டத்தைக் காண்கிறேன். இருவரும் இணைத்துக் கொள்கிறோம் பெரிய திரளாக ஆகிறோம். என்னிலிருந்து தசைகள் பிய்த்து அதனுடன் சேர்கிறது. விலகி நிற்கிறேன். அது வளர்ந்து பெரிதாகிறது. மூன்று பொருளாகப் பிரிகிறது. மீண்டும் தவழ்ந்து ஓடி மற்ற தசை கூட்டங்களைத் தேடி சுற்றுகிறது.

கண்ணாடி பரப்பை மீற முடியவில்லை. தவழ்ந்து தவழ்ந்து சோர்ந்து நிற்கின்றன.

யாரோ அவன் தோளைத் தட்டுகிறார்கள். கண்களைத் திறந்ததும் அதுவரை காத்திருந்து யாரோ விலகிச்செல்கிறார். கஷ்டப்பட்டு எழுந்து அமர்கிறான். யாரோ ஒருவர் சாப்பிட வாங்க என்கிறார். இருட்டியிருக்கிறது. விளக்கு வெளிச்சத்தில் எதிரில் யாருமில்லை என தெரிகிறது. கூட்டம் கலைந்து பல மணிநேரம் ஆகிவிட்டது என தோன்றுகிறது.

கண்களின் சுழற்சியை நிறுத்த முடியவில்லை. தெளிந்த காட்சிகளாகத் தெரிந்தன. மனமும் உடலும் ஒரே இடத்தில் இருக்கும் அசாத்திய இருப்பை உணர்ந்தான். சட்டென எழுந்து நின்றான்.

40

சூரியன் மலர்ந்தபோது சுறுசுறுப்பாக மக்கள் நிலத்தில் மென்கால்களை அழுந்தாமல் வைத்து நடந்து சென்றுகொண்டிருந்தார்கள். எப்போது போன்றதொரு காலையில்லை. யாரையோ அழைக்கும் சிறுஒலி எங்கோ பறவையின் குரல்போல ஒலித்தது. ஒலியில் மாறு பட்டிருப்பது மென்மையாக அறிவுறுத்துவதில் தெரிந்தது.

குளித்து முடித்து தயாரானான். தியானகூடல் ஒன்றிருந்தது. அளிக்கப்பட்ட புதிய உடைகளின் சரசரப்புடன் வரிசையில் அமர்ந்துகொண்டான். மனம் நேற்றைய நினைவிலிருந்து முழுதும் நீங்கி யிருந்தது. புதிய அத்தியாயத்தை எழுதப்போகும் புதிய நோட்டுப்புத்தகத்தின் வாசம் மனம் முழுவதும். அன்றைய தினம் முழுவதும் குழந்தை யான நினைவுகள் மட்டுமே இருந்தது. அம்மாவின் வாசம், சேலையில் மட்கிய வாசம். அவள் அக்குளிலில் வியர்வையின் வாசம். இடுப்பி லிருக்கும் அவனை அடிக்கடி அம்மா முத்தமிடு கிறாள். எச்சிலின் வாசம். எந்த நாளும் அவளை நினைப்பதில்லை. நினைவு வரும்போது அவசரமாக வேறுஒரு வேலையைச்செய்ய தொடங்கிவிடும் மனம். உடலால் வெளியேறும்போது மனம் அதில் லயத்துவிடுகிறது என நினைத்தான். அவளை நினைப்பது இப்பிறவியில் இனி முடியாது என தோன்றும். இன்று நிச்சலமான இனிய மனதில் பற்களில் படித்த கறைகளோடு இளித்துச் சிரிக்கும் அவள் அழகிய முகம் தெரிந்தது.

அவன் திருமணத்திற்கு ஒரு வருடம் காலம் முன்புதான் இறந்தாள். ஒரு பெண்ணைப் பார்த்து அவன் திருமணத்திற்கு நல்ல தேதி அம்மா கேட்டிருந்தாள். அவற்றையெல்லாம் மறந்து ஒரு நாள் முன்மதியம் நல்ல வெயில் நேரத்தில்

இறந்தாள். இறப்பைக் கண்டு அஞ்சுபவள். படிகளில் ஏறபயம், ரயில் பயணிக்க பயம், தேளையும், பூரானைக் கண்டு பயம். எல்லாமிருந்தும் கணநேர முடிவில் தன்னை மாய்த்துக் கொண்டாள்.

கதிர்வீட்டு வாசலில் நின்று அவனுடன் பேசிக்கொண் டிருந்தபோது தெரு அடையும் பரபரப்பை உணர்ந்தான். பூகம்பத்தினால் ஓடும் மனிதர்கள்போல அலைபாய்ந்து ஓடினார்கள். தெருவில் அதிக வெப்பம் கண்டது போலிருந்தது. யாரையோ விளிக்கும் ஒலிகள் எதிரொளித்தபடியே இருந்தன. திண்ணையிலிருந்து இறங்கி மாணிக்கத்தை மடக்கி "என்னா விஷயம்டா", "டேய் நீ இங்கையா இருக்க, சீக்கிரம் போடா வீட்டுக்கு" என்றான். "ஏண்டா", "டேய் போடா, டேய் மாப்பிள, இவன் இங்க இருகான்டா, போடா சீக்கிரம்" என்றான்.

ஏதோ அசம்பாவிதம் என்கிற பயம் உடலைப் பலம் கொண்ட மட்டும் ஆட்டுகிறது. அவனையும் அறியாமல் ஓடத் தொடங்கினான். தெருவில் ஓடி அவன் வீட்டின் முன் நின்ற போது பெரிய மக்கள் கூட்டம் இருந்ததைக் கண்டான். அங்கங்கே கூடிநின்று சில கத்திக்கொண்டிருந்தார்கள். அதை அழுகை என யோசிக்க முடியவில்லை. ஏதோ பயத்தின் அலறல் போன்றிருந்தது.

அசம்பாவிதங்கள் நிகழ்வது சாதாரண மனங்களுக்குக் தெரிந்துவிடுகிறது. கீழவாடி பாட்டி முன்பே வீட்டிற்கு வந்ததி லிருந்து அது தன் ஆழ்மனதிற்குத் தெரிந்திருந்ததைப் புரிந்து கொண்டான். அம்மாவின் வாயில் ரத்த சிவப்பாக ஏதோ ஒன்று ஒழுகிக்கொண்டிருந்தது. அவளை கீழவாடி பாட்டிதான் கழுத்தில் ஒரு கைகொடுத்துப் பிடித்திருந்தாள் தன்னிச்சையான தலை தொங்கலில் அவளுக்கு உயிரில்லை என்பதைப் புரிந்து கொண்டான். "என்ன என்ன" என்று அவன் அருகில் வந்து அம்மா அம்மா என்று அவனையும் அறியாமல் அழைத்தான். அவள் கையைப் பிடித்து நிறுத்த நினைத்தான். சுற்றி நின்ற மனிதர்களின் கால்கள் மட்டும் அவனுக்குத் தெரிந்தது. அவர்களை நோக்கி என்னாச்சு என்று கேட்டது சந்தைக் கூட்டத்தில் அழைத்ததுபோல வார்த்தைகள் வீணாயின. எல்லோரும் குனிந்து நோக்கிக்கொண்டிருந்தார்களே தவிர எதையும் பேச முடியவில்லை. எதையோ தின்றுவிட்டாள். தீராத வயத்து வலிங்க என்று அவர்கள் சொன்னது அம்மாவைக் குறித்துதான் என்று அவன் நினைத்திருந்தாலும் அதற்கு மேல் பேசியவை எதுவும் காதில் விழவில்லை. அவன் சறுக்கி விழுந்தபோது இடுப்பில் ஏதோ ஒரு பொருள் இடித்தது என நினைவில் வந்தது. மீண்டும் மயங்கியிருந்தான்.

கூடத்தில் மாலைகளுடன் மேடாக ஒரு பொருள்மீது அம்மாவைப் படுக்க வைக்கப்பட்டிருந்ததை நள்ளிரவில் எழுந்து பார்த்தான். இன்னும் அவள் முகத்தில் உயிர்கலை இருந்தது. இறந்தது குறித்து அவள் அறியாமல் தூங்குவதுபோல. அவன் கைகளில் நடுக்கம் இன்னும் இருந்தது. அமானுஷ்யமாக அம்மாவின் இருப்பு இருப்பதைப் பயத்துடனே நினைத்துக் கொண்டான். பக்கத்தில் நின்ற கீழவாடி பாட்டி "வாடா கண்ணா இப்படி ஒக்காரு" என்று முதுகைத் தேய்துவிட்டுக் கொண்டிருந்தாள். "என்ன பாட்டி இதெல்லாம்" என்றான்.

"அவ போகக் கூடிய வயசுல இல்லப்பா, உனக்குப் புரியாம இருக்குமா, நாலுநாளு முன்ன சின்னவ ஓடிப்போனது லேந்து பேய் புடிச்சவ மாதிரி இருந்தா, நா என்ன பண்ணட்டும். சின்னவ இப்படி பண்ணுவான்னு தெரியுமா ஆனா உங்கம்மா இப்படி பண்ணவான்னு யாருமே நினைக்கல"

அம்மா பெரும் கனவைத் தன்னுள் கொண்டிருந்தாள் என தோன்றியது. பெரியவளுக்குப் பார்த்ததுபோலவே சின்னவளுக்குப் பெரிய குடும்பத்தில் கொடுத்து அழகு பார்ப்பது, அவள் பிள்ளைகளையும் தூக்கிவைத்துச் சோறூட்டுவது, தூங்கவைப்பது, சின்னவளை அழைத்துக் கொண்டு பிள்ளைகளின் பெயர்வைத்தல், காது குத்து என்று அலைவது என்று பட்டியலை வரிசைமாறாமல் வைத்திருந்தாள். மகனுக்கு நன்கு படித்த, சிவந்த தோலைக்கொண்ட, நிறைய பிள்ளைகளைப் பெறக்கூடிய, சாதாரண குடும்பத்துப் பெண் போதுமென்றிருந்தாள்.

கிடத்தப்பட்டிருக்கும் அம்மாவின் கண்களில் இன்னும் அந்தக் கனவுகள் இருக்குமென்று தோன்றியது. கண்களை ஒரு முறை சிமிட்டினாளா? பச்சை நரம்புகள் பாய்ந்த கழுத்தைத் திருப்பினாளா? இன்று ஒரு நாள் மட்டும் அவள் உயிருடன் இருக்கட்டுமே, அவளது அசைவுகளுக்காக ஏங்கினான். அவள் தலை திருப்பித் தன்னை அழைக்கக்கூடும் என காத்திருந்தான். கீழவாடி பாட்டி அவன் முதுகைத் தடவிக் கொடுத்துக் கொண்டிருந்தாள். சுற்றி நின்ற மனிதர்கள் அவர்களை மட்டுமே பார்க்கிறார்கள். கண்கள் வேறொங்கோ நிலைத்திருப்பது போல இருந்தாலும் இருவரின் செய்கைகளில் இருக்கும் நிலைப்பெறா தன்மையைக் கூர்ந்து கவனிக்கிறார்கள்.

பரபரப்பான சூழல்கள் மற்றவர்களுக்கு நிகழ்வது தம் மூளைக்கான சிறுதீனி போன்றது. பசிகொண்ட விலங்கு தீனியை விடுவதில்லை.

"சின்னவ உஷா வெளியே போனது உனக்குத் தெரியாதப்பா"

சிறு அமைதிக்குப்பின் "தெரியாது பாட்டி" என்றான். அப்படி சொல்லும்போதே அவன் மனம் உஷா, ரவீந்தருடன் செல்லப்போகிறாள் என தெரிந்திருந்ததை நினைவுபடுத்தியது. சின்னச்சின்ன விவரங்களை அவள் முன்பே மற்றவர்களுக்குத் தெரியும்படிவிட்டிருந்தாள்.

அவை குறித்த சித்திரங்கள் அவளுக்கு அத்துபடியானவை என்பதுபோல நடந்துக்கொண்டாள். குடும்பத்தில் நிகழும் சின்ன பிணக்கங்களை வன்மமாக மாற்றித் தன்னை முன்னிலைப்படுத்த எதையும் செய்வாள் என்று அப்போது தோன்றவில்லை. உஷாவைச் சின்ன குழந்தையாகக் கடைசி வரைக்கு நினைத்தாள் அம்மா. சின்ன கைகளைத் தூக்கி அம்மாவிடம் தூக்கிக்கொள்ள சொல்லும் சித்திரம் மட்டுமே அவனுக்கு இருந்தது. அவள் வளர்ந்து பருவமடைந்து சுயமாகச் சிந்திக்கிறாள் என்பதை அறிய முடியாதவனாக ஆனது குற்றம் என தோன்றியது. கூட்டத்தில் எங்கிருந்தாலும் அவள் குரலையும் உருவையும் கண்டுவிட முடியும். அவளால் தங்களின் இருப்பை காண முடியாமல் போனது துரதிஷ்டம். மெல்லிய பாதங்களில் நடைபயிலும் நேரத்தில் கனத்த நிறைகொண்ட மனிதனின் தோள்களைத் தேடி ஓடி சாய்ந்தது அவளது கொடுங்கனவு.

நெருப்பின் தகிப்பில் இருந்த சட்டியைக் கைகளில் ஏந்தி முன்னே செல்ல அவனைத் தொடர்ந்து தலைகுனிந்த கூட்டம் வந்தது. திரும்பி பார்க்க மனம் வரவில்லை. அம்மாவின் உடல் தாங்கிய பாடை பின்னே வந்தபடி இருந்தது. அவனால் நிற்க முடியவில்லை. "முன்னாடி நடப்பா" என்ற குரல் அவனை முன்னே தள்ளியது.

சுடுகாட்டின் அமைதியைக் குழைத்தது அந்தக் கூட்டம். அம்மா இன்னும் அந்த மண்ணும் சாம்பலும் கலந்த குவியலில் தென்னை பின்னலில் கிடந்தாள். அவள் வயிறு மட்டும் மேடிட்டிருந்தது. கைகளை வயிற்றுக்குச் சற்று மேல் வைத்துச் சூழ்ந்திருக்கும் மனிதர்களைக் காணாமல் மேல் நோக்கிய சிந்தனையில் இருந்தாள். உறவுகள், நட்புகள் தேடிவரும்போது இப்படி ஒருநாளும் படுத்திருக்க மாட்டாள். இனிய காலை சூரியன்போல ஜொலித்தபடி இருப்பாள். சுழலும் பம்பரம்போல ஓடியிருப்பாள். இன்முகத்துடன் சிரிப்பாள். அவர்களின் மனங்களை வெல்ல துடிக்கும் ஆகிருதி வந்துவிட்டிருக்கும்.

சலிப்புறும் சாங்கியங்களைப் பொறுமையுடன் செய்தான். தன்னை வருத்தி உடல் வேலை செய்துகொண்டிருந்தது. பானையை அளித்து சுற்றிவரச்செய்து வைத்துவிட்டுத் திரும்பி பாராமல் செலுத்தப்பட்டான். அவனைக் குளிப்பித்து நடத்தி வேன் வரை அழைத்துவந்தவன் மறைந்ததும், வேறு உடைக்கு தன்னை மாற்றிக்கொண்டு வெளியேறினான்.

அவன் மனம் உண்மையில் களிப்புடன் இருந்தது. அரசலாற்றங்கரை வழியாக நடந்து நீர் குறைந்த ஓரிடத்தில் ஆற்றைக் கடந்து அக்கரைக்குச் சென்றான். காடுகளும் வயல்களும் சூழ்ந்த இடம் அது. நிறைவாக உண்டுவிட்ட மதர்ப்பு உடலில் இருந்தது. நடந்து செல்கையில் அம்மாவை அழைக்கும் ஒலியைக் கேட்டான். யாரோ அம்மாவைப் பெயர் சொல்லி அழைக்கிறார்கள். அம்மாவின் எதிர்வினையான ஓ... வ்வும் கேட்கிறது. அம்மா எங்கே இருக்கிறாள் என்று அவனுக்குத் தெரியும். தன் உள்ளத்தின் கதவுகளுக்குப் பின்னே அவளது குரலடுக்கின் ஒலிகள் அவை. தூக்கத்தில் எழுந்து தண்ணீரைக் குடித்து விழும் மயக்கநிலை போன்றிருந்தது. அம்மாவிற்குத் தெரியும், நான் ஏன் இங்கு அலைக்கிறேன் என்று.

அவன் சுதந்திரத்தை அவள் எப்போது கேள்வி கேட்ட தில்லை. அவன் உலகில் இருக்க அவனை விட்டிருந்தாள். எப்போதும் கேள்விகளைக் கேட்பதில்லை அவள். "நீ இன்னிக்கு சினிமாவுக்குப் போனதானே, என்ன படம்டா கண்ணா?" அவன் உடல் மொழியையும் முககுறிப்பையும் வைத்து தெரிந்து கொள்கிறாள். "ஜாக்கிசன் சண்ட படம்மா". "இந்தப் பசங்களுக்கு இந்த மாதிரி படம்தாம் பிடிக்குது."

நடக்க நடக்க வெயிலின் தாக்கம் அதிகரித்துக்கொண்டே யிருந்தது. அப்பாவின் நினைவு வந்தது. உப்பிய கன்னங்களும், கீழ் வீக்கம் கொண்ட கண்களுமாக அவர் முகம் நினைவிற்கு வந்தது. அவனுக்குப் பன்னிரண்டு வயதில் அவர் இறந்தார். கொள்ளி வைத்ததும் அவனைக் கடத்திக்கொண்டு போவதுபோல தள்ளிக்கொண்டு போய்விட்டார்கள். அவர் திரும்பகூடப் பார்க்கவில்லை, அவரை அதற்குப் பின் நினைக்கவே முடிய வில்லை.

பதினைந்தாண்டுகளுக்குப் பின் அம்மா தற்கொலை செய்துகொண்டிருக்கிறாள். யாருக்குப் பயந்தாள். தன் உடலை அவள்விட எப்படி மனம் வந்திருக்கும். உடலைவிடும் உயிர் பயத்தைவிட இந்தச் சூழலுக்குப் பயந்துவிட்டாள். கோழைகள் தற்கொலை செய்து கொள்வார்கள் என்று அம்மா சொல்லியிருக்கிறாள். அவளே இப்படி செய்ததும் அவள் தைரியசாலிதான் என்று தோன்றியது. உயிருக்குப் பயந்த கோழையல்ல அவள்.

ஆற்றில் இறங்கி உடலை நனைத்துக்கொண்டு இக்கரைக்கு மீண்டும் வந்தான். அந்த இடம் வேறு மனிதர்களின் இடுகாடு. அங்கே ஒரு பிணத்தை வைத்துக்கொண்டு சாங்கிய சம்பிரதாயங் களைச் செய்துகொண்டிருந்தார்கள். மனதில் லேசாகப் பயமாக இருந்தது. அங்கே ஒரு பிணம் இருக்கிறது என்ற நினைப்பே

பயத்தை உண்டுபண்ணுகிறது. அதைக் கடந்து பல சிறுசிறு பிண எரிப்பு இடங்களைக் கடந்து வந்தான். நடுவே அடர்ந்த செடிகள் மண்டிய இடம் அதன் நடுநடுவே கல்லறைகள் இருந்தன. சிறுகுழந்தைகள் என்று தோன்றும் சிறிய கல்லறைகள் பல அதையும் தாண்டி வந்தபோது தூரத்தே எரிந்துகொண் டிருந்த சிதை தெரிந்தது. அதன் அருகே ஒரு நீண்ட குச்சியை வைத்துக்கொண்டு ஒரு மனிதன் நின்றுகொண்டிருந்தான்.

அதன் அருகே சென்றபோது அவன் அம்மா அங்கே எரிகிறாள் என தெரிந்தது. அவளது சிவப்பு வண்ண சேலை மஞ்சள் வண்ண தீயின் இடையே தெரிந்தது. அந்தக் கட்டிடத்தில் ஏறப்போன அவனைக் குச்சி வைத்திருந்த மனிதன் அதட்டி "நீங்க இங்கெல்லாம் வரக் கூடாது சாமி போங்க அங்கிட்டு" என்றான்.

அவனை முறைத்துவிட்டு மேலேறினான். பெண்ணுடல் என்பதற்கான அறிகுறிகள் மறைந்துகொண்டிருந்தன. அம்மாவின் பெருத்த உடல் தீயில் கருகலாகி அவளது சிவந்த மேனி மாறத் தொடங்கியிருந்தது.

"அய்யா, அந்தப் பக்கம் போங்கையா, யாராவது பார்த்தா வைவாங்க"

அவளைக் கூர்ந்து கவனித்துக்கொண்டிருந்தான். விறகுகளுக் கிடையே அவளது சிவந்த வயிறு கிழிந்து உள்ளிருந்த உட்பொருட்கள் வெடித்துச் சிதறி வெளியேறிக்கொண்டிருந்தது.

தன்னிச்சையாக அவளது முகம் அவனை நோக்கித் திரும்பியது. தீயினால் விறகுகளையும் மீறி திரும்பியது. பின், கழுத்துப் பின்னோக்கிச் சென்றது. கைகளில் ஒன்று விடைத்து மேலே அவனை நோக்கி தூக்க

"அம்மா" என்றான்

"அந்தப் பக்கம் போங்க சாமி"

வேகமாக மூங்கில் குச்சியால் அவள் கையில் அடித்தான். அவள் கால் ஒன்று மேலேறும்போது அதை அழுத்தி அங்கேயே நிறுத்தினான். உடலின் மையப்பகுதி மேலே தூக்கியது, நீண்ட குச்சியை மையத்தில் வைத்து அழுத்தினான். உடையும் தோளும் எரிந்து அவள் உடல் முழுமையாகக் கரியாக மாறியிருந்தது இப்போது.

திரும்பி இறங்கி வேகமாக வீட்டை நோக்கி நடக்க தொடங்கினான்.

41

சாமியப்பா நீங்கியபின், உலகம் வேறு ஒரு புதிய பொருள் கொண்டுவிட்டது. புதிய உலகம் புதிய சூழல் எல்லாமே சில நாட்களில் மாறியது. அந்நியமாக இருந்தவை மிக பழகியவையாகப் பின் தொடர்ந்தன. சோம்பியிருந்த நாட்கள் என்றும் அப்போது எதுவும் இருக்கவில்லை. மஞ்சள் கட்டிடமும் மரப்பட்டைகளின் வாசமும் ஒன்று கூடி என்று விலகாவண்ணம் அவனை வைத்திருந்தன. விதானந்தா சில நாட்கள் திக்விஜயத்தில் இருந்தார். விதானந்தாவைப் பிரதியெடுத்து அவர் சொற்களை அப்படியே பேசுபவர் பிகாஸ். விதானந்தாவிற்கு அடுத்து அவனுக்கு நெருக்கமானார் பிகாஸ் ராஜ்பிகாரி. பிகா என்று தன்னை அழைக்கக் கேட்டுக் கொண்டார்.

சிறிய பாத்திரங்களிலிருந்து பெரிய பாத்திரங்கள்வரை அவர்தான் விளக்கி வைப்பார். விளக்கி வைத்தபின் பளபளப்பாக இருக்கும் அந்தப் பொருட்களைப் பெருமை பொங்கப் பார்த்துக் கொண்டிருப்பார். இருகை அகலத்திற்கு இருக்கும் பெரிய அண்டாவை எல்லா பக்கமும் திருப்பி உணவு துணுக்குகளோ கறியோ இருக்கிறதா என தேடிக்கொண்டிருப்பார். அவர் தேடல்களிலிருப்பது ஒருவகை தியானம்தான். மெல்ல தனக்குள் சிரித்தபடி நிற்பார். எதுவும் கண்டுபிடிக்காதவரை அவர் சிரிப்பு இருக்கும். சிரிக்கும் அதே கண்களுடன் திரும்பி, "சுப்பு நீ எங்கையாவது கடவுளைப் பாத்திருக்கிறாயா" என்றார். யோசித்துத் தன் மனநிலையில் உற்சாகமானவனாக ஆகி "அப்படி எதாவது அனுபவம் உங்களுக்கு இருக்கும்" என்றான். "கடவுள் எனக்கு மூன்று முறை காட்சி கொடுத்திருக்கிறார். ஒவ்வொரு முறையும் உடல் சிலிர்த்து ஜூரம் வந்ததுபோல ஆகியிருக்கேன்".

பிகாஸ் தாட்டியான உருவஅமைப்பைக் கொண்டவர். அவர் ஒருநாள் வேலை செய்யவில்லை என்றால் உடல் பெருத்துவிடும் என தோன்றும் உடல்வாகைக் கொண்டவர். உருண்டையான உருவமைப்பில் இருந்த அவர் உடலில் அங்கங்கே புள்ளிகள்போல ரத்த கட்டிகள் இருந்தன. கருப்பு புள்ளிகளை வைத்து உடலை வரைந்ததுபோலிருந்தார். ஓடும்போது உடல் குலுங்கியது. இதுவரை அவர் சேமித்தவை இவைதாம்.

நாள் முழுவதும் உற்சாகமாக இருந்தார். தூங்கும் நேரத்திலும் சிரித்தபடி தூங்கினார். ‘எதைக் கொண்டு வந்தேன் இந்த உலகத்திற்கு’ எதைக் கொண்டுபோகப்போகிறேன், இந்த உலகத்திலிருந்து என்று அடிக்கடி கூறுவார். அவருக்குக் கடினமான வாழ்க்கை ஒன்றிருந்திருக்கிறது. அதைத் தாண்டிவிட்டுத் தன் சுயத்தை மட்டுமே எண்ணும் வாழ்க்கை இப்போது. சேவையும் அப்பழுக்கின்மையும் போதுமானதாக இருக்கிறது. எங்கும் யாரையும் அவர் எதிர்நோக்கவில்லை. மடத்தில் இருக்கும் இருபத்திரண்டு பேரும் அவருக்கு நண்பர்கள். அவரை அறியாதவர்களிடம் தன்னைப் பற்றியும் உலகத்தின் மயக்கத்தைப் பற்றியும் சொல்லிக்கொண்டிருந்தார். மற்றவர் களுக்கு அவர் நட்பு சலிப்பேற்படுத்தும். ஆனால் அவருக்கு அப்படி எதுவும் இருந்ததில்லை.

பெருக்குவதையும் சமையலுக்குக் காய்கறிகளை நறுக்கு வதையும் முடித்துவிட்டு கோமதி நதியின் பாறைகள் நிறைந்த கரையில் அமர்ந்திருந்தான் சுப்ரமணியன். வானம் கருநீல வண்ணத்தை நீர்த்துப்போக செய்துகொண்டிருந்தது. காற்றின் வேகத்துடன் மேகங்களின் சிதறல்கள்கூட வண்ணம் வேகமாக மாறிக்கொண்டிருந்தது. நதிநீர் அவன் காலைத் தட்டி விளையாட குனித்துப் பார்த்தபோது சிறுபிள்ளையின் விளையாட்டுத் தனத்துடன் ஓடிச் சென்றது நதி. வேர்வையின் வாசனையை அவன் நாசி அடைய திரும்பிப் பார்த்தான், பவ் என்று பயங்காட்டிவிட்டுப் பக்கத்தில் அமர்ந்தார் பிகாஸ். அவர் அணிந்திருந்த வெள்ளை பைஜாமா கருத்த மண்ணினால் அழுக்கு ஏறியிருந்தது.

“சுப்பு பாய் நேற்று சரியாகத் தூங்கினாயா?”

புதிய கேள்வியால் குழம்பி “ஏன் நன்றாகத்தான் தூங்கினேன்?”

“இல்லை, உன் மொழியான தம்மிலில் ஏதோ சொன்னாய்?, நான் என்ன என்று கேட்ட போது, தலை தூக்கிப் பார்த்தாய்”

அப்படி எந்த நினைவுமில்லை. ஆனால் நடுவில் ஒருமுறை தூக்கம் கலைந்தது நினைவிருக்கிறது. ஆகவே அவர் சொல்வது சரியாக இருக்குமென தோன்றியது.

“என்ன சொன்னேன்”

“அது தெரியவில்லை, உன் உடல் தூக்கித் தூக்கிப் போட்டது, பின் தூங்கிவிட்டாய்”

இனிய முன்மதியம் பொழுது மாறிவிட்டிருந்தது. நினைவுகளின் இருண்ட பகுதியிலிருந்து அவன் வெறுக்கும் ஒன்றை எடுத்துப் பார்த்துவிட்டது போன்ற பதைப்பு. என்ன கேட்டிருப்பார். எதை என் மனதிலிருந்து எடுக்க நினைத்தேன். எது எனக்குத் தேவையற்றது என தோன்றுகிறது. ஏதோ ஒன்றின் அருவம் வடிவுகொள்கிறது. மனதின் கலக்கங்களை எளிதில் வென்றுவிட முடியும் என நினைத்தது இன்று பொய்யாக்கி விட்டது. எதன் பொருட்டு நான் இங்கு வந்தேன் என்பது ஒரளவிற்கு எனக்கே புரிந்துவிட்டது.

“பிகாஸ் பாய், என்ன சொன்னேன்னு நியாபகப்படுத்தி சொல்ல முடியுமா? அது எனக்கு முக்கியம்”

“என்ன முக்கியம். ஏதோ உளறினாய், அதைப் போய் முக்கியம் என்று சொல்கிறாய். சரி அதுவும் எனக்கு உன் மொழி புரியாதே”

அவர் யோசிக்க ஆரம்பித்து, “அப்ப மணி ரெண்டு இருக்கும், அப்ப தண்ணி தண்ணின்னு சொன்னே அது நியாபகம் இருக்கு. தண்ணின்னா என்ன?”

ஆம் தண்ணீரில் முழ்கும் கனவு. நெஞ்சை அடைக்கும் தண்ணீர் தன்னைக் கீழ்நோக்கி அழுத்துகிறது.

கனவுகள் பெரிய விதைதாம், ஏதோ ஒன்றின் விதை. சொல்லொன்னா துயரத்தை நமக்கு வெளியே சுட்டிக் காட்டி விட்டு ஆழ்மனதில் புதைந்துவிடுபவை. இதுவரை இருந்த நல்ல மனநிலை மாறுவதை அவன் மனம் அவதானித்திருந்தது. ஓடும் கன்றுக்குட்டியை மூக்கனாங்கயிறு இட்டதுபோல நின்று விட்டது. எங்கோ செதுக்கி வைத்தவை சிதைந்து வெளியேறி ஒன்றுமற்றுமிருக்கிறது. வெற்றிபெறாத ஒன்றிற்காக ஏங்கும் சலிப்புறும் மனம். நீண்ட நேரம் அங்கேயே அமர்ந்திருந்தான். மேகக்கூட்டம் கிழக்கிலிருந்து மேற்காக ஓடிக்கொண்டே யிருந்தது. சிறுபுகைவடிவ கீழ்தளத்தில் இருந்த மேகங்கள் வேகமாக நகர்ந்து செல்ல உச்சியில் இருந்தவை அமைதியாக நின்றிருந்தன.

மனதில் இருந்தவை துயரங்கள் தாம் என அறிய சற்றுநேரம் தேவைப்பட்டது. கண்களில் பூத்ததுபோல கண்ணீர் துளிகள் வெளியேறி கன்னங்களை நனைத்து உடலில் சொட்டின. துயரம் பெருகாத ஒவ்வொரு நாளும் நன்னாளே. துயரத்தின் வழிகளில் எங்கும் நிற்க முடிவதில்லை. பயணங்கள் நம் துயரத்தை விடுவிக்கின்றன.

மேகங்களில் நிழல் மலையில் விழுந்து அவன் இருந்த இடம் கருத்திருந்தது. சூரியன் விலகும்போது மீண்டும் வெய்யில் ஏற மனம் மேலும் துயருற்றது. காரணமே இல்லாமல் துயரங்கள் தம்மை சூழ்ந்திருப்பதாக நினைத்தான். அம்மா அப்பா என்று தூரம் கொண்ட உறவுகளால் தனிமையாக இருந்தவன் துணைவியாக வந்தவளுடன் நெருங்கிய மனம், அவள் செய்கையால் திகைத்து நிற்கிறது.

துயரங்களை மனம் பெரிதாக்கிக்கொள்கிறது என நினைத்தான். கனிவதன் மூலமே மனதின் நிலையை அறிய முடியும். சொர்க்கத்தை அடைய சில தியாகங்களைச் செய்ய வேண்டும். சொர்க்கமென்பது தியாகத்தின் பொருள்வடிவம் தான். அதுவே அதன் ஞானமும்கூட. இழப்பதன் வழியே அடைவது எதுவும் விட்டுச் செல்வதில்லை. இழப்புதரும் மரணம் மட்டுமே ஜீவித்திருக்கிறது.

தூக்கம் வருவது போன்றிருந்தது. மனம் எதையும் நினைத்து குழம்பிக்கொள்ளும் நேரம் இந்தத் தூக்க நேரம்தான். விழிப்புடன் இருக்கும்போது சிலவற்றை மறந்திருக்கிறோம். தூங்கும்போது சில கடலலைகளில் ஆழத்தில் இருப்பவை வெளியேறுவதுபோல வெளியேறிவிடுகின்றன. அறைக்கு வந்த போது பிகா அவனுக்காகக் காத்திருந்தார். “உனக்காகத்தான் காத்திருக்கிறேன் சுப்பு, சாப்பிட போவோமா”

மணியைப் பார்த்தான். “இன்னும் நேரமிருக்கே என்ன அவசரம்” என்றான்.

“சரி உட்கார்”, அருகில் அமர்ந்ததும் “சரி உனக்கு என்ன பிரச்சினை அத சொல்லு, சாப்பிட போவதற்குள் பேசி விடலாம்”

திகைத்து அவரை நோக்கினான். “இல்லை அது ஒண்ணு மில்லை”

“சும்மா சொல்லு, சில விஷயங்கள் வெளியே சொல்லும் போது உன்னை நீ அறிந்துக்கொள்வாய்”

சட்டென அமைதிகொண்டது உலகு. அந்த வார்த்தைகள் அவனை அமைதியுறச் செய்தன. அதுவரை இறைச்சலாக

இருந்தவை மெல்லியதாக மாறிவிட்டிருந்தன. எங்கோ ஒரு பறவை கூவியழைக்கும் ஓசை பிசிறாகக் கேட்டது. அருகில் ஒரு காகம் ஒன்று கரைந்து தன் இருப்பைச் சொல்லிக்கொண்டது. மாட்டின் கழுத்து மணியோசை ஒலித்து அதன் வேகமான மேய்ச்சலைச் சொன்னது. குயிலின் கேள்வியும், மயிலின் பதிலும் கேட்டது. அத்துணை ஓசைகளையும் தாண்டி நின்றிருந்தது பேரமைதி.

உலகமைவில் அவனும் பிகாவும் மட்டுமே இருந்தார்கள். மனம் திறந்துக்கொண்டது. என்ன ஏதென்று அறியாத உலகில் இருமனிதர்கள் மட்டுமே இருந்தனர். அது அவனும் பத்மாவும் மட்டுமே. பிகா போய் பத்மா வந்திருந்தாள். அவளுக்கு அழகிய கண்களும் உதடுகளும் மெல்லிய சிரிப்பில் இருந்தன. ஆனால் சின்ன வன்மம் தன்னை அவை தாக்குவது மெல்லிய இடர்போல அதிர்ந்தான். அவள் அழைக்கும் மற்றொரு உயிர் அவனல்ல.

வேறொரு ஆணை எதிர்நோக்குகிறாள். அவள் மேனியைக் கொண்டாடும் மற்றொரு ஆண். அதை அவள் விரும்பி ஏற்கிறாள். அவற்றில் இருக்கும் வெளிப்படைத்தன்மை அவனை அதிர்வு கொள்ள வைக்கிறது. வேண்டுமட்டும் அவள் அதை விரும்புகிறாள். மனம் மட்டுமே அறிந்த மெல்லிய நூலை அவள் அறுத்தது அந்த மனம் மட்டுமே அறிந்தது. துயரறிந்திராத மனம் துயரறிந்து உடலை விட்டு வெளியேறியது. உடலில் இனி அவன் மனம் இல்லை. அது தன்னைத் தானே காயப்படுத்திக்கொள்கிறது. எதன் பொருட்டுத் தண்ணீரில்லாத மீனாகத் துடிக்க வேண்டும். எதுவும் இவ்வுலகில் இயல்பானதே அதை நான் இன்னும் அறியாதிருப்பது எத்தனை கொடிது.

அவள் வெறும் உடல்தான் என அறியும்போது ஏற்படும் அதிர்வு அவனை நிலைகுலைய வைத்தது. அவள் தனக்கானவள் மட்டும் என நினைப்பது தவறுதான் என தோன்றியது. அவளுக்கும் உடலும் மனமும் இருக்கின்றன, அனுபவங்கள் இருக்கின்றன என்பதை மறந்துவிட்டதை அறிந்து அதிர்ந்தான். எப்போதும் அவள் கர்ப்பப்பை நிறைய வேண்டும் என நினைக்கிறாள். அது அவள் உடல் அவளுக்கு சொல்லியது. அதைத் தாண்டி அந்த உடலும் அவள் மனமும் ஒன்றாகிவிட்டது. அவளது புத்தி ஆன்மா என்ன சொல்கிறது என்பதை அறிய முடியவில்லை.

ஓசையெழுப்பாமல் சென்று அவளை அதிர்ச்சியுறவைக்க மென்பாதச் சுவடுகளை வைத்துச் சென்றான். அவள் ஒரு ஜன்னலோரம் அமர்ந்து ஒரு கையில் புத்தகமும் ஒரு கையில் காபி குவளையுமாக இருந்தாள். ஜன்னலைத் தாண்டி வெளியே ஒரு கிழமுகம் அடுத்த கட்டிட பிளாட்டில் ஜன்னல்

அது. பரிதாபமாகத் தொங்கியிருக்கும் முகம். தன்னையும் பொருட்படுத்தியதை அறிய முற்படும் அதிர்ச்சியில் இருக்கும் முகம். அந்த முகத்தைத்தான் அவள் கூர்ந்து கவனிக்கிறாள்.

தன் கண்களைத் தாழ்த்திவிட்டுக் கீழே கிடக்கும் ஏதோ ஒன்றைத் தேடுவதுபோன்ற பாவனையுடன் இருந்துவிட்டு மீண்டும் கண்களை மேலேற்றினாள். போதை நிறைந்த கண்களாக மாற்ற முடிந்த ஆணவப் பெருக்குடன் கண்களைச் சுருக்கி கிழவனை நோக்கினாள்; கிழமுகம் நடுநடுங்கியது. திறந்த செவ்வகவடிவ கதவில் அம்முகம் அழுந்தபட்ட பொருள்போல நசுங்கி இருந்தது. இருகட்டிடங்களுக்குமான இடைவெளி பத்தடி இருக்கலாம், ஒளியியல் மாயைபோல முகம் மிக அருகிலேயே தெரிந்தது. இதை ஒரு பழக்கமாகக்கொண்டிருக்கிறாள் பத்மா. அவளது உடலின் செல்கள் ஒரு குவியத்தில் வந்து நின்று கீழ்படிவது போன்று மாறியிருந்தன. தன்னை ஒத்துக்கொடுக்கும் அவளது செய்கை மிக இளம்வயதிலிருந்து பழகியவை என்று தோன்றியது.

இதனால் அவள் அடைவது எதுவுமில்லை. மிக மெல்லிய கயிறுபோன்றிருக்கும் தொடர்பை அவள் வேண்டுமென்றே இழுந்து அதை இறுக்கி வைக்கிறாள். சின்ன குறும்பு அதில் இருப்பதை மறுக்க முடியாது. அவன் ஓசைபடாமல் உள்ளே நுழைவதைக் கண்ட கிழமுகம் அதிர்ந்து லேசாகக் குலுங்கியது. வேகமாகத் தன்னை நீரில் அமிழ்வதுபோல் இருட்டில் உள்ளுக்குள் இழுத்து மறைந்தது. பத்மாவால் உடல் நடுக்கத்தை நிறுத்த முடியவில்லை. துடிக்கும் தன் உதடுகளால் தன்னை நிலைநிறுத்திக்கொண்டு அமர்ந்திருந்த நிலையிலேயே இருந்தாள். தலைமுடியைத் தன் விரல்களால் கோதிக் கொண்டே இருப்பது தன் ஆழ்மனம்தான் என்று நிலைநிறுத்திக் கொண்டிருந்தாள்.

அவன் மனம் இளகுவதை அவனே கண்டறிந்தான். வெறுப்பு வந்த அதேவேளையில் பரிதாபமும் கொண்டான். மனதளவில் வெகுதொலைவில் வந்துவிட்டது போலிருந்தது. அவளைவிட்டு அவன் முன்னேறிச் சென்றுகொண்டிருப்பது அவளுக்குக் கலக்கத்தை உண்டுபண்ணலாம் என நினைத்தான்.

“பத்து என்னம்மா பண்ற, தூக்கம் வரலையா”

மெதுவாகத் திரும்பி அவன் குரலில் இருந்த நடுக்கத்தைக் கண்டுக்கொண்டாள். தடுமாற்றங்களைச் சட்டென மாற்றி முகத்தில் கோபக்குறிகளைக் கொண்டுவந்து,

“எப்ப பாரு எதாவது என்கிட்ட சொல்லிகிட்டே இரு, என்ன வேணும் உனக்குச் சாப்பாடுதானே, ஆக்கி வெச்சுருக்கு,

என்னய கொஞ்சம் நிம்மதியா இருக்க விடு. நானே எங்கையாவது போயிடலாம்னு இருக்கேன்"

அதிலிருந்த பொய்மை அவன் எதிர்பார்த்ததுதான். அவள் குற்ற உணர்ச்சிக்கொள்ளவில்லை, மாறாக அதை வெல்லும் முயற்சியில் தன்னை ஈடுசெய்கிறாள். பொய்யான வாழ்வே அவளுக்குப் போதுமென்றிருக்கிறது. மீதமிருக்கும் உணவை நாய்கிடுவதுபோல தூக்கிவீசுகிறாள். தன் வாழ்க்கை குறித்த நம்பிக்கையைத் தக்கவைக்கும் எந்த ஆவலும் அவளிடமில்லை. வெறும் உடலும் உயிரும் மட்டும்தான் அவள். அதைமீறி அவளால் எதையும் செய்ய முடியாது என தோன்றியது.

42

சுப்ரமணியன் விரும்பி சென்ற ஊர் காசி. காசியில் மனிதர்கள் எங்கும் உற்சாகமும் மகிழ்ச்சியுடன் தென்பட்டதாக நினைத்தான். எங்கு சென்றாலும் ரிக்ஷாக்காரர்கள் பின் தொடர்ந்து வந்து ஏற்றிக்கொண்டு சென்றார்கள். பிகாஸ்பாயும் அவனும் செல்லுமிடங்கலெல்லாம் மனிதர்கள் பின் தொடர்வதாக நினைத்துக்கொண்டான். ரயிலில் வந்திறங்கியதுமே சாமியப்பாவின் நினைவு தான் வந்தது. அவர் சென்றுவந்த அனுபவத்தை ஏன் தினமும் தன்னிடம் சொல்லிக்கொண்டிருந்தார் என்று இப்போது புரிந்தது.

அவன் நினைத்ததைவிட நகரம் தூய்மையாக இருந்தது. ஒவ்வொரு சந்திலிருந்தும் மனிதர்கள் வெளிவருவதும் உள்செல்வதுமாக இருந்தார்கள். ஏதோ ஒரு சின்ன அறையில் யாரோ ஒருவர் மற்றொருவருக்காகக் காத்திருக்கிறார். சன்னியாசி களும் நாய்களும் ஒன்றாக வாழ்வதாகத் தோன்றியது. உணவிற்கு எங்கும் பஞ்சமிருக்க வில்லை.

கங்கைக் கரையில் இருந்த மயானநிலை களைக் கண்டபோது சற்று அதிர்ந்தான். ஒரு உடல் எரியும்போது மற்றொரு உடல் வெள்ளைத் துணியில் மூடப்பட்டுக் காத்திருந்தது. சடங்குகள் முடிந்து எரியத் தொடங்கியதும் அங்கு வேலை செய்பவர்கள் அதை கங்கையில் இழுத்து விட்டார்கள். சில சடலங்கள் எரிந்தபடியே சென்றன. காகங்களும் கழுகுகளும் அதன்மேல் அமர்ந்து எரியாதிருந்த சதைகளை உண்டன.

"ஏன் பிகாஸ் பைய்யா நாம் இங்குதான் சாகப்போகிறோமா"

உடனே சிரித்துவிட்டார். "இல்லை நான் சாக மாட்டேன், எனக்கு என் ஊரில் சாக வேண்டும்

யாக்கை 249

என்பதே என் ஆசை. அதுவும் நான் விரும்பும் என் கிராமத்தில் என் வீட்டு திண்ணையில் கிடந்து சாக வேண்டும்" என்று கூறிவிட்டுச் சிரித்தார்.

முடிவற்ற வளைவுகளின் சந்துகளின் முடிவில் ஒரு வீட்டின் பகுதியில் வாடகைக்கு எடுத்துத் தங்கிக்கொண்டார்கள். திரும்பி வீட்டைக் கண்டடைந்து வர இரவாகியது. ஒவ்வொரு நாளும் புது அனுபவம் காத்திருந்தது. தூங்கி எழுந்த ஒரு அதிகாலையில் மேகங்கள் மூடி இருட்டடைந்து பொன்னிற மாகக் காட்சியளித்தது. வெளியே வந்து தன் உடலை உலகிற்குக் காட்டி தன் மனம்போல நடந்துசென்று கங்கையை அடைந்தான் சுப்ரமணியன். நீலமணிகளைக் கோர்த்ததுபோல நீர் பகுதிபகுதியாக உருண்டோடியது. எதிர் கரையில் தெரிந்த மரங்கள் செடிகள்போல மிகச் சிறியனவாய் தெரிந்தன. ஒருவன் ஒரு மரத்தின் கிளையின் மீதேறி அமர்ந்து நீரில் பாய்ந்தான். சிறிய சலசலப்புடன் மீண்டும் நீர் கலந்தோடியது. அதிகாலை அதிக பிணங்களை எரிக்கும் நேரம். ஆகவே என்நேரமும் பிணம் மிதந்து வரக்கூடுமென்று கண்களை எல்லா திசைகளிலும் ஓட்டியபடி நின்றிருந்தான்.

சட்டென மனதில் துயரம் எழுவதைக் கண்டு அதிர்ந்தான். பன்னிரண்டாண்டுகள் ஆகிவிட்டன. இன்னும் மனதில் அதே துயரம். எங்கும் எழாமல் இருக்கும் காட்சியாக ஒன்று தன் மனதில் எழுவது அது பத்மாவின் கண்கள் தாம். குழந்தைகளை நினைக்க நினைக்க கண்களில் கண்ணீர் பெருகியது. அவர்கள் கூட்டத்தில் நின்று அப்பா என்று அழைக்கும் ஓசை காதில் நிறைகிறது. பத்மாவை மன்னித்திருக்கலாம். சுமக்க முடியாத பாரத்தைச் சுமப்பது போன்றிருக்கிறது இப்போது. கண்களை மூடி கைகளால் நெற்றியில் முட்டுக்கொடுத்து கங்கைக்கரை படிக்கட்டில் அமர்ந்துகொண்டான். செந்நிறமான படிக்கட்டு களும் கோயில் சுவர்களும் மூடிய இருண்ட கண்களில் தெரிந்தது.

உண்டபின் வரும் தூக்கம்போல உடல் முழுவதும் அசதி. அறைக்குச் செல்ல வேண்டும் அங்கு பிகாஸ் அமர்ந்திருந்து என்ன கலக்கம் என்று தன்னிடம் வினாவும் கேள்வியை எதிர்கொள்ள தயாராக வேண்டும். அவருக்கு மட்டும் தன் முகத்தில் இருக்கும் மாற்றங்கள் தெரிந்துவிடுகிறது. அப்படி ஒன்றாவது பத்மாவிடம் இருந்திருக்கலாம். எதைப்பற்றிய சிறு அசைவுகளுமற்று பெரிய கடற்பசுபோல அவள் இருந்தாள். சில நேரங்களில் கண்களில் கோபமோ அன்போ எதுவோ ஒன்று தெரியும். வெறும் பணத்தின் மீதான ஆசைகளை விட்டொழிக்க முடியாமல் தவிக்கும் தவிப்பின் வெளிப்பாடு அது.

கூட்டத்தைக் கிழித்துக்கொண்டு வெளியேறும் ஏதோ ஒரு பறவைபோல எழுந்து பின்னோக்கித் திரும்பி படியேறினான். எதிரில் வந்த சோட்டு, "என்ன அண்ணன், ரூமுக்குப் போறீங்களா, அங்கு பிகாஸ் அண்ணன் உங்கள எதிர்பாத்துக்கிட்டு இருக்காரு" என்றான். ஒரு கையில் கம்பி வளையத்தில் இரண்டு டீ கண்ணாடி டம்ளர்களும், மற்றொரு கையில் பேப்பரில் பொதிந்த கச்சோரியும் இருந்தன. வேறு அறைவாசிகளுக்கு எடுத்துச்செல்லும் அவசரத்தில் ஓடினான்.

சிறிய அறை இருண்டு பெரிய மைதானத்தின் வடிவம் கொண்டுவிட்டிருந்தது. குளிர்ந்த சுவர்களில் கைவைக்கப் பயந்து கட்டிலின் மேல் ஓரமாக அமர்ந்தான். எதிர் கட்டிலில் இன்னும் உறங்கிக்கொண்டிருந்தார் பிகாஸ் பைய்யா.

அவரை எழுப்ப நினைத்ததும் அவர் எழுந்து அமர்ந்ததும் ஒரே நேரத்தில் நிகழ்ந்தது. "என்னை விட்டு எங்கே சென்று விட்டாய் சுப்பு பைய்யா" என்றார். பெங்காலி உச்சரிப்பில் இருக்கும் இந்தி. அவர் கண்கள் மாறுபட்டும் கழுத்து நரம்புகள் லேசாக இழுபட, உதடுகள் கோணி அழத் தொடங்கினார். "ஏன் பிகாஸ் பைய்யா என்ன உங்களுக்கு. ஏன் அழுகிறீர்கள்."

"எனக்கு இங்கு வந்ததிலிருந்து மனது சரியில்லை பைய்யா, நா வேறு மாதிரி மனிதனாக மாறிக்கொண்டிருக்கிறேன். என்ன சிந்தனைகள் என் மனதில் ஓடுகிறது என்றே தெரியவில்லை. வெறும் எலும்புகளும் மூடிய கண்களுமாகவே தெரிகிறது. கண்களை மூடினால் பிணங்களின் மீது படுத்திருப்பது போன்றிருக்கும் சித்திரம்தான் எழுகிறது. எங்கும் மனிதர்கள் வெறும் உயிரற்ற பிணங்களாகத் தெரிகிறார்கள். என்ன செய்வ தென்று தெரியவில்லை. நான் வெறும் ஜடமாக இருக்கிறேன். எனக்கு மூச்சு இருப்பதே தெரியவில்லை. என் உயிர் செல்லும் இடத்தை நான் அறியும் கணம்போல தோன்றுகிறது"

"கொஞ்சம் அமைதியாக இருங்கள். நீங்கள் அதிகம் சிந்திப்பதால், இல்லையென்றால் புதிய இடம் என்பதால் அப்படி தோன்றுகிறது. எனக்கும் அப்படிதான் இருக்கிறது. இது இயல்பானது என்றே நினைக்கிறேன்".

"இல்லை. நான் வெறும் ஜடமல்ல. எனக்குள் ஆன்மா இருக்கிறது, இதுநாள்வரை நான் செய்த தியானத்தின் வெளிப்பாடு என்னை நான் அறியும் தருணம் வந்துவிட்டது என்றே நினைக்கிறேன். நான் ஒரு பெரிய சன்யாச போதக னாவேன் என நினைத்திருந்தேன். என் கையில் இருக்கும் பொருள் என்னை எங்கும் சேர்க்கவிடாது. அது என் லௌகீக ஆசைகள் தாம். நுண்ணுணர்வற்ற இந்த ஆசைகளைவிட

வேண்டும். எனக்கு இந்த மனதில் நிம்மதியாக மனமும் அதைத் தூண்டும் தூக்கமும், மரணமும் நிகழ வேண்டும்"

"தந்தை, தாய், மனைவி, பிள்ளைகள், பணம், சொத்து, செழிப்பு, கவுரவம், அகங்காரம், இரக்கமின்மை என நான் அடைந்த எதுவும் நிம்மதியை அளித்தவையல்ல. எனக்குத் துன்பத்தையும் துயரத்தையும் அளித்த மற்றவர்களை மன்னிக்காமல் அவர்களை நான் பழிவாங்க அதன் காரணமாகக் கொலை செய்யவும் நினைத்து ஒவ்வொரு நாளையும் கழித்தேன். அவர்களைப் பிரிந்து நாடோடியாகி, சன்னியாசிகளைச் சந்தித்து அவர்களுடன் வாழ்ந்து இருக்கும் இந்த நேரத்தில் நான் காசிக்கு வந்திருக்கக் கூடாது. வெறும் ஜடம் மட்டுமே தான் இந்த வாழ்க்கை என்றால் எதற்கு உயிர்வாழ வேண்டும். எதற்கும் பயன்படாத சின்ன சந்தோஷங்களை நினைத்து மகிழ்ச்சிக்கொள்ள வேண்டும்."

"இந்து மதம் எதிர்நீச்சல் அடிக்க கற்றுத் தருகிறது, ஆனால் பௌத்தம், வெள்ளத்தில் திளைக்க அதன் ஓட்டத்திலேயே வாழ்ந்து மறைய கற்றுத் தருகிறது. சுப்பு நான் இதைத் தான் இப்போது உணர்க்கிறேன். ஏன் போராட வேண்டும். மாயையான உலகில் எளிமையாக இருந்து சாவதுதானே சிறப்பு. அழுகும் இந்த உடலை பேணி பாதுகாப்பதில் என்ன கிடைக்கப்போகிறது. இழக்க ஒன்றுமில்லாதபோது எதுவும் மகிழ்ச்சிதானே. அதைத்தானே இந்த காசி நகரம் எனக்குச் சொல்லித் தருகிறது."

"காசி நகரத்துத் தெருக்களில் வாசம்கொள்கிறேன் என மனம் அதன் ஆன்மாவில் குடிக்கொண்டிருக்கிறது. இந்நகரத்தின் ஒவ்வொரு தெருவிலும் மரணத்தின் பிடி இருக்கிறது. ஆனால் இனிமையான இம்மரணத்தை வேறு வழிகளில் சொல்ல எதுவுமில்லை. எங்கும் மனிதர்கள் இருக்கிறார்கள், இனிமையுடன் சேர்ந்து வாழ்ந்து மரணத்தை எதிர்கொள்ள காத்திருக்கிறார்கள். சொல்லொண்ணா துயரம் என்று எதுவுமில்லை இங்கு. நோய்மையும் வலியும் புனிதமாகும் இடம் இங்குதான் இருக்கிறது சுப்பு. நான் கண்டடைந்த ஒவ்வொன்றையும் உன்னிடம் சொல்லிவிட்டுச் சென்றுவிட வேண்டும் என தோன்றுகிறது."

"சொல்லாதவரை அவ்வலி இருக்கும்போல. இருக்கின்ற வலிகளை வெல்ல எளிமையும் தெய்வீகமும் எனக்கு உதவுகிறது. நான் தியானத்தில், மனப்பயிற்சியில், உரையாடல்களில், கேள்வி ஞானத்தில் நான் இதுவரை அடைந்தது மிகவும் சொற்பம் என்றே நினைக்கிறேன்."

“கடந்த ஒரு வாரமாக இங்கு இருக்கிறோமா சுப்பு. இங்கு ஒரு நாள்கூடப் பயமின்றி கழிந்ததில்லை. ஆனால் தூக்கமும் நிம்மதியும் அமைதியுமாக இருந்திருக்கிறேன். இங்கு வருடக் கணக்கில் இருந்தது போன்ற பல ஆண்டுகள் வாழ்ந்துவிட்ட பெருமை. வாழ்ந்து சாதித்துவிட்ட நிறைவு. இன்னும் வாழ்வேன். இன்னும் நிறைவுடனே இருப்பேன்.”

சுப்ரமணியன் அவரையே கவனித்துக்கொண்டிருந்தான். அவர் உடலில் புதிய உயிர் வந்துவிட்டது போன்றோ அல்லது புதிய ஆன்மாவாகப் பரிணமித்துவிட்டாரா என எண்ணினான்.

“ஆனால் வாழ்க்கை ஒரு பெரிய வெள்ளம் மட்டும் தானா பிகாஸ் பைய்யா. நாம் கண்டடைந்த தத்துவங்களுக்கு இடமில்லையா. உடலை வளர்த்து நோய்மையை எதிர்கொள்ள கற்றுக்கொண்டதன் பொருள்தான் என்ன?”

“நான் அப்படி சொல்லவில்லை. எத்தனை பாரங்களைத் தத்துவங்களாகவும், கொள்கைகளாகவும் மூளையில் ஏற்றிக் கொள்கிறோம். அனைத்தையும் இழக்க வேண்டும் என்று சொல்லிவிட்டு மற்ற பாரங்களை ஏற்றிக்கொள்கிறோமே? மாட்டு வண்டியில் இனிமேல் பாரம் எதுவும் ஏற்ற வேண்டாம் என்று சொல்லிவிட்டு நாமே அதன்மேல் பாரமாக அமர்ந்திருக்கிறோமே?”

“குடும்பத்தைப் பிரிந்து லட்சிய வாழ்க்கை என வாழ்வது வீண் என்கிறீர்களா பிகாஸ் பைய்யா”

“எனக்குத் தோன்றுவது தேடல்கூடப் பாரம்தான் என்று. நீங்கள் சொன்ன வள்ளலாரின் வாழ்க்கைதான் நினைவிற்கு வருகிறது. எப்போது தனித்திருந்து தம்மையறிந்து தம்முன் காணும் எதுவும் நிச்சலணமாகக் கைப்பிடித்து நினைவுகளை அழித்து நிதம் ஒரு சொல் சேர்த்து நினைவுகளை மீட்டு நீங்காத வாழ்வாகப் பரம்பொருளை அறிவதுதான்.”

“என்ன சொல்கிறீர்கள் என எனக்குப் புரியவில்லை. சொல்லும்போதே அதில் பல சிரமங்கள் இருப்பது தெரிகிறதே”

“இல்லை. சுகமாக வாழ்க்கைக்குத் தேவை உணவல்ல, உறக்கமுமல்ல, நீங்காத அகம்தான். ஒவ்வொரு கணமும் அகத்தை அறிவதுதான் வாழ்க்கை. நாம் செய்த தியானங்கள் யோகங்கள் எல்லாம் அதை நோக்கிதான் சென்றன. ஆனால் நாம் அடைந்தது அதுவல்லவே. விலகாத நினைவுச் சுமைகளையும், உடல் பாரத்தையும் சுமந்துதான் அலைந்தோம். இனி நான் அப்படி இருக்கபோவதில்லை. உடல்கொள்ளும் இலகுவான மயிலிறகு உள்ளத்தை நாளும் கொண்டிருக்கப்போகிறேன்.”

“உனக்காகத்தான் காத்திருந்தேன். இனி உறங்குகிறேன். நாளை நாம் நிறைய பேசுவோம். நமக்கு எதற்கு இந்த உடல் என்பதை உனக்குச் சொல்கிறேன். ஹரிஓம், ஓம் நமச்சிவாயம்.”

உறங்கத் தொடங்கியிருந்தார். கண்களிலுள் கருவிழியின் அலைச்சல் எதுவுமில்லை. நேராக வான்நோக்கியே இருந்தது. கைகளை வயிற்றில் வைத்துச் சிரிக்கும் முகத்தோடு உறங்கிக் கொண்டிருந்தார்.

விளக்கை அணைத்ததும் ஜன்னல் வழியாக நிலவொளி அறையை நிறைத்தது. தூக்கமின்மை இரவை முழுமையாக ஆக்கிரமித்திருந்தது. காற்று ஜன்னல் வழியாகச் சுழன்றடித்தது. விடாது சுழலும் சுழச்சியில் காற்று இன்னும் வேகமெடுத்தது. அறையின் வாசல் வேறு பக்கம் வந்துவிட்டது போன்று, உலகத்தைத் திரும்பி நிறுத்திவிட்டது போன்றிருந்தது. கடல்மேல் எதுவும் நிகழாதது போன்று பெரும் நிகழ்வுகள் உள்ளே நிகழ்ந்து விட்டன.

புற்றீசலின் வருகைபோல் விடிந்தது. எப்போது போன்ற காலையாக இல்லை. விடிந்ததுமே வியர்த்துக் கொட்டியது. காலையிலேயே எழுந்துவிடும் பிகாஸ் எழாததைக் கண்டு, “அண்ணே எழுந்திருங்கள், விடிந்துவிட்டது, இவ்வளவு நேரம் தூங்க மாட்டீர்களே” என்று சொல்லிவிட்டுச் சென்றான். பொது குளியலறை கழிப்பிடம்தான். முடித்துவிட்டு வரும்போதும் தூங்கிக்கொண்டிருந்தார்.

நேற்று உண்மையில் அவருக்குப் புதிய ஞானம் வந்து விட்டதால் ஏற்பட்ட அசதியா? புதிய பழுப்பு வேட்டி, புதிய பழுப்பு நிறச் சட்டையாக உடைகளை மாற்றிக்கொண்டு வந்து அவர் எதிரில் அமர்ந்து உறங்குவதை ரசித்துக்கொண்டிருந்தான்.

நேற்று பார்த்த அதே சிரித்த முகம், ஜன்னலின் சூரிய வெளிச்சத்தில் இன்னும் மின்னியது. உதட்டில் மாறாத சிரிப்பு. உற்சாக மனிதனாகத் தன்னைக் காட்டிக்கொள்வதில் இருக்கும் ஈர்ப்பைத் தக்க வைக்க அவர் செய்யும் செயல்கள் தூக்கத்தில் கூடத் தொடர்கிறது என நினைத்தான். சட்டென நினைவு வந்தவனாகப் பதறி “பிகாஸ் அண்ணே, பிகாஸ் அண்ணே” என்று கத்தி எழுப்பினான். அவன் கைகள் உடலை அசைக்கும் போது அது தன்னிச்சையாக அசைந்து ஆடியது. எந்தப் பிடிமானமும் இன்றி விழுந்துவிடுவதுபோன்று குலுங்கியது. பிகாஸ் அண்ணே என்று அலறி பலமுறை அழைத்தான். அவன் குரல் அவர் காதுகளுக்கு எட்டவில்லை. புன்னகை மாறாத முகத்துடன் அவர் உடல் மட்டும் இருந்தது.

அவசரமாக வெளியே ஓடி மருத்துவரை அழைத்து வந்தான். பரிசோதித்த அவர் உதட்டைச் சுழித்துகொண்டே வெளியே சென்றுவிட்டார். பணம்கூடக் கேட்கவில்லை. இவர்களிடம் எதுவும் இருக்காது என நினைத்திருக்கலாம். "அய்யா, அவரை இன்னும் ஒருமுறை பார்த்துவிட்டுச் சொல்ல முடியுமா" என்றான். "இல்லை அவ்வளவுதான்", என்று சொல்லிவிட்டு நடந்தார்.

மடத்து அதிகாரியைப் போய் பார்த்தான். அவர் வந்து பார்த்துவிட்டு உடனே வெளியேறுங்கள் என்று சொல்லி விட்டுச்சென்றார். பிகாஸின் உடைமைகளை எல்லாம் சிறு மூட்டைக் கட்டிக்கொண்டு காசி நகராட்சியில் இருந்த ஆட்களிடம் சொல்லி அவரைத் தூங்கி வந்து இடுகாட்டின் கரையில் வைத்தான். அவர்கள் கேட்ட பணத்தை அளித்து விட்டு, அனாதைப் பிணமாக அதை எரிக்க ஏற்பாடு செய்தான். முழுவதுமாக எரிய வேண்டும் என்று சொன்னான்.

அவருக்கான சடங்குகளை முடித்து கங்கையில் குளித்தான் மறுநாள் சென்று அவர் அஸ்தியை எடுத்துக் கொஞ்சம் கங்கையில் கரைத்தான். மீதத்தை எடுத்துக்கொண்டு தன் அறைக்கு வந்தான். அஸ்தியைக் கரைத்ததும் அவனுடன் இருந்த அவர் இருப்பு மறைந்தது என்று எண்ணிக்கொண்டான். கண்களிலேயே கங்கைகரையின் ஓரமாக அவர் நின்று அவன் சடங்குகளைச் செய்வதைக் கண்டுக்கொண்டிருப்பது போன்றிருந்தது.

எந்தச் சடங்குகளையும் விட்டுவிடக் கூடாது என்று கவனமாகச் செய்தான். கரைத்ததுமே அங்கு இருக்க அவனுக்குப் பிடிக்கவில்லை. தன்னை லௌகீக அழுத்தங்கள் பின்தொடர்வது போன்ற பிரமை. மீண்டும் பழைய வாழ்க்கைக்குத் திரும்ப வேண்டும். எப்போதும் போன்ற மனநிலையைப் பெற அதிக சிரமப்படவேண்டியிருந்தது. அவரது அஸ்தியைப் பையில் வைத்துக்கொண்டு கிளம்பினான்.

43

ரயில் நின்றுநின்று சென்றது அதன் வேகம் சாதாரணமாக ஓடுபாதை தெளிவாகத் தெரியும்படி இருந்தது. வண்டி மெதுவாகச் செல்வது எல்லையற்ற காலத்திலும் பொறுமையைச் சோதிப்பதாக இருக்கிறது. ஆடி ஆடி கண்களைத் தூக்கம் அசைத்துப் பார்த்தபோது அவன் அருகில் தொப்பென்று அமர்ந்ததும் தெளிந்தது. உயரமான பெண் என்று நினைத்தபோதே, கைதட்டி பணம் கேட்டாள். இல்லை என்று கையசைத்துவிட்டுத் தூங்கச் சென்றான் சுப்ரமணியன். வேகமாக எழுந்து மேல்பர்த்தில் ஏற சென்றவனை எதாவது கொடுத்துட்டுப் போப்பா இன்னைக்கு ஒண்ணும் வருமானமே இல்ல என்று பக்கத்தில் வந்து நின்றாள்.

சாமியார்களையும் விடாது சுற்றும் திருநங்கைகள் என்று அவன் நினைக்கும்போதே, அவள் உயரமும் உடல் பருமனும் அவள் பேசிய தமிழும் சேர்த்துப் பார்க்கும்போது ஏதோ நினைவில் வருட சட்டென திரும்பிப் பார்த்தான்.

"நீ ரேஷ்மீயா"

ஆ என்று அதிர்ந்து அவன் முகத்தை நோக்கினாள். "ஆமா, நீ யாருன்னு தெரியலையே, உன் மேல் துண்டுல இருக்குற தமிழ் வார்த்தைகளைப் பார்த்து நான் தமிழ்ல பேசினேன். நீ யாரு சார்?"

மேல்பர்த்தில் மட்டும் ஆள் இருக்கும் அந்த கூபேயில் அவன் மட்டும் தனியாகச் சென்று அமர்ந்ததும் பக்கத்தில் வந்து அவளும் அமர்ந்துக் கொண்டாள்.

"இப்ப நீ முழுசா பொண்ணு மாதிரியே ஆயிட்ட, பெருத்த மாரும், பெருத்த இடையும் ரொம்பவே அழகா மாறிட்ட, சரி என்ன

கே.ஜே. அசோக்குமார்

தெரியலையா நான் சென்னைல திருவான்மியூர்ல ஒரு பிளாட்ல இருந்தேனே, உனக்கு ஒரு பேன்சி ஷோரூம்ல் வேல வாங்கிக் கொடுத்தேன்.”

“ஓ சுப்பு வா, என்ன ஆளே அடையாளம் தெரியலையே உனக்கு உதடு கொஞ்சம் பெருசா இருக்கும் இந்தத் தாடியால தெரியல, அதே நீட்ட மூக்குதான். எப்படி இருக்க சுப்பு, ஏன் இப்படி இருக்க”

அவள் மிக மகிழ்ந்திருப்பது அவள் உடல்மொழியில் தெரிந்தது. பெண்ணுக்குரிய வெட்க நெளிவுடன் அவள் ஆடிய படி பேசினாள். இருவரும் சிரித்துக்கொண்டே பயணத்தைத் தொடர்ந்தார்கள்.

மறுநாள் காலை உதயத்தில் அவன் எழும்போது புதிய மனிதர்கள் அவனிருக்கும் கூபேயில் இருந்தார்கள். எதிரில் அவனை ஈர்த்த புதிய மனிதன் அமர்ந்திருந்தான். நீண்ட முடிகள் வழியும் மீசையற்ற பெரிய முகம். உடலுக்குப் பொருத்தமற்று சற்றுப் பெரியதாக இருக்கும் முகம் நம்மை ஈர்த்துவிடுகிறது. அகன்ற புடைப்பாக மூக்கும், சிரிக்கும் கண்களும் உதடுகளைப் பெரிதாகக் காட்டின. தேரின் துணிகள்போல அவர் தலையசைக்கும்போது முடிகள் இடவலமாக ஆடி நின்றன. அவர் பேசுவது போலில்லை, சிரித்துக்கொண்டிருக்கிறார் என்றே தோன்றியது.

“உங்கள் பெயரென்ன” என்றான்.

“சுப்ரமணியன் சிவநேசசாமி, உங்கள் பெயர்”

“யூ டோண்ட் நோ மை நேம், அயம் கணியன், கணியன் டியூமா”

தன் பெயரை அறிந்திராதது ஆச்சரியம் கொண்டதுபோல கூறினார். லேசாகக் கருமை படிந்த முகத்தில் வெள்ளை அல்லது பழுப்பு நிறப் புருவங்களால் அவர் வெள்ளை இனத்தவர் என புரிந்துக்கொண்டான்.

“நீங்கள் ஆங்கிலேயரா”

“இல்லை பிரஞ்ச்காரன், என் அம்மா இந்தியாவைச் சேர்ந்தவள். அவள்தான் எனக்கு இந்தப் பெயரைத் தேர்ந்தெடுத்தாள். ஆனால் இளமையிலேயே இறந்து விட்டாள். அவள் என்னுள் விதைத்தவை, இந்தியாவும் இந்தியர்களும். என் அடிப்படை தேடலுக்காக அடிக்கடி இந்தியா வருகிறேன்.”

"அப்படி என்ன தேடுகிறீர்கள்"

"நீங்கள் ஞானியா ?"

"இல்லை, முதலில் பயணியாகத்தான் ஊர் சுற்ற ஆரம்பித்தேன். இப்போது சில விஷயங்களைத் தெரிந்து கொண்ட சாமியார் என்று சொல்லலாம். சரி ஏன் இந்தியாவிற்கு வருகிறீர்கள்"

"பெரிய மரத்தின் மிக உயர்ந்த கிளைகளைக் காணும் பரவசம் நம் மனதில் தோன்றுவதுபோல தான் இந்தியாவின் மீதான என் பார்வை. இந்தியர்கள் குடும்பத்தை நேசிக்கிறார்கள். மரத்தை, வீட்டை, பிள்ளைகளை, உலகத்தை நேசிக்கிறார்கள், அவர்களுக்கு இந்தியாவை, குலத்தை, மதத்தை, கடவுளைத் தாண்டி வேறு ஒன்றே இல்லையா என்று தோன்றும். அவர்களைக் காணும்போது நான் கொள்ளும் உவகைக்கு ஈடாக எதுவும் இருக்க முடியாது என நினைக்கிறேன். இந்த உலகத்தில் எதையாவது விட்டுச் செல்ல வேண்டும் என நினைப்பதில்லை அவர்கள். மாறாக இந்த உலகத்துச் செல்வத்தை இயற்கையோடு விட்டுச் செல்ல வேண்டும் என நினைக்கிறார்கள். வாழ்க்கையின் போக்கோடு வாழ்கிறார்கள். எதிர்நீச்சல் என்று இயற்கைக்கு மாறாக நீச்சலடிப்பதில்லை."

"ஏன், பிரஞ்ச்காரர்கள் எப்படி வாழ்கிறார்கள்"

"பிரஞ்ச் என்று இல்லை எல்லா வெள்ளைக்காரர்களும் புதியதாக ஒன்றைச் செய்யும் முனைப்புகொண்டவர்கள். பழைய ஒன்றைக் கண்டடைந்துவிட்டுப் புதிய ஒன்றை கண்டடைந்ததாகப் பெருமைகொள்பவர்கள்."

"அய்ரோப்பியர்களும் அமெரிக்கர்களும் புதியவைகள்மீது அலாதியான ஆசைகொண்டவர்கள். பழைய பொருட்களைத் தூக்கி எறிபவர்கள். இந்தியர்கள் புதியவற்றை எடுத்துக்கொள்ள நிரம்ப யோசிப்பவர்கள். நான் பார்த்தவரை உடல்மீது பெரிய ஆசையற்றவர்களாக இருக்கிறார்கள். உடலைப் பயணிக்கும் வாகனமாக நினைக்கவில்லை. ஆன்மாவின் இளைப்பாறலாக நினைக்கிறார்கள். நீங்கள் என்ன நினைக்கிறீர்கள் ?"

சுப்ரமணியன் பதில் சொல்லவில்லை, மௌனமாக இருந்தான். அவன் அவரிடம் சிந்தனையின் ஒருமுகப் படுத்தப் பட்டவன்போல இருந்தான்.

"நான் உடலை வெறுக்கிறேன். எனக்கு இந்த உடலை விட வேண்டும் என தோன்றிக்கொண்டேயிருக்கிறது. பல துயரங்கள், நம்பிக்கையின்மைகள் எனக்கும் உண்டு. ஆனாலும் நிறைவாக

கே.ஜெ. அசோக்குமார்

நான் இப்போது இருக்கும் வாழ்க்கையில் இருக்கிறேன். பழைய காலத்தை மறக்க மட்டுமே எண்ணுகிறேன்”

“ஆமாம். இந்தப் பழக்கம் இந்தியர்களிடம் இருக்கிறது. தன்னை வருத்திக்கொண்டு சன்னியாசம் போவது நிகழ்கிறது. முதிய வயதில் போவதைவிட இளம்வயதில் இப்படி போவது இங்குதான் பார்க்கிறேன். என்னைப் பொருத்தவரை சன்னியாசம் தேவையற்ற ஒன்று. நறுமணத்துடன் வாழும் வாழ்க்கையைத் தேர்வு செய்யாமல் நாற்றத்தின் பக்கத்தில் தன் வாழ்க்கையை அமைத்துக்கொள்வது போலிருக்கிறது. மன்னிக்கவும், உங்கள் பார்வை வேறாக இருக்கலாம்”

ரேஷ்மி பக்கத்தில் நெளிந்தபடி அமர்ந்திருந்தாள். அவளுக்கு இந்தப் பேச்சுகள் எதுவும் புரிபடவில்லை. அல்லது தன் நிலைக்கு அதிகமாகத் தோன்றியது. சலிப்புறும் உடல்மொழியை அவள் செய்யச் செய்ய அதிக ஆர்வமாக அவன் கணியனின் பேச்சைக் கேட்கத் தொடங்கினான்.

“சன்னியாசமே புதிய கண்டுபிடிப்பை நோக்கிதான். அதாவது தேடலை, இந்த வாழ்க்கையின் தேடலை, உள்ளர்த்தத்தின் பிடிப்பை, புதிய உலகைச் சுவாசிக்கும் ஆர்வத்திற்காகத்தான் உங்களுக்குப் புரியும்படி கூறுகிறேன். இந்த உலகத்தில் அழியக்கூடிய பொருட்களைவிட்டுச் செல்லாமல், அழியாத ஞானத்தைவிட்டுச் செல்ல விரும்புகிறேன். ஆகவே அகத்தைக் கண்டடைய பயணிக்கிறேன்.”

“அருமை. ஆமாம் அகத்தைக் கண்டடைவது எல்லா நிலைகளிலும் இருக்கிறது. நான் என்ன நினைக்கிறேன் என்றால், இந்த அகத்தைக் கண்டடைவது தன் பொருளை, உடைமையை, தனதானதைத் துறக்கத்தான் இதைச் செய்கிறார்கள். மாறாக மேற்குலகில் இவை அனைத்தையும் பெறுவதற்குதான் அகத்தைச் கண்டடைகிறார்கள். எந்தக் கண்டடைதலும் அதை வைத்துக் காசாக்கத்தான் என்று நினைக்கிறார்கள். சிலர் வேறாக இருக்கிறார்கள் நான் ஏற்றுக்கொள்ளத்தான் வேண்டும். ஆனால் அதனுடைய நோக்கம் எனக்குப் பிடிபடவில்லை”

“இந்தியர்களுக்கு அந்தத் தேடல் பாதை, பாதையற்ற பாதையாக இருக்கிறது”

“மிக சரி. அய்ரோப்பிய, அமெரிக்க மக்கள் எல்லா வற்றையும் எழுதி, அதை ஒழுங்காக்கிவிட்டார்கள்”

“அகத்தேடல்களுக்கு அமைதி தேவையாக இருக்கு. அமைதியும் நிதானமும்தான் நம்மைப் புதியவைகளைத் தெரிந்து கொள்ள உதவுகிறது. நான் ஏன் அதிகம் என்னைக் கவனிக்கிறேன்

என்பதை நான் வெளியேறிய பின்புதான் புரிந்துகொள்ள முடிகிறது. எனக்கு எந்த நோக்கமும் இல்லை என்பதை எப்படி இந்த உலகிற்குக் காட்டுவது? எதைக் கொண்டு செல்கிறேன் என்பதை எனக்கு யாரும் சொல்லித் தரவில்லை."

அழமான பார்வையால் சுப்புவை நோக்கிக்கொண்டிருந்தார் கலியன்.

"நான் இதுவரை அடைந்தது என்ன என்று கேட்டால் எதுமில்லை என்றுதான் சொல்லுவேன். நான் அடைந்ததைவிட அடையாததை நினைத்து மகிழ்ச்சிகொள்கிறேன். ஆனால் ஒருவரது அகம் இன்னொருவரது அகத்தின் உள்ளே சென்று படிவதை என் கண்களில் காண முடிகிறது. அச்சமயங்களில் நான் புதிய சக்தியை என்னுள் பெற்றுவிட்டேன் என்று எண்ணிக்கொள்வேன். ஆனால் அதை எதையும் வரையறை செய்து சொல்லிவிட முடியாது. அகத்தின் உள்ளே நிகழும் பெரும் மகிழ்ச்சியைப் புறத்தில் இருக்கும் அழுக்குகளோடு ஒப்பிட முடியாது. அது என் ஆழ்மனத்தின் பிறப்பின் ஆசைகள். அவற்றைத் தள்ளிவிட்டு நான் உயிர் வாழ்ந்துவிடவே முடியாது. எதை இழந்தாலும் அதை இழக்க என் மனம் ஒப்புக்கொள்ளவும் செய்யாது."

"அகம் அடையும் மேன்மைகளை ஒவ்வொரு நாளும் நான் உணர்ந்தபடி இருக்கிறேன். புறஉலக வெற்றிகளை அதனுடன் ஒப்பிட்டுக்கொள்ள முடியாது. ஒவ்வொரு மணித்துளிகளையும் மனம் என்னும் கோட்டைகள் வைத்துப் பூட்டிக்கொள்கிறேன். அது சாக்கடையில் உழலும் நிஜவாழ்க்கையில் சாத்தியமில்லாத ஒன்று. நிகழ்ந்ததை வெறும் நிகழ்வாகவே மட்டுமே எதையும் நினைக்கிறேன். வெற்றி, தோல்விகள் என்று இனி என் வாழ்க்கையில் இருக்க முடியாது. எதைக் குறித்தும் நான் கவலைகொள்ள தேவையில்லை. சேர்க்காத பொருள்குறித்த சஞ்சலங்கள் மனதில் இருக்க முடியாது. இல்லாத ஒன்றை எண்ணி ஏக்கம் கொள்ளப்போவதில்லை. வாழ்க்கை தனிப்பட்ட கூறுகளாக அல்லாமல் ஒட்டுமொத்த பரப்பையும் தன்னகத்தே கொண்டிருக்கிறது."

"பூட்டியிருக்கும் வீட்டைத் திறந்ததுபோல அகம் திறந்திருக்கிறது. உள்ளே நாற்றங்களும் ஒழுங்கின்மையும் இருக்கும். மெல்ல சூரியஒளி பட்டுப் புதிய நிலைக்குத் திரும்பி அல்லது கொஞ்சகொஞ்சமாகத் திருத்தப்பட்டு ஒளிபெருகிறது வீடு."

"தினப்படி வெற்றிகள் அல்ல வாழ்க்கை. அகத்தின் வெற்றியை அகமே முடிவு செய்கிறது. அகத்தைச் சென்றடையும்

எந்த உண்மையும் அகத்தால் மட்டுமே அறிந்துகொள்ள முடியும். புற வெற்றிகளைப் பேசும் ஒருவனுக்கு அகவெற்றிகளை அறிந்தவனால் அதை விளக்கிச் சொல்லி புரியவைக்க முடியாது. புற தோற்றங்களை மட்டுமே வாழ்க்கையாகக் கொண்டவனுக்கு அகத்தின் அழகு எங்கும் வாழ்வின் எந்தப் பகுதியிலும் அடைந்திருக்க முடியாது. அடைந்த ஒருவன் தன் புற தோற்றங்களைப் பெரிதாக எண்ணும் எண்ணத்தை கைவிட்டிருப்பான்."

"புறதோற்றத்தின் அழகு ஒரு கட்டத்தில் நீர்த்துப்போய் விடுகிறது. என் நண்பர் பிகாஸ் தன்னை அறியும் கணத்தை ஒவ்வொரு நாளும் எனக்குச் சொல்லிக்கொண்டிருந்தார். இறக்கும் தறுவாயில் அவர் அடைந்த மரணத்தைகூட மனஎழுச்சியைத் தான் ஆக்கிக்கொண்டது அவன் அகம். தோல்வி என்பதே இல்லாத வாழ்க்கையை எப்படி விட்டு விலகி விட முடியும். அறிந்தபின் அகத்தைப் புறக்கணித்துவிட்டு வாழ யாரும் விரும்புவதில்லை."

கணியன் கூர்ந்து கவனித்துக்கொண்டிருந்தார். அவருக்கு நா எழுவில்லை என்பதைச் சற்று நேரங்கழித்தே புரிந்தது. அதன் பின் வந்த அமைதியைக் குலைக்க ரேஷ்மி அதிகம் முயன்றாள். வண்டியின் குலுங்களுக்கு அவளும் குலுங்கி எழுந்து நின்று ஆடி சிரிக்க வைத்தாள். இலகுவானது மூவரின் மனம், பின் சிரித்துக்கொண்டேயிருந்தார்கள்.

44

கதவை திறந்ததும் காற்றுகூட வருவது போல ரேஷ்மி அவன் கூடவே வந்துகொண்டிருந் தாள். அவன் தோள்களில் சாய்ந்துகொண்டாள். தன்னை விடுவிக்கப் போகும் ரட்சகன்போல அவனை நினைத்தாள். தேடி கிடைக்காத பொருள் திடீரென கிடைத்ததுபோல அகமகிழ்வோடு இருந்தாள். மிகுந்த நாணம் கொண்ட அழகிய கொடிபோல அவள் அவன் மேல் படர்ந்தாள்.

தூக்கத்தில் பிதற்றுவதுபோல பேசிக் கொண்டிருந்தாள். தன்னையும் தன் கனவையும் அவன் தெரிந்துகொள்வான் என எண்ணினாள்.

“நீ என்னைய பார்க்கவே மாட்டேங்குற, நான் கடப்பாவில இருக்குற என் வீட்டுக்கு உன்னோட தான் வருவேன்னு என் தோழிங்க கிட்டெல்லாம் சொல்லியிருக்கேன். வருவேல்ல” என்றாள்.

“முதல்ல தள்ளி ஒக்காரு, நீ கடப்பாவுல இறங்கிக்க, நா முக்கிய வேலையா போறேன் ராமேஸ்வரத்துக்கு. நா இப்ப எங்கேயும் நிக்க முடியாது”

“அப்படி சொல்லக் கூடாது, நா எவ்வளவு பாவம், நா உனக்கு நல்ல பார்ட்னர் தானே”

“பேசாம போ”

யாரோ சுடுவதுபோல உடலைக் குறுக்கிக் கொண்டு அழுதாள். அதீத கற்பனை வடிவ முகம் போல மாறத்தொடங்க தன்னை மறந்து அழத் தொடங்கினாள். கண்களில் கண்ணீர் இல்லை, ஆனால் எளிய துக்கங்களுக்கு அழும் கற்பனை வடிவமாக மாற்றிக்கொண்டாள். வெறும் கேவல் ஒலிகள் எழுந்த போதும் அவளைக் கண்டு பரிதாபமே அவனுக்கு ஏற்பட்டது.

தன்னிடம் வரும் எளிய உயிராகத் தன்னை ஆக்கிகொள்ள அவளுக்குத் தெரிந்திருந்தது. தான் வென்றுவிடுவது உறுதியானது போலத்தான் அவள் அழுதுக்கொண்டிருந்தாள். அதில் இருக்கும் நாடகத்தன்மை அவனைச் சிரிக்க வைத்தது. பேசாமல் மெல்ல நகைப்புடன் அவளைப் பார்த்துக்கொண்டிருந்தான்.

“நா செத்துடுவன்பா”

“சரி சாவுபோ”

ஆனால் உடல்மொழியில் உணர்ச்சிகள் பெண்மைக் கானவை. அவற்றை ஒரு பெண்ணால் மட்டுமே செய்ய முடியும். அவளை அள்ளி அணைத்துக்கொள்ள தோன்றியது. தன்னைக் கீழ்படியும் பெண்ணின் உடலில் இருக்கும் நெளிவை உடலுடன் சேர்க்க மனம் துடிக்கிறது. கட்டுப்படுத்தி அடக்கிக்கொண்டான். புகைவண்டி புயலாகப் பாய்ந்துகொண்டிருந்தது. வெள்ளைக் காரர் இருவருக்குள் இருக்கும் பிணைப்பைக் கவனித்து விட்டதாகத் தோன்றியது.

அவளின் வற்புறுத்தலால் அவன் கடப்பாவில் இறங்கிக் கொண்டான். தமிழ் நிலம் போன்றே செம்மண் புழுதிகள் பறந்த தெருவழியாக அழைத்துச்சென்றாள். தெருக்களில் பெண்கள் அவனை உற்று நோக்குவது தெரிந்தது. சின்னதாகப் புன்னகைத்தும் கொண்டார்கள். அவர்கள் உதடுகளில் தெரிவது கலவியின் முன்முறுவல். அவர்கள் எதிர்நோக்கி காத்திருக்கலாம். எதையும் தன்னைக் கொண்டே ஊடறியும் பாங்கு. ரேஷ்மியை நோக்கியபோது அவளுக்கு அதே போதை கண்களில் தெரிந்தது. உதடுகளைப் புன்முறுவலால் திறந்திருந்தாள்.

சாமியார் உடையில் அவளுடன் செல்வதுதான் சங்கடமாக இருந்தது. தோளில் மாட்டியிருந்த ஜோல்னா பையை எப்போதும் கவனம் வைத்துக்கொண்டான். மறக்கும்போதெல்லாம் அதன் மேல் கண்களை வைத்தான். கூடம் போன்ற நீண்ட அறை வந்ததும் பையை அவனிடமிருந்து பிடுங்கி ஓரமாக வைத்தாள். “வா நாம வெளியே போவோம்.” “அந்தப் பையில் முக்கியமானதெல்லாம் இருக்கு”, “ஒண்ணும் ஆகாது இங்கதான் பத்திரமா இருக்கும்.”

அவன் எதிரிலேயே உடைகளைக் களைந்தாள். பெருத்த மார்புகளை அவள் வேண்டுமென்றே கைகளால் தட்டிவிட்டு அவனை நோக்கிச் சிரித்தாள். சிறிய இடை வளைவுகளின்றி நேராக இருந்தது. குறி இருந்த இடத்தில் தளும்புகள் தெரிந்தன.

ரோமங்களின் இடையே கோடாகத் தெரிந்தது. புதிய உடைகளை எடுத்து ஒவ்வொன்றாக அணிய தொடங்கினாள். கோவணத்தின் மேல் பட்டை போன்றிருந்த ஒரு உள்ளாடையை முதலில் அணிந்தாள். திமிரும் பலூன்கள் போன்றிருந்த மார்புகளை இறுக்கமான உள்ளாடையால் பிதுங்கவைத்தாள். பாவாடை ஜாக்கெட் பின் புதிய சேலையை உடுத்த தொடங்கினாள். பெண்களுக்குரிய அழகிய சேலை அணியும் லாவகம் இல்லை என தோன்றியது, ஆனாலும் சரியாக உடுத்திக்கொண்டாள்.

பெட்டி உள்ளிருந்து வேட்டியும் சட்டையும் எடுத்துக் கொடுத்த அணிந்துக்கொள்ளச் சொன்னாள்.

"எதுக்கு"

"சாமி கும்பிட கோயிலுக்குப் போறோம். இங்க இருக்குற விசேஷமான கோயில்"

அவளின் விருப்பத்திற்காக அணிந்துக்கொண்டான். மிக நீண்ட நாட்களுக்குப் பின் சரசரக்கும் உடையில் அவன் வெளிக்கிளம்புகிறான். ஓங்கியடிக்கும் மழைத்தூறல்போல மனதில் பயம் எழுந்தது. புதிய உடையில் இருக்கும் கம்பீரம் துணுக்குற வைக்கிறது. வெட்டவெளியில் ஒளிந்துக்கொள்வது போல இருந்தது.

கணம் கணமாக நீர்துளிகள் பெருகுவதுபோல வளர்ந்துக் கொண்டிருந்தது அச்சம். ஒரு பெருமூச்சில் சரிசெய்ய நினைத்தான். கைகளைப் பிடித்தபடி அவன்கூட வந்தாள். ஒலிக்கும் தெலுகு வார்த்தைகள் அந்நிய பிரதேசம் என்று உணர வைத்தது. இழுத்திழுத்துப் பேசுவது போலிருந்தது அந்த மொழி. அந்த இழுப்பு மென்மையானவர்கள் என்று காட்டியது. எதிரே வந்த பெண் விலகி நின்று மேவாயைப் பிடித்தபடி அவர்களைத் திரும்பிப் பார்த்தாள். சேலையைத் தூக்கிகட்டியதிலிருந்து அவள் அதிகம் வேலை செய்யும் பெண்மணி என தோன்றியது.

ஊரின் ஒதுக்குபுறமாக இருந்தது அந்தக் கோயில். மேலே தன்னிச்சையான சில சிமெண்ட் வடிவங்கள். அது ராமர் சீதை, லக்குமணன் என்று பிற்பாடு தோன்றியது. வண்ணங்கள் பெயர்ந்து இருந்த சின்ன கட்டிடம் உள்ளே கண்களில் குமிழ் போன்று வைக்கப்பட்ட உக்கிர வடிவ தோற்றம்கொண்ட தெய்வம். ஒல்லியான வழுக்கைத் தலைகொண்ட பூசாரி இருந்தார்.

"என்ன சாமி இது"

"அரவான் சாமி, எங்க சாமி"

நினைவு வந்தவனாக லேசாக அவள் நோக்கம் புரிய தொடங்கியது. அதிர்ந்து அவளைத் திரும்பி பார்த்தபோது வெண்ணை உருகுவது போன்று முகம் கனிந்து அவன் வலது கையை இருக்கப் பிடித்து அவள் பட்டுப்புடவை சரசரக்க அவன் தோள் சாய்ந்தாள். தன்னை ரட்சிக்க மன்றாடும் உடல்மொழி. லேசான சிணுங்கல்களுடன் அவள் கண்ணீர் அவன் தோளை நனைத்தது. பூசாரி வந்ததும் தன் இடையில் சொருகியிருந்த பர்ஸை எடுத்துத் திறந்து மஞ்சள் கட்டிய மஞ்சள்நிற கயிற்றை எடுத்துக் கொடுத்தாள்.

"சாமி பெயருக்கு அர்ச்சனைசெய்து எடுத்துக் கொடுங்க" தெலுகில் சொன்னாள்.

பெரிய தட்டில் ஆரத்தி எடுத்துத் தெய்வங்களை இருளிலிருந்து கணநேரம் மீட்டெடுத்தார். உள்ளத்தில் தோன்றிய வெறுப்பு மறைந்து அன்பு சுரந்தது. அவள் மேல் அளவிலாத காதல் ஊரும் தேன்போல எழுந்தாடியது. கருத்த பித்தளைத் தட்டில் பூ பழங்கள் இருக்க நடுவே மஞ்சள் கயிறு இருந்தது. தட்டை மேடையில் வைத்துக் கயிற்றைத் தெய்வீகப் பொருளாக இருபக்கம் பிடித்து நீட்ட அவன் அதை வாங்கி அவள் கழுத்தில் கட்டினான்.

அவனைவிடச் சற்று உயரம் அதிகம் என்பது அப்போது தான் தெரிந்தது. மற்றொரு திருநங்கைப்பெண் ரேஷ்மியின் சடையைத் தூக்கிப் பிடித்திருக்க கட்டி முடித்தான். பக்கத்தில் இருந்த திருநங்கைகள் சூழ்ந்து நின்று குலவை பாடினார்கள். வயது முதிர்ந்த பெருத்த இடை கொண்ட பெண்கள் அவர்களைச் சுற்றி வந்து கும்பியடிக்க ஆரம்பித்தார்கள். அவர்களின் மனங்களில் திருவிழாவின் ஆரவாரம் சூழ்ந்தது. பெரும்மகிழ்வின் கூத்தாட்டம் தொடர்ந்தது. சூழல் மறந்து கும்மியடித்துப் பல்வேறு ஓசைகளை எழுப்பினார்கள்.

அவனைச் சூழ்ந்து கட்டியணைத்து கொண்டாடினார்கள். ரேஷ்மியின் நெற்றியில் செந்நிறமான குங்குமத்தை அப்பி வாழ்த்தைத் தெரிவித்தார்கள். ஒவ்வொருவராகச் செய்யச் செய்ய அவள் செஞ்சாந்து குளம்பில் குளித்தவள் போலிருந்தாள்.

வீட்டிற்கு வந்ததும் சாமி படங்களுக்கு விளக்கேற்றி இளம் பெண்போல தன்னைப் பாவித்து ஒரு பக்கமாகக் கால்களை வளைத்து அமர்ந்தாள். கைகளை ஊன்றி அவள் அமர்ந்திருக்க அவளருகே அவன் வந்தமர்ந்தான். அவன் நெஞ்சில் சாய்ந்து

கேவி அழத்தொடங்கினாள். பெண்ணாகத் துடிக்கும் குழந்தையின் மனம். அவள் உடல் பெண்ணின் மணம் கொண்டு விட்டதாக நினைத்தான்.

தன்னை முழுமையாகப் பெண்ணாக அறிய துடிக்கும் தருணம். வெட்கங்களாலும் சிணுங்கல்களாலும் அவள் தன்னைப் பெண்ணாக வெளிப்படுத்த நினைத்தாள். மீறிவரும் கடினத்தை மறைத்து மென்மையானவளாகக் காட்டிக்கொண்டாள்.

“எம்மேல என் செல்லத்துக்க எவ்வளவு பாசம்”

“ஆமா”

“என் கூடவே இருப்பியா”

“ம் இருப்பேன்”

சொன்னதும் அவனுக்குச் சற்று யோசனைகள் எழுந்தன. அதை அவள் மனம் திருப்திபடுத்த மட்டுமே என்பதை அறிந்தது. அவளுக்கு லேசான நம்பிக்கையின்மை எழுந்ததுமே

“நீ முழுமையான ஆண், நான் அப்படி இல்லயே”

“அதனால என்ன? நீ விரும்பும் ஆண் நான் தானே?

“அப்படி சொல்லு என் செல்லக்குட்டி”

வீடு வந்த போது இருட்டறைகள் அவர்களுக்காகக் காத்திருப்பது போன்றிருந்தது. ஒரு அறையைக் காலிசெய்து கொடுக்க கமலியும், சுமதியும் ஒத்துழைத்தார்கள். அவர்களின் வாழ்வில் நடக்கும் புதிய தொடக்கம். என்றும் அறிந்திராத புதிர்களின் விடுதலை. வெல்லும் நாணத்துடன் இருந்தாள் கமலி. கண்களை மூடி உதடுகளை வளைத்து அவள் பேசுவது பார்த்தபடி இருக்கத் தோன்றும்.

“ஏன் கமலி சிரிக்கிற”

“ஆ... ரேஷ்மிக்கு நல்ல மாப்பிள்ளை கிடைச்சிடுச்சு அந்தச் சந்தோஷம்தான். உங்களுக்குதான் எவ்வளவு பெரிய மனசு. அதுவும் பெருசா இருந்தா அவ கொடுத்து வெச்சவதான்”

“போங்கடி அந்தப் பக்கம், சும்மா கிண்டல் அடிக்காம”

சற்று அலங்கரிக்கப்பட்ட கட்டிலின் மையத்தில் படுத்திருந்தான். அவன்மேல் நெஞ்சில் தலைபதித்து அவள் இதயத்தின்

ஓசையைக் கேட்டுக்கொண்டிருந்தாள். மெல்லிய இருட்டில் அவன் மேல் படர்ந்தாள். எச்சிலால் அவன் உடலை அவள் நனைத்து எழுந்தபோது கட்டுப்படுத்தப்பட்ட வாழ்வின் அங்கீகாரத்தை எண்ணி மகிழ்ந்தாள்.

சொற்களற்ற வெளியில் தூங்கி எழுந்தபோது அருகில் கட்டில் பெரிய படகு போன்று தெரிந்தது. நீரில் தத்தளிப்பது போன்று அவன் லேசாக ஆடிக்கொண்டிருந்தான். நாளை அவனை அழைத்துக்கொண்டு கூத்தாண்டவரைக் காணச் செல்ல வேண்டும் என நினைத்தாள்.

45

கோயில் பெரியதாக இல்லாமல் சிறியதாக இருந்தது. அவள் மனதில் நினைத்திருந்த காட்சி வெளியுடன் ஒத்துப்போனது. நாளைதான் திருவிழா, இன்றே அதன் அறிகுறிகள் மாலைநேர பெருமழையின் வானத்து கருமேகங்கள்போல தெரிந்தன. அவன் கைகளைப் பிடித்திருந்தாள் ரேஷ்மி. மெல்லிய கைவிரல்களை நெஞ்சில் வைத்து பின் முத்தமிட்டபோதெல்லாம் அவன் சிரித்தான். கடவாய் பற்கள் தெரிய உள்ளடங்கும் உதட்டு ஓரங்களின் கபடமற்ற சிரிப்பு.

"உன் கைய விட மாட்டேன். எப்போதும் பிடிச்சுதான் இருப்பேன் சரியா"

"சரி புடிச்சுக்கோ"

நீக்கமற நிறைந்திருக்கும் சக்தியின் உடல்போல அவள் தெரிந்தாள்.

அவன் உடல் வெப்பம் தன் மூக்கின் அருகில் இருப்பது போன்றிருந்தது. படுத்ததும் தூங்கி விட்டான். எந்தவித அசைவுகளும் இல்லாமல் அவளுடன் இருக்கும்போது அவனால் தூங்க முடிகிறது. அவன் குவிந்த உதடுகளில் தெரியும் நெளிந்த அன்பு அவளை விரும்பச்செய்கிறது. எந்நேரமும் அவள் அவனைத்தான் எண்ணுகிறாள். அவன் உடல் லட்சணங்கள் அரவானை அவளுக்கு நினைவூட்டியது. அவள் மனதில் இருக்கும் அரவான்.

கண் விழித்தபோது, எழுந்து குளித்துத் தயாராக இருந்தாள் ரேஷ்மி. ஈரம் சொட்டும் உடலோடு வந்து சுப்புவை எழுப்பி தயாராக்கினாள். வெள்ளை வேட்டி, வெள்ளைச் சட்டையில் அவன் மிக அழகாக இருந்தான். உதட்டோரங்களில் கொத்தாக வெள்ளைமுடிகள் கொண்ட தாடி அவனை அழகனாகக் காட்டின. கூரிய கண்கள்

அந்த மீசைதாடியால்தான் உருவாகிறது. எண்ணெய் தடவி, தலை சீவி, நெற்றியில் அழகிய குங்குமம் இட்டு அழகு படுத்தினாள்.

அவனைப் போலவே அவளும் பெரிய பார்டர் கொண்ட குங்குமப்பூ பட்டுப் புடவையும் அதே கலரில் ஜாக்கெட்டும் அணிந்து நிலைக் கண்ணாடி முன் அலங்கரித்து நின்றாள். கூத்தாட்டத்தின்போது அவர்கள் அணியும் நிறம். என்றென்றும் மனதில் இருக்கும் நிறம். மனதில் எழுந்தாடிய கூத்தை உடல் ஏற்றுக்கொண்டது. லேசாகத் தள்ளாடினாள். கமலி எதிர்பட்டுக் கையசைத்தாள். இத்துணை வேகம் எதற்கு என்று கேட்கும் தலை, கையசைவில் அவள் நின்றுவிட அவனை இழுத்துக்கொண்டு பரபரவென்று ஓடினாள்.

கோயிலில் கூட்டம் கூடிவிட்டிருந்தது. ஊஞ்சலில் அரவான் முன்பின்னாக ஆடிக்கொண்டிருந்தார். மனித முகங்களைவிட நான்கு மடங்கு பெரிய அவர் முகம் தூரத்திலிருந்து மக்கள் தலைகளைத் தாண்டி தெளிவாகத் தெரிந்தது. வெப்பம் கூடிய நிலத்தில் கால்களின் தீண்டல் உடலை மேலும் ஆடவைத்தது. சின்ன தள்ளாட்டத்தில் அவள் இருக்கும்போதே இசை பெரிய அருவிபோல அவர்கள் மேல் கொட்டியது. கடவுளை நெருங்க நெருங்க இசை வெள்ளச் சத்தம் அதிகரித்தது. அவள் ஆட உலகமும் ஆடியது. பெரிய திரளான கருஞ்தலைகள் ஆட பூமி சமநிலை இழந்ததுபோல தள்ளாடியது.

இரண்டாயிரத்திற்கு மேற்பட்ட உடல்கள் ஒரு சேர குலுங்கின. மோகினி மீதான அரவானின் காதலைக் கொண்டாடும் உடல்கள். அரவாணை நினைத்து நெஞ்சுருகும் அரவாணிகள். உடல்களின் மோதல்கள் பெரும் கிளர்ச்சியை உண்டுபண்ணின. நெருக்கமான இணைப்புகளும் ஈரமூச்சுக் காற்றுகளும் உடல்களைச் சூடாக்கின. சுப்புவைப் பற்றிய கைகளில் அச்சு விழுந்து வேர்வை ஆழப்பதிந்தது.

அவள் கண்களின் காமம் அவனையும் சூழ்ந்துகொண்டது. மாலையில் நெருங்கும் இரவொலிகளின் அமைதி கேட்க தொடங்கியிருந்தன. ஒரே வரிசை தாளம். தாளத்தில் அவனும் அவளும் உடல் விதிர்த்தார்கள். ஆட்டம் குறையவில்லை. ஆட்டத்தின் வேகத்தில் குறைவில்லை. ஆனால் மனதில் ஆனந்தமும் களிப்பும் கூடியபடியே இருந்தது.

சுழலும் நாற்காலிபோல அவள் ஆடிவர வீதியில் ஊர்வலம் புறப்பட்டது. உள்ளத்தில் பெரு உவகை கூடிவிட மயங்கி கீழே விழுந்தாள் ரேஷ்மி. அவளைப் பிடிக்க முடியாமல் திணறி தாங்கிப்பிடித்துக் கூட்டத்திலிருந்து விலக்கிக்கொண்டுவந்தான்

சுப்பு. சுப்புவின் கைகளில் அவளை அடக்க முடியவில்லை. மயக்கத்திலேயே பெருத்த உடலைக்கொண்டுவிட்டது போலிருந்தது.

மரத்தடியில் அவளைக் கிடத்திய பின்னே புழுதி காற்றில் ஊர்மிதப்பது தெரிந்தது. கண்களைச் சொக்க அவள் அருகில் அவன் அமர்ந்தான். ஓடிவந்த கமலி பாட்டிலிருந்த தண்ணீரை அவள் மேல் தெளித்தாள். ரேஷ்மி சிணுங்கத் தொடங்கியதும், சுப்பு கைபிடித்து "வா இந்தப் பக்கம்" என்று அழைத்துச் சென்றாள். சாக்கடை, உணவு பொருட்கள் கொட்டி நாற்றம் எடுத்த சிறு பாதை வழியாக அவனைப் பயந்துபயந்து அழைத்துச் சென்றாள். நாய்கள் அவர்களைக் கூர்ந்து நோக்கின. மறைவான இடமாகப் பார்த்துக் குட்டிச் சுவரை தாண்டவிட்டாள். அவளும் ஏறி அந்தப் பக்கம் வர, அது கோயிலின் பின்பகுதி. சூலங்களும், வேல்கம்புகளும் கிடைமட்டமாகப் படுக்க வைத்திருந்த நிலங்களைக் கவனமாகக் கால் மிதிபடாமல் சென்று முன்பக்கம் நின்ற பூசாரியை அழைத்துவந்தாள்.

வேகமாக ஓடிவந்ததில் மூச்சு திணற பேச்சு எழவில்லை. "என்ன கமலி என்ன விஷயம்" என்று வெற்றிலை சாற்று தூறலுடன் கேட்டார் பூசாரி. பெருத்த உதடுகளை அசைத்து விசித்திர முகம்காட்டி "இவன பாருங்க" என்று சொன்னாள்.

"ரேஷ்மி இவனுக்கு மருந்த கொடுத்துட்டா நிக்க முடியாம தள்ளாடிக்கிட்டு இருக்கான் பாருங்க"

கடவாய் பல்லில் மாட்டிய வெற்றிலை துணுக்கை எடுக்கும் முகபாவனையுடன் மெல்ல அவனைத் தொட்டு அழைத்துச் சென்று சிறு பீடத்தின்மீது படுக்க வைத்தார். பின் வயிற்றைத் தடவிப் பார்த்துவிட்டு, உள்ளே சென்று சுண்ணாம்பு டப்பி ஒன்றிலிருந்து கருத்த களிம்பைச் சுட்டுவிரலால் எடுத்து அவன் சட்டை பட்டன்களை விலக்கி அவன் நாபியில் அழுத்த தடவினார்.

பச்சிலைகளைச் சிலவற்றைப் பறித்துவந்து உள்ளங்கையில் வைத்து அழுத்திச் சாறெடுத்து அவன் வாயில் சொட்டுகளாகச் செலுத்தினார். பரபரப்பு ஏதுமில்லாத நடையில் சென்று மசிபோன்ற கருத்த எண்ணெய் கிண்ணத்தை எடுத்துவந்து அவன் தொண்டையிலிருந்து வயிறுவரை கோடாக இழுத்தார். சொக்கிய கண்களோடு இருந்த சுப்பு கண்களைத் திறக்க முடியாமல் படுத்துக் கிடந்தான்.

பெரிய பாரத்தால் கண்கள் துடித்துத் திறந்து மீண்டும் மூடிக்கொண்டன. கோயிலில் பூஜை செய்துவிட்டுக் கிளம்பிச் சென்றுவிட்டார். கமலி மட்டும் அவன்கூட இருந்தாள்.

ஆழ்ந்த மூச்சுபயிற்சி செய்பவன்போல அவன் உடல் மேலேறி இறங்கியது. தலைதிருப்பாமல் கை, கால்களை ஆட்டாமல் சென்றுவந்த மூச்சு சட்டென நின்றுபோனது.

காற்று அவன் முகத்தில் மோதி தலைமுடியைக் கலைக்க கண்களைத் திறந்தான். மெல்ல எழுந்து அமர்ந்தான். அன்று பிறந்த குழந்தையின் கண்களுடன் கவனமின்றி நோக்கினான். திரும்பி வந்த பூசாரி ஒரு குடம் நீரை எடுத்து அவன் தலையில் கொட்டினார். புலன்களெல்லாம் திறந்து அவன் தன்னிலை கொண்டான். வேட்டிமட்டும் அணிந்த வெற்றுடம்பைக் கண்டு பயங்கொண்டு பூசாரியை மலக்க மலக்கப் பார்த்தான். அவனைக் கைப்பிடித்து அழைத்துச்சென்று கொல்லையில் ஓர் இடத்தில் அமர வைத்தார்.

கொஞ்ச நேரத்தில் பீய்த்துக்கொண்டு வெளியேறுவது போல ஓலத்துடன் வயற்றிலிருந்து அவன் உண்ட உணவுகள் வெளியேறின. அவன் அமர்ந்த மண்தரை முழுவதும் வாந்தி சேறாக நின்றிருந்தது. கமலி ஓடிவந்து மண்ணை அள்ளி அதன் மேல் போட்டாள். நிலைதடுமாறல்களுடன் எழுந்து நின்ற அவனை பூசாரி அழைத்துக்கொண்டு தன் வெறும் துணிகளாக கிடந்த உள்ளறையில் படுக்க வைத்தார். ஆழ்ந்த உறக்கத்திற்கு சென்றுவிட்டான்.

ஆடும் நீர்நிலைகள்போல அடைந்த பயங்கள் ததும்பி மெல்ல அவை விலகின. எழுந்தமர்ந்து சொற்களில் புதியவைகளைக் கண்டறியும் ஆர்வத்துடன் அவரைப் பார்த்தான். தலையில் கைவைத்து ஆதுரப்படுத்தபட்டதும் தன்னிலை பெற்றான்.

"எனக்கு என்னாச்சு சாமி"

"உனக்குள்ள இருந்த நஞ்சு வெளிய வந்துடுச்சு பயப்படாத நீ இனிமே தைரியமாட்டுப் போலாம். வசியம் என்ன வேலை செய்யும்னு நீ கமலிய கேளு அது சொல்லும், நா வரட்டா எனக்குக் கோயில்ல வேல கிடக்கு"

தன்னை நிதானிக்கும் எண்ணத்தை விட்டு அவசரமாக "என்ன செஞ்சா என்னய, ரேஷ்மியா செஞ்சது"

"ஆமா"

"ஏன் நான் என்ன செஞ்சேன்"

"நீ ஒண்ணும் செய்யல, அவளுக்கு ஒம்மேல அதிக பாசம். உன்னைய கைக்குள்ள வெச்சுக்க அப்படி செஞ்சிருக்கா"

"எனக்கு ஒண்ணும் தெரியலையே"

“உன்னைய பலமுற செஞ்சிருக்கா, உன்னய சக்கையா பிழிஞ்சி உறிஞ்சி எடுத்துருக்கா, இன்னும் உன் உடம்பு நிலைக்கு வரல. அது தெரிய கொஞ்ச நாளாகும்.”

திரும்ப வந்த பூசாரியைக் கூர்ந்து கவனித்தான். எளிய உடல்கொண்ட திடமான மனிதர். வேட்டியும் அதன் மேல் காவி துண்டும் உடுத்தியிருந்தார். உடலில் ஏதோ டாலர் கொண்ட ஸ்படிக மாலைகள் நிறைய இருந்தன. நெற்றி நிறைய சந்தனம் நடுவில் அடர்த்தியாக குங்குமம். அடர்த்தியாகப் புருவங்களும் பெரிய கண்களும், உதடுகளும் கொண்ட மனிதராகப் பார்க்க சற்று பயங்காட்டினார். இம்மாதிரியான மனிதர்கள்தாம் பூசாரியாக முடியுமென தோன்றியது.

“நான் இந்த இடத்துல வந்ததுக்குப் பல காரணங்கள் இருக்கு. ஒன்று நான் அவளைப் புரிந்துக்கொள்வதற்கு, எப்படி இந்த மாதிரியான மனிதர்கள் வாழ்கிறார்கள் என்பதை அறிந்து கொள்வதற்குதான். அந்த வெகுளித்தனம்தான் அவளுக்குச் சாதகமா ஆயிடுச்சா?”

“உன்னைய பார்த்தப்பவே உனக்கு மருந்து கொடுத்திருக்கா, அது தெரியாமத்தான் அவகூட வந்திருக்க. ஆனா உடல் தேவைகளுக்காக மட்டும் அவள் உன்ன விரும்பல, அதுக்கு மேல உன்மேல அவளுக்கு நம்பிக்கை இருக்கு, நீ அவள பெண்ணாதான் பாக்குறன்னு நினைக்கிறா, அதுக்காகத்தான் உனக்குக் களிம்ப கொடுத்திருக்கா”

“நான் ராமேஸ்வரம் போகணும்”

“நீ இங்க வந்து ஒரு மாசம் ஆச்சு”

“அவகிட்ட சொல்லக் கூடாது தெரியாமதான் போகணும் இல்லேன்னா நீ போற இடத்த தேடி கூடவருவா”

“இல்ல நான் அவகூட இருக்க முடியாதே”

“உனக்குப் புரியலன்னு நினைக்கிறேன். அவ உன்ன தன் உயிராத்தான் நினைக்கிறா, இது பெண்களுக்கு உண்டான குணம். நீ தெரியாம தப்பிச்சு போறதுதான் நல்லது”

“அவ என்னய நினைச்சுக்கி ஏங்கிப் போயிடுவா”

“அது பரவாயில்லை. உனக்கு வாழ்க்கையில் லட்சியங்கள் இருக்குன்னா அவள்ட்ட இருந்து தப்பிக்கிறதுதான் நல்லது. இன்னிக்கு ராத்திரி நடக்குற அரவான்பலி முடிஞ்சோன்ன உன்ன தேடிதான் வருவா, அதுக்குள்ள கிளம்பு”

கமலியை நோக்கினான். கண்களில் சிரித்து, "பயப்படாதே இன்னிக்கு ராத்திரி நீ அவளுக்குத் தெரியாம ஊருக்குக் கிளம்பிடு, என்ன ? இங்க எல்லா பொண்ணுவோளும் இததான் பண்ணுவாளுக, கவலைபடாதே நீ தப்பிக்க நா உதவி பண்றேன்"

சட்டை அணிந்துகொண்டு இருவரிடமும் விடைபெற்று சென்றான். முதலில் சத்திரத்தில் இருந்த தன் பையை எடுத்துக் கொண்டான். பையில் அஸ்தி ஓரமாகப் பத்திரமாக இருந்தது. அதைக் கரைத்ததும் தான் நிம்மதி. ரேஷ்மியை நினைக்கும்போது உள்ளமெல்லாம் நெருப்பைத் தொட்டுவிட்ட அதிர்ச்சியும் வலியும் தோன்றியது.

இருட்டு சன்னமான குளிரோடு இருந்தது. நடக்கையில் கூடவே அவள் மூச்சுக்காற்று வெளியேறி அவள் இருப்பை உணர்த்திக்கொண்டிருந்தது. அவள் அருகில் நிற்கும் பிரமை. அவள் மூச்சுக் காற்றினால் தன்னை வருடுவதுபோன்ற பிரமை.

கோயிலில் நடக்கும் பெரிய கூத்தாட்ட வெளிச்சம் எரியும் தீபோல இங்கிருந்து தெரிந்தது. அருகில் சென்றான். ஆற்றுநீரில் விழும் மழைபோல மக்களின் கூட்டம் அவனையும் இழுத்துக்கொண்டது. ஆண்களும் அரவாணிகளுமாகக் கூட்டம் அலைமோதியது. திருநங்கைகளின் முகப்பூச்சுகள் கலைந்து ஆணின் உருவத்திற்கு வந்திருந்தார்கள். சேலைகள் மார்பில் நிற்காமல் விலகி நிற்க முதிய பூசாரியின் கையிலிருந்து தாலி வாங்கிக் கட்டிக்கொண்டிருந்தார்கள். உடலசைவுகளில் மகிழ்ச்சியும் முகத்தில் வெட்கமும் வெறியும் கலந்தாடின.

நீண்ட நேரம் ஆட்டமும் பாடல்களும் இருந்தன. அங்கிருந்து தள்ளி வேறோரு இடத்தில் அரவான் கொல்லப் படும் செய்திகேட்க, எல்லோர் வாயிலும் ஒருசேர ஓலங்கள் எழுந்தன. ஒருவரை ஒருவர் தள்ளிக்கொண்டு ஓடும் கூட்டத்தில் அவனை நோக்கும் ரேஷ்மியின் அதிர்ந்த கண்களைப் பார்த்தான்.

அக்கண்களிலிருந்து தன்னை மறைத்துக்கொண்டு கூட்டத்தில் அமிழ்ந்தான். பின் எதிர் திசையில் ஓடி கால்நடையாக அடுத்த ஊருக்குப் புறப்பட்டான். அவள் வரும் காலடி ஓசை அவள் தன்னைப் பின்தொடர்வதாக எழும் நினைப்பை மறைக்க முடியாமல் பயந்து ஓடினான்.

46

அந்த நகரம் பெரிய ஊர்களுக்குரிய தோரணைகள் எதுமின்றி இருந்தது. மனிதன் கூட்டமாகச் சென்ற எந்த பாதையின் வழியேயும் அவன் பயன்படுத்திய பல்வேறு பொருட்கள் சிதறிக் கிடந்தன. செருப்புகள், உடைகள், தலைமுடிகள். இதில் எதுவுமே மற்ற மனிதனுக்குப் பயனளிப்பவை அல்ல.

கடற்கரையும் மனித கூட்டத்தால் நிரம்பி யிருந்தமைக்கான அடையாளங்களைக் கொண்டிருந்தது. மணலில் இருந்த கால்தடங்கள் பெரிய கலவரத்தால் உண்டானதுபோல் தாறுமாறாக இருந்தன. கடலில் இறங்கி தன் பையில் இருந்த மூடியிட்ட கையளவு சிறு மண்பானையை எடுத்து நீரில் அமிழ்த்தினான். பிகாஸ் ராஜ்பிகாரியையும் அவன் குடும்பத்தாரையும் நினைத்துக்கொண்டான். பிகாஸின் கருத்த உருண்டை வடிவ அழகிய முகம் நினைவில் எழுந்தது. பானையிலிருந்து வெள்ளை நிற சாம்பல் சிறுகுமிழிகளாக மேலெழுந்தன. மீண்டும் அமிழ்ந்தன. மேல்பரப்பில் வந்த வேகத்தில் கரைந்து கடலில் ஒரு பகுதியாக மாறிப்போனான். இந்தப் பிரபஞ்சத்தின் ஒரு பகுதியாக மாறும் கலை அது. தூக்கத்திலிருந்து விழித்து என்னைச் சேர்த்தாயா என்று கேட்டறிந்தான். விடைப்பெற்றான். மற்றொரு சிறிய அலையில் அலைகழிந்தான். இயற்கையாக மாறிவிட்ட தனது நண்பனுடன் நடந்த நீண்ட உரையாடகளை நினைத்துக் கொண்டான்.

கரை வந்ததும், மனிதக் கூட்டம் இருந்த பகுதியைத்தான் அவன் கண்கள் நோக்கின. இடப்பக்கம் கோயில் செல்லும் பாதையில் வரிசையாக மனிதர்கள் அமர்ந்தும் நின்றும் நீராடிய உடலுமாக இருந்தார்கள். ஒரு பக்கம்

பிச்சைக்காரர்களின் வரிசை மற்றொரு பக்கம் தள்ளுவண்டியில் உணவுகள் விற்பவர்களின் வரிசை கூடவே நிறைய மனிதர்கள் அவர்களின் தலைகளைக் கொண்டு அவர்களைக் கணித்துவிட முடியாதபடி கலைந்த சிகையின் கருத்த தலையாகத் தெரிந்தன.

பிச்சைக்கார வரிசையில் ஒரு நிர்வாண உருவம். பெரிய கூட்டத்திடலில் ஒரு நிர்வாண உடலைக் காண்பது சற்று அதிர்ச்சியாக இருந்தது. இடைப் பகுதி தெரிவதால்தான் அப்படி தோன்றுகிறது. விரித்த பெரிய பழுப்பு வேட்டி. அதைச்சுற்றி பைகள், பாத்திரங்கள், என்று கலசலாகப் பொருட்கள். வேட்டியின் மேல் நிர்வாண உடல் இங்குமங்கும் புரண்டபடி கிடந்தது. கூர்ந்து கவனித்தபோது வலியால் துடிக்கும் உடல். குறி உடலின் பிரண்டலுக்கு தகுந்து ஆடிக்கொண்டிருந்தது. அதன் முனை சிவந்து பழுத்த பழமாக இருந்தது. எலியோ ஏதோ ஒன்று கடித்து குதறியதின் அடையாளம். இப்போது எறும்பு கடித்திருக்கலாம். வலியைக் கால்கள் துடிக்கப் பல்லைக் கடித்து உடலை ஆட்டி சமன் செய்துகொண்டிருந்தார் கிழ மனிதர்.

அருகில் இருந்த மற்றொரு துணியை எடுத்து அவர் மேல் போர்த்திவிட்டான் சுப்பு. வெண்ணிற அடர்ந்த தாடியின் இடையே பற்களைக் கடித்துகொண்டிருந்தது தெரிந்தது. கண்களில் தெரிந்த ஏளனம் துணுக்குற வைக்க நடக்கத் தொடங்கினான். “சுப்பு. . .” என்றழைப்பு தூரத்தில் எங்கோ ஒலிப்பதைக் கேட்டு நின்றான். திரும்பிப் பார்க்க சுப்பு “வா இங்க” என்று அழைத்தார் அந்தக் கிழவர். அவசரமாகத் திருப்பி வந்து அவரைப் பார்த்து அதிர்ந்து “சாமியப்பா?” என்றான்.

“சாமியப்பா நீங்களா?”

தலையசைத்துக்கொண்டு பற்களைக் கடித்து மெல்ல எழுந்தமர்ந்தார். “ஆமா நானே தான், உட்காரு.” மேல் போர்த்தி யிருந்த துணியைச் சரியாக மூடிக்கொண்டார்.

ஏளனம் மாறி கனிந்த அழகிய முகமாக மாறியிருந்தது அவர் முகம். தாடி மீசையிலும், தலைமுடியிலும் மண் பரவியிருந்தது. உடல் முழுவதும் வெண்ணிறமாக சிமெண்ட் தடவியதுபோல பரவியிருந்தது அழுக்கு. அழுகிக்கொண்டிருப்பது போன்ற நாற்றம் வீசும் உடல். கண்களில் மிகுந்த தன்னம்பிக்கை இருந்தது. அவன் பேசுவதற்காக உற்றுநோக்கிக்கொண்டிருந்தார்.

“என்னாச்சு சாமியப்பா, ஏன் இங்க இருக்கீங்க”

“உடல்ரீதியான பிரச்சினைதான் சுப்பு வேறென்ன? முன்னாடி பொண்ணுங்க பின்னாடி போனதோட வினை அவ்வளவுதான்.”

“எதுக்கு சாமியப்பா, உடம்ப பாத்திருக்கக் கூடாதா?”

அவனைப் பார்த்துச் சிரித்தார். “நீ என்னமோ என்னய பத்தி தெரியாத மாதிரியே கேட்குற, சம்பிரதாய வார்த்தைகள் எதுவும் வேண்டாம். நான் எப்போதுபோலத்தான் இருக்கேன் போக்கிரியாகவும், பரதேசியாகவும். சில பேர் என்ன ஞானின்னு சொல்லுறாங்க, சித்தருன்னு சொல்லுறாங்க, யாருக்கு எது பிடிக்குதோ அதுவே நான்.”

அமைதியானான் சுப்பு. சற்று நேரங்கழித்து, “எப்படி இங்க வந்தீங்க.”

“நானா வரல, உடம்பில வியாதி வந்த பின்னே என் மனசுதான் கேட்கல. கடைசி காலம் ராமேஸ்வரம் தான்னு என நினைச்சுடுச்சு”

“வருத்தமா இருக்கா”

“இல்ல, நீ சொன்னா நம்புவியான்னு தெரியல, நெஜமாவே இல்ல, நான் பண்ணுன வேலைக்கு பாவத்துக்கு எதாவது வேணுமே. என்னதான் எந்திரமா இருந்தாலும் அதுக்கு ஒரு முடிவு வேணும். உடம்பு எவ்வளவு நாள் தாங்கும்னு ஒரு எல்லை நமக்குத் தெரியும்”

“இந்த இடம் உங்களுக்குச் சவுகரியா இல்லையே”

“அதோ அந்த மண்டபத்துக்கு ஓரமா ஒரு தடுப்பு தெரியுது பாரு அங்க போவோம்”

“நடக்க முடியுமா சாமியப்பா”

“முடியும். நான் இன்னும் படுத்த படுக்கையா ஆகல, குறியோட மொனையில மட்டும் ஒருவகை அரிப்பு வியாதி வந்துப்போட்டு. அரிப்பு வந்தப்ப சரியா தெரியல. அப்பப்ப வலி வந்து உடம்பு நரம்ப முழுசா பிடிச்சு இழுத்து சாவடிக்கும். ஆறு மாசமா கிடக்கு”

வேட்டிய சரியாக உடுத்திக்கொண்டு துண்டைத் தோளில் போட்டு, ஜோல்னா துணிப்பையில் பொருட்களை வைத்து அவனுடன் கிளம்பினார். கடற்கரை மணல் அவர்கள் இருவரையும் பிடித்து இழுத்துக்கொண்டிருந்தது. கால்களை ஊன்றி நடந்தார்கள். அவர்களுக்குப் பின்புறத்தை மணல் அடித்துக்கொண்டு வந்தது.

மண்டபத்தை ஒட்டிய பிளாஸ்டிக் சார்பினும் ஒருவர் அமர்ந்திருந்தார். அவர் மும்மரமாக ஏதோ செய்து கொண்டிருந்தது சில வினாடி பார்வையிலேயே புரிந்தது.

"டேய், அந்தச் சட்டையையும் கோவணத்தையும் எடுடா தம்பி" என்றார் சாமியப்பா.

வேட்டியை எடுத்துவிட்டு அம்மணமாக நின்று கோவணத்தை அணிந்துகொண்டார். சுப்புவிற்குச் சங்கடமாக இருந்தது, எதாவது மறைவில் இதைச் செய்யலாமே என்று. அதன்மேல் வேட்டி அணிந்து சட்டையை எடுத்து அணிய அவருக்கு உதவி செய்தார் அங்கிருந்தவர். பட்டன்களை நேராக வைத்து அணிய கொடுத்து பின்புறத்தில் இருந்த தூசிகளைத் தட்டிவிட்டார்.

"இவன் யாருன்னா என் பையன், பேரு கதிர்வேலன், பொறுப்பான நல்ல புள்ள"

நடுவயதினனாக இருந்தான். ஆனால் சாமியப்பாவிடம் பேசும்போது மிகுந்த அன்புடன் நடந்துகொண்டான்.

"தம்பி, நா வாரேன், சும்மா கொஞ்ச தூரம் நடந்துபோயிட்டு வாரேன். இவரு என் பழைய நண்பரு, நீ சோறாக்கி வையி, மதியம் மூனு பேரும் சாப்பிடுவோம்"

அதிகம் பேசாமல் தலை மட்டும் அசைத்தான். சின்ன தலையசைப்பு ஆழ்ந்த நம்பிக்கைகொண்ட மனிதனாக அவனைக் காட்டியது. சுப்பு தலையசைத்து விடைபெற்றபோது அவன் சிரித்தது சுப்புவைக் கவர்ந்திருந்தது. சாமியப்பா நடந்து ரோட்டிற்கு வந்திருந்தார். அவருடன் கூட வருவது அவனுக்குச் சற்று சங்கடமாக இருந்தது. ஒரு பிச்சைக்காரனைப் போன்ற தோற்றம் மட்டுமல்ல, பெரிய வியாதியஸ்தன் என்கிற தோற்றமும் அவருக்கு அளித்தது.

காலை உணவை அவன் இன்னும் உண்டிருக்கவில்லை. அவரை ஒரு நல்ல உணவகத்திற்கு அழைத்துச் செல்ல எண்ணினான். "வாங்க சாமியப்பா, அந்தப் பெரிய ஓட்டலுக்குப் போவோம்."

அதைப் பாக்காமலேயே, "அது வேண்டாம், மைதா மாவ போட்டு இட்லி சுடறவன். நான் ஒரு நல்ல ஓட்டலா கூட்டிக் கிட்டுப் போறேன். அது கொஞ்சம் உள்ளடக்கி இருக்கும் ஆனா நல்லா இருக்கும்"

கிளை பிரிந்த ஒரு தெருவின் நடுவில் ஒரு வீட்டில் இருந்த சிறிய வழியாக அழைத்துச்சென்றார். உள்ளே புகையின் இருட்டு. ஏதோ தீண்டியதைபோன்று உடலில் தொடு உணர்ச்சி ஏற்படுத்தியது அந்த இடம்.

போடப்பட்டிருந்த பெஞ்சில் அமர்ந்து "ஏ இட்லி கொண்டா" என்றார்.

அங்கிருந்த பெண், "என்னா இவ்வளவு சீக்கிரம் வந்துட்டீங்க பத்து மணிக்கு மேலெல்ல வருவீக" என்றாள். "என் நண்பர் வந்திருக்காருல்ல அதான்."

இன்னும் சற்றுநேரம் கழித்துக் கூட்டம் வரக்கூடும். எட்டு மணிக்கு யாரும் உணவருந்த தயாராக இருப்பதில்லை. சுடச்சுட இட்லி வந்தது. இலையில் வைத்துச் சாம்பார் ஊற்றியதும், அவனைக் கூடக் கவனிக்காமல் வேகமாக உண்டார். இடைவெளி விடாமல் சாப்பிடுவதை வழக்கமாகக்கொண்டவர் போல, அவசரமாகச் சாப்பிட்டார். இட்லி சூடு குறைய தாமத மானது. ஆனால் சுவையாக இருந்தது.

"இந்தக் கடை ரொம்ப பேமஸா சாமியப்பா"

"அதெல்லாம் இல்ல, ஆனா நல்லா இருக்கும், சில பேரு வாடிக்கையா வந்து சாப்பிடுவாங்க"

சாப்பிட்டு உணவு விடுதியை விட்டு வெளியே வந்து எதிரில் இருந்த பழைய கைவிடப்பட்ட மண்டபத்தில் ஏறி அமர்ந்துகொண்டார்கள். தப்பி வந்துவிட்ட பறவையை நினைவுறுத்தியது அந்த மண்டபம். மனிதர்கள் வெளியே பரபரப்பாகச் சென்றுகொண்டிருப்பது இங்கிருந்து தெரிந்தது.

பார்க்க அடிபட்ட விலங்குபோல ஆகிவிட்டிருந்தார் சாமியப்பா. பலமற்ற கால்களைத் தேய்த்து நடப்பதிலிருந்து ஒரு பக்க கண் மூடிய நிலைவரை அவர் இன்னும் தன்னைச் சுமந்துகொண்டிருக்கிறார் என தோன்றியது. கலங்கிய நீர்நிலை போல நோயுற்றிருந்தன கண்கள். கசப்பை விழுங்கி நெளிந்தன உதடுகள். ஒரு நிறைவிற்கு வந்துவிட்டிருந்தார். சிலவற்றைக் கண்டுவிட்டதன் தெளிவு.

"உன்கிட்ட பேசனும்னு மனசுல தோணிகிட்டே இருந்துச்சு"

"நிஜமாவா சாமியப்பா, எனக்கும் உங்க நினைப்புதான்"

"ஆமா தாண்டி போற மனிதர்களை எல்லாம் நீ நினைச்சு கூப்பிட்டுக்கிட்டு இருந்தேன். இந்த முறை நிஜமாவே நீ"

"இனிமே பயணம் போக மாட்டீங்களா சாமியப்பா"

"ஹாஹா, இந்த உடம்ப வெச்சுகிட்டா. மனசிருந்தா போலாம், ஆனா எனக்கு இப்ப மனசில்ல. நான் இப்ப ஆசை

படறது என் மரணத்தைப் பார்க்கதான். என் கனவுகள்கூட அதுவாதான் வருது.”

“ஏன் அப்படி சொல்றீங்க சாமியப்பா”

“மரணத்தை ஈசியா தொட்டுடலாம்னு நினைச்சுகிட்டிருந்தேன். அது தூக்கம்போல வந்துடும்னு, ஆனா அது தூக்கம் இல்ல. ஒரு குறள்கூட இருக்கே, உறங்குவது போலும் சாக்காடு உறங்கி விழிப்பதுபோலும் பிறப்பு. இறப்பும் பிறப்பும், உறக்கமும் விழிப்பும் போலத்தான்னு சொல்றார். நாம நினைக்கும்போது வர்ற உறக்கம் இல்ல, அது நினைக்கும்போது வர்ற உறக்கம். உறக்கம் வந்தா எப்போ விழிப்பு வரும்னு தெரிய வாய்ப்பேயில்லை. எனக்கு விழிப்பு வேண்டாம். உறக்கம் போதும். நான் இந்த உலகத்துல இல்லாம போறதுல ஒரு மகிழ்ச்சி இருக்கு. பிறவி குருடனுக்கு இந்த உலகம் என்ன பொருளோ அதுவே எனக்கும் போதும். இந்த உலகத்தை விடுவதும் என் புலன்களை நான் விடுவதும் ஒண்ணுதானே”

“ஏன் சாமியப்பா அப்படி நினைக்கிறீங்க, அனுபவம், நல்லூழ், நல்வினைப் பலன் எல்லாம் அடுத்த பிறவியில் தொடருபவை இல்லையா, அதனாலேதானே இந்த வாழ்க்கை”

குனிந்து மெல்லியதாகச் சிரித்துக்கொண்டிருந்தார். தலையாடி கீழே படுத்துவிடக்கூடும் என தோன்றும் உடல்மொழி. கனத்த தோள் சுருக்கங்கள்கொண்ட விரல்களால் கல்தரையைச் சுரண்டி அதன் பரிமாணத்தை அறிந்துகொண்டிருந்தார்.

“எதுவும் தொடராத போது இந்த வாழ்க்கைக்குப் பொருள் வேண்டும்னு நீ நினைக்கிற, நீ உன் மனைவி, பிள்ளைகளைப் பிரிஞ்சி இருக்கிற, நீ மீண்டும் அங்க போயி பார்க்காதவரை எதையும் புரிஞ்சுக்க முடியாது உன்னால”

“மாப்ள”

அதிர்ந்து தலை தூக்கிப் பார்த்தான். அறுபத்து ஐந்து வயதிற்கு மேற்பட்டவர் வெள்ளைச் சட்டை, மடித்துக் கட்டிய வேட்டியில் கையில் ஒரு லெதர் பையுடன் நின்றிருந்தார்.

“அப்பைலேந்து உங்கள பார்த்துகிட்டு இருக்கேன். நீங்கதானான்னு ஒரு சந்தேகம், கிட்ட வந்து பார்தப்போ அது நீங்கன்னு உறுதியாயிடுச்சு, என்ன தெரியலையா, நான் பத்மாவோட தாய்மாமன், கண்ணன் மாமா.”

ஒரு நிமிடம் அதிர்ந்து நின்றது அவனுடல். “எனக்குச் சரியா தெரியலையே”

“என்ன இப்படி சொல்லிட்டிங்க, பத்மாவுக்கு இப்ப என்ன நிலைமனு தெரியுமா படுத்த படுக்கையா இருக்கா. ரெண்டுபேரும் போறோம் வாங்க, சாமி கொஞ்சம் அவர அனுப்பிச்சு வையுங்க”

“அவரு வர வேண்டிய நேரம்தான் கூட்டிக்கிட்டுப் போங்க” என்றார் சாமியப்பா

“இல்ல நான் ரூம காலி பண்ணனும், இப்ப என்னால வர முடியாது, நீ போங்க”

“அப்படி சொல்லாதீங்க மாப்ள, எங்க தங்கியிருக்கீங்க. உங்க அட்ரஸ் சொல்லுங்க”

முகவரியைச் சொன்னதும் அவர் வேகமாகப் பேனாவை எடுத்து எழுதிக்கொண்டார். “நான் இந்தப் பணத்தை கட்டணும். நைட்டு இங்க வரேன் நாம சேர்ந்து போவோம். எங்கேயும் போயிடாதீங்க”

“சரி”

47

சுருதி எல்லோரையும் வீட்டிற்கு அனுப்பி வைத்தாள். நோயாளி ஒருவருக்கு இத்துணை உதவியாளர்கள் தேவையில்லை. கூட்டம் அதிகமாக அதிகமாக எதை செய்ய வேண்டும் என்கிற அவசரம் புரியாமல் போகிறது என்பது அவள் வாதம்.

பத்மா படுத்திருக்கும் இடத்தில் வானம் மிக கீழே வந்துவிட்டது போலிருந்தது சுருதி குனிந்து "அம்மா என்ன பண்ணுது" என்றாள். உண்மையில் பத்மாவுக்கு என்ன பண்ணுகிறது என்று எதைச் சொல்வதற்குத் தெரியவில்லை. "ம்" என்ற சத்தத்தைக் கொடுத்துவிட்டுக் கண்களை மூடிக் கொண்டாள். "எதாவது வேணுமாமா" என்றாள். தலையை லேசாக அசைத்து இல்லை என்றாள் பத்மா.

வானதியிடம் செல்லுபடியானது போல பத்மாவின் கோபம் சுருதியிடம் செல்லுபடியாக வில்லை. தீவிரமாக சுருதி மறுக்கும்போது பத்மாவால் எதுவும் செய்ய முடியாமல் அமைதி யானாள். சென்னையில் வேலையிலிருந்து விடுப்பு எடுத்துக்கொண்டு வந்துவிட்டிருந்தாள் சுருதி. அவளது வார்த்தைகளுக்கு எந்த எதிர்ப்பும் இல்லை என்பதை வானதியும் அவள் கணவன் பிரசன்னாவும் உணர்ந்தார்கள். அவள் நீண்ட கூந்தலைப் பின்னுக்குக் கட்டி இடையில் ஷாலை கட்டியதும் ஏதோ வேலையில் இறங்கியிருக்கிறாள் என்று தோன்றியது. பெரிய உள்கூடத்தை பத்மா மட்டுமே ஆக்கிரமித்திருந்தாள். அவளைக் கவனிக்கும் மற்றவர்களை வெளிக்கூடத்தில் இருக்க வைத்தாள் சுருதி.

பரபரக்கும் கால்களுடன் வந்தார் கண்ணன் மாமா. கண்களில் தெரிந்த ஒளி தான் புதியதாக ஒன்றைக் கண்டுவிட்டதை உணர்த்தியது. நேரே

அவர் ஓடிவந்து சுருதியிடன் "பாப்பா, உன் அப்பாவ பார்த்தேன், பெரிய தாடியெல்லாம் வெச்சுகிட்டு, காவி வேட்டி சட்டையில ஜம்னு இருக்காரு" என்றார்.

"அழைச்சுகிட்டு வந்திருக்கீங்களா"

"எங்க, அவரு நான் போய் பார்க்கும்போது தப்பிச்சு எங்கேயோ போயிட்டாரு, அவரு இருந்த மடத்துல காலி பண்ணிட்டாருன்னாங்க"

பின்னாடியே வந்த மதியக்கா, "இத சொல்லவா இப்படி ஓடி வந்தீங்க, கையபுடிச்சு அழைச்சுகிட்டு வர வேண்டியதுதானே"

"வரேன்னு சொன்னாறே, அத்தோட கையில சீட்டுப் பணம் மூனு லெட்சம் இருக்கு, அதைக் கொடுக்காம எப்படி நா அங்க இருக்க முடியும்"

வானதி ஓடிவந்து "மாமா, மாமா அப்பாவ பாத்தீங்களா, எப்படி இருக்காரு, என்ன சொன்னாரு, எப்ப வாரேன்னாரு"

"அது தெரியலமா, ஆனா கண்டிப்பா வருவாரு, நான் எல்லா விஷயமும் சொன்னேன். அவருக்குப் புரிஞ்சுது, வந்துடுவாரு"

"அம்மா கிட்ட சொல்றேன் இருங்க மாமா" என்று ஓடினாள் வானதி. சுருதி அவள் அருகே வந்து "சொல்லவேணா வானதி, அவரு வரலேன்னா அம்மா ரொம்ப ஏங்கிபோயிடு வாங்க", தயங்கி நின்றுவிட்டாள். "இது சந்தோஷம் இல்லையா சுருதி. நாம அப்பாவ பார்க்கிறோம்னு சந்தோஷம் அம்மாவுக்கு வரும்தானே"

"சரி உன் இஷ்டம்"

"அம்மா அம்மா" என்று அழைத்தாள். அவளது குரல் சுவரில் எதிரொலித்ததுப் போன்றிருந்தது. அம்மா கனவுகளி லிருந்து திரும்பி கண்களைத் திறந்தாள். என்ன என்றாள். "திரும்பி பாரு, அப்பாவ ராமேஸ்வரத்துல பாத்திருக்காரு மாமா"

கண்கள் லேசாக மின்னின. "அப்படியா, எப்ப வருவாரு"

"சீக்கிரம் வந்துடுவாருமா"

தேடியப்பொருள் கிடைத்துவிட்டது போன்ற நிறைவு வானதிக்கு, பெரிய மகிழ்வாகத் தோன்றியது. சொற்களில் மகிழ்ச்சி வெளிப்பட்டுக் கொண்டேயிருந்தது. உள்ளே வந்த மாமா, "பத்மா மாப்ள சீக்கிரம் வருவாருன்னுதான் தோணுது"

பத்மாவால் புரண்டு படுக்க முடியவில்லை. அவள் இடை சிமெண்ட் பொருட்களால் பூசிவிட்டதுபோல நேராக இருந்தது.

கே.ஜே. அசோக்குமார்

வானதி அவள் உடலை லேசாக இழுத்து மல்லாகப் படுக்க வைத்தாள். உடைகளைச் சரிசெய்து அவள் விரும்பும்படி தலையைச் சாய்த்து வைத்தாள். பத்மாவின் முகத்தில் என்ன மாதிரி மகிழ்ச்சி நிலைபெற்றிருக்கிறது என அறிய முடியாதபடி சிரிப்பது தண்ணீரை விழுங்குவது போன்ற பாவனையில் இருந்தது.

சற்று வேறு மாதிரியான மனநிலையைக் கொண்டு விட்டாள் என தோன்றியது. அவள் தன்னை மறந்து நின்று விட்டது அவள் நிலைத்த கண்கள் வழியே அறிய முடிந்தது. காதுகள் சிவந்து கைவிரல்கள் சிறு பதற்றம் கொள்ள தொடங்கியது. “அம்மா, கொஞ்சம் சும்மா இருக்கியா இப்ப எதுவும் நினைக்காத, தூங்குற வழிய பாரு” என்றாள் சுருதி. கண்களைத் தூக்கி அவளைப் பார்த்தாள். கலங்கிய கண்களைக் கண்டதும் “இதுக்குதான் சொல்லாதன்னு சொன்னேன்” என்று வானதியிடம் சீறினாள்.

சுருதி, “அம்மாவ சின்ன வயசுலேயே விட்டுட்டுப் போனவர இப்படி சாவுற நேரத்துல சொல்லி என்ன சாதனை படைக்க போறோமோ தெரியல.” “உனக்கு எப்படி தெரியும், அம்மா சந்தோசத்துலகூட அழலாம்” என்றாள் வானதி.

அம்மா சொற்களை கூட்டிக் கூட்டி மெதுவாகப்பேசினாள். “சுருதி, எம் மேல ப்ரியம் இல்லாம இல்ல, அவருகிட்டு நான் தான் ப்ரியமா நடந்துகல.” சுருதி கவனிக்காததுபோல வேறு பக்கம் முகத்தைத் திருப்பிக்கொண்டாள்.

கண்ணன் மாமா, “இந்தா பாரு பத்மா, அவரு எல்லா இடங்களையும் சுத்திட்டு இப்பதான் நம்மூருக்கு வந்திருக்காரு, அதனால வருவாரு, நான் கையோட கூப்பிட்டுக்கிட்டு வந்திருக்கணும், கைல பணம் இருந்ததால செய்ய முடியல, ஆனாலும் என்ன அவருக்கு வர ஆச இல்லாமலா இருக்கும், ஒரு வேளை இங்க வந்திருக்கலாம், வீட்டு வர கொஞ்சம் யோசிக்கலாம். பார்ப்போம்.”

❍ ❍ ❍

மூவரும் போனதும் குளிரான அறை இதமாகச் சூடானதாக உணர்ந்தாள். அவள் அழைத்த வேகத்தில் உள்ளே வந்த மதியக்கா, “அக்கா என்ன யோசன இப்ப, என்ன சொல்லணும் உனக்கு” என்றாள்.

“மதி, என்னய எப்படியாச்சு, சித்தா மாதிரியான மருந்து கொடுத்து காப்பாத்திட சொல்லு, அவரு வந்துடுவாரு நான் கண்டிப்பா சரியாயிடுவேன்”

அவசரமாக மறுத்து எதையும் சொல்லிவிட கூடாது என்று கவனமாக இருந்த மதி, பத்மா பேச்சால் துணுக்குற்றாள். "பத்து நாம செய்றத செய்றோம், நல்லதே நடக்கும். கடவுளுக்கு ஒரு நோக்கம் இருக்கு, அவரு என்ன நினைக்கிறாரோ தெரியல. எல்லாம் நல்லா நடக்கும், நீ கவல படாம இரு, அது போதும்."

பத்மாவின் கண்கள் கலங்கின, உதடுகள் கோணலாகி, "ஏன் மதி, உண்மைய சொல்ல மாட்டேங்குறே, சின்னவ என்னடான்னா, நீ செத்து போயிடுவன்னு சொல்லிகிட்டே இருக்கா, அவளுக்கு என்ன ஆசை பாரு"

"பத்து நா உனக்கு என்ன சொல்லி புரியவெக்கிறது. உனக்கே இதெல்லாம் தெரியும், என்ன நடந்துகிட்டு இருக்குன்னு. இந்த உலகமே நமக்கானது இல்லம்மா, உடம்பு மட்டும் நமக்குச் சொந்தமாய்டுமா, சொல்லு."

"ஏன் எனக்கு மட்டும் இதெல்லாம் நடக்குது மதி."

"சத்தம் போட்டுப் பேசாத, சுருதி வரப்போறா, அவ உனக்கு நல்லதுதான் செய்யிறா, கொஞ்சம் உன்னய மாதிரி அடம்புடிச்ச சுபாவம், அவ்வளவுதான்."

திடீரென்று இந்தப் பிரபஞ்சத்தின் அர்த்தம் பிடிபட்டது போன்ற உணர்வு. தன் மீதான இறக்கங்களைவிட்டு இந்த உலகத்தின் நோக்கம் என்ன என்பதைச் சிந்திக்கத் தொடங்கினாள். கண்களில் நீர் பெருக்கெடுத்து இரண்டு பக்கங்களிலும் ஓடியது. தன் சேலை தலைப்பால் இரு பக்கங்களிலிலும் துடைத்துவிட்டாள் மதியக்கா, "கொஞ்ச நேரம் தூங்கு" என்று மென்மையாகக் கூறியவள். ஜன்னல் கதவுகளை அகல திறந்துவைத்து மின்விளக்குகளை அணைத்துவிட்டுச் சென்றாள்.

காய்ச்சின பால்போல ஜன்னலின் ஓரங்களில் வெண்ணிறத்தில் வெளிச்சம் பீறிட்டது. எத்துனை அழகான உலகம், காலாற நடந்துச் சென்றுவர பெரிய கோயிலுக்கும், உலகநாதர் கோயிலுக்கும் சுப்ரமணியன் அழைத்துக்கொண்டிருப்பார். அவர் காதலைத் தெரிவிக்க நினைத்த வழி அது. அது அப்போது புரியவேயில்லை. எந்நேரமும் தொலைக்காட்சியும், வீட்டுச் சமையலும் என்று கழித்திருக்கிறேன்.

இந்த உலகத்தை ஆள வேண்டும் என நினைத்தவர், இந்த உலகத்தின் அகமும் புறமுமான நுண்தகவல்களை அறிந்துகொள்ள பிரியப்பட்டவர். எந்த அதிகாரமுமின்றி குழந்தையின் தேடல்களோடு நிறைந்திருந்தார். கண்ணாடி கோலிக் குண்டுகளைக் கண்ணருகே வைத்துப் பார்க்கும்

சிறுவன் அகம் அவருக்கு. தேடல் கொண்டவர்களுக்கானது இந்த உலகம். அவர் தன்னையறியும் முனைப்பில் இருந்தபோது நான் வெறும் ஜடமாக இருந்திருக்கிறேன். ஆகவே தான் அவர் பறவையாகவும் நான் வெறும் புழுவாகவும் இருந்திருக்கிறேன். புறத்தோல்விகளுக்கானதல்ல இந்த உலகம், அகவெற்றிகளுக் கானதுதான் இந்த உலகம். அதை பெறும் மனிதனுக்கு மட்டுமே தெரியும் அமைதியும் அடக்கமும். தீர்க்கமான முடிவுகளுடன் எதையும் அணுகும் பார்வையும். சுப்ரமணியனுக்கு இயல்பிலேயே அது அமைந்துவிட்டது.

இப்போது இந்த உலகத்தை என்னால் காண இயலாது. வெறும் நோய்மையும் நோய்கூறுகளும்தான் என் கண்களுக்குத் தெரியும். இந்த உலகம் செயல்படுபவர்களுக்கானது, லட்சியத்துடன் இருக்கும் மனிதர்களுக்கு இந்த உலகம் கனிந்த பழமாக இருக்கிறது. அதன் சுவை அவர்கள் அறிந்திராத ஒன்றாக இருக்கும். மற்றவர்களுக்குக் கசப்பு நிறைந்த காய் மட்டுமே. தூக்கம் மனதை அலைகழித்துக்கொண்டிருந்தது. கண்கள் தன்போல மூட, அவள் நினைவுகளை மீட்கும் ஆவலால் உதடுகளில் சிரிப்புடன் இருந்தாள். அவள் குறட்டைஒலி ஈக்களின் மெல்லிய ஓசைபோல கேட்டது.

உலக லட்சியங்களின் மீதான அருவருக்கும் பார்வையைச் சற்று மாற்றிக்கொள்ளலாம் என தோன்றியது. ஆன்மாவைத் தேடி அவர் சென்றது உடலையும் தன் உயிரையும் மீறித்தானே. மனம், சித்தம், எல்லாவற்றையும் தாண்டிச்சென்று அவர் அடைய நினைத்தது நிகழ்ந்திருக்கும். ஆணுக்குச் சாத்திய மாகும் விஷயம் பெண்ணிற்குச் சாத்தியமாக முடியாதா. குடும்பம், பிள்ளை, உணவு, இருப்பிடம் இவற்றை அவள் அதிகம் எண்ணிக்கொள்கிறாள். இதன் பின்னால் வரும் உயிரையும், உடலையும், மனதையும் அவள் எண்ணிக்கொள்வதில்லை. தன் உடலெனவே பிள்ளைகளை நினைப்பதும், உடலுக்காக உயிரைக் காக்க நினைப்பதும் மட்டுமே அவள்.

கற்பனைத்திறன், செயலூக்கத்திறன், படைப்பாற்றல் எல்லாமே பெண்ணிற்குப் பிள்ளை பெறுவதுதான். தன்னுடலில் இன்னொரு உயிரை வளர்த்து வெளியே நடுவது மிகப்பெரிய படைப்பாற்றல் அவளுக்கு. ஆணுக்கு உடல் சேர்க்கையோடு வேலை முடிந்து வெளியேறிவிடுகிறான். அவன் ஆக்கசக்தியை படைப்பாற்றலை வெளியேதான் தேட வேண்டியிருக்கிறது. தன்னை உணரும்வரை அலைந்து திரிகிறான். புதியவைகளைக் கண்டு சேகரித்துக்கொள்கிறான். மிகப்பெரியவை, ஆகச் சிறந்தவை மட்டுமே அவன் கண்களுக்குத் தெரிகிறது. உடலால் மட்டுமே சிந்திக்கிறாள் பெண். வயதாக ஆக அச்சிந்தனை

தீவிரம் கொண்டுவிடுகிறது. சின்ன வளையங்கள், காதணிகள், இடையணிகள் பெண்களுக்கானவை. அவற்றை அடைவது குறித்து அவளுக்கு அதீத பெருமையும் தன்னம்பிக்கையும் கொண்டுவிடுகிறாள். அதுவே போதுமானதாக இருக்கிறது. சுப்ரமணியன் விட்டுச்சென்ற பதினேழு ஆண்டுகளாக அதைக் குறித்துதான் சிந்தித்துக்கொண்டிருக்கிறாள்.

பிரிவதைப் பற்றி தன்னிடம் பேசியிருக்கலாம் என்று தோன்றுகிறது. பிரிந்ததை ஒரு குற்ற உணர்ச்சியாக ஆக்காமல் இருந்திருந்தால் இந்நேரம் அவர் வந்திருப்பார். அவர் தன் உடைமை என்கிற எண்ணத்தால் அவர் விலகலைக் குற்றம் காண முடியவில்லை. நிறைந்த மனதோடே தன்னுடன் இருந்திருக்கிறார். குடும்ப அமைப்பை ஒரு சுமை என்று அவர் உணரும் கஷ்டத்தைக் கொடுத்திருக்க வேண்டாம். எத்துணை புத்தகங்களை வாசித்தார், அது குறித்து எப்போதும் நண்பர்களோடு விவாதம் செய்தார். எதையும் பெறும் ஆவல் அவருக்கு இயல்பிலேயே இருந்தது. வாரம் சனி, ஞாயிறு நாட்களில் ஸ்கிரின் பிரிண்டிங்க், பிரெஞ்சு, வயலின் என்று ஏதாவது ஒரு வகுப்பிற்குச் செல்வார். அத்தருணங்களில் அதிகம் சீறியது நினைவில் இருக்கிறது. தூக்கத்தில் பிதற்றுவது அவள் காதில் விழுந்துகொண்டிருந்தது.

48

பெரிய மரங்களின் நிழலில் அமர்வது பல நேரங்களில் இனிய தருணங்களாக அமைந்து விடுகின்றன. கூட்டத்திலிருந்து விலகி தனிமைப் படுவது பெரிய விடுதலை. பத்மா பொதுவெளியில் பயமும் கூச்சமுமின்றி பேசியது இப்போது நினைவில் எழுந்தது. அருவருக்கத்தக்க உடல்மொழி யால் எளிதாக வென்றுவிட அவளுக்குத் தெரிந்தது. நினைத்தற்கு மாறாகப் பெண்ணுடல் சீழும் இரத்தமுமாக அப்போது இருந்தது. ஒரு வேளை பிள்ளைபேறு என்னும் மறுபிறப்பின் இரத்தங்களாக அவள் உள்ளத்திலும் இருக்கலாம். ரேஷ்மி அவன் உடலுக்குள் ஊடுறுவி வெளியேறியதைக் கழுவேற்றம்போல உடலைத் துளைத்தது. நீரின் அடியில் மாறும் ஒளியைப் போல மாறிக்கொண் டிருந்தன எண்ணங்கள்.

சாமியப்பா அவனைத் தொட்டு நிகழ்விற்கு கொண்டுவந்தார். உடலை உலுக்கித் தன்னை மீண்டும் மீட்டு "சாமியப்பா இந்த உலகம் நமக்கு அனுபவத்தைத் தவிர வேறு எதுவும் கொடுக்காதா? எதற்கு நம்ம வாழ்க்கை ஒரே மாதிரி கீழ்மையும் தோல்வியுமாக இருக்கு."

பெருமூச்சில் அவர் தன்னை நிலைநிறுத்திக் கொண்டிருந்தார். "செய்யாத குத்ததுக்குச் சிறுபிள்ளையில் வீட்டைவிட்டு ஓடும்போது இந்த மனுவுங்களையும் உலகத்தையும்விட்டு ஓடுவதா பின்னால்ல நினைச்சுக்கிட்டேன்." "ஓடும் போது அந்த ரெண்டையும் நோக்கித் தான் ஓடறேன்னு தோணுச்சு" என்றான்.

"எனக்குத் தெரிஞ்சு ரொம்ப நேர்மையான மனிதனுக்குத் திருமணம் சரியாக அமையாது."

இதை வேறுவேறு வார்த்தைகளில் முன்பே சொல்லி யிருக்கிறார். இப்போது சொல்வது இத்துடன் நிறைவுசெய்து கொள்வோம் என்பதற்காக அப்போது கோபமாகப் பேசினான். ஆனால் இப்போது அதைக் கேட்கும்போது மகிழ்ச்சியாக இருந்தது.

இறக்கைகளை விரித்து மடக்கி காட்டும் வண்ணத்துப்பூச்சி போல அழகுடன் அமர்ந்திருந்தார் சாமியப்பா. வண்ணத்துப் பூச்சிக்குத் தன் அழகு தெரிய வாய்ப்பில்லை. எப்போதும் போன்ற நாளைப் போல அந்த நாளையும் அது கழித்துவிடும். சாமியப்பாவின் உடலிலிருந்து கந்தக வாசனை அடித்தது. வயதானதின் அறிகுறிகள் உடலில் வாசனையாக வருகிறது. தளர்ந்த உடல் பாகங்கள், எங்கும் திமிரும் தசைகளில்லை. சுருங்கிய தோல்களின் ஓட்டம் எல்லா இடங்களிலும் ஓடியன. அவர் உடலசைவுகள் பொருத்து அந்த ஓட்டம் இடமாறி வேறுவேறு திசைகளில் ஓடின.

கனிந்த பழம் போன்றிருந்த அவர் முகத்தை நோக்கியபோது துணுக்குற்றான் சுப்பு. ஆம் அவருக்கு நேரம் வந்துவிட்டது. இனி அவரிடம் தான் சார்ந்த விஷயங்களைச் சொல்லி அமைதியிழக்க செய்யக் கூடாது என தோன்றியது. பொருளற்ற விஷயங்களாக எல்லாமும் மாறிவிட்டது போன்றிருந்தது அவர் முகம். உடலில் அவர் இருக்கவில்லை. மோனத்தில் பிரபஞ்சத்தில் எங்கோ அவர் நிலைப் பெற்றுவிட்டார். அவர் கண்களில் தெரிவது இந்த உலகத்து கீழ்மைகளும் தீமைகளும் அல்ல.

அவர் உடல் நேராக நின்றிருப்பது உடல்பலத்தால் அல்ல, ஆன்ம பலத்தால். அவர் தன்னைத் தொட்டதுகூட அவர் அறிந்து செய்ததல்ல. எதைக் கொண்டு இந்த உயிரை கையில் பிடித்திருப்பது என்ற நினைப்பு வந்தபோது அதிர்ந்து நேராக அமர்ந்தான். அதை சாமியப்பா அறிந்ததுபோல, “உனக்கு வேறு இடம் போக ஒரு பாதை கிடைக்கும்” என்றார்.

பெருமூச்சுடன் மெதுவாகத் தன்னை அமைதியாக்கிக் கொண்டான். அவர் அருகில் அமர்வது மிக நீண்ட நாட்களுக்குப் பின் நடக்கிறது. தன்னை மொத்தமாக அவரிடமிருந்து விலக்கிக்கொண்டவன் போலிருந்தது. பேசிப் பேசியே வளர்ந்த நட்பு, அமைதியான உள்ளத்தொடர்புகளால் தொடர்வது போலிருந்தது. அந்த அந்நியத்தை இதுவரை உணர்ந்ததில்லை. அவரது வயதின் காரணமாக விலகல் வந்திருக்கலாம். அவனது ஒவ்வொரு சொல்லையும் செயலையும் அவர் பின்பற்றவில்லை என தோன்றியது. அதனால்தான் இருவருக்குமான தொடர்பில்

அவரைக் கீழாக நினைக்கும் ஒரு மேதமையைத் தன் மேல் கவிழ்ந்ததுபோல உணர்கிறான்.

எழுந்து நடக்கத் தொடங்கினான். கடற்காற்று முகத்தில் அறையும் திசை நோக்கி நடக்கத் தொடங்க அவன் பின்னே அவர் வருவது போன்றிருந்தது. நீரில் அமிழும் பந்து வேகமாக வெளியேறிவிடுவதைப்போல தனக்கு இனி இங்கு இடமில்லை என அவனுக்குத் தோன்றியது. சாமியப்பாவுடன் இனி நட்பு தொடரப்போவதில்லை. அவர் மனதூரம் வயதின் காரணமாக விலகிவிட்டது.

கடற்கரையை ஒட்டிய மரங்கள் அடர்ந்த பகுதியில் ஒரு மரத்தின் கீழ் கழுத்தில் இருந்த துண்டை விரித்துத் தூங்க தொடங்கினான். என்றுமில்லாத அயர்ச்சி. இதுவரை மதியத்தில் அவன் படுத்துத் தூங்கியதில்லை. தூக்கத்தை அவனாக வேண்டியதில்லை. அதுவாக நிகழும்போது மட்டுமே அதுவும் இரவில் சாலையோர மண்டபத்திலோ அல்லது சில விடுதி களிலோ தங்கும்போது தூங்குவது வழக்கம். சாமியப்பாவிட மிருந்து தன்னை விலகிக்கொள்ளவே தூங்க வந்ததாகத் தோன்றியது.

தேனீக்களின் இறக்கை ஒலிகள்போல தூக்கம் மெல்ல தன்னை ஆட்கொண்டதை அவனால் உணர முடிந்தது. கனவுகளில் தொடரும் கற்சிற்பம் ஒன்று அன்றும் வந்தது. அதன் அழகில் அவன் மயங்கி நிற்கும் ஒவ்வொரு சமயத்தையும் நீண்ட நாட்கள் அந்த மயக்கத்தில் இருப்பது போன்ற தோற்றம் அவனுள் எழுந்தது. கற்சிற்பம் ஒரு பெண். நினைவில் தொடரும் ஒரு சிறு வனம்போல அதன் மேனி. பூரித்த மேனியில் பெரிய முலைகள். கொண்டை ஒரு பக்கமாகச் சரிந்திருந்தது. இடை சற்று அகன்று அவள் நடுவயதினள் என்று காட்டியது. கையில் ஒரு சாமரம் வீசிய வேகத்தில் பின்னோக்கி இருந்த வலது கை. ஒரு பணிப்பெண் அரசருக்கோ அல்லது கடவுளுக்கோ சாமரம் வீசுகிறாள். சாதாரணமாகச் சிலைகளில் தெரியும் கச்சித உடல் அவளுக்கில்லை. மூக்குச் சற்று அமுங்கியது போன்ற தோற்றம். சட்டென அதை எங்கோ ஒரு அருங்காட்சியகத்தில் பார்த்த நினைவு மனதில் எழுந்தது.

யாரோ தன்னை அழைப்பதை அறிந்து பதறி எழுந்தமர்ந் தான். வானம் இருண்டிருந்தது. இருட்டில் கொசு அவன் மேல் ஒரு படலமாக அமர்ந்திருந்து. சாமியப்பாவின் மகன் கதிர் நின்றிருந்தான், "அண்ணே நான்தான் எழுப்பினேன், அப்பா இறந்துட்டாரு." இன்னும் கொஞ்ச நாளு இருப்பாருன்னு நினைச்சேண்ணே என்று சொன்னபோது அழுதுக்

கொண்டிருந்தது தெரிந்தது. "இன்னிக்கு அம்மாவாசை நல்ல நாள்ளதான் போயிருக்காரு" என்று அவன் சொன்னது அவனுக்குப் புரியவில்லை.

எழுந்து எப்போதும் போலவே நடந்தான். நடுநடுவே அவர் போய்ட்டாரா என்ற எண்ணம் தோன்றிக்கொண்டிருந்தது. அவர் உடலைப் பாயில் கிடத்தியிருந்தார்கள். கதிரின் மனைவியும் இரு மகள்களும் வந்திருந்தார்கள். சுற்றி அவரது உறவினர்கள் நண்பர்கள். மிக குறுகிய கால இடைவெளியில் எல்லாம் நிகழ்ந்து காலையில் அவரைத் தூக்கிவிட்டார்கள். சிறிய மூங்கில் பாடையில் அவர்கள் வெளியே தெரிய சுமந்துச்சென்று தொலைவிலிருந்த சுடுகாட்டில் வைத்தார்கள். உடனே சில சாங்கியங்கள் முடிய எரியூட்டினார்கள்.

குளித்துவிட்டு வந்தபோது எப்போதும் மனிதர்கள் கலைந்து அவர்களின் வேலையைத் தொடர போய்விட்டார்கள். "பிள்ளைகளையும் பொஞ்சாதியையும் விட்டுட்டு வந்துட்டேன் அண்ணே, இங்க பக்கத்துல கடவூர்னு ஒரு கிராமம்."

"இனிமே அங்கபோயிடுவீங்களா"

"பன்னென்டாம் நாள் பதிறாம் நாள் முடிஞ்சோன்ன போயிடுவேன் அண்ணே, நாளைக்கு நாளான்னைக்கு முடிஞ்சிடும்"

"அவரு போனது உங்களுக்கு வருத்தமா, இன்னும் கொஞ்ச நாள் இருந்திருந்தா சிரமம்தான் இல்லையா"

"ஒண்ணும் சிரமம் இல்லேண்ண, அவரு இருக்குற வரைக்கும் நான் தான் அவருக்குன்னு இருக்கணும்னு நினைச்சேன் அது முடிஞ்சுது"

"உங்ககூட ஒட்டுதல் இல்லாமா, ஊர்தானே சுத்திக்கிட்டு இருந்தாரு"

"அது உண்மைதான். எனக்கு நிஜ அப்பா அவரில்லை, அதனால அவரு என்கூட இருந்த காலமே அதிகம்தான்"

"அவரே சொன்னாற இத"

"இல்ல எங்கம்மாவே சொல்லியிருக்கு, நா நாச்சியார் கோயில்ல இருந்த காலத்துல, பதிமூனு வயசு வரைக்கும் அவரு என்கூட இருந்திருக்காரு, நா அவர அப்பான்னு நினைச்சதாலே

என்கூடவே இருந்து எனக்குப் படிப்பு சொல்லிக் கொடுத்தது, பள்ளிக்கூடத்துல சேர்த்துவுட்டது பள்ளிக்கூடத்துல வந்து சாப்பாடு கொடுத்தது அவருதான். அப்ப அவரு ஒரு இடத்துல நெட்டிவேல செஞ்சு கொடுத்துகிட்டு இருந்தாரு, அங்க வேலைக்குச் சேர்ந்து அந்தப் பணத்த அம்மாவுக்குக் கொடுத்து, குடும்பத்த பாத்துக்கிட்டாரு”

“ரொம்ப ஆச்சரியமா இருக்கு. எனக்கிட்ட அவரு இதப்பத்தி ஒருமுறைகூடச் சொன்னதில்ல”

“நான் ஒம்பதாவது படிக்க கிருஸ்தவ ஆஸ்டலுக்குப் போனபின்ன அவரு வெளியில கிளம்பினாரு. ஒரு பத்து வருஷம் என்கூட இருந்திருப்பாரு. அவரு என்கூட இருந்த காலத்த என்னால எப்படியும் மறக்க முடியாது. ஏதோ நா வாழ்ந்தேன்னா அந்த வாழ்க்கைய அவருதான் கொடுத்தது, எனக்கு நல்ல சிந்தனையைக் கொடுத்து என்ன நல்வழி படுத்தினது அவருதான். எங்க வீட்டு பக்கத்துல எல்லாம் பசங்களும் கஞ்சா, குடின்னு இருக்கும்போது நா ஒரு நல்ல வாழ்க்கை வாழறேன்னா அதுக்கு அவருதான் காரணம்.”

“அவரு முரட்டு சுபாவமா தனிமைய விரும்புற ஆளு தானே”

“ஆமாம், ஆனா என்கிட்ட அப்படி நடந்துக்கிட்டது இல்ல, அவரு என்னய விட்டுப் போன முப்பது வருசத்துக்குப் பின்னும் நா அவர மறக்க முடியல. என் மனசுல எங்கப்பா என்கிற செய்தி மட்டும்தான் இருந்துச்சு, எப்பவும் அவரு ஒரு சித்திரமா என் மனசுல இருந்தாரு, வெறும் அப்பாவா மட்டும் இல்ல, அதுக்கும் மேல. அவரு பயோலாஜிக்கல் பாதர் இல்லன்னு தெரிஞ்சாலும் என் வாழ்க்கைய ஒவ்வொரு சமயத்தையும் வடிவமச்சுக்க அவரு தேவையா இருக்காரு, மனசோட ஆழத்துல யாருக்கும் தெரியாம சில விஷயங்களை மறைச்சு வெச்சுகிறமாதிரி அவர நான் வெச்சுருக்கிறேன். ஆத்துல ஓடுற மட்டைய பிடிக்க நினைக்கிறது மாதிரி அவரோட இருக்கேன். அவரு இல்லேன்னாலும் அவரோட விளையாடிக்கிட்டு இருக்கேன். நான் வேலைக்குப் போனது, பொண்ணு கட்டுனது, அவரோட மானசீகமான துணையோடதான். இந்த உலகத்துல உயிரோட இருக்குற ஒவ்வொரு நிமிஷத்தையும் அவரோட இருந்த காலத்தோட நினைப்பினாலதான் தொடருது”

“நீங்க மீண்டும் பார்க்கும்போது பல பெண்களோடு அவருக்குத் தொடர்பு இருந்தது தெரிஞ்சிருக்கும்”

“ஆமாம், அது என்னய எந்த வகையிலும் பாதிக்கல, எங்கம்மாவே அப்படிதான். அம்மா செத்துபோனது, வறுமை, தீராத மனஉளைச்சல், தற்கொலை எண்ணம், இப்படிதான் என் வாழ்க்கை இருந்துச்சு. ஆனா சின்ன நம்பிக்கை கீற்றா என் அப்பாவோட ஆசிர்வாதம் இருந்துச்சு. நான் அவர திரும்பி பாக்கும்போது அவருக்கு எழுபது வயசுக்கு மேல, தளர்ந்து நிதானமில்லாத மனுஷனா இருக்கும்போதும் அவருதான் தெய்வத்த பார்க்குறதுபோல தெரிஞ்சாரு, ஏதோ ஒரு நோய் டாக்டர்ட காட்டணும்னு அவர கூட்டிக்கிட்டுப்போனேன். அவரு வேண்டாம்னு சொல்லிட்டு ராமேஸ்வரத்தல கடைசி காலத்த முடிக்கணும்னு சொன்னாரு”

“அவரு யாரோட உதவியையும் எதிர்பார்க்க மாட்டாரு”

“எதையும் கேட்டு வாங்கிக்க மாட்டாரு, நாமலா அவருக்குத் தேவையானத செய்யணும், அப்பகூட வேண்டாம்னுதான் சொல்லுவாரு. பிண்டம் வெக்கிறது, சாங்கியம் பண்றதுலகூட அவருக்கு விருப்பமில்ல, நா இதெல்லாம் பண்ணபோறேன்னு அவருக்குத் தெரியாது”

“உங்களவிட அவர எனக்கு நல்லா தெரியும். அவரு கூடவே பல நாள் வாழ்ந்திருக்கேன்”

“உங்களைப் பத்தி அவரு சொல்லியிருக்காரு. அது வெறும் நட்புன்னுதான் நினைக்கிறேன். அவர ஒரு குருவாக்கூட நீங்க நினைக்கலாம். ஆனா எனக்கு அவரு அப்பா, குரு, ஞானத்தந்தை, தெய்வம் எல்லாமே. சாதாரண உறவா இருந்ததில்லை, மானசீக உறவாக இருந்துச்சு. என்னை அவரு எங்கேயும் தடுத்ததில்லை, நா செய்ய விரும்பு வேலைய செய்ய அவரு துணை இருந்துச்சு, அவ்வளவுதான் அவரு எனக்குச் செஞ்சாரு, எனக்குப் பணமோ, சொத்தோ எதுவும் சேர்த்துக் கொடுத்துட்டுப் போகல, தன்னம்பிக்கையையும் எப்பையும் நான் சுயமா சிந்திக்கிற முறையையும் கொடுத்துட்டுப்போனாரு.”

“அது மட்டும் போதுன்னு நினைக்கிறீங்களா”

“அவரு மானசீகமா தெய்வீகமா இன்னும் எனக்குச் சொல்லிக் கொடுத்திருந்தா நல்லா இருக்கும்னு நினைப்பேன். இனி திரும்பி போக முடியாது. கொடுத்த ஒவ்வொரு துளியும் என் உயிரை நிறைக்குது. விதை விழுந்த இடம் மண்ணாவும் இருக்கலாம், சுவராவும் இருக்கலாம். விதை எதுவும் சொல்ல முடியாது, இடம் கொடுத்ததற்கு நன்றி மட்டுமே சொல்ல

முடியும். அவருகூட நான் இருந்ததால என் உடல் அழுக்குப் போனதுமாதிரி ஆச்சு, என் மன அழுக்கும் போனதுமாதிரி ஆச்சு. இதெல்லாம் எப்படி நடந்துச்சுன்னு தெரியல, ஆனா நடந்துடுச்சு. ஜடமா இருக்குறவன் உயிர் பெற்றமாதிரி, உயிரோட இருக்கிறவனுக்கு ஆன்மா குடி கொண்டமாதிரி. மத்தவங்களுக்கு அது புரிய வாய்ப்பில்லை. நா வாழ்றது எனக்கு என் ஆன்மாவுக்கு தானே, உங்கள்ட அவர் வாழ்ந்ததவிட என் மனசுல ஆன்மாவுல நிறைவா வாழ்ந்துட்டாரு"

கடலை வெறித்துப் பார்த்து அமர்ந்திருந்தான் சுப்ரமணியன். நீண்ட நேரம் ஆனபின்னர் தன்னிலைப் பெற்றான். பத்மாவையும் பிள்ளைகளையும் காண வேண்டும் என தோன்றியது. கதிரிடம் விடைபெற்று ஊருக்குக் கிளம்பினான்.

49

தெருக்களிலிருந்து தனியே விடப்பட்டது போன்று வீடு அதிக வெளிச்சத்துடன் இருந்தது. வீட்டின் பாதைகள் அனைத்தையும் மூடிவிட்ட பின் தெரியும் பாதையின்மையின் பயம்கூட வந்துகொண்டிருந்தது. தெரு வளைவில் மிகுந்து நிரம்பி வழிந்த குப்பைகளில் எதையோ தின்று கொண்டிருந்த நாய் ஒன்று தலைதூக்கிப் பார்த்து மூக்கை விடைத்தது. சில மனிதர்கள் சென்றுகொண்டிருந்தார்கள். ஒருவர் அவனைக் கூர்ந்து கவனித்து அடையாளப்படுத்த முயற்சித்தார். லேசாகச் சிரிக்கவும் செய்தார். தன் நடையில் இருந்த அழுத்தமின்மை அவனைக் குழப்பியடித்தது. திரும்பிவிடலாம் என தோன்றும் போது இன்னும் பயமேற்பட்டது.

தஞ்சை சிவன் கோயில் புதுத் தெரு கோயிலி லிருந்து நாலாவது வீடு. அங்கிருந்து பார்க்கும்போது சில பழைய வீடுகள் புதிதாக மாறியிருந்தன. காலை நேர பரபரப்பின்றி ஒரு பெண் வீட்டு வாசலில் கோலம் போட்டுக்கொண்டிருந்தாள். அவள் அவனைத் தலைதூக்கிப் பார்த்துவிட்டுச் சற்று குழப்பமடைந்து, "வாங்க வாங்க" என்று வேகமாகக் கதவைத் திறந்து உள்ளே அழைத்தாள்.

யார் என்ற கேள்வி பார்வையுடன் கூடத்தில் எல்லோரும் திரும்பிப் பார்க்க, உடனே புதிய மனிதனை அடையாளம் கண்டார்கள். அவர்களின் எதிர்ப்பார்ப்பில் அவன் இருந்தான். "வாங்க அண்ணா", "வாங்க மாப்பிள்ள", "வாங்க மாமா" என்று குரல்கள் எதிரொலித்தன. மையமாகத் தலையசைத்தான்.

ஒரு பெண் ஓடி கிட்ட வந்து அவன் முகத்தைப் பார்த்து "அப்பா" என்றாள். கண்கள் கலங்கி யிருந்தன அவளுக்கு. அக்கண்களைக் கண்டபின் "ஆமாம் நாந்தான்" என்றான். சட்டென கைகளை

கே.ஜே. அசோக்குமார்

வாயில் பொத்தி அழுதாள், கண்கள் இறுக்கி மூடியிருந்தன, சின்ன குருவி போலிருந்த அவள் தோள்கள் குலுங்கின. பின் நிதானித்துக் கையிலும் தோளிலும் இருந்த பைகளை அவசரமாக வாங்கி ஓரமாக வைத்தாள் வானதி. "வாங்கப்பா" என்று முன்னால் போனாள். தயக்கத்துடன் அவர் அவளை இடைவெளியோடு பின்தொடர்ந்தான்.

முதல்பெண் வானதி அழகிய இளம்பெண்ணாக வளர்ந்திருக்கிறாள். அவள் வளர்ச்சியைக் காண தவற விட்டு விட்டேன். இளவயதில் பத்மாவைப் பார்த்தது போலிருக்கிறாள் என நினைத்துக்கொண்டார். நடையைத் தாண்டி ஒரு கூடம் வந்தது அதில் ஜன்னலோரத்தில் கட்டிலில் பெரிய மூட்டையாகத் துணிகள் கிடந்தன. நடுவே தலை தெரிந்தது. உள்ளே மருந்துகளின் வாசமும், அடைந்த ஈரத்தின் வீச்சமும் இருந்தது.

விளக்கைப் போட்டதும், வெளிச்சத்தில் சற்று தெளிவு பெற்றான். அவன் அந்தத் தலையைப் பார்த்ததும் துணுக்குற்றான். ஏதோ ஒரு குரூரமனம் அவன் உள்ளத்தில் சின்ன பயத்தைத் தூக்கிவந்ததைக் கண்டு பயந்து நின்றான். அது பத்மா என அவனால் அனுமானிக்க முடியவில்லை. முகத்தில் எலும்புகளை ஒட்டிய தோல் கருத்துக் கண்கள் உள்ளடங்கி தலைமுடிகள் பறக்க வேறுமாதிரி இருந்தாள்.

"அம்மா அம்மா யாரு வந்திருக்காங்கன்னு பாரு" என்று தோளைத் தொட்டு லேசாக உலுக்கி மேலிருந்த போர்வையை நீக்கினாள். குச்சியாகக் கைகள் அவள் உடலை ஒட்டிக் கிடந்தன. தலை தூக்கி குனிந்த அவன் தலையையே பார்த்துக் கொண்டிருந்தாள். வானதி அப்பாவைப் பார்த்துக்கொண் டிருந்தாள். பலநாள் தாடி, மீசை வெள்ளைநிற முடிகள் ஆங்காங்கே அடர்ந்திருக்க அவன் கண்களை, மூக்கைத் தான் அவள் அடையாளப்படுத்திப் பார்க்க வேண்டும். லேசான புன்முறுவல் உதடுகளில் விரிய, கண்களை மூடி தலையணையில் தலை வைத்தாள். "அம்மா யாரும்மா" என்று மீண்டும் கேட்டாள். அவனைச் சுற்றி மனிதர்கள் நின்று இருவரையும் கவனித்துக்கொண்டிருந்தார்கள். கண்களைத் திறக்காமல், புன்னகை மாறாமல் "வேற யாரு, உங்கப்பா" என்றாள். எல்லோரும் ஓவென்று சிரித்தார்கள்.

மிகுந்த அன்பு அவன் உள்ளத்தில் சுரந்தது. சொல்ல முடியாத வார்த்தைகளில் அவன் அவளைப் பார்த்துக்கொண் டிருந்தான். உடல் அவன் வசமே இல்லை. எங்கோ பறந்து தன் பழைய காலத்தை அடைந்துவிட்ட திருப்தி. திருமணமான

புதிதில் நெற்றி நிறைய குங்கும முகத்துடன் அவனுடன் ஒட்டி நின்ற அவள் இருப்பை நினைத்துக்கொண்டான். எங்கே அந்தப் பழைய வாழ்க்கை யாருக்காக வாழ்ந்து முடித்தேன். ஏன் இப்போது இங்கே இருக்கிறேன். புரியாத பார்வையுடன் அவளைப் பார்த்துக்கொண்டிருந்தான்.

இன்னும் பத்மாவின் நினைவுகளில் சுப்பிரமணியன் இருக்கிறான். காதலில் கனிந்த முகம் இன்னும் தன் இருப்பை வெளிப்படுத்துகிறது. அவள் தன் ஆழ்மன ஆசைகளில் ஒன்றாக அதை மனதில் வைத்திருக்கலாம். இன்னும் தன்னை இழக்காத பிடிப்பு. தன் உடலின் மேல் அதீத நம்பிக்கையையும் வாழ்க்கையின் மீதான பார்வையையும் அவள் இழக்கவில்லை.

"பத்மா..." அவர் குரல் அவரையும் அறியாமல் வந்துவிட்டது போலிருந்தது. உள்நாக்கு துடித்து அந்த வார்த்தையை வெளியிட்டது. பத்மா கண்களைத் தூக்கி அவரைப் பார்த்தாள். ஈரமான கண்களில் மெல்லிய கனிவு இருந்தது. "நா வந்திருக்கேன். உனக்கு என்ன பண்ணுது." அவள் எழுந்து அமர முயற்சித்தாள். அவள் கைகளைப் பிடித்துத் தூக்கி இழுத்து அமர வைத்தாள் வானதி.

அவளது மாறாத கண்கள் அவனை நோக்கிக்கொண்டிருந்தன. "எனக்கு ஒண்ணும் பண்ணல, நீங்க வந்துட்டீங்க," நிறுத்திவிட்டிருந்தாள் பேச்சை. ஒரு பெருமூச்சுடன் "வேறென்ன வேணும் எனக்கு" என்றாள்.

வானதி, "பாரேன், நேத்து ராத்திரிவரைக்கு எதுவும் ஞாபக மில்லாம எதையோ சொல்லிக்கிட்டிருந்த அம்மா, அப்பா வந்தோன்னே, தெளிவா பேசுறத" என்றாள்.

மதியக்கா, "இனிமே அவ வேற உலகத்துல இருப்பா, உடம்பு சரியாயி, எழுந்து நடந்துடுவான்னு நினைக்கிறேன்." அலைபோல சிரிப்புகள் படர்ந்தன. "என்ன பத்மா, எதாவது சாப்பிடறியா", "உன் புருஷன பார்த்தோன்ன, எங்கள மறந்துடாதே", "உன்னய பதினெட்டு மாசமா உன் பொன்னு பார்த்துகிட்டு இருக்கா அவளையும் மறந்துடாத." சட்டென சிரிப்புகள் மட்டுமே நிலைத்துவிட்டது போன்றிருந்தது. "மாப்பிள்ள வந்தோன்ன அவ முகம் தெளிஞ்சுடுச்சு பாத்தியா" என்றாள் கமலாக்கா.

மெதுவாக அவர்கள் விலகி ஒவ்வொருவராக வெளியேறி யிருந்தார்கள். அவர்கள் வெளியேற்றம் மிக இயல்பாக யாரும் அறியாமல் நிகழ்ந்தது போலிருந்தது. சுப்புவின் பின்னால் ஒரு சேர் வைக்கப்பட்டிருந்தது. அதை எடுத்து அமர்ந்து தன் கைகளை அவளுக்குக் கொடுத்திருந்தான். அதை அவள் சிறிய

உணவுபாத்திரத்தைப் பிடித்திருப்பதுபோல பிடித்திருந்தாள். அவன் சற்று குனிந்து "என் மேல உனக்குக் கோபமா" என்றான். அவசரமாக அவள் மறுக்கவில்லை. ஏதோ தவறு நடந்துவிட்டது என்பதுபோல பனித்த தாழ்ந்த கண்களில் அமர்ந்திருந்தாள். இன்னும் கொஞ்சம் நாம் வாழ்ந்திருக்கலாம் என்று அவள் சொல்லவில்லை அப்படிதான் அவள் கண்கள் அவனிடம் பேசின. "நான் அவசரப்பட்டிருக்கக் கூடாது, கொஞ்சம் பொறுமையாக இருந்திருக்கலாம், ஆம்பளைக்கு அது முக்கியம் இல்லையா"

உண்மையில் அவளும் அதை ஆமோத்தித்தாள் என்பது போலிருந்தது. தலை மெல்லிய நடுக்கத்துடன் சாய்ந்திருந்தது. தானும் தவறு செய்துவிட்டு நிலைமறந்திருப்பதுபோல் அமர்ந்திருந்தாள். பேச இருவருக்கும் எதுவும் இருக்கவில்லை. பேசி அது மற்றவரைப் புண்படுத்த வேண்டாம் என்கிற தயக்கம் இருந்தது. ஆனால் அதில் ஒரு நன்மை, தன்னை அவள் புரிந்து கொள்ள ஏதுவாக இருப்பதாக நினைத்தான். இதற்கு முன் அவளிடம் இருந்த பொறுமையின்மை தற்போது இல்லை. கடந்துவிட்ட காலத்தை இனி பிடிக்க முடியாது. நிகழ்காலத்தி லாவது சற்று மனம் திருந்தி இருவரும் வாழலாம்.

எல்லாவகை மாற்றங்களையும் எல்லாவகை இயக்கங் களையும் உலகம் நிறுத்திவிட்டிருந்தது. உடலுக்கான பசி, தூக்கம், போன்றவைகூட ஓர்மையிலிருந்து காணாமல் போயிருந்தன. உயிர்வாழ்தலின் துடிப்பும், மாறா தியானமுமாக இருந்துகொண்டிருந்தது. எல்லா கதவுகளையும் அடைத்த பின்னே எழும் வாசனைபோல உள்ளத்தில் கனிவு அமர்ந்திருந்தது. பழமை மாறாத வீடு ஒன்றின் அமைதி அங்கே குடிகொண்டிருந்தது. தூக்கத்தை துறந்த விழிப்பில் ஆழமான சோகம் அப்பியிருந்தது, அச்சோகம் இயல்பிலேயே கனமற்று நீரில் மிதக்கும் பொருளைப் போலிருந்தது. அந்தத் தேவை அவர்களுக்குள் இணைப்பைப் பூர்த்திசெய்துகொண்டிருந்தது. மெல்ல நிறம் மாறும் காலநிலைபோல அவர்களுக்குள் மாற்றங்கள் நிகழ்ந்துகொண்டிருந்தன. பேச்சுகள் இனிய பழையவைகளை மட்டும் ருசித்தபடி இருக்க அவர்கள் ஒருவரைப் பார்த்து மற்றவர் சிரித்துக்கொண்டிருந்தார்கள். அந்தச் சிரிப்பு நீண்ட கால விடுபடல்களின் தொடர்ச்சி.

"இவ்வளவு நாளும் உங்களுக்கு நல்ல சாப்பாடு கிடைச்சுதா ?"

"ஏதோ கிடைச்சுது, சில நேரங்களல்ல பட்டினியும் இருக்கணும், யார்டையும் பிச்சை கேட்கிறதில்லை, அவங்களா

தர்றதுதான். என் உடையைப் பார்த்து அவங்கக் கொடுக்கிறது. சில மடங்களில் நான் இருந்திருக்கிறேன். அங்க உணவு பிரச்சினை கிடையாது."

"அந்த வாழ்க்கை போதுமானதா நினைக்கிறீங்களா"

"எனக்குக் கொடுத்தா நல்லாதான் இருக்கும். இல்வாழ்க்கைக்கு பயந்து இப்படி போறதில்லை. முழு சுதந்திரத்தை அனுபவிக்கத் தான் போறாங்க"

"நா சாகப்போறேன்னு வந்தீங்களா"

"இல்ல, இந்த உலகம் நமக்கானதுன்னு நினைக்கும்போது அது யாருக்கோ இயங்குதுனு தெரியுது."

"எனக்குப் புரியல. உங்களவுக்கு அறிவாளியில்ல"

"இது பெண்களோட தந்திரம்" என்று சொல்லிவிட்டுச் சிரித்தான்.

"என்னையும் கூட்டிக்கிட்டுப் போங்க, நானும் உங்ககூட எல்லா இடமும் வர்றேன்"

பேதைமை நிறைந்த கண்களோடு அவள் அவனைப் பார்த்துக்கொண்டிருந்தாள். அக்காட்சி அவனுக்கே விசித்திரமாக இருந்தது.

"ஏன் பத்து, நாம சேர்ந்து இங்கேயே வாழலாமே"

"ஆமா நாம அதத்தான் பண்ணப்போறோம். நீங்க கேட்ட மாதிரி இன்னும் ஒரு பிள்ளைய பெத்திருக்கலாம். கடவுள் நமக்கு ரெண்டு புள்ளைங்கள கொடுத்திருக்காரு, அதுங்க தனியா அவங்க துணையோட வாழட்டும். வீடு முழுசும் பேரப்புள்ளைகளா இருக்கும். நா தூக்கித் தூக்கி வளர்ப்பேன், பீ மூத்திரம் எல்லாம் நா கழுவ நீங்க போயி புள்ளைங்களுக்கு வேண்டிய சாமானெல்லாம் வாங்கிவருவீங்க"

சிரிப்புகள் மின்னல்போல வெளிச்சம் பெற்றுவந்தது. சிரிக்கச் சிரிக்க இன்னும் புதியவைகளைப் பேசி மேலும் அதைப் பூரணமாக்கிக்கொண்டிருந்தார்கள்.

பேசப் பேச உள்ளும் புறமும் வெளிச்சத்தின் அனுக்கள் நிறைய அழுக்காக இருள் விலகியது. இருளை விலக்கும் புது உத்வேகம் மனதில் எழுந்தபடி இருந்தது. கைகளைப் பிடித்தவர்கள் சிரித்தபடி கைகளில் மற்றவரின் தோள்களைச் சேர்த்துக்கொண்டார்கள். துள்ளும் கன்றுக்குட்டியின் குதூகலம் அது. எதிரில் அமர்ந்து பின் அருகில் அமர்ந்து இருவரும் தோள்சாய்ந்திருந்தனர்.

கூடத்தில் சலசலப்பு தெரிந்தது. அவர்களின் மௌன காட்சியும் சிறுஅசைவுகளும் முக்கிய நிகழ்வை வெளிப்படுத்தின. சப்தங்களற்ற அமைதிக்குப் பின், மூவர் உள்ளே வந்தார்கள். வானதி, மதியக்கா, கூடவே மற்றொரு பெண், அவள் சுருதி. அவர்களைச் சுற்றி நின்றபோது சுருதியின் கண்கள் மட்டும் தன்னைக் கூர்ந்து நோக்குவதை அறிந்து அவளைப் பார்த்தான்.

"இவதான் மாப்பிள்ள உங்க ரெண்டாவது பொன்னு" என்றாள் மதியக்கா

"சுருதி" என்றான்.

அவள் பேச்சுகளற்று அவனை நோக்குவதில் அவளுக்கு இருக்கும் வெறுப்பு தெரிந்தது. தலைதூக்கிக் கவனித்த பத்மா, சற்று பதற்றமாக, "உனக்குப் பிடிக்கலேன்னா நீ மாமா வீட்டுக்குப் போய்கோ, அப்பா இங்கதான் இருப்பாரு" என்றாள். தனக்கான நேரம் வரும்வரை காத்திருந்து பயன்படுத்த முடியாமல் போனதில் சின்ன வருத்தம் சுருதி முகத்தில் தெரிந்தது.

"நீயும் அம்மா பின்னாடி தானா வானதி, இதிலென்ன உங்களுக்கு அப்படி ஒத்துமையோ"

சிறு அமைதி நிலவியது. பத்மாவுடன் பேச்சு நின்று சங்கடத்துடன் அனைவரும் நிற்க வேண்டியிருந்தது. "அவளப் போகச் சொல்லு" என்று மதியக்காவைப் பார்த்து பத்மா சொன்னதும், சுருதி கோபமான உடல்மொழியுடன் வெளியேறினாள். சன்ன மழைத் தூறல்போல மீண்டும் பேச்சு திரும்பியது. ஆனால் முழுமையாகத் திரும்பிவிடவில்லை.

50

வீடு காலியாகிவிட்டிருந்தது. வந்திருந்த உறவுகள் எல்லாம் விலகிச் சென்றுவிட்டார்கள். அவர்களுக்கு ஓய்வு தேவையாக இருந்தது. சட்டென வீட்டின் அமைதி வானதியை நிலை மறக்க செய்தது. சுருதி தன்னை ஒரு போராளியாக நினைக்கும் பெருவிசையை எப்போது கொண்டிருப்பவள், அவளுக்குத் தன்னைப் பற்றி பொதுவாக அறிந்திருக்கும் ஒன்றைத்தவிர பிறவனைத்தும் தேவையில்லாதது என்கிற எண்ணம் கொண்டவளாக இருந்தாள். சுப்பிரமணி அமைதியாக அவளை எதிர்கொண்டது அவளறியா தீவின் ஒரு பகுதியாக இருந்தது. சுப்ரமணியனை எதிர்கொள்ள தயாராக இருப்பவளாகத் தெரிந்தாள். எப்போது சமயம் கிடைக்கும் என காத்திருப்பது தெரிந்தது.

சுருதி தனக்குத் தெரிந்த சொல்லை வைத்துக் கொண்டு தன் அப்பாவின் முன் நின்றாள். “நீங்க அம்மாவை விட்டுட்டுப் போனது தப்பு, இல்லேண்ணா நீங்க கல்யாணம் பண்ணிக்கவே யோசிச்சிருக்கணும்.”

சுருதி தான் அறிந்த ஒரு சொல்லின் எடையின் மேல் நின்றிருக்கிறாள். அந்தத் தன்னம்பிக்கை அவளைச் செலுத்திக்கொண்டிருக்கிறது. தத்துவ விவாதங்கள் செய்த அவனுக்கு நடைமுறை தர்க்கங்களைப் புரிந்துகொள்ள முடியாமல் சற்று தினறினான்.

“அப்படி எல்லா விஷயத்தையும் எளிமை யாக்கிக்கொள்ள முடியாதும்மா. வாழ்க்கை ஒவ்வொருவருக்கும் ஒரு அர்த்தத்தைத் தருகிறது. அதை அவர்கள் எப்படி புரிந்து முன் செல்கிறார்கள் என்பதைப் பொருத்தது அது. முன்னாடி நாம எடுத்த முடிவும் எடுக்காம விட்ட முடிவும்தான் இப்போதைய நம் நிலை”

300 கே.ஜே. அசோக்குமார்

பத்மா இடைமறித்தாள். திக்கித் திக்கிப் பேசினாள். "அவரு என்னய நல்லாதான் வெச்சிருந்தாரு, உனக்கு என்ன வேண்டிகிடக்கு நீ உன் வேலையைப் பாருடி" என்றாள். இருவருக்கும் எதிரெதிர் இணக்கம் எப்போதும், ஒருவரை ஒருவர் சீண்டி தங்களை நிலைநிறுத்திக்கொண்டிருந்தார்கள். இதற்கு முன்பும் எப்போது இவர்கள் இப்படி பேசிக்கொள்பவர்கள் என்று தோன்றியது.

"இவள காலேஜுக்குப் போகச் சொல்லு வானதி, நா கொஞ்சம் நிம்மதியா சாகுறேன்" என்றாள். சுருதியின் கேள்விகள் எல்லோர் மனதிலும் பனியின் குளிர் போன்று அடைந்து கிடந்தது.

இருள் வரவர வீட்டில் அமைதியும் அமானுஸ்யமும் வரத் தொடங்கின. இருநாட்களில் நிலைமை வேறுமாதிரி ஆகியது. எப்போதும் போல தன் உடலைக் குறுக்கித் தன்னை அடைத்துக் கொள்ளும் அம்மா தெளிவாகத் தன்னை வெளிக்காட்ட ஆரம்பித்திருந்தாள். அவள் பார்வை எப்போதும் வாசலிலேயே இருந்தது. வானதியிடமும் "வெளியில நிக்கிறாரு பாரு அவர வரச்சொல்லு" என்றாள். வானதி குழப்பத்துடன் "யாரு இருக்கா" என்று வாசலுக்கு வந்து பார்த்து யாருமில்லை என்பதை எப்படி சொல்வது என தெரியாமல் குழம்பி, வீதிவழி சென்ற தோழி மஞ்சுளாவின் கணவனை "அண்ணே ஒரு நிமிடம் வாங்களேன்" என்று அழைத்தாள்.

அவர் படியேறிவர, "அம்மா யாரையோ கூப்பிட்டுக்கிட்டு இருக்காங்க ஒரு நிமிடம் வந்து கேட்டுட்டுப்போங்க" என்றாள். அவரும் விறுவிறு என்று கூடம் நடை எல்லாம் தாண்டி அறைக்கு வந்ததும், "அம்மா நீ கூப்பிட்ட ஆள் வந்தாச்சு" என்றாள். ஓசையில் குனிந்த தலை லேசாக அதிர்ந்து தலை தூக்கிப் பார்த்து "யாரு இவரு" என்றாள். "அம்மா நீதானம்மா கூப்பிட்ட" என்றாள். "இல்ல இவரு இல்ல, இன்னும் அவரு வாசல்லேயே நிக்கிறாரு அவர உள்ள கூப்பிடு" என்றாள். மஞ்சுளாவின் கணவன் திரும்பி செல்லும்போது மெல்ல வானதியிடம், "அம்மா கண்ணுக்கு எமன் தெரிய ஆரம்பிச்சுடுச்சு, இன்னும் கொஞ்ச நாள்தான்" என்றார்.

அதிர்ந்து போனாள் வானதி. அப்பாவிடம் வந்து சொன்னதும், அவர் "ஆமா அது எனக்குத் தெரியும் நா வந்துட்டேன்ல என்னைய பார்த்த திருப்தி முடிச்சுபோச்சு, அவ ஆரம்பிச்சுட்டா, அவளுக்கு இனிமே போகணும்கிறத தவிர வேறு ஒண்ணுமில்ல அவ மனசுல"

பத்மாவின் கண்கள் சோர்வடைந்து வந்தன. அவள் இமைப்பதை நிறுத்தியிருந்தாள் என தோன்றியது. இமைகள் சரிந்து படகுபோல ஆகிவிட்டிருந்தது. அவள் பார்க்க வேண்டு மென்றால் தலை தூக்கி நோக்க வேண்டியிருந்தது. அப்போதும் அடையாளம் தெரியவில்லை. கான்சர் செல்கள் நெஞ்சின்மேல் ஏறிவிட்டது தெரிந்தது. மார்பு பகுதிகள் கருத்து இருந்தன.

சுப்ரமணியனின் முகமும் வானதியின் முகமும் மட்டுமே சரியாக அடையாளம் கண்டுகொண்டாள். “இன்னும் ஒரு வாரம்தான் அம்மா உயிருடன் இருப்பா மாதிரி தெரியுது அப்பா” என்றாள். சற்று நிதானித்த கண்களுடன் சுப்பு, “வானதி, கொஞ்சம் மனச திடப்படுத்திக்கோ, இன்னிக்கு ராத்திரி அவ போறதுக்குத் தான் வாய்ப்பு அதிகம்”, “என்னப்பா சொல்றீங்க, இனிமே அம்மா அவ்வளவுதானா, அம்மா எனக்கு இனி இல்லையா”

“உண்மைய சொல்லணும்னா இல்ல”

அம்மாவின் அருகில் அமர்ந்து கதறிக்கொண்டிருந்தாள். திறந்த வாயுடன் பத்மா படுத்துகிடக்க அவள் தலைமுடி மட்டும் காற்றில் அசைவது அவளை இப்போதே பிணமாக நினைக்க வைத்தது. அருகில் வந்த சுப்பு, அவள் தோளைத் தொட்டு “அமைதியா இரும்மா, அவள அவ சந்தோசத்திலேயே போக விடு, இப்ப எழுந்து நல்லா பேசுவா, நீ நினைக்கிற சந்தோஷமும் சூழலும் இருக்கும்” என்றார்.

“வானதி இப்ப நா போயி டிபன் வாங்கிவரேன், சாப்பிட்டுருவோம், நாளைக்குச் சாப்பிட கூட நேரமிருக்காது.” நனைந்த கண்களால் அவள் சுப்புவைப் பார்த்துக்கொண்டிருந் தாள். “ஆமாம்மா, உனக்குத் தெரியும், சீக்கிரம் வரும்னு நீ நினைக்கல அதான்”

சட்டை அணிந்துகொண்டு வெளியே வந்து அவனுக்குத் தெரிந்த ஒரு கடையை நோக்கிச்சென்றான். தேவைக்கும் அதிகமாக உணவுகளை வாங்கிக்கொண்டு திரும்பிக்கொண் டிருந்தான். “என்ன மாப்பிள, பத்மா இப்ப எப்படி இருக்கு, பரவாயில்லையா” என்று பத்மாவின் உறவுக்காரர் ஒருவர் கேட்டார். “மாமா நல்லா இருக்கா, சாப்பாடு வாங்க போறேன். வாரேன்.”

வீட்டிற்கு வந்ததும் எழரை மணிக்கே மூவரும் சாப்பிட அமர்ந்தார்கள். அவர்களுக்குச் சிறுமணியோசைபோல பேப்பர்கள் காற்றிலாடும் ஓசை கேட்டுக்கொண்டிருந்தது. ஏதோ ஒன்றை இழப்பதற்கு முன்பு அது குறித்துப் பயமற்றிருக்கும்

முயற்சி. ஆனால் இனிமையாக அதை மாற்றிக்கொள்ள தலைப்பட்டார்கள்.

“அம்மாவோட எமனேஸ்வர பூஜை நேத்துதான் கோமதி யக்காவ விட்டு செய்யச் சொன்னேன். இன்னிக்கு சனிக்கிழம, ஞாயித்துகிழமை போய்டுவாங்களா” என்றாள் வானதி.

“எந்தக் குழப்பமும் வேண்டாம், பேசாம சாப்பிடுங்க, நல்ல தீர்வா இருக்கும்”

“ஏன் அப்படி நினைக்கணும், டாக்டர திருப்பிக் கூப்பிட்டு ஒரு ஒப்பினியன் கேட்கலாமே, அறிவியல் இவ்வளவு வளர்ச்சி அடைஞ்சியிருக்கிறபோது நாம பயப்படணுமா” என்றாள் சுருதி.

சுப்ரமணியன் அவளுக்கான பதிலை யோசிக்கும்போது “ஏன் என்னைய விட்டு விட்டுச் சாப்பிடறீங்க” என்று குரல் கேட்டது. பத்மாதான் அவளது குரல் சிறிய குட்டிநாயின் புதிய குறைப்புபோல மெலிந்துகேட்டது. மூவரும் திடுக்கிட்டுத் திரும்பினார்கள். உணவு மேஜை அவர்களின் கால்களின் அதிர்ச்சியில் லேசாக ஆடியது. ஆச்சரியமாக அப்பாவைப் பார்த்தாள் வானதி. “ஒரு தட்டுல வெச்சு கொடுப்போம்” என்றார்.

கட்டிலுக்கும் மேஜைக்கு இடைப்பட்ட தூரத்தைச் சரியாகக் கணித்து அவள் பேசுகிறாள் என்று தோன்றியது. தட்டைக் காண்பித்தவுடன் தெளிவடைந்த முகத்துடன் சிரித்தாள். அவளுக்காக வைத்திருந்த சிறிய டீபாயை இழுத்து அதன் மேல் இட்லி வைத்த தட்டை வைத்து வானதியும் சுப்ரமணியனும் கைபிடித்து எழுப்பி அமர வைத்தார்கள். இட்லியைப் பிட்டு சக்கரையில் தொட்டு அவள் வாயில் வைத்தாள். சிறிய அளவில் வாயைத் திறந்து வாங்கிக்கொண்டாள். மெதுவாக மெல்ல அவள் கண்ணங்கள் அசைந்து நின்றன. இரண்டாவது வாய் வாங்கியதும் போதும் என்றாள்.

“என்னம்மா போதும்ங்ற, ஒரு இட்லியை முழுசா சாப்பிடு” என்றாள். “இல்ல போதும்” என்று தண்ணீரைக் குடித்துவிட்டு மீண்டும் படுத்துக்கொண்டாள்.

இருநாட்களாக இல்லாத சுறுசுறுப்பு அவள் முகத்திலும் உடலிலும் வந்துவிட்டது. சின்ன அதிர்வுகளைகூட அவள் முகம் திரும்பி அங்கே நோக்கின. “எவ்வளவு நேரமா அடுப்படியில இருப்ப, நா பாத்திரம் தேய்சு தரேன்” என்றாள். “அம்மா உன்னால எழுந்திருக்கவே முடியல” என்றாள் வானதி. “இல்ல முடியும் என்னய தூக்கிவிடு” என்றாள். மனம் முழுவதும் எழுந்து எதையாவது செய்ய வேண்டும் என துடிக்கும் ஆசை

இருக்கிறது. அப்பா சொன்னதுபோல அவளுக்கு மிக அருகில் நெருங்கிவிட்டது அவளது மரணம். இன்னும் ஏதாவது பாக்கி இருக்குமா என பார்க்கும் ஆர்வம், இன்னும் வாழ முடியாமல் போனதின் ஆயாசம், எல்லாம் அவளது முகத்தில் இருக்கிறது.

அப்பாவைக் கண்டதில் அவள் முகம் பொலிவு பெற்று விட்டது. ஆழ்மனதின் ஆசைகள் துடிக்க தொடங்கிவிட்டன. ஆனால் இதற்கு முன் அவள் செய்த பாடுகள் எத்தனை என யோசித்தாள். கழிவறைக்குச் சென்றுக் கழிவுகளை நீக்கிக் கொண்டிருந்தவள், என்னால முடியல என்று அழஆரம்பித்தாள். பக்கத்து ஜன்னலைப் பெயர்த்துவிட்டுச் சிறு வழி ஏற்படுத்தி வீட்டு பக்கவாட்டில் சாக்கடை வழிகளில் ஒரு உடைப்பு ஏற்படுத்தி அதை அவள் கழிவறையாகப் பயன்படுத்தப்படுகிறது. அம்மா இங்கே சிறுநீர் கழித்தால் பினாயிலுடன் மதியக்கா பாதையின் மற்றொரு பகுதியில் விட்டு நாற்றத்தை அகற்ற வேண்டியிருந்தது.

மனித ஆசைகளுக்கு அளவில்லை. நன்றாக இருக்கும் மனிதன் இறப்பு நடக்கப்போவதில்லை என்று தெரிந்து மற்றவர்களைச் சாதாரணமாக நினைக்க, மரணிக்கும் தேதி தெரிந்தவன், அதை வெல்ல ஆசை கொள்வதுதான் நடக்கிறது.

“அம்மா எதாவது சாப்பிடறியா”

“இல்ல, வெளியில ஒருத்தர் ஹால்ல நிக்கிறார் பாரு அவர கிட்ட வரச்சொல்லு”

திரும்பிப் பார்த்தாள் அங்கே யாருமில்லை. நேற்றுவரை வாசலில் என்று சொல்லிக்கொண்டிருந்தவள் இன்று கூடத்தில் என்று சொல்கிறாள். “இதோ வாரேன் இரும்மா” என்று சொல்லிவிட்டு ஓடிபோய் கூடத்தில் இருந்த மதியக்காவிடம், “என்னக்கா பெரிய இம்ரூமெண்ட் தெரியுது, ஹால்ல அந்த ஆள் நிக்கிறானாமே” என்றாள்.

“அப்ப காலபைரவன் நெருங்கிட்டான்னு அர்த்தம்.”

“இதெல்லாம் உண்மையா மதியக்கா, அப்பாவும் அதே தான் சொல்றாரு, நம்புற மாதிரியே இல்லையே”

“பின்ன, தேதி கொடுத்தவன் கேட்க வந்திருக்கான். அவன் நெருங்கி வரும்போது நம்ம கண்ணுக்குத் தெரிஞ்சுடும். பத்மா போனபின்னே உனக்குத் தெரியும்”

அப்பா அமைதியாக இருந்தார். அவருக்கு எல்லா நாளும் ஒரே மாதிரியாக இருந்தன. மருத்துவமனையில் பல

நாள்கள் இருந்துவிட்டுக் கைவிடப்பட்டிருக்கும் அம்மாவின் ஒவ்வொரு நாளும் முக்கியமானவையாக இருக்க, அப்பாவிற்கு ஒவ்வொரு நாளும் எளிய நாளாக ஒன்றும் நிகழாததைப் போல நின்றிருந்தார்.

"நாப்பத்தியெட்டு வயசுல அம்மா இறக்குறது உங்களுக்குக் கவலையா இல்லையாப்பா"

"சோகத்துல இருக்குற உனக்கு நா எது சொன்னாலும் கஷ்டமாத்தான் இருக்கும். அவளுக்கு உயிர் போறதைப்பற்றி கவலை இல்லை. நாம அதை அவளுக்கு அளிக்கக் கூடாது. அமைதியா நிறைவா அவளை அனுப்பினா அவளுக்கும் நல்லது."

அவரைப் போல அமைதியாக இருக்க முடியவில்லை. அப்பாவிற்கு மற்றவர்களுக்கும் வந்திருக்கும் அந்த நாளை எதிர்நோக்கும் ஆவலை அவளுக்கு மட்டும் படபடப்பான அச்சமாக இருந்தது.

51

நேற்று மட்டும் தூங்காமல் விழித்திருந்தாள். விழிப்பில் அவள் காண்பது தன்னை மட்டும்தான் என நினைத்தான் சுப்ரமணியன். அப்பரிதவிப்பில் அவள் அலைக்கின்றாள். பித்துபிடித்தவள்போல் கண்களைப் பெரிதாக விரித்து நிதானமிழந்தவளாகத் தெரிகிறாள். தூக்கத்தை அவள் தொலைத்தது மிக சமீபத்தில், அதுவும் அவன் வந்ததிலிருந்து. அவனை இழக்காதிருக்கவும் வாசலில் வந்தவனை துரத்தவும் அந்தப் பரிதவிப்பில் பாதசூடு தாங்காதவள்போல கால்களை மாற்றிக் கொண்டிருக்கிறாள்.

கருத்த நாக்கு விஷமேறியவைப் போலிருக்கிறது. உதடுகளில் ஒட்டிய எச்சில் பாம்பின் வேகம் கொண்டவளாக இருந்தாள். ஆனால் அன்பு சுரக்கும் வார்த்தைகள் அவள் உதடுகளிலிருந்து வெளியேற்றுகின்றன. “ஏங்க, கருகமணியில ஒரு மாலை வாங்கித் தருவீங்களா”, “வாங்கி தரேன்மா”, “அப்படியே நல்ல நல்ல அறிவுள்ள புத்தகமா வாங்கி எனக்கு வாசிச்சுக்காட்டுங்க, அப்படியே கேட்டுக்கிட்டே தூங்குவேன்.”

“இப்ப அறிவ வளத்து என்ன பண்ணப்போறா இந்த பத்மா”, என்று கமலாக்கா வெளியிலிருந்து குரல் கொடுத்ததுக் கேட்டது.

“வாங்கி தாரேன்மா, நல்ல நல்ல புக்கா வாங்குவோம்.”

“உங்கள இனிமே விட மாட்டேன். இங்கதான் இருக்கனும், இந்த வீட்டுலதானே என்னய விட்டுட்டுப்போனீங்க, இனிமே இங்கேயே இருப்போம்.”

“சரி இங்கேயே இருப்பாம். இந்த வீடே போதும்”

“அப்ப விட்டுட்டுப் போன மாதிரி போகக் கூடாது”

“சரி”

“ஆனா அந்த மனுசன் ஏன் நிக்கிறான்னு தெரியல, அவன போ சொல்லுங்க, என்னான்னு கேட்டு எதாவது கொடுத்து அனுப்புங்க, இல்லன்னா இங்கேந்து எதாவது எடுத்துக்கிட்டுப் போயிடபோறான்”

“தம்பி போ, இனிமே வாராதே” என்று சற்று பலமாகக் குரல் கொடுத்தான்.

திரும்பிப் பார்த்த அவள், “அவன் இங்கதான் இருக்கான்” என்றாள்.

“போயிட்டானே”

“இல்ல அங்கதான் இருக்கான். என்னைய அங்க கூட்டிக் கிட்டுப் போங்க, நா சொல்றேன்”

“சரி வா” என கைப்பிடித்தான். அவளால் எழ முடியவில்லை. கான்சர் செல்கள் அவள் இடுப்பு எலும்புகளைத் தின்று செரித்துவிட்டன. நிற்கும் பலம் அவள் கால்களுக்கு இல்லை. உதடுகளை அவள் மடித்து எழ முயற்சிக்கும் முறையில் நீண்ட நேரமாக இருந்தாள்.

“அவன் போகல நா சொல்றேன்”

“சரி இரு வாரேன்”. என்று சொல்லிவிட்டு ஒரு நாற்காலியை எடுத்து வந்தான். அவளை மெல்ல தூக்கி சேரில் அமரச் செய்தான். “அப்பா வேண்டாம்பா அம்மா இதெல்லாம் தாங்க மாட்டா.”

“வாங்க ஒரு கை பிடிங்க” என்று சொல்ல, கமலக்காவுடன் சேர்ந்து இருவரும் நாற்காலியின் கால்களைப் பிடித்துத் தூக்கிச் சென்றார்கள். கூடத்தில் அவள் இறங்கியது, மலக்க மலக்க விழித்துக்கொண்டிருந்தாள். “சரி அவன போகச்சொல்லு” என்றான் சுப்ரமணியன். தலை தூக்கி அவனைப் பார்க்கும் பார்வையில் எந்தப் பொருளையும் அவள் அங்கு பார்க்கவில்லை என்று தோன்றியது. சிறுகுழந்தை தூக்கத்தில் விழித்த கண்கள். தலையை எல்லாப் பக்கமும் திருப்பிப் புதியதாகக் காணும் வியப்புடன் பார்த்தாள்.

“என்னம்மா போ சொல்லு” என்றாள் வானதி.

விழிப்பிலிருந்து திரும்பி, “எனக்குத் தூக்கம் வருது” என்றாள்.

கமலாக்கா, “இதுக்குத் தான் சொன்னது சும்மா எதை யாவது சொல்லி எங்கள படுத்தாதேன்னு” என்றாள். பத்மாவிற்கு அது புரியவில்லை என்பது அவள் முகத்தில் தெரிந்தது. மீண்டும் அவள் கட்டிலில் படுக்க வைக்கப்பட்டாள். அணிந்திருந்த நைட்டியில் அவள் சிறிய உடல் எங்கோ இருந்தது. தூக்கி படுக்க வைத்தபோது அவள் கையில் எலும்பு மட்டுமே, அதுவும் நலிந்து இருப்பதுபோல உணர்ந்தான். கைவிரல்கள் பீன்ஸ் போல முடிச்சுகளுடன் காணப்பட்டன. அவற்றைத் தொட பயமாக இருந்தது, ஒருவேளை அவை நெகிழ்ந்து கழன்றுவிடும் என தோன்றியது. உள்ளே இருக்கும்போது நினைவுகளோடு இருப்பதாகத் தோன்றியது.

ஒருக்களித்துச் சிறுஉருவம் கொண்டுவிட்ட குழந்தைபோல படுத்திருந்தாள். “என்ன பத்துமா தூக்கம் வருதா” என்றான். அவள், சட்டெனு சிரித்து, கண்கள் விரித்து, அவனைக் கண்டுக் கொண்ட மகிழ்வில் “நா சின்னபுள்ளைல மாத்திர திங்க அப்படி பயப்படுவேன், மருந்து குடிக்க அடம் புடிப்பேன், எங்கம்மா ரொம்ப கெட்டவ, புளியங்கொட்ட திங்க ரொம்ப நல்லா இருக்கும்.” அவள் கண்கள் மேலிருந்த ஒரு உத்திரத்தை நோக்கியிருந்தன. இமைக்காமல் அதை நோக்கியபடியே பேசினாள். இனி அவள் நினைவு தப்பக்கூடும். அவள் தான் யார் என்பதை மறக்கக்கூடும். காற்றில் அவள் உயிர் கரையக்கூடும். உடலில் இருக்கும் வலிகளை அவள் பொருட்படுத்தவில்லை. இனி பொருட்படுத்தவும் முடியாது.

தன் உணர்வுகள் அழித்து, புலன்களை அழித்து, அறிவை அழித்து, போதத்தை அழித்து, சித்தத்தை அழித்து உணர முடியா உயிரையும் அழிக்கப்போகிறாள். அவளுக்குத் தெரிந்திருக்கும் உயிரை மறைக்க சித்தம் செய்யும் விளையாட்டை. ஆசிரமவாசியாக இருந்த காலத்தில் அறிந்த மரணங்கள் ஒன்றை மட்டுமே உணர்த்தின. மரணம், அவர்களுக்கு மரணத்தை மட்டுமே உணர்த்துகின்றன. மற்றெந்த சுகபோகங்களையும் அல்ல. தீண்டிய சுடரை விரல்கள் அறியும் தருணம். சுள்ளென்று எரியும் சொர்க்கத்தின் வாசல் திறப்பு.

இருபிள்ளைகளும் பக்கத்தில் இருக்க வேண்டாம் என நினைத்தான். “நீங்க ரெண்டுபேரும் மாடிக்குப் போயிடறீங்களா” என்றான். “ஏம்பா, ஏம்பா அப்படி சொல்றீங்க” என்று பதறினாள் வானதி.

“இல்ல, உங்களுக்குச் சிரமம் வேண்டாமேன்னு”,

“எங்களுக்கு இதுவரை இல்லாத சிரமமாப்பா”

உணவருந்தி விளக்கணைத்துத் தூங்கிய கொஞ்ச நேரத்தில் வானதி பதறி எழுந்தமர்ந்தாள். சுருதியும் எழுந்தமர்ந்தாள். அவசரமாக அழைத்து "அப்பா அப்பா அம்மாவ பாருங்க" என்றாள். திரும்பிப் பார்த்தபோது, பத்மா தன் கால்களைத் தொங்கவிட்டுக் கட்டிலில் அமர்ந்திருந்தாள். சுயமாக எழ முடியாதவள் எளிதாக அமர்ந்திருப்பதுபோலிருந்தது.

கைகள் ஏதோ பழகுவது போலிருந்தன. வானதி அவசர மாகச் சென்று விளக்கைப் போட்டாள். அந்த வெளிச்ச பாதிப்பு எதுமின்றி பத்மா வேலை செய்துகொண்டிருந்தாள். வலதுகை நீரள்ளுவதுபோல அள்ளி வாயருகே கொண்டு சென்றாள். பின் மீண்டும் செய்தாள். வாய் தண்ணீரைப் பீய்ச்சுவதுபோல குவித்து வெளியிட்டது. "என்னப்பா பண்றா" என்று இன்னும் பயத்திலேயே நின்றாள் வானதி. அம்மா என அழைத்தபடி அருகில் செல்ல நினைத்தாள் சுருதி. "சுருதி சும்மா இரும்மா" என்று சொல்லிவிட்டு வானதியைப் பக்கத்தில் வந்து பிடித்துக் கொண்டார்.

இரண்டு கைகளால் முகம் கழுவினாள். துண்டெடுத்து முகத்தை அழுத்தித் துடைத்தாள். கையால் இடது தோளில் ஏதோ போடுகிறாள். பின் சரிசெய்து நேராக்குவது போலிருக்கிறது. அவள் முந்தானையைச் சரிசெய்கிறாள் என நினைக்கத் தோன்றியது. கையில் எண்ணெய் ஊற்றுகிறாள். தலையில் தேய்க்கிறாள். பின் தலையைப் பின்னிக்கொள்கிறாள். கதறி அழுதாள் வானதி "அப்பா என்னப்பா இதெல்லாம், ஏம்பா இப்படி பண்றா" அவளின் குரல் உயர்ந்து வாசல்வரை கேட்டும் பத்மா திரும்பி பார்க்கவில்லை. "அவளுக்கு நினைவு தப்பியிருக்குமா, ஒண்ணும் பயப்பட வேண்டாம் விடு" என்றார்.

வானதியின் சத்தம் கேட்டுக் கூடத்தில் படுத்திருந்த கூட்டம் முழுவதும் உள்ளே வந்தார்கள். தலைகள் எட்டிப் பார்க்க அவளது அடுத்த செய்கைக்குக் காத்திருந்தார்கள். "அம்மாவோட மூளை இப்போ செயலிழந்துடுச்சு, நெஞ்ச தாண்டி பரவிடுச்சு, இன்னும் கொஞ்ச நேரம் தாம்மா மனச திடப்படுத்திக்கோ", என்று இறுக்க அணைத்திருந்தார். அவளால் அழுகையைக் கட்டுப்படுத்த முடியவில்லை.

மெதுவாகக் கைபிடித்து அவளைப் படுக்கவைத்தான் சுப்ரமணியன். திரும்பி "நீங்கெல்லாம் போய் படுங்க, ஒரு மணிநேரம் கழிச்சு கூப்பிடறேன். இப்ப போய் படுங்க" என்றார். ஏன் என்று அவர்கள் கேட்கவில்லை. மற்றவர்களுக்குத் தெரிந்திருக்கும் என ஒவ்வொருவரும் நினைத்திருக்கலாம். சுப்பு சொன்னது பத்மாவின் மரண

நேரத்தைக் குறித்துதான். விளக்கு எரியட்டும் என்று சொல்லி விட்டு அவள் எதிரில் சேரில் அமர்ந்துகொண்டார்கள்.

இது எளிய துயரம்தான் என மனதிற்குச் சொல்லிக் கொண்டான். அதை வானதியினால் சொல்ல முடியவில்லை. சுருதி இதைப் பெரிதாக உணரவில்லை. வானதி அம்மாவின் மீது அலாதியான அன்பைக்கொண்டிருந்தாள். அன்பெனும் சங்கிலி அவள் கைகளைக் கட்டியிருக்கிறது. எதையும் செய்ய முடியாமல் தன்னை வருத்திக்கொண்டாள். நிலையான மனதுடன் பத்மாவின் தன்னிலை மறதியை எதிர்கொள்ள முடியாமல் பார்க்கிறாள்.

இனி செயல்பட வேண்டிய நேரம். தன்னை விலக்கி மற்றவர்களை வழி நடத்த வேண்டிய நேரம். அவளைச் செயல்பட வைக்க வேண்டும். அதிக உணர்ச்சிவசப்பட்டவர்கள் மட்டுமே வெளிவந்து செயல்பட முடியும். விலகி நிற்பவர்களால் அது முடியாது. சூழ்ந்திருந்தவர்களை அதட்டி வெளியே செல்ல பணித்தான் சுப்ரமணியன். “சுருதி பக்கத்துல உட்காரும்மா அம்மாவ பாத்துக்க” என்று அழைத்தான். தோளில் கைவைத்து வானதியைத் தனியே அழைத்துச் சென்று,

“வானதி, இது அம்மாவோட இறுதி மணித்துளிகள், இன்னும் அரை மணிநேரமோ ஒரு மணிநேரமோ சரியா சொல்ல முடியாது. இப்பவே அம்மாவ கிட்டக்க பாத்து முடிச்சுக்கோ, எல்லோருக்கும் போன் பண்ணி வரசொல்ல வேண்டியிருக்கும், அப்புறம் அம்மாவ நாம பாக்க முடியாது. அவ உடல்கூட நம்ம கையில இருக்காது. வந்திருப்பவர்களின் கைக்கு மாறிடும், புரிஞ்சுதாம்மா.”

வானதி விக்கல் வந்து நின்றவள் போலிருந்தாள். கண்களில் அதே வேகம் ஆனால் ஏற்றுக்கொள்ளும் மனநிலைக்கு வந்து விட்டிருந்தன. மனித மனம் எதையும் ஏற்றுக்கொண்டு விடுகிறது. உண்மையையும் பொய்யையும் பற்றி அதற்குக் கவலை யில்லை. ஏற்றுக்கொண்டு பழகிவிட்ட பின் எதுவும் தனதே.

கண்கள் கலங்கி அவரைப் பார்த்துக்கொண்டிருந்தாள். அம்மாவின் முடிவைப் பற்றி அப்பாவின் மீதான நம்பிக்கை தெரிந்தது.

“எதுக்குப்பா இந்த வாழ்க்கை, சும்மா உண்டு, உறங்கி, கல்யாணம் கட்டி, பிள்ளை பெத்து, செத்துபோறதுக்கா. அப்படி இருந்தாக்கூடத் தேவலை. ஆனா அம்மா இப்படி பாதியிலயே போவணுமா”

"நல்லாதான் வாழ்ந்திருக்கா, ஆஸ்பத்திரியில இனிமே முடியாதுன்னு சொன்னான்ன தானே இங்க வந்தா, அவளோட முடிவு அவளுக்கும் தெரியும், நமக்கும் தெரியும், ஏன் கடவுளுக்கும் தெரியும். நாம யாரு அத தடுக்க, நிறைவா போகட்டும். இப்பவே அவ நினைவு தப்பிடுச்சு. அவகிட்ட எதாவது பேச முடியுமான்னு பாரு, இல்ல அவ பேசுறத கேளு, அது அவ குழந்தை ஆயிட்ட நிலை இல்ல, அவ தெய்வமா ஆயிட்ட நிலை"

அதன்பின் அவள் ஒருநிமிடம்கூட அம்மாவைப் பிரிய வில்லை. அவளாகப் பேசிக்கொண்ட ஒவ்வொரு சொல்லையும் சேகரித்துக்கொண்டாள். கழுத்தில் ஏறியது கருமை. அவள் பேச்சு தடைபட்டுக் கழுத்துத் திரும்பாமல் நேராகியது. கன்னங்களில் ஏறியதும் கண்கள் நிலைத்தன. கோழியின் முழிப்புபோல நிலைத்து நிற்க கண்கள் அப்படியே நிலைப்பெற்று ஒரு நிமிடத்தில் தலை தவழ்ந்தது. கூடியிருந்தவர்கள் துடித்து அழும் ஒலி அந்தப் பிரதேசத்தை அதிர்ச்சிக்குள்ளாகியிருக்கும். இரண்டு மணிக்கு வீடு நிறைய மனிதர்கள் நின்றிருக்கும்போது அவள் ஆன்மா விலகி வெளியே செல்வதைக் கண்டான் சுப்ரமணியன்.

52

இயற்கையுடன் இணைந்துவிடுவது ஒரு செயல், இயற்கையை வழிபடுவதுபோல மாய கைகளை ஏற்பதுபோல விடுதலை அடையும் பொருட்டு, புதிய வாழ்க்கையை நுகரும் பொருட்டு மரணம் ஏற்கப்படுகிறது. பத்மா மிகுந்த வலியும் மகிழ்ச்சியுமாகச் சென்றிருப்பாள், அவளைப் பற்றிய சிந்தனைகள் மெல்ல விலகி ஒவ்வொரு நாளும் நிகழும் சடங்குகளில் மனம் கரைந்தது. இறந்தபின் அவள் வேறு உலகத்தில் பிறக்கக் கூடும் என நினைக்கத் தலைப்படுகிறார்கள். அது குறித்துப் பேச ஆரம்பிக்கிறார்கள். பத்தாம் நாள் பதினாறாம் நாள் முடியும்போது “அவ இந்நேரம் பொறந்திருப்பா இல்ல” என்றாள் ஒரு பெண். அந்தச் சிந்தனை அவர்களின் மகிழ்ச்சிக்குத் தேவையாக இருக்கிறது. அவள் இறந்துவிட்டாள். இனி இல்லை என்பதைச் சற்று நகர்ந்தி அவள் பிறந்திருப்பாள் என சொல்ல முடிகிறது.

வீட்டின் அமைதி பகுதியாக அந்தக் கூடத்தைச் சொல்லலாம். வானதியும் அவள் மாப்பிள்ளையும் குழந்தையும் இன்னும் ஒரிரு நாளில் கிளம்பி விடலாம். பின் இந்த வீடு பற்றி நினைப்பதைவிட தனித்துவிடப்பட்டிருக்கும். பத்மாவும் சித்தியும் குழந்தைகளும் இருந்த இடம், இனி வயதான சித்தியும் சுருதியும் மட்டும்தான். வானதியின் திருமணத்திற்குப் பின் அவள் சுப்பு வாங்கிய சென்னை வீட்டிற்குச் சென்றுவிட்டாள். ஆனால் பின்னாட்களில் சென்னை பிளாட்டை சுருதியும், இந்த வீட்டை வானதியும் பிரித்துக்கொள்வதாகப் பேசிக்கொண்டார்கள்.

சிறு அகல்விளக்கு எறிந்துகொண்டிருந்தது. அந்தத் துளி சுப்புவின் மனதை அலைகழிக்காமல் நிறுத்தியிருந்தது. இனி என்ன என்ற சிந்தனையைச் சற்று தள்ளி வைத்தது. குழப்பத்தை மூடி மறைத்தது.

ஆனால் அந்த அமைதியே மீண்டும் மீண்டும் துணுக்குற வைத்தது.

சுருதியின் பார்வையும் அவள் சாய்ந்த முகக்கோணமும் நிம்மதியிழக்க வைப்பவை. அவள் மனதில் வேறு எண்ணங்கள், இந்நிலைக்குத் தான் காரணம் என நினைக்கச்செய்பவை. அவள் குழப்பத்தின் வழியே அடைவது மேலும் குழம்பிய பாதைகள் தாம். இன்னும் சிறப்பாக வாழ்ந்திருக்கலாம், மற்றவர் உலகம்போல் தனக்கும் இருந்திருக்கலாம் என நினைப்பது. பள்ளியில் கல்லூரியில் அவள் அடைந்த அவமதிப்புகள் தோல்விகளுக்குத் தன் அப்பா ஒரு காரணம் என நினைக்க இடமிருப்பதை மனதில் கொண்டிருக்கிறாள். செயல்களின் வழி செய்வதை எதையும் தன் சொந்த அனுமானங்கள் சேர்ந்தவை என்று எண்ணுகிறாள். இந்தச் சமூகத்திடமும் அவள் பெற்றோரிடமும் தான் எதையும் பெறவில்லை, அனைத்தும் நான் நேரே உணர்ந்து அடிபட்டு அடைந்தவை. இதன் மூலம் தன் வாழ்க்கையை அப்பா அம்மா இல்லாமல் தன்னால் உருவாக்கிக்கொள்ள முடியும் என நினைக்கிறாள். அந்நினைப்பில் தவறு இருக்க முடியாது.

அந்தக் காலை நேரத்தில் அவள் எதிரே வந்து நின்றபோது அவள் உருவம் நீரில் விழும் பிம்பம்போல் தெரிந்தது. அவள் அப்பா என்று எப்போதும் அழைப்பதில்லை. மிக கவனமாகச் சில நேரங்களில் தவிர்க்கிறாள்.

பத்மாவை போன்று மிகுந்த வேகமும் ஆக்ரோஷமும் கொண்டவளாக இருந்தாள் சுருதி. அவளின் செய்கைகள் இளம் நங்கைக்குரியவையல்ல, முதிர்ந்த பெண்ணின் ஆற்றாமையும், தன்னிறக்கமும் கொண்டவை. சலிப்பும் நிற்காத பேச்சும் அவள் வரும் நாள்களில் செய்யக்கூடும். தன்னை மகிழ்விக்கப் பிறரிடம் வேண்டுபவளாகப் பின்னாட்களில் மாறக்கூடும்.

"அம்மாதான் உங்கள போகச் சொன்னாளா, அம்மா என்ன பாவம் பண்ணுனா, இல்ல நாந்தான் என்ன பாவம் பண்ணினேன்"

அவள் வந்ததும் கேட்டவை, கேட்க மறந்துவிடக் கூடாது என்கிற அவசரத்தில் கேட்டது. அவள் கேட்க நினைப்பது ஒன்றுமில்லை. ஆனால் ஆர்வமும் கேள்வியின் மீதான சுதந்திரமும் அவளை இயக்குகிறது. தன் மௌனம் அவளை இயக்குவதாக நினைத்திருக்கலாம். உண்மையில் அதற்கு எந்த பதிலும் இல்லை. இதை எப்படி சொல்வது என நினைத்தான்.

"தீவிரமானதுன்னு நான் நினைச்சது எதுவும் தீவிரமானது இல்ல. இயல்பான வாழ்க்கை போக்குதான். நான் என்பதை

நானே அறியும் தருணம். என்னை விலக்கிக்கொள்ளும் என் அடையாளத் தேடல் இப்படி சொல்லலாம், அந்த இயக்கத்திற்காக நான் ஒப்புக்கொடுத்தது."

எளிய சூத்திரமாக எண்ணியவளுக்குக் குழப்பமாக இருந்தது. "அப்ப நாங்க இங்க வாழக் கூடாதா நீங்க மட்டும்தான் உங்க தேவைக்கு வாழணுமா"

"யாருடைய வாழ்வும் யாருக்குமானதல்ல, தனி வாழ்க்கையின் சுதந்திரத்தைப் பொருத்து அது மாறும். உன்னுடைய இந்த நிலைக்கு நான் மட்டுமே காரணமல்ல, நீயும் காரணமல்ல, இயற்கையைச் சொல்லலாம். ஆனால் எதுவும் நமக்குச் சொல்லித் தருவதில்லை. நாம் பெறுவதுதான். நம் தேடல் நம்மை இயக்குகிறது. நம் புரிதல் நம்மை மாற்றுகிறது"

"இனிமையான வாழ்க்கை வாழ முடியாமல் போனதற்கு அம்மாவும் காரணம் என்கிறீர்களா? சரி நானும் உங்களைப் போல சாமியார் ஆகட்டுமா?, இந்த உலகம் ஒத்துக்குமா?"

"நீ முதலில் ஏற்றுக்கொள்ள வேண்டும். இந்தச் சமூகம் உன்னை ஏற்றுக்கொள்ள இன்னும் நாளாகும்"

தர்க்கரீதியாக எதையும் அணுகிய அவளுக்கு, சில தர்க்கத்திற்கு அப்பாற்பட்டவை என்று புரியவில்லை. அதே வேகத்தில் தன்னை நடைமுறை வாழ்க்கையில் மட்டுமே வைத்துப் பார்ப்பவளாக இருந்தாள். ஒரே விஷயம்தான் ஒரு சமயத்தில் அவள் மனதில் இருந்தது. அதைத் தாண்டி சிந்திக்கும் மனநிலையை அவளால் பெற முடியவில்லை. தன் உடல் குறித்த அதீத அக்கறையும் இல்லாமல் வெறும் மனிதக் கூடாக இருக்கிறாள் என்று தோன்றியது.

அவள் எப்போதும் வெள்ளை சுடிதாரும், கீழே வேறு வண்ணத்தில் பேண்ட்டும் அணிந்திருந்தாள். ஒரே மாதிரியான உடையில் தன்னை ஒருவகை சிந்தனையைக் கொண்டவள் என்று காட்டிக்கொண்டாள். எப்போது புதியதாகச் சிந்திக்கும் பழக்கம் கொண்டவள் என்ற தோற்றம் இருந்தாலும் மிக சிறிய எல்லை கொண்டவள் என்று தோன்றியது.

புதிய இடங்கள், புதிய விஷயங்களை அறியும் ஆர்வத்தைக் கடந்துவிட்டவள் போலிருந்தாள். சின்ன விஷயங்களுக்குத் தீர்க்கமான பார்வைகொண்டவள் என்பதைக் காட்ட அதிக முனைப்புக் காட்டினாள்.

"நீங்க எப்போ குளிக்கப் போறீங்க பாட்டி" என்று குரலை உயர்த்தி அவள் சித்தியிடம் கேட்டாள். அப்படி கேட்பதற்குத்

தனக்கு உரிமை இருக்கிறது என நினைத்தாள். "கொஞ்ச நேரமாகட்டும்" என்று அவள் சொன்னதும், "சீக்கிரம் முடியுங்க, எனக்கு வேல கிடக்கு" என்று அவள் மிரட்டும் தொணி தெரிந்தது. சுருதியின் மனம் முழுவதும் தர்க்க வாழ்க்கை அதுவும் பத்மாவைப் போன்றே இருக்கிறது. நடைமுறையில் மட்டுமே இருக்கும் வாழ்க்கை. புதியவற்றைக் காணும் ஆவலற்ற வாழ்க்கை. சின்னதாக மற்றவர்கள் எது சொன்னாலும் தயக்கமின்றி முகம் சுழித்தாள். சித்தியும் அவளும் வயதாவது என்கிற ஒரே வாழ்க்கை நோக்கை நோக்கி வாழ்ந்தார்கள். சுருதி யாவரையும் வெறுக்கிறாள். இயல்பாகவே அவளிடம் இருப்பது போலிருந்தது. "சுருதி நா அக்காகூடச் சென்னைக்குப்போறேன். உனக்கு ஒகேவா"

"நா கேட்ட கேள்விக்கே நீங்க பதில் சொல்லல, அக்காகூட வேற போறேங்கிறீங்க, எனக்குத் தெரியல"

தான் சொன்னது எதுவும் அவளுக்குப் பொருளாகவில்லை. அவள் விரும்பும் பதில் மற்றவர்கள் சொல்லும்வரை அதைப் பதில் சொல்லவில்லை என்றே பொருள் கொள்கிறாள். சுருதியுடன் இருக்க முடியாது என தோன்றியது. வானதியிடம் தனியாகக் கேட்டபோது, "தாராளமா வாங்கப்பா என்னப்பா கேள்வி, நீங்க என்கூட இருக்கணும்தான் என் ஆசையே"

❍ ❍ ❍

பயணத்தில் நகரங்களைத் தவிர்த்தே வந்தான். சென்னை வந்ததும் தெரிந்தது அது நகரமல்ல. பெரிய மனித கூட்டம் ஒழுங்கற்று வாழுமிடமென்று. எங்கும் மனிதர்கள் சின்ன சந்துகளிலிருந்து வெளியேறி பெரிய சாலைக்கு வந்துகொண் டிருந்தார்கள். அவன் வாங்கிய வீட்டை வாடகைக்கு விட்டு விட்டுப் புது அடுக்ககத்தை அவளும் மாப்பிளையும் வாங்கி யிருந்தார்கள்.

லிஃப்ட் வசதி, கார் பார்க்கிங் வசதி, குழந்தைகள் விளையாட்டு திடல், சுற்றிலும் காம்பவுண்ட் கொண்ட பெரிய அடுக்ககம். மாலையானதும் தேஜாவும் வானதியும் விளையாட 12ஆவது தளத்திலிருந்து கீழே வந்தார்கள்.

ஏதோ ஒருவகை நட்பு எல்லோரிடமும் இருந்தது. ஆனால் ஒருவரையும் மற்றவர் அறிந்திருக்கவில்லை. அவர் பெயர்கூடக் தெரிந்திருக்கவில்லை. அவர் வசிக்கும் தளம் வீட்டு எண்ணையும் சேர்த்து சொல்லியே மற்றவர்களிடம் அறிமுகம் செய்துகொண்டார்கள். அதுகூட எதாவது சிறு பிரச்சினையின் போதுதான். மோட்டார் வேலை செய்யாதபோது, பொது

வேலையாள் போன்ற விஷயங்களைப்பற்றி அவரவர் பிளாக்குள் பேசும்போது மட்டும்.

மனிதர்கள் மகிழ்வாக இருந்தார்கள். மிகத் தனித்திருப்பவர்கள் போன்றிருந்தாலும் மற்றவர்களின் உதவியின்றி வாழ முடியாத வாழ்க்கை. யாரோ ஒருவர் யாருக்கோ வேலை செய்ய வேண்டியிருந்தது. அதற்கான கூலி அவருக்குக் கிடைத்தது. சாக்கடை, தண்ணீர், குழாய், லிஃப்ட், மின்சாரம் போன்ற எந்த பிரச்சினைக்கும் அசோசியேஷன் எனப்படும் குழுவில் சொல்லி எழுதி வைக்க வேண்டும். அவர்கள் அதன் ஒரு அமைப்பைத் தொடர்ப்புகொண்டு சொல்ல அங்கிருந்து யாரோ சில ஆட்கள் வந்து சரிசெய்வார்கள். யாருக்கு யார் செய்கிறார் என்று தெரியாது, எந்த தொடர்ப்பும் இருக்காது. அந்நியமாவதுதான் இங்கு வரமாகப் பார்க்கப்படுகிறது.

53

உலகம் விழித்துக்கொண்டது. இயல்பாக நிகழும் எதுவும் நன்மையை விதைப்பவை என்றறிய சற்று தாமதமாகிவிட்டது. வாழ்க்கை அதன் போக்கிற்குள் சென்றுவிடுவது சிறந்தது. எதன் மீதும் பற்றற்று இருப்பது ஒருவகை தவம். இந்த அலைகள்போல தன் கவனம் முழுவதும் அதன் செயல்கள் மீதுதான். தன்னை இயக்கும் காற்றை அது குறை சொல்வதில்லை. எல்லாம் நிகழ்ந்து முடிந்த பின் மீதம் இருக்கிறது வாழ்க்கையில்.

அலைகளைப் பார்த்துக்கொண்டு அமர்ந்திருந்தான் சுப்ரமணியன். சலிப்பேயில்லை. பார்க்கப் பார்க்க மனம் அமைதியுடன் சலமற்றிருந்தது. அலைகளின் ஓசைகளும், வேகமும் நிமிடத்திற்கு நிமிடம் மாறிக்கொண்டிருந்தன. எங்கோ யாரோ காற்றின் திசை திருப்பியதுபோல காற்று கடலிலிருந்து வந்துகொண்டிருந்தது.

திரும்பிப் பார்க்க, கடலிலிருந்து நகரம் வெகுதொலைவில் இருப்பது போன்றிருந்தது. அதன் செயல்கள் காது கேளாத மனிதனின் கையசைவுகள் போலிருந்தது. சற்று தள்ளி ஒரு சோளக்கடை. கரியில் உருவான நெருப்பில் வாட்டி சோளத்தைப் பரபரப்பாக விற்பனை செய்துகொண்டிருந்தான் ஒரு மனிதன். பறக்கும் தீப்பொறிகள் அந்த இடத்தைக் கிட்டத்தில் காட்டியது.

அம்மனிதன் மிகுந்த தன்னம்பிக்கையுடன் இருந்தான். வேகமான விற்பனைக்குத் தனது அதீத உடல்நெளிவுகளை வெளிப்படுத்துவது முக்கியம் என அறிந்திருந்தான்.

"வாங்க சார் வாங்கம்மா, எது வேணும் எடுங்க, எல்லாம் சீப்புதான், இன்னிக்குப் போனா வராது. நாளைக்குக் கிடைக்காது"

வார்த்தைகளில் இருந்த அவசரம் மக்களை விட்டுவிடக் கூடாது என நினைப்பதால் வருவது. மக்களை விட்டுவிடுவதால் பெறப்போவது இழப்பைதான் என்கிற நம்பிக்கையில் கூவினான். இருட்ட தொடங்கியதும் விற்பனை முடிந்து விட்டிருந்தது. அதற்காகத்தான் இத்துனை அவசரம் போலும். சற்றுநேரம் கழித்துக் கைகால்களை முறித்துக்கொண்டு பொறுமையாகத் தன் சின்ன பெட்டியில் பொருட்களை எடுத்து வைத்துக்கொண்டிருந்தான். தலையில் குறைந்த முடியும் புருவத்தில் அடர்ந்த முடியும் மனிதன் பார்க்க வேறுமாதிரி இருந்தான். இடையில் பழுப்புநிறமடைந்த வேட்டி, மேலே வண்ணச் சட்டை.

அருகில் சென்று “கடை அவ்வளவுதானா முடிந்து விட்டதா” என்றான். ஒரு முறை அவனைப் பார்த்துவிட்டு லேசாக சிரித்தான். “அவ்வளவுதான் சாரே, எல்லாம் நீர்குமிழி வாழ்க்கைதானே” என்றான். “இருட்றதுக்குள்ளார வித்தாதான் உண்டு.”

தத்துவங்களை நிறைய பயில்பவனின் பேச்சுகள்போல இருந்தது. “இனிமே வீட்டுக்குதானா”, “ஆமா வேற என்னா பண்றது” அலுத்துக்கொண்டான். அவனுக்கு வியாபாரத்தில் இருக்கும் ஆர்வம் தனி கவனமாகத் தன்மேலே அவன் கொண்டிருந்தான். தூங்கும் நாய் ஒன்று அவன் பக்கத்தில் கடை ஓரமாக இருந்தது. வேலை முடிந்ததும் அவன் அதை எழுப்பி அழைத்துச் செல்வான் என தோன்றியது. நாயின் காது தூக்கத்திலும் ஓசைகளைக் கேட்பதனால் இடவலமாக அவ்வப்போது திரும்பிக்கொண்டிருந்தது.

“நீ இந்த ஊர் தானா சார், பட்டணத்து ஆள் மாதிரி தெரியலையே”

“ஏன் கேட்க்கிறீங்க”

“பொதுவா பட்டணத்து ஆளுங்க பேச மாட்டாங்க, என்னைய கூர்ந்து கவனிக்க மாட்டாங்க”

“நா இந்தூரு இல்ல தான். நகரம் எனக்குப் பழக்கமானது தான்”

“உங்க வேட்டி சட்ட தாடியெல்லாம் ஒரு பெரிய மனுஷ தோரணை தெரியுது, எதாவது சாமியாரா சார் நீ”

அவன் வேலையில் மும்முரமாக இருந்தான். ஒரு சிறு பொருளையும் கவனமாக உள்ளே வைத்துப் பூட்டினான். நாயைத் தட்டி “இந்தா எழுந்திரு” என்றான்.

“அப்படியும் சொல்லலாம்”

அப்படியா என்று சற்று நிதானித்துவிட்டுப் பொருட்களைப் பூட்டிய பின் அவன் அருகில் வந்து அமர்ந்து கொண்டான். “சாமி, எனக்கு வாழ்க்கைல கஷ்டம்மேல கஷ்டமா இருக்கு, காசு பணம் வந்தா தங்க மாட்டேங்குது, பொண்டாட்டி பிக்கல் பிடுங்கல் தாங்க முடியல, ரெண்டு புள்ளைங்க, ஏண்டா பெத்தோம்னு இருக்கு, நீங்கதான் எதாவது சொல்லணும்”

“உங்க பேர் என்ன?”

“ராம் குமாருங்க சாமி”

“உங்க நட்சத்திரம் புனர்பூசமா இருக்கும், நீங்க எந்த ராசி மிதுனமா”

“ஆமங்க சாமி, கரெக்ட்டா சொன்னீங்க”

“தினம் ராம மந்திரத்த நூத்தியெட்டு முறை சொல்லுங்க, ஒவ்வொரு ஏகாதேசிக்கும் விரதம் இருங்க, மன்னார்குடிக்குப் போயி ராஜகோபால சாமிய கும்பிடுங்க, போதும் எல்லாம் சரியாயிடும்”

ரொம்ப சந்தோஷம் அடைந்தான். காலில் விழுந்து கும்பிட்டான். உங்களுக்கு எதாவது கொடுக்கணும் சாமி, “இருங்க வாரேன்” என்று கூறி பையிலிருந்து ஒரு மாம்பழத்தை எடுத்துக்கொடுத்தான். அதே மகிழ்ச்சியில் வீட்டிற்குக் கிளம்பிச் சென்றான்.

பெரும் பரப்பைத் தன்னிடம் கொண்டிருந்தது கடல். அதன் அனுமதியுடன் அதன்மேல் பயணித்தார்கள். கப்பல், கட்டுமரம் போன்ற கலங்களை ஒரு குறிப்பிட்ட ஒப்பந்தத்துடன் அனுமதித்திருந்தது கடல். எப்போதாவது கோபம் கொண்டு அடித்துத் தூங்கி வீசிவிடுகிறது. இப்போது அமைதியுடன் சிறுகுழந்தையின் சினுங்கலாக அமர்ந்திருக்கிறது. கூர்ந்து கவனித்தபோது அவனிடம் மெல்லப் பேசிக்கொண்டிருந்தது. அதன் குரல்வளை சின்ன பேச்சிற்கும் ஏற்றம்கொண்டு ஏறியிறங்கியது.

இருள் சூழச்சூழ பேச்சு அவனுள் கேட்டபடி இருந்தது. ஆ. . . ம்ம்ம், ஓ. . . என்று குழந்தையின் பேச முயற்சிக்கும் ஒலிகள் போலிருந்தன அவை. ஒலிகளின் அர்த்தத்தைக் கூர்ந்து கவனிப்பவர்களால் மட்டுமே புரிந்துகொள்ள முடியும். அவன் பின்தொடர்வதை அறிந்ததும் நின்று நிதானித்து மெல்ல பேசத் தொடங்கியது. ஒவ்வொரு வார்த்தையும் முதல் வார்த்தையின் தொடர்ச்சிதான். அவன் அதை மறுத்தலிக்க முயற்சிக்கும்போது

மீண்டும் அதே விஷயத்தை வேறு கோணத்தில் பேசியது. என்ன விஷயம் என்பதை அறுதியிட்டுச் சொல்லிவிட முடியாது. ஆனால் அவனால் அதை மீண்டும் தன் மனதில் சொல்லைக் உணர்ந்துகொள்ள முடிந்தது. எதை அது பேசியதோ அதுவே அவனுள் அவன் மொழியில் எழுந்து வந்தது.

கசடுகள், அழுக்குகள், குப்பைகள் விலகி கடல் தூய்மை கொண்டுவிட்டது போலிருந்தது. அதன் வாசம் நீரின் வாசம் போலில்லை. சிறுமிருகத்தின் வேர்வை வாசம், குழந்தையின் உமிழ்நீர் வாசம் போன்றிருந்தது. கடல் பேசப்பேச தூக்கம் அவன் கண்களைத் தழுவியது. இதுவரை அவன் கண்ட மனித வாசங்களெல்லாம் அதில் கலந்து வந்தது. அம்மாவின் மஞ்சள் வாசம், அப்பாவின் அக்குள் வாசம், அக்காவிடம் இளங்குருத்தின் வாசம், சாமியப்பாவின் அடர் வியர்வை வாசம், பத்மாவின் உடல் குளிர்ந்த வாசம், குழந்தைகளின் எச்சில் வாசம், ரேஷ்மாவிடம் நறுமண பொருட்களின் வாசம், எத்துணை வாசம். மனிதர்களிடம் நாம் விரும்புவது அவர்களின் வாசம் தான், அதை வைத்து நாம் அவர்களைப் பிரித்துக்கொள்கிறோம்.

நாம் வாசத்தில் எப்படி பொருள் படுகிறோம் என்று நமக்குக் கவலையிருக்கிறது. வாய் நாற்றம், உடல் நாற்றம் எதுவும் இல்லாதிருக்க அதிகப் பிரயத்தனப்படுகிறோம். உடலுக்கு நறுமணமிட்டுக்கொள்கிறோம். கலைகளைப் பயில்கிறோம். அழகுணர்ச்சியை ஆராத்திக்கிறோம். இலக்கியத்தை அறிந்து கொள்கிறோம். தத்துவத்தை உணர்ந்துக்கொள்கிறோம். அறிந்து கொள்ள இனி எதுவுமில்லை என துள்ளிக் குதிக்கிறோம்.

கண்விழித்தபோது விடிந்திருந்தது. நிச்சலமான உலகு. தனித்துவமாக நின்றுவிட்டதன் அழகு. கிழக்கில் மட்டும் செந்நிற கீற்றுகள். அவையும் இருட்டில் இருந்தன. இருட்டின் பிடியில் சிக்கிய தீ பிளம்புகள் திமிறல்களுடன் எழுந்து வந்தன. அலகில் சின்ன பிளவில் ஒலிஎழுப்பும் பறவைகள்.

ராம் குமாரின் அகன்ற விழிகள் முதலில் நினைவில் எழுந்தது. வெறும் மனிதனாக மட்டுமே இருக்கும் எளிய உள்ளம் கொண்டவன். லௌகீக வாழ்வை மட்டுமே குறியாகக் கொண்டவன், பணமும் உடலும் உழைப்பும் என்று தீராத சுழற்சியில் வாழ்கிறான். கூடவே கவுரவம், உடல்பலம், அதிகாரம் என்று சுகங்களைக் கொண்டிருக்கிறான். அதில் ஒன்று குறையும்போது மனஉளைச்சலை கொண்டும்விடுகிறார்கள் இவனைப் போன்றவர்கள்.

நான் ஏன் வாழ வேண்டும் என்கிற சிந்தனையை விடுத்து வாழும் வாழ்வைக் கொண்ட அவரும் ஒரு ஞானிதான்.

வாழ்வில் ஒருமை நிலையைப் பற்றிய ஞானம் மட்டுமே அவர்களிடம் இல்லை. நடைமுறை ஞானம் பெற்றுவிட்டால் அகங்காரம் வந்துவிடுகிறது. ஒவ்வொரு கணத்தையும் அதிகாரம் கொண்டே வாழ நினைக்கிறது. சோளம் விற்கும் ராம் குமார் அந்நடைமுறை அறியாதவன், உலகம் தன்னையும் காக்கும் என்கிற எதிர்பார்ப்பைக் கொண்டவன்.

தனக்கு ஏற்பட்டிருக்கும் கல்வி ஞானம் நடைமுறையை உதறச் சொல்கிறது. அடுத்து இதுதான் என்ற அறிதலால் புதியவைகளைத் தேடத் தோன்றுகிறது. புதிய வாழ்க்கை, பயணம், புதிய மனிதர்கள், கற்றதை விடுதல் எல்லாம் நிகழ்கிறது. சூரியன் வெளியே வந்தபோது கடல் கொந்தளிப்பில் இருந்தது போலிருந்தது. செந்நிற குளம்பு வெளியேறுவதுபோல. சில நொடிகளில் கடல் மேல்பரப்பு கண்ணாடி பரப்புபோல ஒளிரத் தொடங்கியது. வியர்வை, சிறுநீர், மலம் வாடைகள் வெளியே வந்தவுடனே உலகம் மீண்டுவிட்டதை அறிந்தான்.

எழுந்து நடக்கத் தொடங்கினான். நடக்க நடக்க நினைவுகள் மீண்டு, நான் எங்கே இருக்கிறேன் என்று நினைவிற்கு வந்து, வானதி தன்னைத் தேடுவாள் என எண்ணினான். தன் மனப்போக்கு அவனுக்கு ஆச்சரியமாக இருந்தது. எப்படி மறந்தேன். யாரையும் நினைக்காமல் இருக்க நினைக்கும் நான் எப்படி வானதியையும் அவள் குடும்பத்தையும் நினைவில் கொள்வது.

நடந்து வந்தபோது பெரிய வாயிலில் நின்றிருந்த வடநாட்டு காவலாளி அவனைத் தடுத்தான். "யாரு நீ, யார பாக்கணும்" என்றான். மகள் பெயரைச் சொல்லி பன்னிரண்டாம் தளத்தைச் சொன்னதும், "வீட்டு டோர் நம்பர சொல்லு" என்றான். அது அவன் நினைவில் வரவில்லை. நான் இங்குதான் தங்கி யிருக்கிறேன் என்று சொன்னபோது அவன் "அப்ப வீட்டு நெம்பர சொல்லு" என்றான். "இப்படி சொல்லிக்கிட்டு எத்தனைப் பேரு வருவீங்க, எந்தூரு நீ" அவன் நின்றிருப்பதை அறிந்து போனை எடுத்து அழைத்து "ம்ம் ம்ம்" என்று சொல்லியவன் "உன் பெயர் என்ன" என்றான். அவன் பெயரையும், வானதியின் கணவன் பெயரையும் கேட்டு உறுதி செய்தபின்னே அவனை உள்ளே அனுமதித்தான்.

மாப்பிள்ளை அவனை நினைவில் இருந்த ஒன்றை யோசிக்கும் பாவனை போன்று கூர்ந்து கவனித்தான். பொதுவாக அவர் விலகியே இருந்தார். உம்மென்ற முகம் அவருக்குச் சரியாகப் பொருந்தி, அறிவாளி என்கிற பிம்பத்தை உருவாக்கியிருந்தது. அதைதான் அவர் விரும்புகிறார். வானதி

எதுவும் பேசவில்லை. "அப்பா, புள்ளையும் அவரும் கிளம்பட்டும், நானும் கிளம்பிடுவேன் அப்புறம் நீங்க குளிக்கச் செய்யலாம்" என்றாள்.

வானதி தினம் வதைப்பட்டாள், தினம் யாராவது ஒருவரிடமிருந்து சுப்புவைக் குறித்த புகார்களைக் கேட்க ஆரம்பித்தாள். காவலாளி, பக்கத்து வீட்டுக்காரர்கள் என்று புதியதாக எதாவது ஒரு பிரச்சினை சொல்ல தலைப்பட்டார்கள். சொல்லாமல் அவர்கள் முறைக்கும் சங்கடத்தையும் அவள் எதிர்கொண்டாள்.

"அப்பா என்னப்பா பிரச்சினை உங்களுக்கு" அவள் எதிர்நோக்குவது தன் குழந்தையையும், தன்னையும், தன் வீட்டையும் பார்த்துக்கொள்ளும் ஒரு நபராக அவர் இருக்க வேண்டும் என நினைக்கிறாள்.

அமைதியாக ஒரு அறையின் ஜன்னலின் ஓரத்தில் அமர்ந்துகொண்டான். உலகத்தின் மையம் அவனுக்குத் தெரியவில்லை. அவன் உலகமும் நிஜ உலகமும் வேறுவேறு. நிஜ உலகம் வெறுப்புகளையும் வன்மங்களையும் நீக்கமற நிறைந்திட்ட அவநம்பிக்கையையும் கொண்டுள்ளது. அவனுலகம் அவன் அறியும் அமைதியும் சாந்தத்தையும் கொண்டிருந்தது. எங்கே நிற்பது என்பதை அறிய முற்படும் போது. அது அவனை அறிய முடியாமல் செய்கிறது.

54

பத்மாவைப் பார்க்க வந்தபின்னாலே கண்ணாடியில் அவன் முகம் பார்க்கிறான். முகம் அவன் அப்பாவைப் போன்றிருப்பதைச் சற்று தாமதமாக உணர்ந்தான். வெள்ளையும் கருப்பும் கலந்த தாடியும் இடுக்கிய கண்களும் அவன் அப்பாதான். அப்பா இந்த ஐம்பதாவது வயதில் இப்படித்தான் இருந்தார். அவன் தன் சிகையை ஒழுங்குபடித்தி தாடி மீசையை எடுத்துவிட்டால் மிக இளமையாகத் தெரிவான்.

தன் அப்பா இப்படி இருக்க வேண்டும், இப்படி நடந்துகொள்ள வேண்டும் என நினைப்பதுபோல மகள்கள் வானதியும் சுருதியும் நினைக்கிறார்கள். அதே உணர்ச்சிகள், ஆசைகள் மனித மனதில் தோன்றியபடி இருக்கிறது. மிகுந்த அன்பு வைத்தவர்கள்மீது நாம் கொள்ளும் பரிவு நம்மை அவர்களிடமிருந்து பிரித்துக்கொள்ள முடிவதில்லை. அவர்களை நாம் விரும்பும் ஒரு வடிவமாக மாற்ற முயற்சிக்கிறோம். பிரிந்து விடுவோம் என்கிற பயமும், பிரியமானவர்களின் ஏற்றுக்கொள்ளாமையும் நம்மை வேறு உலகத்தில் தூக்கிவீசிவிடுகிறது.

ஒத்தகருத்துடையவர்கள், நண்பர்கள், நலம்விரும்பிகள் அனைவரும் காலத்தால் உதிர்ந்து விட்டார்கள். சாமியப்பா, பிகாஸ், விதானந்தா அனைவரும் அவனைப் புரிந்துகொண்டவர்கள். இனி அவன் புரிந்துகொள்ள வேண்டிய நேரம், அவனது சுற்று. அவன் செய்ய வேண்டியவையே அவனை வழிநடத்தப்போகிறது.

இளம் சூடடைந்த ஒரு மதியத்தில் வானதி யிடம் பேசினான். “அம்மா, உன் வாழ்க்கையில நான் என்ன பண்ணனும்னு நினைக்கிறேம்மா”

“அப்படின்னா, எனக்குப் புரியலையேப்பா”

“நான் என் அப்பா இப்படி இருக்கணும்னு நினைச்சேன். அவரு எனக்கு மாறாத்தான் இருந்து செத்தாரு, நான் எதிர்பார்த்த எதையுமே அவர் செய்யல, அன்பா ஒரு நாள் பேசுனா அடுத்த நாள் பேச மாட்டாரு, அவரு என்ன மனநிலையில இருக்காருன்னு புரிஞ்சிக்கிறதுக்கு அவர பார்த்துக்கிட்டே இருக்கணும். அதே தான் சுருதிக்கும் தோணுது இப்ப, நான் நல்லா அப்பாவா இல்லைன்னு நினைக்கிறா”

“எனக்கு அப்படி தோணலப்பா, ஆனா சாதாரண அப்பாவா இருந்திருந்தா நல்லா இருக்கும்னு தோணியிருக்கு, இப்ப எனக்கு அப்படி எதுவும் இல்லை”

“உண்மையில அது நல்லாதாப்போச்சு, நான் திருப்ப ஒரு பயணம் போகணும்”

அதிர்ந்து திரும்பி நோக்கினாள். அவள் கண்கள் லேசாகக் கலங்கியிருந்தன. சூழலை அனுமானிக்கும் இடவலமான கண்மணி அசைவுடன் அப்பாவைப் பார்த்தாள்.

“அப்பா நீங்க இங்க இருக்குறது எனக்குச் சிரமமாத்தான் இருக்கு ஆனா இங்க இருக்கிற சூழ்நிலைக்கு மாறிக்குவிங்கன்னு நினைச்சேன். இப்பகூட நீங்க ஒரு கல்யாணம் பண்ணிக்கிட்டு இருக்கலாமேப்பா”

“இல்ல, நா தேடுறது லௌகீகமில்ல, பரந்துப் பட்ட ஒரு வாழ்க்கை. அத மத்தவங்களால அவ்வளவு எளிதா புரிஞ்சுக்க முடியாது”

“எனக்குப் புரியுதுப்பா. நான் பார்த்த சின்ன வயசுல, நீங்க பார்க்க ஹாஸ்ய வேடிக்கை மனிதரா இருந்தீங்க, எப்பவும் விளையாட்டுக் காட்டுவீங்க, இப்ப மாறிட்டீங்க, ஆனா அது வாழ்க்கை ஓட்டம்தான் எனக்குத் தெரியுது, நீங்க இங்க இருந்தா இன்னும் நல்லா இருக்கும்”

“எனக்கும் ஆசை தான். முக்கியமா, இந்தச் சூழல்ல என்னய பொருத்திக முடியுல. இந்த முறை நான் சொல்லிவிட்டே செல்கிறேன். தோன்றும்போது திரும்ப வருவேன்.”

மீண்டும் ஒரு பயணம் காத்திருப்பதாகத் தோன்றியது. களைப்பும் ஆர்வமும் ஒரு சேர எழுந்தது. புதிய உலகம் புதிய நண்பர்கள். ருசி கண்டுவிட்ட பூனைபோல மீண்டும் ஒரு பயணம்.

அதன் பின் அவர்கள் பேசிக்கொள்ளவில்லை. பேசிமுடிந்த அமைதி வந்துவிட்டது. இனி அப்பா இங்கிருக்கப் போவதில்லை என்பதை அறிந்ததும் பேச்சு முழுவதும் நின்றுபோனது.

சுருதியும் வானதியும் வேறுவேறாகத் தெரிகிறார்கள். அவர்கள் இருவருக்கும் இருக்கும் தேவைகள் வேறு. எப்படி யானாலும் நான் அவர்களுக்குத் தேவையில்லை. ஒரு பெண்ணாக இருந்திருந்தால் அவர்களுடன் இருக்க எந்த சங்கடமும் இருக்கப்போவதில்லை. அவர்களுக்கு உதவி செய்து அவர்களுடனே இருக்க முடியும். சமையல், குழந்தை கவனிப்பு என்று வாழ்க்கை கடந்துவிடும். உண்மையில் வீடு பெண்களுக்கானது மட்டுமே. அவர்கள் இல்லங்களை முழுவதும் தங்கள் வசமாக்கிக் கொண்டுவிட்டதும் ஆண்களுக்கு ஒரு சிறு இடம் மட்டும் அமைகிறது.

அதுகூட அவர்கள் விருப்பப்பட்டால் மட்டுமே கொடுக்க முடியும். மகனை, கணவனை, அப்பாவை வெளியேற்றிக் கொண்டேயிருக்கிறார்கள். ஒவ்வொரு சூழலிலும் அது நடக்கிறது. பாசமான மகன் அன்னியனாகும்போது கணவன் யாரோவாகும்போது அப்பா மற்றொரு மனிதனாகவும் தெரிகிறார். பெண் உலகத்தில் பெண்களால் மட்டுமே இருக்க முடிகிறது. நிலம் நீர் தீ காற்று ஆகாயம் எல்லாம் உதவி செய்கிறது. பெறுவதற்கு நிறைய இருக்கும்போது இழப்பதற்கு இருந்துகொண்டேயிருக்கிறது.

வாழ்வில் விடை தேடல்கள் நீண்டுகொண்டே செல்கிறது. முன் செல்ல அதுவும் தூர செல்கிறது. ஒரு கருமுட்டை எப்படி உயிராகிறது. கைகால் முளைத்து வெளியே வந்தபின் கைகளை உயர்த்தி உடலை உலகத்தை ஆள துடிக்கிறது. அதற்கு மூளை எப்படி வேலை செய்கிறது எப்படி நினைவுகளைச் சேமித்துக் கொள்கிறது. நனவுகளைச் சேமித்து என்ன செய்கிறது. சேமிக்காதவை என்னவாகிறது. ஏன் இறந்துபோகிறது. சில முன்னும் சில பின்னும் இறந்து காலத்தைக் குழப்பிக் கொள்வது ஏன். இறந்தபின் அழிகிறதா. உயிரில் அழிகிறதா. பாவபுண்ணியத்தைக் கடத்துகிறதா. அடுத்த ஜென்மத்திலும் உயிர் வாழ வேண்டிய நிர்பந்தமா அல்லது இல்லை என்ற ஆணையா. ஆணையைச் செய்வது யார்?

உறவுகள் பிரிவுகள் நாமே உருவாக்கிக்கொள்வது. ஆனால் கடவுள் நமக்கு வேறு உறவுகளை வைத்திருக்கிறார். மனிதர்கள் அல்லாத விலங்குகள், மரங்கள் என்று அவர் உருவாக்கியவை நமக்கானது மட்டுமே. அவையன்றி நாம் வாழ முடியாது. அவற்றில் சில நம்மை கொல்லவும் கூடும். இந்த உலகம் எத்துனை விசித்திரமானது.

வீட்டை பிரிவது எப்படி? வீடு எனக்கு எதுவும் அளிக்காத போது புது வீட்டை நோக்கிச் செல்ல வேண்டியிருக்கிறது. இந்த

உடல்கூட ஒரு வீடுதான். மனித பிறவி கிடைப்பது மிக அரிதானது, ஆனால் அதைதான் கடைசியில் விட்டுச் செல்ல வேண்டியிருக்கிறது. ஞானத்தில் மோகம் வருகிறது, அதுதான் கடைசியில் அழிந்துபோகிறது. முக்தியில் நாட்டம் வருகிறது, ஆனால் அதைத்தான் கடைசியில் மறக்க வேண்டியிருக்கிறது.

எல்லா உண்மைகளையும் அறிந்துவிட்டபின் பழைய உண்மைகள் எதுவும் மனதில் இருப்பதில்லை. கிடைக்காத ஒன்றிற்காக வாழ்நாளை இழப்பது போலவே, கிடைக்கும் ஒன்றிற்காக வாழ்நாளை இழக்க வேண்டியிருக்கிறது. இழப்பதற்குத்தான் இந்த வாழ்க்கை அளிக்கப்பட்டிருக்கிறது என்கிற முரண்பாட்டைப் புரிந்துகொள்ள முடியவில்லை. எதை இழக்கிறேன், எதையெல்லாம் பெறுகிறேனோ அதையெல்லாம் இழக்கிறேன். எதைக்கொண்டு நான் வாழ்ந்தேனோ அதைக் கொண்டு சாகவும் வேண்டியிருக்கிறது. இவ்வளவு எளிய உண்மைகளைப் புரிந்துகொள்ள வாழ்நாள் முழுவதும் செலவிட வேண்டியிருக்கிறது.

இயல்பான வாழ்க்கைக்கும் இயல்பற்ற வாழ்க்கைக்கும் வித்தியாசம் இருக்கிறது. எங்கே நின்று என்னைத் தேடி கண்டடைகிறேன் என்பதைப் பொருத்து வாழ்க்கை தன் ஓட்டத்தை மாற்றிக்கொள்கிறது. எல்லாமே தற்செயல்தானா, என்னை அறியும் ஒன்று நானே கண்டடைந்ததாக இல்லாமலா இருக்கும். நானே உருவாக்கின ஒன்றாக இருக்கும் என்ற நம்பிக்கை சிதிலமடைந்த கோயிலின் அழகிய கருவறை போன்று ஒளிகொள்கிறது மனதில்.

இந்த உலகத்தை ஆளவிரும்பவில்லை, ஆனால் ஆளும் தகுதிகொண்டவன் இருக்க வேண்டுமென நினைக்கிறேன். என்னை ஆளும் ஒருவன் இப்புவியில் இருக்கத்தான் வேண்டும். முன்பு சாமியப்பா, விதானந்தா. இப்போது வேறு ஒருவர் இருக்கலாம் அல்லது நானே என்னை ஆளுபவனாக இருக்கலாம். இதில் குழப்பமில்லை, என்றென்றும் என்னையறியும் ஒருவரைக் காணப்போகிறேன்.

உலகத்து இயக்கங்கலெல்லாம் ஒருகணம் நின்று தன்னை ஆசுவாசப்படுத்திக்கொண்டு செல்லும் வழித்தடம் நான் கண்டுகொண்டது. அதை ஒவ்வொரு நாளும் என் முகம் பார்க்கும் கண்ணாடியாக என்னையறிய வேண்டியிருக்கும். நிச்சல உண்மையாக முன்நிற்பது மரணம் மட்டும்தான். அது அளிக்கும் இறுதி தீர்ப்பு எல்லா ஆசைகளையும் வேட்கைகளையும் கொள்கிறது. அதற்குபின் நான் அடைய எதுவுமில்லாதபோது எதற்கு இந்த ஓட்டம் என்று மனதைக் குழப்புகிறது. நிற்க நிழல்

வேண்டிய ஆடுகள் மேய்ச்சலைச் சற்று தள்ளி வைக்கிறது. மீண்டும் புற்களைத் தேடிய ஓட்டத்தின் ஆர்வம் அதன் வால்களின் ஆட்டத்தில் தெரிகிறது.

நிலத்தில் காலடி எடுத்து வைத்ததுமே ஆண்தன்மை வந்துவிடுகிறது. பெண்ணை வயிற்றிலிருந்து பிரிந்த ஒற்றைக் கணத்திலிருந்து தொடங்கிவிடுகிறது. வெளியேறுவது நிகழும் ஒவ்வொரு கணமும் ஆண்தன்மை உடையது. காற்று கண்களை மூடவைக்க முகத்தைத் திருப்பிக்கொண்டு நடக்க ஆரம்பித்தான். காடும் அதன் செயல்களும் வளர்வதுபோல மனம் முழுவதும் புதியவைகள். அனைத்தும் அவன் அறியாதவை. சொல்லி தெரியாத புதுமை கொண்டவை. பாதை நீண்டுக்கொண்டே சென்றது. அவன் திரும்பிப் பார்க்கவில்லை.

(நிறைவு)